ஈழத்தில் தமிழ் இலக்கியம்

கார்த்திகேசு சிவத்தம்பி

நியூ செஞ்சுரி புக் ஹவுஸ் (பி) லிட்.,
41-B, சிட்கோ இண்டஸ்டிரியல் எஸ்டேட்,
அம்பத்தூர், சென்னை- 600 098.
☎ : 044 - 26251968, 26258410, 26241288

Language: Tamil

Eelaththil Tamil Ilakkiyam

Author: **Karthikesu Sivathambi**

First Edition: September, 1987

Second Edition: July, 2016

Copyright: Author

No. of pages: xxvi+ 290= 316

Publisher:

New Century Book House Pvt. Ltd.,

41-B, SIDCO Industrial Estate,

Ambattur, Chennai - 600 098.

Tamilnadu State, India.

email: info@ncbh.in

Online: www.ncbhpublisher.com

ISBN: 978 -81-2343-220-5

Code No. A 330

₹ 240/-

Branches

Ambattur (H.O.) 044-26241288, 26258410, 26251968, 26359906
Spenzer Plaza (Chennai) 044-28490027 **Trichy** 0431-2700885
Pudukkottai 04322- 227773 **Tanjore** 04362-231371
Tirunelveli 0462-2323990 **Madurai** 0452-2344106, 2350271
Dindigul 0451-2432172 **Coimbatore** 0422-2380554
Salem 0427-2450817 **Hosur** 04344-245726 **Ooty** 0423-2441743
Vellore 0416-2234495 **Villupuram** 04146-227800
Pondicherry 0413-2280101 **Thiruvannamalai** 04175-223449

ஈழத்தில் தமிழ் இலக்கியம்

ஆசிரியர்: கார்த்திகேசு சிவத்தம்பி

முதல் பதிப்பு: செப்டம்பர், 1987

இரண்டாம் பதிப்பு: ஜுலை, 2016

அச்சிட்டோர்: **பாவை பிரிண்டர்ஸ் (பி) லிமிடெட்,**

16 (142), ஜானி ஜான் கான் சாலை, இராயப்பேட்டை, சென்னை - 14

☎: **044 - 28482441**

என் குடும்பத்தினரின் நன்றிக்கையுறையாகத்
திருமதி **மகாலட்சுமி நடராசா**வுக்கு
இந்நூல் சமர்ப்பணம்

முகப்புரை

தமிழிலக்கியத்தை வளர்த்தெடுக்கும் முகமாக ஆகச்சிறந்த கொடைகளை வழங்கிய பெருமை ஈழ மண்ணுக்கு என்றென்றும் உரித்தானதாகும். வளமையான மிக நெடிய வரலாற்றை உள்ளடக்கிய ஈழத்தமிழ் இலக்கியப் பரப்பை விரிவாகவும் ஆழமாகவும் எழுதப்பட்டுள்ள இந்நூல் ஈழத்தமிழிலக்கியத்தின் மிகச்சிறந்த ஆவணப் படைப்பாகும்.

ஈழத்தமிழிலக்கிய வளர்ச்சிக்கட்டங்களையும் வெவ்வேறு காலநிலைகளில் வெளியான இலக்கிய ஆக்கங்களைப் பற்றியும் பல வகைகளில் எடுத்துரைக்கும் இந்நூலில் புலம் பெயர் தமிழர்தம் வாழ்வைப்பற்றிய மிகச்சிறந்த ஆய்வுக்கட்டுரையும் சமூகப் பண்பாட்டுப் பின்புலம் குறித்த கட்டுரையும் இடம் பெற்றுள்ளது குறிப்பிடத்தக்க அம்சமாகும்.

மரபார்ந்த இலக்கியப் படைப்புகள், ஈழத்துக் கவிதைப் போக்கு, நாடகங்களின் வகைகள், இலக்கிய விமரிசனம், இலக்கிய அரசியல், ஈழத்தில் தலித் இலக்கியத்தின் தன்மை, மார்க்சிய நெறிகள் உள்ளிட்ட பல்வேறு இலக்கியப் பாங்கு களையும் இந்நூல் அழுத்தமாகப் பதிவு செய்துள்ளது. ஈழத்தமிழ் இலக்கிய வரலாற்றை முழுவதுமாக உணர்ந்தறிந்துகொள்ள இந்நூல் பெருந்துணையாய் அமையும் என்பதில் அய்யமில்லை.

ஏறத்தாழ முப்பது ஆண்டுகளுக்கு முன்பாக தொகுத் தெழுதிப் பதிப்பிக்கப்பட்ட இந்நூலின் தேவையையும் முக்கியத் துவத்தையும் கருதி தற்போது தமிழ்கூறு நல்லுலகத்திற்கு மறுபதிப்பாக வெளியிடுவதில் மகிழ்ச்சியடைகிறோம்.

- பதிப்பகத்தார்

மூன்றாம் பதிப்புக்கான முன்னுரை

கட்டுரைகளை நூலாகத் தொகுக்கும் பொழுது ஏற்படும் பிரச்சினை இங்கு மிக முனைப்பாகத் தெரிகின்றதென்றே கருதுகின்றேன். ஈழத்து இலக்கியமென்ற விடயம் ஒழுங்கமைதியுடன் மேற்கிளம்ப வேண்டுவது அவசியம். இதன் காரணமாக இப்பதிப்பில் அத்தியாய ஒழுங்கமைப்பு வித்தியாசப்படுகின்றது.

அத்தியாயங்களென வரும்பொழுது முதலில் ஈழத்தின் பிரதேச அலகுகளைப் பற்றிய குறிப்பும் அதைத் தொடர்ந்து ஈழத்து இலக்கிய வளர்ச்சிக் கட்டங்களை இனங்கண்டு அக்கட்டங்கள் ஒவ்வொன்றினதும் பொதுப் பண்புகளை வெளிக்கொணரும் வகையில் அத்தியாயங்கள் 2, 3, 4, 5, 6, 7 அமைகின்றன. அவற்றைத் தொடர்ந்து ஈழத்தின் கவிதை வளர்ச்சி, ஈழத்தின் நாடக வகைகள் பற்றிய கட்டுரைகள் இடம்பெறுகின்றன. இவற்றைத் தொடர்ந்து ஈழத்துத் தமிழிலக்கியத்தில் முற்போக்குவாதத் தொழிற்பாட்டை ஆராய்கின்ற இரு கட்டுரைகள் இடம் பெறுகின்றன. அதன்பின் ஈழத்தில் தமிழ் இலக்கிய விமரிசனம் என்ற விடயம் ஆராயப்படுகின்றது. 'அழகியல் மார்க்ஸியமும் மாக்ஸிய அழகியலும்' என்ற பெயரில் 2ஆம் பதிப்பில் வெளி வந்துள்ள கட்டுரை உண்மையில் ஈழத்தின் தமிழிலக்கியத்தில் மாக்ஸிய விமரிசன செல்நெறி பற்றியதாகும்.

2ஆம் பதிப்புக்கு எழுதியுள்ள முன்னுரை தொடர்ந்தும் முக்கியமான அறிமுகவாயிலாக அமைகின்றது.

ஒட்டுமொத்தமாக நோக்கும்பொழுது இந்நூலில் 1980 வரையிலான ஒரு தொடர்ச்சியான கண்ணோட்டத்தை அவதானிக்கலாம். இங்கு இப்புதிய காலகட்டத்தின் தொடக்க நிலையான சேரன் கவிதைகள் பற்றிய ஒரு மேலோட்டமான குறிப்பே உண்டு. மூன்றாம் பதிப்பு வெளிவரும் இன்றைய

நிலையில் (2010) ஈழத்து இலக்கியம் பற்றிய பெரியதொரு வாதவிவாதம் இல்லையென்றே கூறவேண்டும். ஆனால் மலையகம், புத்தளம், கொழும்பு ஆகிய பிரதேசங்களைச் சேர்ந்த எழுத்தாளர்களின் படைப்புக்கள் முக்கியமாகின்றன.

'சரித்திரம் என்பது சாகாத் தொடர்கதை'

கொழும்பு   **கார்த்திகேசு சிவத்தம்பி**
10.02.2010

இரண்டாம் பதிப்பின் முன்னுரை

இரண்டு பதிப்புக்களுக்கிடையே ஒரு புதியகாலப் பிரசவம்

இந்நூலின் முதற்பதிப்பு வெளிவந்து ஒன்பது வருடங்கள் முடிவடைந்து, பத்தாவது வருடம் நடக்கும் பொழுதே இந்த இரண்டாம் பதிப்பு வெளிவருகின்றது.

இந்நூலுக்கான இரண்டாம் பதிப்புப் பற்றிச் சிந்திப்பதற் கான தேவை முதலாம் பதிப்பு வெளிவந்த பொழுதே ஏற்பட்டது. ஏனெனில் முதலாம் பதிப்பில், ஈழத்தின் தமிழ்க் கவிதை பாரம்பரியம் பற்றிய குறிப்பு எதுவும் இடம் பெறவில்லை. அத்தேவைக்கென எழுதப்பெற்ற ஆய்வுக் கட்டுரை 1982இல் எழுதி முடிக்கப் பெற்றும், 1983 முதல் விற்பனைக்கான நூற் பிரதிகள் இல்லாது போயும் இரண்டாம் பதிப்பு வெளிவர முடியவில்லை.

இந்த இரண்டாம் பதிப்பு வெளிவருவதற்கான ஆயத்தங்கள் 1986இல் செய்து முடிக்கப்பட்டுங்கூட, இரண்டாம் பதிப்புக் கான அச்சுப் பதிவு நடைபெறும் பொழுது கூடப் பதிப்பகத் தாருடன் அச்சுப்பதிவில் உதவுகின்ற அளவுக்கு என்னால் தொடர்பு கொள்ள முடியவில்லை. இலங்கையின் நிலை அத்தகையதாக விருந்தது.

1987செப்டம்பர் இறுதி வாரத்தில் சென்னைக்கு, சென்னைப் பல்கலைக்கழகத் தமிழ் இலக்கியத் துறைக்கு, பல்கலைக்கழக ஆணைக்குழுவின் விருந்துப் பேராசிரியராக வந்த பொழுதே, இரண்டாம் பதிப்பு நிறைவெய்தி வெளியீட்டுக்கு நாள் குறிப்பிடும் நிலையிருந்தமையைக் கண்டேன்.

தாம் ஏற்றுக்கொண்ட பணியினைச் சிரத்தை பூர்வமாக நிறைவேற்றும் நியூ செஞ்சுரி புக் ஹவுஸ் நிறுவனத்தினருக்கு அதன் செயலாளர் ஜனாப் உசேனுக்கு, என் மன நிறைவினையும், கடப்பாட்டுணர்வினையும் தெரிவித்த அதே வேளையில்,

இரண்டாம் பதிப்புக்கான தனியொரு முன்னுரையில் அத்தியா வசியத்தையும் எடுத்துணர்த்தினேன்.

கணிசமான அச்சுப் பதிவுச் சிக்கற்பாடுகளுக்கிடையே அவர்கள் இந்த முன்னுரையை அச்சிடுகின்றனர். அவர்களுக்கு என் நன்றி.

இந்த முன்னுரை மிக முக்கியமானது. ஏனெனில் இது ஈழத்து இலக்கியத்தில் தோன்றியுள்ள ஒரு புதிய கால கட்டத்தின் தன்மைகளையும், அந்த யுகப் பிரசவத்தின் தவிர்க்க முடியாச் சிக்கல்களையும் குறிப்பிடுகின்றது. இப்பதிப்பின் 'கால இயைபு'க்கு இம்முன்னுரை அத்தியாவசியமான ஒன்றாகும். இந்த நூலின் இன்றைய பயன்பாடு, இந்த யுகப் பிரசவத்தின் தன்மையை அறிந்து கொள்வதையும் உள்ளடக்கி நிற்கின்றது.

மேலும், கவிதை மரபு பற்றிய கட்டுரை சேர்க்கப்பட்ட பின்னருங்கூட, இந்நூலின் பொருள் ஏறத்தாழ 1975 வரையிலான ஈழத்துத் தமிழிலக்கிய வளர்ச்சியைச் சுட்டிக் காட்டுவதாகவே யுள்ளது. இந்த முன்னுரை அதன் தொடர்ச்சியைக் காண உதவும். இலக்கிய வரலாற்றில் கடந்தகால இலக்கிய நிகழ்வுகளின் நிகழ்கால முக்கியத்துவத்தை அறிந்துகொள்ளும் ஒரு செயற் பாடும் உண்டு என்பதை நாம் மறந்துவிடக்கூடாது.

இந்நூல் முதலில் வெளிவந்த பொழுது காணப்பட்ட நிலைமைகள் பல இன்று முற்றாக மாறியுள்ளன. இலங்கை வாழ் தமிழ் மக்களின் வாழ்க்கையில் ஏற்பட்ட மாற்றங்களின் தன்மை காரணமாக, முன்னர் நாம் பயன்படுத்திய சொற்றொடர்கள் பலவற்றின் பொருளே இன்று மாறியுள்ளது. 'ஈழம்' என்ற சொல்லே இதற்கான நல்ல உதாரணமாகும். 1970களில், இலக்கிய வட்டங்களிலே, 'ஈழம்' என்பது, இலங்கைத் தமிழ் மக்கள் சகலரினதும் பண்பாட்டுத் தனித்துவத்தைப் புலப்படுத்துவதாய், தமிழகத்துடன் இணைத்துப் பார்க்கப்பட முடியாத அதன் தனித்துவங்களை வற்புறுத்துவதாய், இலங்கை முழுவதையும் ஒரு 'தேச' அலகாகக் காணும் ஒரு கருதுகோளாக அமைந்திருந்தது. ஆனால் இன்றோ, அதன் தமிழ்ப் பயன்பாட்டிலும் சர்வதேசியக் குறிப்பீட்டிலும், 'ஈழம்' என்பது, இலங்கைத் தமிழ் மக்களின் ஒடுக்கற்பாடு காரணமாகக் கிளம்பிய ஓர் அரசியற் போராட்டத்தின் குறியீடாக அமைந்துள்ளது. இன்றைய

நிலையில் 'ஈழம்' என்னும் சொல், இலங்கைத் தமிழ் மக்களின் பாரம்பரிய வாழிடமான வடக்கு, கிழக்கு மாநில இணை நிலையினையே குறிப்பதாகவுள்ளது. இன்று தமிழீழம், ஈழம் எனக் குறுகி நிற்கின்றது.

சொல்லின் பொருளை மாற்றும் அளவுக்கு மனித மனப்பதிவுகள் மாறியுள்ளன. இந்த மாற்றமே இலங்கைத் தமிழ் இலக்கிய வரலாற்றிற் புதிய ஒரு காலகட்டம் தோன்றியுள்ள மையை எடுத்துக்காட்டுகின்றன.

இந்தப் புதிய காலகட்டத்தின் தன்மைகள் யாவை? இக்கால கட்டத்தின் தோற்றத்துக்கான காரணிகள் யாவை? இப்புதிய கால கட்டத்தின் இலக்கியச் செல்நெறிகள் யாவை?

முதலில் இக்கால கட்டத்தின் தோற்றத்துக்கான காரணிகள் பற்றி நோக்குவோம்.

1981 முதல், முக்கியமாக, யூலை 1983க்குப் பின்னர், அதாவது இலங்கையின் பிற பாகங்களிலிருந்த இலங்கைத் தமிழர் தமது பாதுகாப்புக் காரணமாக வடக்கு, கிழக்குப் பிரதேசத்துக்கு வந்து சேர்ந்த பின்னர், இந்த வடக்கு, கிழக்குப் பிரதேசத்தில் இலங்கை அரசாங்கம் தனது படைகள் வழியாக அடக்குமுறையினைக் கட்டவிழ்த்துவிடத் தொடங்கியதும் இலங்கைத் தமிழ் மக்களின் போராட்டத்தில் ஒருபுதிய கட்டம் உருவாகத் தொடங்கியது.

இந்தப் போராட்டத்தினை, முன்நின்று நடத்தியவர்கள், மிதவாத அரசியல்வாதிகளல்லர், தீவிரவாத இளைஞர்களே. 'கொரில்லாப்' போர் முறையில் இப்போராட்டம் நிகழ்த்தப் பெற்றது. மிதவாத அரசியற் செல்நெறியின் போதாமைகள் இந்தப் புதிய, இளைஞர்மட்டத் தீவிரவாதத்துக்கு இடமளித்தது.

இந்தப் போராட்டம் சிங்கள மக்களுக்கு எதிரான போராட்டமாக அமைந்ததிலும் பார்க்க, தமிழ் மக்களைக் காப்பாற்றும் ஒரு போராட்டமாகவே அமைந்தது. இளைஞர் இயக்கங்களின் சமூக நிலைத் தொழிற்பாடுகள் பரந்துபட்ட நிலையில் மக்களின் ஆதரவைப் பெற்றிருந்தன. ஆயினும் இராணுவ எதிர்ப்பினையே தமது முக்கிய போர்க்களமாகக் கொண்டிருந்த இந்த இளைஞர் குழுக்கள், தங்களையும் இராணுவ முறைமையிலேயே ஒழுங்கமைப்புச் செய்துகொள்ள

வேண்டியிருந்தது. போராட்ட முறைமை, அந்த நிர்ப்பந்தத் தினை ஏற்படுத்தியது. இது அவர்களின் பண்புகளைத் தீர்மானிக்கும் அமிசமாகவமைந்தது.

இக்கட்டத்தில், தமிழ்த் தேசியவாதமே முக்கிய கருத்து நிலையாக மேற்கிளம்பியது. சமயச் சார்பற்றதாக இக்கருது கோள் அமைந்தது. தமிழ்த் தேசிய இன நிலைப்பட்ட போராட்டமாக இது அமைந்திருந்தபடியால், இப் போராட்டத்துக்கும், போராளிகளுக்கும் தமிழ்நாட்டில் பெருவரவேற்புக் காணப்பட்டது.

ஆனால் இந்தத் தேசியம், தமிழகத்தின் தமிழ்த் தேசியத்திலிருந்து வேறுபட்டதாகும். ஆரிய/திராவிடப் பிரக்ஞையோ, பிராமண எதிர்ப்புணர்வோ, பழைமையைப் போற்றும் பண்போ இதன் முக்கிய அம்சங்களாக அமையவில்லை.

இத்தேசிய வாதம், இலங்கையின் தமிழ் மக்களை ஒடுக்கு முறையிலிருந்து காப்பாற்றும் ஒன்றாக, அவ்வாறு காப்பதற்கு வடக்கு, கிழக்கு மாநிலம் தகைமையுடையதாக ஆக்கப்படல் வேண்டும் என்று வற்புறுத்துவதாக அமைந்தது. இளைஞரியக் கங்களினால் வன்மையுடன் மேற்கொண்டு செல்லப்பெற்ற இவ்வியக்கம், முன்னர் மிதவாத அரசியல்வாதிகளால் முன்வைக்கப்பட்ட தமிழீழக் கோரிக்கையைத் தனது எடுகோள் தளமாகக் கொண்டு போராட்டத்தை நடத்திற்று.

அரசு அடக்குமுறைக்கு எதிராகவும் மொழித் தனித்துவத்துக்குமாக நடத்திய போராட்டத்தினூடே, சமூக சமத்துவம் வற்புறுத்தப்படலாயிற்று.

இப்போராட்டம் ஈழத்துத் தமிழ் மக்களிடையே முற்றிலும் புதிய ஒரு சமூக அனுபவத்தினை ஏற்படுத்திற்று. இச் சமூக அனுபவம் இலக்கியத்தில் புதிய மாற்றங்களைக் கொண்டு வந்தது.

முதலில் இச் சமூக அனுபவத்துக்கு ஆட்பட்ட தலைமுறையினர் பற்றிய ஒரு தெளிவுபடுத்தற் குறிப்பு அவசியமாகின்றது.

1960களில் மேலாண்மையுடன் நிலவிய முற்போக்குவாதச் செல்நெறியினைக் கைக்கொண்டவர்கள் ஒரு மட்டத்தில் தொழிற்பட்டு வந்தனர். இவர்கள் இலங்கை முழுவதையும் ஓர் அலகாகக் கொண்ட 'பல்லினத்' தேசியத்தினை ஆதரித்தவர்கள்; சிங்கள-தமிழ் இணைப்பினை விரும்பியவர்கள். இவர்களுடைய கருத்துநிலை ஈழத்துத் தமிழிலக்கியத்தை எவ்வாறு வளப்படுத்தி யுள்ளது என்பது இந்நூலில் விரிவாக ஆராயப்பட்டுள்ளது.

இலங்கைத் தேசிய மட்டத்தில், 1965 முதல் இடதுசாரி அரசியல் இயக்கம் மொழிக்கொள்கை தொடர்பான சிங்கள இனவாதத்துக்குச் சார்பான ஒரு நிலைப்பாட்டினை வற்புறுத்தத் தொடங்கியமையாலும், பின்னர், குறிப்பாக 1977 இடதுசாரி இயக்கம் அரசியல் வலுவினை இழந்தமையாலும், ஈழத்துத் தமிழ் எழுத்தாளரின் முற்போக்குவாதத்தினைச் செயல் சாத்தியமான ஒரு கருத்து நிலையாக ஏற்பதில் தயக்கம் நிலவியது. அவர்களின் தேசிய இலக்கியக் கொள்கை இயைபற்றதாயிற்று. தேசியம் என்ற சொல் புதிய கருத்தினைப் பெற்றது. 'தேசியம்' என்பது தேசத்தின் ஒருமை நிலையைக் குறிப்பதை விடுத்து, தேசிய இனங்களின் ஒருமை நிலையைக் குறிப்பிடத் தொடங்கிற்று.

ஆயினும், அந்த முற்போக்குவாதிகளால் முன்னர் நிலை நிறுத்தப்பெற்று, வளர்த்தெடுக்கப்பட்ட ஈழத்துத் தமிழிலக்கிய வளத்தினையே தமது தளமாகக் கொண்டு, ஈழத்துத் தமிழிலக்கியம், அரசின் அடக்குமுறைக்கு எதிரான இலக்கியமாக அமைதல் வேண்டுமென்றனர்.

முற்போக்கு இலக்கியம் பற்றித் தோன்றிய இக்கருத்து மயக்கங்களை, மார்க்ஸிய எதிர்ப்பாளர்களான 'நவமோடி வேட்கை வாதிகள்' (avant gardists) தமக்குச் சார்பாகப் பயன் படுத்த முனைந்தனர் என்பது நினைவில் வைத்துக்கொள்ளப்பட வேண்டிய ஒன்றாகும்.

இந்த மட்டத்தினைவிட, இன்னொரு சமூக- அரசியல் மட்டத்திலே தொழிற்பட்டவர்களே இப்புதிய எழுச்சியில் முக்கிய இடம் பெறுபவர்கள் ஆவர்.

இவர்கள் அரசின், சிங்கள இனவாதக் கொள்கையின் நடைமுறைப்பாடுகள் காரணமாக (பல்கலைக்கழகப் புகுமுகத் தேர்வில் தமிழ் மாணவர்கள் பாதிப்படையும் வகையில் புள்ளிகள் தரப்படுத்தப்பட்டமை, அரச பதவிகளுக்குத் தமிழர் நியமிக்கப்படாமை) முற்றிலும் தமிழ் நிலைப்பட்ட ஒரு சூழலிலேயே வளர்ந்தனர். முன்னர் நிலவிய கலந்துரைப் பாரம்பரியத்தினை அறியாத இவர்கள், தமக்கிழைக்கப்பட்ட அநீதிகளை, தம்மீது திணிக்கப்பட்ட வரையறைகளை எதிர்த்துப் போராடத் தொடங்கினர். அரச ஒடுக்குமுறையும் போராட்ட வேகமும் அதிகரிக்கத் தொடங்கின. இந்தப் போராட்டத்தின் வெளிப்பாடாக, அதன் பாதிப்புக்களின் குரலாகப் புதிய ஓர் இலக்கியக்குரல் ஈழத்து இலக்கிய உலகிலே கேட்கத் தொடங்கிற்று.

முந்திய தலைமுறையினரும் இந்த ஒடுக்குமுறைக்கு எதிராக எழுதினரெனினும், அந்த ஒடுக்குமுறையின் கோரத் தன்மை களை இந்தப் புதிய படைப்பாளிகளே அதற்குரிய அநுபவ முத்திரையுடன் எடுத்துக் கூறினர். அந்த அநுபவ வெளிப் பாட்டிற் கவிதை முற்றுப் பெற்றது. புனைகதைத் துறை படிப்படி யாகவே தொழிற்படத் தொடங்கிற்று.

இப் புதிய சமூக அநுபவத்தின் முதற் கவிஞனாக வெளிவந்தவர் சேரனாவர். இலங்கைத் தமிழ் மக்களிடையே இன்று தோன்றியுள்ள புதிய சமூக அநுபவத்தைப் புதிய தலைமுறையினர் ஒருவர் எவ்வாறு உள்வாங்கிக் கொள்கின்றார் என்பதனைச் சேரனது கவிதைகள் காட்டி நிற்கின்றன.

இப்புதிய அநுபவ வெளிப்பாட்டின் இலக்கியப் பண்பு களை விரிவாக நோக்குவதற்கு முன்னர் இன்னொரு முக்கியமான உண்மையைப் பதிவு செய்தல் வேண்டும்.

இப்புதிய சமூக அநுபவத்தினது கலை வெளிப்பாடுகளில் மிக முக்கியமான இடத்தைப் பெறுவது நாடகமாகும். சண்முகலிங்கத்தினால் எழுதப் பெற்று, சிதம்பரநாதனால் தயாரிக்கப்பெற்ற ‘மண் சுமந்த மேனியர்’ என்னும் நாடகம் ஓர்

அற்புதமான படைப்பாகும். தமிழ்க் குடும்பத்திலுள்ள இளைஞனுக்குள்ள பெருஞ்சுமைகளும் அவற்றைத் தாங்க முடியாது அவன்படும் அவலங்களும், அவனது எதிர்காலத்தி லேயே முழுக் குடும்பத்தின் சுபிட்சத்தையும் கண்டு கொள்ளும் எதிர்பார்ப்புணர்வும், அந்த அவலச் சுமையும் இந்த எதிர்பார்ப்புகளும் அவனை எவ்வாறு தீவிரவாத நிலைக்குத் தள்ளுகின்றன என்பதும் இந்த நாடகத்தில் மிகுந்த அழகுடன், வன்மையுடன் எடுத்துக்காட்டப்பெற்றன. சண்முகலிங்கத்தின் மற்றைய நாடகங்களான, 'மாதொரு பாகம்' 'தாயுமாய் தந்தையுமானார்' ஆகியவையும் இப்புதிய உணர்திறனின் வெளிப்பாடாக அமைந்தன. இந்த நாடகங்களின் இசை தோய்ந்த வடிவம், ஆட்டங் கலந்த அசைவுகள், கவிதை இடையிட்ட பேச்சு மொழிப் பகுதிகள் ஆகியன நாடகத்தை வன்மை மிக்க ஒரு தொடர்புச் சாதனமாக்கின. நாடகத்துறை அகலமாகவும், ஆழமாகவும், வளரத் தொடங்கிற்று. சண்முகலிங்கம், மௌனகுரு, சிதம்பரநாதன், குகராஜன் முதலியோர் இத்துறையில் முக்கிய இடம் பெறுவர்.

புதிய சமூக அனுபவத்தின் இலக்கிய வெளிப்பாட்டினைப் பொறுத்தவரையில், மிக முக்கியமான பண்பு, 'புதுக் கவிதை' இந்த அநுபவங்களை வெளியிடுவதற்கு ஏற்ற இயல்பான, நெகிழ்ச்சியுடைய வடிவமாக அமைந்தமையாகும். மரபுக் கவிதையின் ஒடுக்கம் உணரப்படாதே போய்விட்டது (புதுவை இரத்தினதுரையின் சில கவிதைகள் இப்பொது விதிக்கு விலக்கு.)

என்ன நிகழ்ந்தது?
எனது நகரம் எரிக்கப்பட்டது
எனது மக்கள் முகங்களை இழந்தனர்
எனது நிலம், எனது காற்று
எல்லாவற்றிலும் அந்நியப் பதிவு
கைகளைப் பின்புறம் இறுகக்கட்டி
யாருக்காகக் காத்திருந்தீர்கள்?
முகில்களின் மீது
நெருப்பு

தன் சேதியை எழுதியாயிற்று
இனியும் யார் காத்துள்ளனர்

         (சேரன்: இரண்டாவது சூரிய உதயம்)

....

மெல்லிய ஏமாற்றங்களை மறக்க
உங்கள் கண்களுக்கு முடியவில்லை
உங்கள் மெல்லிய நேசத்தை மறக்க
எனக்கும் முடியவில்லை
இயற்கையின் கழுத்தை நெரிக்காமல்
பூக்களை மலரவிட்டுப்
புற்களை பூக்கவிட்டுப்
போய் விட்டோம்
நீங்கள் தெற்காக,
நானோ வடக்காக
மலைத் தொடரின் மாபெரிய
மரங்களுக்கு மேலாகக்
குளிர்காற்று இறங்கி வரும்
இளங்காலைப் பொழுதில்,
பல்துலக்கும் போது
பயிலும் சிறுநடையில்
மாந்தையில்
மூடுண்ட நகரை மீட்க முயலும்
ஆய்வு வேலையில்
கொஞ்சநாள் இணைந்ததை
நீங்கள் நினைப்பீர்கள்.
உங்களுடைய மக்களுக்குச்
சொல்லுங்கள்
இங்கும் பூக்கள் மலர்கின்றன
புற்கள் வாழுகின்றன
பறவைகள் பறக்கின்றன...!

         (சேரன்: ஒரு சிங்களத் தோழிக்கு எழுதியது)

புதிய சமூக அநுபவத்தின் உண்மையான குரலாகப் புதுக்கவிதை மேற்கிளம்பிற்று.

சேரனைப் போன்று வன்மையான கவிதா முத்திரை பதித்த இன்னொருவர் இளவாலை விஜேந்திரன் ஆவர்.

புதிய அநுபவத்தின் வெளிப்பாடாக அமைந்த இக்கவிதைகள் பல சண்முகலிங்கத்தின் நாடகங்களிலும் இடம் பெற்றன.

இத்தகைய உணர்ச்சிச்சுழிப்பு வேளையில், இயல்பிலேயே பகுப்பாய்வுத் தளம் கொண்டதாகிய புனைகதை, கவிதை வெளிவரும் அதே அளவு வேகத்துடன் வெளிவருவதில்லை. ஆயினும் புனைகதையின் 'உணர்ச்சிச் சித்திரமான' சிறுகதையின் பயில்வு படிப்படியாக வளரத் தொடங்கிற்று. அதன் வெளிப்பாடே கட்டைவேலிக் கலாசாரக் கூட்டுறவுப் பெரு மன்றம் வெளியிட்ட 'உயிர்ப்புகள்' என்னும் சிறுகதைத் தொகுதியாகும் (1987).

இப்புதிய அநுபவங்களின் வெளிப்பாடாக அமையும் செம்மையுடைய நாவல்கள் இன்னும் வெளிவரவில்லை என்பது ஒரு முக்கியமான உண்மையாகும்.

இந்த இலக்கியப் பயில்வு சில கருத்துநிலைப் பிரச்சினை களைக் கிளப்பியுள்ளது. சமூக மாற்றத்துக்கு இலக்கியம் பயன்படல் வேண்டும், அம்மாற்றத்தினைக் காட்டுவதற்கும், அம்மாற்றத்துக்கு உதவுவதற்கும் அது பயன்படல் வேண்டும் என்ற கருத்து மேலும் மேலும் வலியுற, சமூக நிலைப்பட்ட இலக்கிய நோக்கின் அடுத்த கட்டம் யாது என்கிற பிரச்சினை எழத் தொடங்கிற்று.

முற்போக்கு வாதம் மார்க்ஸிய எடுகோள்கள் சிலவற்றை ஏற்றுக்கொள்கின்றதெனினும் அதுவே மார்க்ஸியவாதமாகி விடாது. இன்றைய நிலையில் சமூக மாற்றத்துக்கானஇலக்கியக் கொள்கையை முன்வைக்கும்பொழுது, முற்போக்குவாதத்தின் தர்க்க ரீதியான மேற்படிக்குச் சென்று மார்க்ஸிய இலக்கியக் கொள்கையையே முன்வைத்தல் வேண்டுமென்று இப்பொழுது வற்புறுத்தப்படுகின்றது. இலங்கைத் தமிழரிடையே இப்பொழுது நடைபெற்றுக் கொண்டிருக்கும் தளமாற்ற (Radical) நடவடிக்கை களை உண்மையான சமூகப் புரட்சிக்கான (revolutionary)

களமாக மாற்றுவதற்கு இலக்கியம் முன்னணியில் நின்று வழி நடத்திச் செல்லவேண்டிய ஒரு தேவை இருக்கின்றது என்னும் வாதம் முன்வைக்கப்பட்டுள்ளது.

ஈழத்தில் தமிழ் இலக்கியம் புதியதொரு காலகட்டத்துக்கு வந்துவிட்டது என்பது நிச்சயமாகத் தெரிகின்றது. 1960களில் தொடங்கி, ஈழத்துத் தமிழிலக்கியத்துக்கு ஒரு தனித்துவத்தை வழங்கி, இலக்கிய வளத்தைப் பெருக்கி, விமர்சன நோக்கை வளர்த்த காலகட்டம் முடிந்துவிட்டது. இப்பொழுது தோன்றி யுள்ளது ஒரு புதிய காலகட்டம்.

இக்கால கட்டத்தின் வளர்ச்சி எவ்வாறு அமையுமென் பதனை இப்பொழுது வரையறுத்துக் கூறிவிட முடியாது. சிங்கள எதிர்ப்புணர்வாக மாத்திரம் இருந்த போராட்டம், தமிழ்ப் பிரதேச ஸ்தாபிதம் பற்றிக் கொண்டிருக்கும் சமூக நோக்குகளே இதன் போக்கினைத் தீர்மானிக்கும். இக்கால கட்டத்தைத் தெளிவிக்கும் இலக்கியப் படைப்புக்கள் வெளி வரும் பொழுது இச்செல்நெறி தெளிவாகும்.

இந்த முன்னுரையில், புதிய காலகட்டம் தோன்றிவிட்டது என்ற பிரசவப் பதிவினைச் செய்து கொள்ளல் போதும் எனக் கருதுகின்றேன்.

இந்த முன்னுரையில் ஈழத்து இலக்கியப் போக்கின் மேலும் சில படிநிலைகளைத் தெளிவுபடுத்துவதும் அவசியமாகின்றது.

இப்பத்தாண்டு காலத்தினுள் நாவலர் பற்றிய மதிப்பீட்டில் முக்கியமான மாற்றம் ஏற்பட்டுள்ளது என்பதனைக் குறிப்பிடல் அவசியமாகின்றது. ஈழத்து இலக்கியத்துக்கு ஒரு வரலாற்றுப் பாரம்பரியம் உண்டு என்பதற்காகவே பின்னர் தேசிய இலக்கியத்தின் மூலவராகக் கொள்ளப்பட்டமை தவறு என்பது இந்தக் கடந்த பத்தாண்டு காலகட்டத்தினுள் நிறுவப்பட்டது. ஆறுமுக நாவலரின் சில கருத்துக்கள் அடிப்படையில் ஜனநாயக விரோதப் பாங்கானவை என்பதும், அவரது நடவடிக்கைகள் சமூகப் பிற்போக்கினை அரண் செய்வதற்கே பயன்பட்டுள்ளன என்பதும் நாவலர் நூற்றாண்டு விழா ஆய்வுகளின் பொழுது (1979) தெட்டத் தெளிவாகிற்று எனலாம்.

அடுத்து முக்கியமாவது, பண்டிதமணி சி.கணபதிப் பிள்ளையின் மறைவு ஆகும். ஈழத்தின் பாரம்பரியச் சைவத் தமிழ் அறிஞர் பரம்பரையின் தொடர்ச்சி இந்த மறைவினாற் பாதிக்கப்பட்டுள்ளது என்பதிற் கருத்துவேறுபாடு இருத்தல் முடியாது.

பண்டிதமணியின் மறைவுக்கு முன்னர் நிகழ்ந்த கைலாச பதியின் மறைவும், பின்னர் வந்த டானியலின் மறைவும், ஈழத்தில் முற்போக்கு இலக்கியம் வரலாற்றுப் பொருளாகிவிட்டது என்பதனை எடுத்துக்காட்டுகின்றன.

பாரம்பரியச் சைவத் தமிழ் இலக்கிய மரபின் முடிவைப் பண்டிதமணியின் மறைவு குறிக்க, கைலாசபதி, டானியலின் மறைவு முற்போக்கு விமர்சன நோக்கும் ஆக்கக்கூறும் ஈழத்துத் தமிழிலக்கியத்தின் இணைபிரியா அங்கங்களாகியுள்ளன என்பதை உணர்த்துகின்றது. ‘கோபம் மிக்க இளைஞர்களின்’ இயக்கமாகத் தொடங்கிய ஈழத்து முற்போக்கு இலக்கிய இயக்கம் கால முதிர்வு பெற்றுவிட்டதென்பதனைக் குறித்து நிற்கின்றது. அது தனது அடுத்தகட்ட வளர்ச்சியினை எதிர் நோக்கி நிற்கின்றது.

ஈழத்து இலக்கிய வளர்ச்சியின் முக்கிய மையங்களில் கைலாசபதியும் ஒருவர்.

இப்பத்தாண்டுக் காலத்தில், புனைகதைத் துறையில், முற்போக்கு இலக்கிய இயக்கத்தின் அடுத்த தலைமுறையினரான தெணியான், சாந்தன் ஆகியோரும் தொடர்ந்து செங்கை ஆழியான், செம்பியன் செல்வன், நந்தியும் பெண் எழுத்தாளர் களுள் முக்கிய இடம் பெறும் கோகிலா மகேந்திரனும் முதன்மை யிடத்தைப் பெறுவர்.

இக்கால கட்டத்தில் பெண்நிலைவாதம் படைப்பிலக் கியத்திற் கணிசமான இடத்தைப் பெறத் தொடங்கிற்று. பெண் கவிஞர்களின் தொகுதியான ‘சொல்லாத சேதிகள்’ வெளிவந்தது.

இப்பத்தாண்டு காலத்தில் மேற்கிளப்பியுள்ள ஈழத்து இலக்கிய வரலாற்றாசிரியர்கள் பற்றிக் குறிப்பிடுவது

அவசியமாகின்றது. அ.சண்முகதாஸ், சித்திரலேகா மௌனகுரு, எம்.ஏ.நுஃமான், சி.மௌனகுரு, நா.சுப்பிரமணிய ஐயர், க.அருணாசலம், க.சொக்கலிங்கம் செ.யோகராசா ஆகியோர் சில முக்கிய ஆராய்ச்சிகளை மேற்கொண்டுள்ளனர். க.செ.நடராசா, பொ.பூலோகசிங்கம், ஆ.வேலுப்பிள்ளை ஆகியோர் ஈழத்துத் தமிழ் இலக்கியத்தின் தொடக்க காலம் பற்றி ஆராய்ந்துள்ளனர். பத்தொன்பதாம் நூற்றாண்டின் இலக்கிய முயற்சிகள் பற்றிய ஆய்வில் அம்மன்கிளி முருகதாஸ், சி.சிவலிங்கராசா, எஸ்.செபநேசன் ஆகியோர் ஈடுபட்டுள்ளனர். இவர்களைவிட மயிலங்கூடல் நடராஜன் போன்றோர் ஈழத்துத் தமிழிலக்கிய வளர்ச்சிப் போக்கினைத் தெளிவு செய்யும் ஆக்கங்களை வெளியிட்டுள்ளனர்.

இவ்வாறு ஈழத்துத் தமிழிலக்கியம் பன்முகப்பட வளரினும், ஈழத்தில் தமிழிலக்கியத்தின் வளர்ச்சியினை முழுமையாக ஒரு நூலுள் கொண்டு வரும் ஆக்கம் இன்னும் உருவாகவில்லை. அந்த ஒரு குறைபாடே இந்த நூலுக்கான நியாயப்பாடு ஆகின்றது. கட்டுரைத் தொகுதியாகவே அமைந்துள்ள தெனினும் ஈழத்தில் தமிழிலக்கியத்தின் வளர்ச்சி பற்றிய பருவரைஞான ஒரு புலமைப்பதிவினை இந்நூலிற் பெற்றுக் கொள்ளலாம்.

இந்நூலின் இரண்டாம் பதிப்பினை வெளியிடும் நியூ செஞ்சுரி புக் ஹவுஸ் நிறுவனத்தினருக்கு என் நன்றிகள்.

பல்கலைக்கழக விருந்தினர் விடுதி
சென்னைப் பல்கலைக்கழகம்
30.08.1987

கார்த்திகேசு சிவத்தம்பி

முதற் பதிப்பின் முன்னுரை

இலங்கையின் தனித்துவத்தையும் தமிழ் இலக்கியத்தின் பொதுமையையும் இணைத்து நிற்கும் ஓர் இலக்கிய மரபு இலங்கையில் தோன்றி வளர்ந்த முறையினைச் சிறப்பாக இந்திய வாசகர்களுக்கு எடுத்துக்காட்டுவதே இந்நூலின் முக்கிய நோக்கமாகும். அப்பண்பு நன்கு முகிழ்க்கத் தொடங்கிய காலமான 1948-1970 காலப் பிரிவையே இது விதந்து காட்டுகின்றதெனலாம்.

இலங்கையிலே தோன்றிய தமிழ் இலக்கியங்களைத் தமிழகத்து இலக்கியங்களுடன் ஒப்பு நோக்கி அவற்றின் இலக்கியத்தரத்தை மட்டிடுவது இந்நூலின் நோக்கமன்று. இலங்கையினுள் இத்தகைய இலக்கியங்கள் தோன்றுவதற்குக் காலாகவிருந்த சமூகப் பண்பாட்டு வரலாற்றுச் சக்திகளை இந்நூலிற் காணலாம். இவ்வாறு அச்சக்திகளை எடுத்துக் கூறும்பொழுது அத்தேசிய இலக்கியத்திற்கென முன்னின்று உழைத்த முற்போக்கு இலக்கிய இயக்கத்தின் பணிகள் விரிவாக எடுத்துக் கூறப்பட்டுள்ளனவெனினும், முற்போக்கு இலக்கிய இயக்கத்தினை எதிர்த்தோரின் முயற்சிகளை மூடிமறைப்பதற் கான முயற்சி மேற்கொள்ளப்படவில்லை. ஆயினும் தனிப்பட்ட எழுத்தாளர்களுக்கு முக்கியத்துவம் கொடுக்காது இயக்கங்களின் பிரதிநிதிகளாக விளங்கியோரின் பெயர்களே தரப்பட்டுள்ளன. இப் பண்பினைச் சிறப்பாக ஐந்தாவது அத்தியாயத்திற் காணலாம். நான்காவது அத்தியாயம் இலக்கிய வளர்ச்சிகளின் கால முழுமையைத் தருவதாக உள்ளது.

முதலாவது அத்தியாயமான 'ஈழத்தில் தமிழிலக்கிய வளர்ச்சிக் கட்டங்கள்- 1948 வரை' என்னும் பகுதி ஈழத்து இலக்கியத்தின் தேசியப் பரிமாணத்தை எடுத்துக் காட்டும் முறையிலேயே எழுதப்பெற்றுள்ளது. எனவே ஈழத்திலக்கிய வளர்ச்சி பற்றிய சகல தகவல்களையும் அதனுள் எதிர்பார்ப்பது தவறாகும். அத்தகைய தகவல்கள் வேண்டுவோர் கலாநிதி

பொ.பூலோகசிங்கத்தின் 'ஈழத்திலக்கிய அறிஞர்களின் பெரு முயற்சிகள்' என்னும் நூலையும் கனக.செந்திநாதனின் 'ஈழத்திலக்கிய வரலாறு' என்னும் நூலையும் வாசித்தல் வேண்டும்.

ஆறாவது அத்தியாயமாக அமைந்துள்ளகட்டுரை, ஈழத்துத் தமிழ் நாடக மரபினை எடுத்துக்காட்டுவதற்காகச் சேர்க்கப் பட்டுள்ளது. இறுதிக் கட்டுரை 'யாழ்ப்பாணத்தமிழர்'களின் சமூகப் பண்பாட்டுப் பின்னணியை விளக்குகின்றது. ஈழத்து ஆக்க இலக்கியங்கள் பலவற்றின் கதைப் பொருளை விளங்கிக் கொள்வதற்கு இக்கட்டுரை பயன்படும்.

இந்நூலமைப்பைப் பற்றி நோக்கும்பொழுது இரண்டாவது, மூன்றாவது, ஐந்தாவது, ஆறாவது, ஏழாவது, கட்டுரைகளே இதன் முக்கிய அங்கங்களாக, ஆழமாக ஆராயப் பெற்றனவாக அமைவதைக் காணலாம். முதலாவதும், நான்காவதும் வரலாற்று முழுமையைத் தருவதற்காக இணைக்கப் பெற்றுள்ளன. எனவே இவற்றில் நூலாசிரியன் தானே பெரிதும் விரும்பிய ஆய்வு ஆழத்தினைப் பூரணமாகக் காணமுடியாது. எனினும் பரு மட்டான இலக்கிய வரலாற்று நோக்கினை அளிக்க இவை உதவுமென்றே கருதுகின்றேன்.

இந்நூல் அண்மையில் நான் தமிழகத்திற்குச் சென்றிருந்த பொழுது, அங்கு ஏற்பட்ட நட்புறவு நிலைப்பட்ட உரையாடல் களின் பொழுது எடுத்துக் கூறப்பட்ட ஒரு தேவையினைப் பூர்த்திசெய்வதற்காக, அங்கிருந்த காலத்திலேயே தொகுத்துத் தயார் செய்யப்பட்டதாகும். இந்நூலில் வரும் கட்டுரைகளை ஒருங்கு சேர்த்து அவற்றிற்கு இயைபும் ஒருமையும் உண்டாக்கும் பணியில் நான் ஈடுபட்டிருந்த பொழுது எனக்குப் பலவகைகளில் பல நண்பர்கள் உதவிபுரிந்தனர், தமிழ்ப்புத்தகாலயத்தைச் சேர்ந்த திரு.கண.முத்தையா, திரு.வைத்தியலிங்கம்(கண்ணன்) பாட்டாளிகள் வெளியீட்டைச் சேர்ந்த திரு.இரா.பாண்டியன் ஆகியோரின் உதவிகள் மறக்கத்தக்கவையன்று. அவர்கட்கு என் நன்றிகள்.

ஈழத்தின் இலக்கிய வளர்ச்சிக் கட்டங்கள் பற்றிய இச்சிறுநூலை எழுதி முடித்துள்ள இவ்வேளையில், இத்துறை பற்றி என்னை முதன் முதலிற் சிந்திக்கவைத்த என்னருமை ஆசிரியர் காலஞ் சென்ற பேராசிரியர் க.கணபதிப்பிள்ளை

அவர்களை நினைவுகூருகின்றேன். அத்துடன் ஈழத்தின் தேசிய இலக்கிய இயக்கத்தில் நாம் ஈடுபட்டிருந்த பொழுது எமக்குப் பேரூக்கமளித்துப் பலவகைகளிலும் உதவிய பேராசிரியர் சு.வித்தியானந்தன் அவர்களது தன்னலமற்ற பண்புகளையும் மீண்டும் எண்ணிக்கொள்கின்றேன். இத்தகைய ஒரு நூலினை நான் எழுத வேண்டியதன் அத்தியாவசியத்தை அன்புரிமை கொண்டு வற்புறுத்திய நண்பர்கள் டொமினிக் ஜீவா, சி.மௌன குரு, எம்.சிறீபதி ஆகியோர்களையும் நினைவு கூருகின்றேன்.

இந்நூலின் இரண்டாவது அத்தியாயமாக இடம் பெறும் கட்டுரை இலங்கை முற்போக்கு எழுத்தாளர் சங்கம் 1973 இல் நடத்திய தேசிய ஒருமைப்பாட்டு மகாநாட்டின் பொழுது வெளியிடப் பெற்ற மலரில் வெளியானது. மூன்றாவது கட்டுரையும் ஆறாவது கட்டுரையும் மல்லிகையில் வெளியானவை. ஏழாவது கட்டுரை 'அஞ்சலி' என்னும் சஞ்சிகையில் வெளியானது. இப்பிரசுரங்களின் பொறுப்பாசிரியர்களுக்கு என் நன்றி.

சென்னை **கார்த்திகேசு சிவத்தம்பி**
30.1.1978

பொருளடக்கம்

பகுதி - I

1. ஈழத்துத் தமிழ் இலக்கியத்தின் பிரதேச அலகுகள் - ஒரு குறிப்பு — 1

பகுதி - II

2. ஈழத்தில் தமிழிலக்கிய வளர்ச்சிக் கட்டங்கள் — 5
3. ஈழத்தில் தமிழிலக்கியம் 1965-1989 — 35
4. ஈழத்தின் ஆக்க இலக்கிய நூல் வெளியீடு (1948-1970) — 49
5. 1970க்குப் பின் ஈழத்திலக்கியத்தில் தோன்றிய முக்கிய வளர்ச்சி நெறிகள் — 78
6. இலங்கையில் தமிழிலக்கியத்தின் அண்மைக் காலப்போக்கும் கலாசார ஒருங்கிணைப்பும் — 86
7. புலம்பெயர் தமிழர் வாழ்வு — 95

பகுதி - III

8. ஈழத்துத் தமிழ்க் கவிதைப் பாரம்பரியம் — 110
9. ஈழத்துத் தமிழ் நாடகங்கள் வகைகளும் வளர்ச்சியும் — 147

பகுதி - IV

10. இலங்கை முற்போக்கு எழுத்தாளர் சங்கமும் ஈழத்தின் தமிழிலக்கிய வளர்ச்சியும் (1954-1970) — 162
11. ஈழத்துத் தமிழிலக்கியத்தில் முற்போக்குவாதத் தொழிற்பாடுகள்.... — 203

பகுதி - V

12. ஈழத்தில் தமிழ் இலக்கிய விமரிசனம்	- 210
13. புதிய சவால்கள், புதிய பிரக்ஞைகள், புதிய எழுத்துக்கள்	- 221
14. 'தலித்', 'தலித் இலக்கியம்' என்ற வகைப்பாடு இலங்கைக்குப் பொருந்துமா?	- 245
15. ஈழத்தில் மார்க்ஸிய விமரிசனச் செல்நெறிகள்	- 256

பின்னிணைப்புகள்

i. சமூக-பண்பாட்டுப் பின்புலம்	- 264
ii. ஈழத்துத் தமிழ்க் கவிதை மரபு: ஒரு சுருக்கம்	- 270
iii. இலக்கியம், விமர்சனம், இலக்கிய வரலாறு இவற்றின் அடிப்படையில் உயிர்ப்பான அரசியல்	- 281

பகுதி - I

1. ஈழத்துத் தமிழ் இலக்கியத்தின் பிரதேச அலகுகள்- ஒரு குறிப்பு

இலங்கையில் தமிழ் மொழி வகிக்கும் இடத்தினை உற்றுநோக்கும் பொழுது மிக முக்கியமான ஓர் அமிசம் தெரிய வருகின்றது. இலங்கையில் தமிழ் மொழியானது தங்களை இரண்டு வேறு இனத்துவக் குழுக்களாகக் கருதும் (Ethnic Groups) இரண்டு இனங்களின் முதல் மொழி/தாய்மொழியாகவுள்ளது. அதாவது இலங்கையில் தமிழ்மொழியானது தமிழர்களினதும் முஸ்லிம்களினதும் தாய் மொழியாகவுள்ளது. இலங்கை முஸ்லிம்கள் தாம் பேசும் மொழியின் அடையாளம் கொண்டு தம்மை அடையாளம் காண்பதில்லை. இந்தியாவிலோ பிரதேசம், மொழி ஆகிய இரண்டு அடையாளத்துடன் சேர்த்தே முஸ்லிம்கள் அடையாளம் காணப்படுகின்றனர் (தமிழ் முஸ்லிம்கள், வங்காள முஸ்லிம்கள்). அதாவது இலங்கையில், தமிழகத்திலுள்ளது போன்று, தமிழ் பேசுபவர்கள் எல்லோரும் தமிழர்களல்லர். இது அந்த மொழியின் அசைவியக்கத்திலே பெரும் தாக்கத்தை ஏற்படுத்துகின்றது. மொழிவழியாக வரும் ஓர் ஒருமைப்பாடு தெரியும் அதேவேளையில் (தமிழ் பேசும் மக்கள்) பண்பாடு, சமூகம் என்கின்ற வகையில் பன்முகப்பாடு ஒன்றும் தொழிற்படு கின்றது. இந்தப் பண்பு இலங்கையில் தமிழின் தொழிற்பாட்டில் ஓர் அசாதாரண உத்வேகத்தை வெளிப்படுத்துகின்றது.

மேலுமொரு உண்மையையும் பட்டவர்த்தனமாக ஏற்றுக் கொள்ள வேண்டும். இங்குள்ள 'தமிழ்ச் சமூகம்' என்று எடுக்கப் பெறும் சமூகத்தின் 'பொதுப்' பண்பாட்டு அமிசங்களைப் பார்க்கும்பொழுது அங்குக் கணிசமான வேறுபாடுகள், தொழிற்

பாடுகள் நிலவுவதைக் காணலாம். இத்தகைய ஒரு நிலை தமிழ் நாட்டிலும் உண்டு. ஆனால் இலங்கையில் அதற்குச் சில வேளைகளில் ஓர் அரசியற் பரிமாணமும் உண்டு. உதாரணத்துக்கு மலையகத் தமிழருக்கும், இலங்கையின் பிறபகுதித் தமிழருக்கு முள்ள தனித்துவமான அரசியல் பொருளாதார சமூக பண்பாட்டமிசங்களைக் குறிப்பிடலாம்.

இந்த 'இருக்கைகள்' ஈழத்துத் தமிழ் இலக்கியத்தின் பரப்பையும் ஆழத்தையும் நிச்சயமாக விஸ்தரிக்கின்றன. தமிழ் பேசும் மக்கள் என்ற நிலையில் காணப்படும் மொழி வழிப்பட்ட ஒருமைப்பாட்டையும், தமிழ் மக்கள் என்னும் வகையிற் காணப்படும் சமூக பண்பாட்டொருமைப்பாட்டையும் எடுத்துக் காட்டும் ஈழத்துத் தமிழிலக்கியம் அதே வேளையில் அவர்களின் தனித்துவத்தையும் பேண வேண்டுவது அவசியமாகும்.

இதனால் ஈழத்துத் தமிழிலக்கியத்தின் 'பிரதேச' முக்கியத்துவம் மிக ஆழமாக ஆராயப்பட வேண்டிய ஒன்றாகும். அதே வேளையில் இப்பிரதேசங்களினூடே தொழிற்படுகின்ற ஒருமைப்பாட்டையும் ஆராய்தல் வேண்டும். இவை இரண்டுக்கும் இலக்கியமே பிரதான கருவியாகின்றது.

ஒட்டுமொத்தமான 'ஈழத்துத்' தமிழ் இலக்கியம் என்பது இந்தப் பண்பின் பிரதிநிதியாக அமைதல் வேண்டும்.

அடுத்து, ஈழத்துத் தமிழிலக்கியத்தில் பேசப்படுகின்ற, அல்லது பேசப்படக்கூடிய இந்த 'அலகுகள்' யாவை என்பதை நோக்குவோம்.

இந்தப் பிரச்சினையை அணுகும்பொழுது மதம், பண்பாடு, பொருளாதார இருக்கை, அரசியற் பிரக்ஞை, புவியியற் கூறு என்பனவற்றை மனங்கொளல் அவசியம். இவைதான் சமூக இருக்கையைத் தீர்மானிக்கின்றன. அந்தச் சமூக இருக்கையின் பிரக்ஞைதான் இலக்கியத்தின் தோற்றத்திற்காளாகிறது.

புவியியற் கூறுகளை அடிப்படையாகக் கொண்டு, அதே வேளையில் சமூக, பண்பாட்டு அகவேறுபாடுகளையும் மனங் கொண்டு நோக்கும்பொழுது இலங்கையின் தமிழ் பேசும் மக்கள் (அதாவது தமிழிலக்கியம் மூலம் தங்கள் உணர்வு / உணர்ச்சி அந்தரங்கங்களை வெளியிடும் கூட்டத்தினர்) பின்வரும் பிரதேசங் களிற் கால்கொண்டு வாழ்கின்றனர் என்பது தெரியவரும்:

1. மட்டக்களப்பு
2. திருகோணமலை
3. வன்னி
4. மன்னார்
5. யாழ்ப்பாணம்
6. மலையகம்
7. மேற்குக் கரையோரம் (பிரதானமாகப் புத்தளம் முதல் நீர்கொழும்பு வரை)
8. தென்பகுதி (பாணந்துறை முதல் திக்கெல்லை வரை)

இந்தப் பிரதேசங்கள் ஒவ்வொன்றும் ஈழத்தின் உப பண்பாடுகளாக (Sub Culture) கருதப்படத்தக்கவையாகும். இவை ஒவ்வொன்றுக்கும் ஒவ்வொரு பண்பாட்டு ஆளுமை உண்டு.

இதுவரை வெளிவந்துள்ள ஈழத்துத் தமிழிலக்கியத்தின் படைப்பியற் பாரம்பரியத்தை நோக்கினால் இவ்வுண்மை தெரிய வரும். இவ்வாறு பார்க்கும்பொழுது கொழும்பையும் ஒரு கூறாகக் கொள்ள வேண்டுமோ என்ற ஒரு வினாக்கிளம்புவது இயல்பே. நாட்டின் தலைநகர் என்னும் வகையில் கொழும்பு முக்கியமான இடமேயாகும். ஆனால் எந்த அளவுக்கு இது ஒரு தனிப்பிரதேசம் என்பது கேள்விக்குரியதே. கொழும்புக்கு ஒரு பெருநகர்ப்புற பரிமாணமுள்ளதுண்மையே. யாழ்ப்பாணம், மட்டக்களப்பு, தென்னிலங்கை, மலையகம் போன்று இதனையும் ஒரு 'தளமாகக்' கொள்ளலாமா என்பது கேள்விக்குரியதே.

கொழும்பு நீங்கலாக மேலே தரப்பட்டுள்ள பிரதேசங்கள் நிச்சயமாகத் தத்தமக்கெனத் தனி ஆளுமை கொண்டுள்ள பிரதேசங்கள் என்பது தெரியும். இவற்றின் கலை, இலக்கிய வரலாற்றைப் பார்க்கும் பொழுதும் இவ்வுண்மை புலப்படும்.

இலங்கையில் தமிழ் பேசும் மக்களின் இந்தப் பன்முகப் பாடு காரணமாக இங்கு மதநிலை இலக்கியங்கள் முக்கியத்துவம் பெறுவதையும் நாம் அவதானிக்கவேண்டும். இதுவும் ஒரு முக்கிய பண்பாட்டு வெளிப்பாடாகும்.

ஈழத்தின் தமிழ் ஒருமையைத் துண்டாடிப் பார்ப்பது அல்ல இக்கட்டுரையின் நோக்கம். இதன் நோக்கம் இன்னொன்று. அது முக்கியமானது. ஈழத்தின் தமிழிலக்கியம் என்னும் பொழுது நாம் இப்பிரதேசங்கள் ஒவ்வொன்றினதும் படைப்புக்களைத் தொகுத்து எடுத்துக் கொண்டோமா என்பதே அது. முதலாவதாக நாம் நோக்க வேண்டுவது இவ்வலகுகள் ஒவ்வொன்றினதும் கலைப் படைப்புக்களைத் தொகுத்தெடுப்பதும், அவை ஒவ்வொன்றின் முக்கியத்துவம் குறையாத முறையில் அவற்றை இணைந்து நோக்குவதும் ஆகும். இது ஈழத்துத் தமிழிலக்கிய வரலாற்றின் பிரதான கடமையாகும். அவ்வாறு செல்கின்ற பொழுதுதான் ஒட்டுமொத்தமாக ஈழத்துத் தமிழிலக்கிய வரலாறு மேற்கிளம்பும்.

ஈழத்துத் தமிழிலக்கிய வரலாறு என்பதை வெறுமனே புத்தகங்கள், ஆசிரியர்களின் பெயர்ப் பட்டியல்களாக நோக்காது, ஈழத்துத் தமிழிலக்கிய வரலாறு என்பது எவ்வாறு அந்த மக்களின் ஜீவ உயிர்ப்பாக, அந்த உயிர்ப்பின் வெளிப்பாடாக அமைந்துள்ளது என்பதை அறிந்துகொள்ள வேண்டும்.

இதனை நாங்கள் காய்தல் உவத்தலின்றிச் செய்தால், இப்பிரதேசங்களிடையே காணப்படும் ஊடாட்டம் நன்கு தெரியவரும். தொடர்பு வளர்ச்சிகளுடன் இவை எவ்வாறு ஒருங்கிணைகின்றன என்ற உண்மை தெரியவரும். இது மிக முக்கியமாகும். ஏனெனில் இந்தப் பிரதேச நிலைப்பாடு, தேசமட்டத்தில் நடைபெறுகின்ற பிரச்சினைகளுக்கு முகம் கொடுக்கின்ற பொழுது, பிரதேச இலக்கியப் படைப்புக்களிற் கூடாகவும் பிரதேசங்களை ஊடறுத்துச் செல்லும் இலக்கியத்திற்கூடாகவும் ஈழத்து இலக்கியம் என்ற முழுமை தெரியும். பாகங்களை அறியாமல் முழுமையை அறிய முடியாது. முழுமையினுள்ளே வைத்துத்தான் பாகங்களின் பயன்பாட்டை அறிய முடியும். ஈழத்தமிழிலக்கியத்தின் பன்முகப்பாடும் ஒருமைப்பாடும் விரிவாக ஆராயப்பட வேண்டும்.

❏

பகுதி II

2. ஈழத்தில் தமிழிலக்கிய வளர்ச்சிக் கட்டங்கள்

தமிழைத் தாய்மொழியாகக் கொண்டுள்ள மக்கள் இன்று உலகின் பல பாகங்களிலும் வசிக்கின்றார்கள். அவ்வாறு வசிக்கும் தமிழர்களின் தொகை, அவர்கள் வசிக்கும் பிரதேசம், பிரதேச நிலைப்பட்ட நிலையான வாழ்க்கை காரணமாக அவர்களிடையே காணப்படும் சமூக அமைப்பிறுக்கம், வாழ்க்கை முறைமைகள், பண்பாட்டமிசங்கள் ஆகியன வற்றைக் கொண்டு பார்க்கும் பொழுது இந்தியா (தமிழ்நாடு அரசின் ஆட்சிப் பிரதேசம்), இலங்கை, மலேசியா, தென்னாப் பிரிக்கா, பிஜீ, மொரிஷியஸ் முதலான இடங்கள் மிக முக்கியமானவையாகும். இவற்றுள் இந்தியா இம் மக்கள் கூட்டத்தினரின் பாரம்பரிய வாழிடமாகும். இப்பிரதேசத்தி லிருந்தே மற்றைய நாடுகளுக்குத் தமிழர்கள் புலம் பெயர்ந்தனர்.

அவ்வாறு புலம்பெயர்ந்து வாழும் நாடுகளுள் இலங்கை மிக முக்கியமானதாகும். ஏனெனில், இலங்கை தவிர்ந்த மற்றைய நாடுகட்கான புலப்பெயர்ச்சி கிபிபத்தொன்பதாம் நூற்றாண்டுக்குப் பின்னரே தொடங்கிற்று. ஆனால் இலங்கையைப் பொறுத்த வரையில் இப்புலப்பெயர்வு கிறிஸ்துவுக்கு முற்பட்ட காலத்தி லிருந்தே நடைபெற்று வந்துள்ளது. புவியியல் அண்மையே இதற்குக் காரணமாகும். இப்புலப் பெயர்ச்சியின் அளவும் தொகையும் காரணமாக, இலங்கையிலே குடியேறிய தமிழ்

மக்கள் அந்நாட்டில் தமக்கென ஒரு தனி வாழிடத்தைக் கொண்டவராகவுள்ளனர். அது மாத்திரமல்லாது, தமிழகத்தி னின்றும் பிரிந்து வாழ்ந்து வந்துள்ளமையால், தமக்கெனப் பல தனித்தன்மைகளைக் கொண்டவர்களாக விளங்குகின்றனர். தமிழ்மொழி என்ற பொதுத் தொடர்பொன்றினையும் அது வழியாகவும், புவியியல் அண்மைநிலை காரணமாகவும் வரும் பெரும்படியான பொதுப் பண்புகளிடையே, தனித்துவத்தை வன்மையுடன் எடுத்துக் காட்டும் பல்வேறு அமிசங்களை யுடையோராய் வாழ்ந்து வருகின்றனர். இத்தனித்துவத்தை மொழியமைதி முதல் சமூக அமைப்புவரை, உடை முதல் உணவு வழக்கங்கள் வரை, பொருளியலமைப்பு முறை முதல் உலக நோக்க வேறுபாடு வரை பல அமிசங்களிற் காணலாம்.

இலங்கையில் தமிழ் இலக்கியம் வளர்ந்துள்ள வரலாறு இப்பொதுமையையும் தனித்துவத்தையும் நிலைநாட்டுவதாக உள்ளது. தமிழ் இலக்கியம் என்னும்பொழுது அது தமிழ் நாட்டில் மாத்திரம் தோன்றும் தமிழிலக்கியமாகவே இருக்க முடியாத நிலைமை ஏற்பட்டுள்ளது. ஆங்கில நாட்டு இலக்கியமும், அமெரிக்க இலக்கியமும் ஆங்கில மொழியில் எழுதப்படினும் சொற்கள், மொழி நடை முதல் இலக்கியப் பொருள் வரை பல்வேறு வேறுபாடுகளைக் கொண்டுள்ளது போன்று இந்தியாவில் தோன்றி வளர்ந்துள்ள தமிழ் இலக்கியத் துக்கும் இலங்கையில் தோன்றி வளர்ந்துள்ள இலக்கியத்துக்கும் வேறுபாடுகள் பல உள்ளன, அமெரிக்க வாழ்க்கை முறையும் பிரிட்டிஷ் வாழ்க்கைமுறையும் வேறுபட்டன போல்.

எனவே தமிழ் இலக்கியம் என்ற பொதுப் பொருளில் ஆய்வு இலங்கையில் தோன்றிய தமிழ் இலக்கியங்களையும் சேர்த்துக் கொள்ளாவிடின் பூர்த்தியாகாது. இத்தகைய ஒருநிலை மலேசியாவிற்றோன்றி வளரும் தமிழ் இலக்கியத்துக்கும் ஏற்பட்டு வருகின்றது. ஆனால் இலங்கைத் தமிழ் இலக்கியத்தின் தனித்துவப் பாரம்பரியம் பல நூற்றாண்டு வரலாற்றினடியாகத் தோன்றியது ஆகும்.

இலங்கையை 'ஈழம்' எனக் கூறுதல் பழந்தமிழ் இலக்கிய மரபு. தமிழுடனுள்ள பொதுத் தொடர்பையும், அதே வேளையில் தனித்துவத்தையும் நன்கு எடுத்துக் காட்டுவதற்கு இப்பதப்

பிரயோகம் பொருத்தமானதாக அமைந்துள்ளது. இதனால் தமிழிலக்கிய வளர்ச்சியைக் குறிப்பிடும் பொழுது 'இலங்கை' என்னும் சொல்லிலும் பார்க்க 'ஈழம்' என்னும் சொல்லே பெருவழக்காகக் கையாளப்படுகின்றது. இப்பதப் பிரயோகத் தினை மீட்டெடுத்துச் சனரஞ்சகப்படுத்தியோர், 1954 முதல் இலங்கைத் தமிழிலக்கியத்தின் தேசியப் பரிமாணத்துக்காகப் போராடிய முற்போக்கு இலக்கிய இயக்கத்தினரே.

ஈழத் தமிழிலக்கியத்தின் சமூக அடிப்படை இலங்கையில் வாழ்ந்து வரும் தமிழ்மொழி பேசும் மக்கள் கூட்டத்தின் வாழ்க்கையமைப்பே ஆகும். இம்மக்கட் கூட்டத்துள் மூன்று முக்கிய பிரிவினரைக் காணலாம். அகமொழி வேறுபாடுகள், மதப் பண்பாட்டு வேறுபாடுகள், சமூக அமைப்பு வேறுபாடுகள் ஆகியன வேறுபாடுகள், சமூக அமைப்பு வேறுபாடுகள் ஆகியன கொண்டு இம்மூன்று குழுவினரையும் பிரித்துக் காணலாம்.

1. இலங்கையில் பாரம்பரியமாக, வரலாற்றுக் காலம் முதல், வாழ்ந்துவரும் தமிழ்மக்கள், இவர்கள் இலங்கையின் வடக்கு, கிழக்குப் பிரதேசங்களிலே பெருந்தொகை யினராகக் காணப்படுகின்றனர்.

2. இலங்கையில் வாழ்ந்துவரும் பாரம்பரிய இஸ்லாமிய மதத்தினர், இவர்கள் இலங்கையின் வடக்கு, கிழக்கு, தெற்குப் பகுதிகளிலும் மத்திய பகுதிகளிலும் வாழ்ந்து வருகின்றனர்.

3. பத்தொன்பதாம் நூற்றாண்டின் நடுக் கூற்றுக் காலப் பிரிவில், பிரித்தானிய ஆட்சியினரால், இந்தியாவிலிருந்து இலங்கைக்குக் கொண்டுவரப்பட்டு இலங்கையின் தேயிலை, இரப்பர் பெருந்தோட்டங்களிலே வாழ்ந்து வரும் தென்னிந்தியத் தமிழ் மக்கள். இவர்கள் தமது பாரம்பரியத் தென்னிந்திய வாழ்க்கை முறைமைகளைத் தொடர்ந்து பேணி வருகின்றனர். இவர்கள் பிரித்தானிய ஆட்சியின் முடிவில் இலங்கையரல்லாதவர் எனக் கொள்ளப்பட்டனர். இதனால் அவர்களுட் பெரும்பாலானோரை மீண்டும் தென்னிந்தியாவுக்கு அனுப்பும் முயற்சிகள் மேற்கொள்ளப் பட்டுள்ளன.

இலங்கையின் கடந்த 25 வருடகால அரசியல் மாற்றங்கள் காரணமாக, இப்பிரிவினர் மூவரையும் மொழி கொண்டு ஒரே தொகுதியினராக நோக்கும் முறைமை வளர்ந்துள்ளது. மூன்றாவது பிரிவினரையும் முதலாவது பிரிவினரையும் இறுக இணைப்பதற்கான அரசியற் சமூக இயக்கங்களும் காணப்படு கின்றன.

ஆயினும் இலங்கையின் பண்பாட்டமைப்பில் இலங்கைத் தமிழர்களெனப் பெயர் பெற்றவர்கள் முதலாவது பிரிவினரே. இலங்கையின் வரலாறு தெளிவுறத்தெரியும் காலம் முதல், நடைபெற்று வந்த பல்வேறு தென்னிந்தியப் புலப்பெயர்வு காரணமாக இலங்கை வந்தடைந்து புவியியலடிப்படையிலும் சமூகப் பண்பாட்டு அடிப்படையிலும் தனித்துவத்துடன் வாழ்ந்து வரும் இவர்கள், இலங்கையின் முக்கிய சிறுபான்மை யினராவர். புள்ளிவிவரக் கணக்குப்படி கூறுவதானால் இலங்கையின் முழுச் சனத்தொகையில் (13,700,000-1975) இலங்கைத் தமிழர்- 11.2% இனர், இந்தியத் தமிழர் 9.3% இனர், இலங்கை முஸ்லிம்கள் 6.5% இனராவர். தமிழ்மொழி பேசுபவர்கள் முழுச் சனத்தொகையில் 27% விகிதத்தைக் குறிப்பிடலாம். இவர்களுள் மேற்கூறிய 11.2% இனருக்கு இலங்கையில் வரலாற்றுப் பழைமையுண்டு. இதன் காரணமாக அவர்கள் பற்றிய ஆய்வுகள் முக்கியமாகின்றன. (இலங்கையின் 2010ஆம் ஆண்டு சனத்தொகை கிட்டத்தட்ட 2 கோடி மக்கள்)

***

இலங்கையில் தமிழ் மக்களுக்குள்ள தேசிய இயைபையும் தனித்துவத்தையும் இலங்கையின் அரசியல் வரலாறு எடுத்துக் காட்டுகின்றது.

இலங்கையின் வரலாற்றைப் பின்வரும் காலப் பிரிவுகளாக வகுத்துக் கொள்ளுதல் வழக்கு:

அநுராதபுரக் காலம்- கி.மு.3ஆம் நூற்றாண்டு முதல் கி.மு. 10ஆம் நூற்றாண்டு வரை. பொலன்னறுவைக் காலம்- கி.பி.1017 முதல் 1215 வரை. கோட்டைக்காலம் 13-ஆம் நூற்றாண்டு முதல் 15-ஆம் நூற்றாண்டு வரை. போர்த்துக்கேயர் காலம் - 1505- 1658.

ஒல்லாந்தர் காலம் -1658-1796. ஆங்கிலேயர் காலம்- 1796- 1948. சுதந்திர ஆட்சிக் காலம்- 1948.

கி.பி.1215இல் கலிங்க நாட்டைச் சேர்ந்த மாகன் என்பான் இலங்கையைக் கைப்பற்றி அதன் வடக்கு, கிழக்குப் பாகங் களைத் தனது ஆட்சியின் கீழ்க்கொண்டு வந்தான் (1215-1255). அதன் பின்னர் மலாய்த் தீபகற்பத்து அரசனான சந்திரபானு இப்பகுதிகளைத் தனது ஆட்சியின் கீழ்க்கொண்டு வந்தான். அவனது ஆட்சியின் பின்னர், இலங்கையின் வடபகுதி யாழ்ப் பாண இராச்சியம் எனக்கிளம்பியது. 13ஆம் நூற்றாண்டி னிறுதியில் இப்பகுதி ஆரியச் சக்கரவர்த்திகள் கீழ் வந்தது. ஆரியச் சக்கரவர்த்திகள் பாண்டிய நாட்டைச் சேர்ந்த பிராமணப் படைத் தலைவர் பரம்பரையினர் என்பர். இவர்களது ஆட்சி கி.பி. பதின்மூன்றாம் நூற்றாண்டு முதல் 17 ஆம் நூற்றாண்டுவரை, அதாவது போர்த்துக் கேயர் யாழ்ப்பாண இராச்சியத்தை கைப்பற்றும் (1619) வரை நிலவிற்று. போர்த்துக்கேயரின் பின்னர் வந்த ஒல்லாந்தரும் ஆங்கிலேயரும் தொடர்ந்து ஆட்சி நடத்தி வந்தனர்.

இதனால் இலங்கைவாழ் தமிழர்களின் அரசியல், சமூக தனித்துவம் இலங்கையின் வரலாற்றில் பேணப்பட்டு வந்தது.

இலங்கையின் வடகிழக்குப் பிரதேசங்களுக்கும், சிறப்பாக வடக்குப் பகுதிக்கும் தென்னிந்தியாவுக்குமுள்ள தொடர்புகள், புவியியல் அண்மை காரணமாகத் தொடர்ந்து பேணப்பெற்று வந்துள்ளது. இலங்கை முழுவதையும் எடுத்துக்கொண்டால், மொழி, மதம், பண்பாடு முதலிய துறைகளில் இத் தனித்துவம் பேணப்பட்டதெனலாம். கிறிஸ்தவத்தின் வருகை மத ஒருமைப் பாட்டிற்கு ஊறு விளைவித்துள்ளது எனலாம். ஆனால் இலங்கை முழுவதிலும் கிறித்தவர்களின் தொகை 7.9% ஆகை யால், இம்மத வேறுபாடு பெருத்த சமுதாய வேறுபாடுகளுக்கு இடமளிக்க வில்லையெனலாம். இதனால் மொழி வழிப் பண்பாடு பேணப் பெற்றதெனலாம். முழுவதையும் ஒருங்கு சேர வைத்து நோக்கும்பொழுது சிங்கள மக்களைப் பொறுத்த வரையில் சிங்கள மொழி- பௌத்தமத இயைபும், தமிழ் மக்களைப் பொறுத்தவரையில் தமிழ்மொழி- இந்துமத இயைபும் முக்கியமாகின்றன. முஸ்லிம்களைப் பொறுத்த

வரையில் அவர்கள் நாடு முழுவதிலும் காணப்படுகின்றனர். அவர்கள் இலங்கையில் மொழியிலும் பார்க்க மதத்தையே தமது பண்பாட்டுத் தனித்துவத்துக்கான அடிப்படையாகக் கொண் டுள்ளனர். தெற்கு, மத்திய பகுதிகளில் வாழும் முஸ்லிம்கள் பெரும்பாலும் வர்த்தகர்களாகவும் கிழக்கு, வடக்குப் (மன்னார்) பகுதிகளிலுள்ள முஸ்லிம்கள் பெரும்பாலும் விவசாயிகளாகவு முள்ளனர். இலங்கைத் தமிழ்மக்களின் பாரம்பரியப் பொரு ளாதார அமைப்புப் பற்றிய விவரங்களை எனது 'நாவலும் வாழ்க்கையும்' என்ற நூலில் காணலாம்.

***

மேலே விவரிக்கப்பெற்ற வரலாற்றடிப்படையில் இலங்கையின் தமிழ் இலக்கிய வரலாற்றை வகுக்கும்பொழுது சில இடர்ப்பாடுகள் ஏற்படுகின்றன. முதலாவது, இலக்கியச் சான்றுகளின் ஆட்சி நிலைச் சார்பாகும். பிரித்தானியர் ஆட்சிக் காலத்துக்கு முன்னர் தோன்றிய இலக்கிய ஆக்கங்கள் பற்றிய பட்டியலை நோக்கும்பொழுது அவை மேல்நிலை இலக்கிய ஆக்கங்களாக, அதாவது ஆட்சியாளரைச் சார்ந்த இலக்கிய ஆக்கங்களாகவே காணப்படும். அடிநிலை மக்களின் சமூக முக்கியத்துவத்தை எடுத்துக்காட்டுவனவாக அமையவில்லை. இது இலக்கியம் பேணப்படும் தன்மையையே எடுத்துக்காட்டு கின்றது. பல்லவர் காலம் முதல் விசயநகர நாயக்கராட்சிக் காலம் வரை இந்நிலை தமிழ்நாட்டிலும் ஓரளவு நிலவுகின்றதெனலாம். இரண்டாவது, பேணப்பட்டுள்ள இலக்கியங்களும் யாழ்ப்பாண அரசு நிறுவப்பட்ட பின்னரே பெரிதும் பேணப்பட்டுள்ளன வென்பது தெரிகின்றது. இதனால் பிரித்தானிய ஆட்சிக்காலம் வரையுள்ள காலப்பகுதியில் தமிழ் மக்களின் நிலைமையை இலக்கியச் சான்றுகள் மூலம் மாத்திரம் முற்றுமுழுதாக அறிந்துகொள்ள முடியாத ஒரு நிலை ஏற்படுகின்றது.

இவ்விரு முக்கிய வரையறைகளையும் மனதிற் கொண்டு ஈழத்தின் தமிழ் இலக்கிய வரலாற்றைப் பின்வரும் காலப் பகுதிகளாக வகுத்துக் கொள்ளலாம்:

1. யாழ்ப்பாண இராச்சியம் தோன்றும் வரையுள்ள காலம்.
2. யாழ்ப்பாண இராச்சியக் காலம்- இது ஆரியச் சக்கர வர்த்திகள் காலம் என்றே எடுத்துக் கூறப்படல் மரபு.

3. போர்த்துக்கேயர் காலம்.

4. ஒல்லாந்தர் காலம்.

5. பிரித்தானியர் காலம். இதனைப் பின்வரும் உப பிரிவுகளாக வகுத்துக் கொள்ளலாம்:

அ) கிறித்துவத்தின் பரவலும் சமூக பண்பாட்டுத் தனித்துவப் பேணுகையும் (1796-1879). ஆறுமுக நாவலர் (1822-79) இக்கால கட்டத்தில் முக்கியத்துவம் பெறுவர்.

ஆ) ஆங்கில ஆட்சி, மத்தியதர வர்க்கத் தோற்றக் காலம் (1990-1948). சுதந்திரம் வரை.

இ) தேசிய இலக்கிய காலம் 1956.

***

யாழ்ப்பாண இராச்சியத்தின் தோற்றத்துக்கு முன்னுள்ள இலங்கைத் தமிழ் இலக்கியம் பற்றி அறிந்துகொள்வதற்குத் தமிழக வரலாற்றினடியாகக் கிடைக்கும் சில உதிரியான சான்றுகளே உள்ளன. அவற்றுள் முக்கியமானது சங்க இலக்கியப் புலவர் பட்டியலில் வரும் ஈழத்துப் பூதன் தேவனார் என்னும் பெயராகும். இவரது செய்யுள்களாகக் குறிப்பிடப் பெறுவனவற்றில் ஈழம் பற்றிய எவ்விதக் குறிப்புமில்லை. பூதன்றேவனார், ஈழத்துப்பூதன் றேவனார், மதுரை ஈழத்துப் பூதன்றேவனார் என்ற பெயர் விகற்பங்கள் காணப்படுகின்றன. இவற்றில் வரும் "ஈழம் என்னும் சொல் இலங்கை நாட்டினைத் தான் குறிப்பிடுகின்றது என்று சித்தாந்தமாகக் கொள்ளத்தக்கதா என்பது சிந்திக்கத் தக்கது" எனக் கலாநிதி பூலோகசிங்கம் எச்சரிப்பர். எனினும் ஈழத்து இலக்கிய மரபின் 'ரிஷிமூலமாக' இவரைக் கொள்வது இன்று வழக்கு தேவாரங்களில் வரும், திருக்கேதீச்சுரம், திருக்கோணச்சுரம் சுதேச இலக்கிய முகிழ்ப்புக்கள் பற்றி எதுவும் குறிப்பிடா.

தமிழர்கள் வாழ்ந்தமை பற்றியும் அவர் தம் வாழ்க்கை முறை பற்றியும் இலக்கியச் சான்றுகள் இல்லையெனினும் மகாவமிசமும், கல்வெட்டுக்களும் குறிப்பிடுகின்றன.

சிங்கள மன்னர்களின் தலைநகரமாக அமைந்திருந்த அநுராதபுரியிலேயே இதுவரை கிடைத்த இலக்கியச்

சான்றுகளுள் காலத்தால் முந்தியதெனக் கருதப்படத்தக்க இலக்கிய வெளிப்பாடு, வெண்பா அமைப்பில், கல்வெட்டொன்றிற் காணப்படுகின்றது. இக் கல்வெட்டில் பொறித்த பெரியார் ஒருவர் போற்றப்படுகின்றார். "சிங்கள மன்னர் ஆட்சி புரிந்த பகுதிகளிலே தமிழ்ச் செய்யுள் வழக்கு போற்றப்படுவதை நோக்குமிடத்து, பாரம்பரியமாகத் தமிழ் பேசப்பட்ட பகுதிகளில் இலக்கிய முயற்சிகள் நடைபெற்றனவாதல் வேண்டும் எனக் கருதுவதிற் பிழையிருப்பதற்கில்லை" எனப் பூலோகசிங்கம் கூறுவது ஏற்றுக்கொள்ளப்படத்தக்கதே.

இவ்வுண்மை மேலும் வலியுறுத்துவதாக அமைகின்றது, இலங்கையில் இன்று நமக்குக் கிடைக்கும் நூல்களுட் காலத்தால் முந்திய நூல் பற்றிய தகவல். கோட்டை இராச்சியத்தை ஆண்டு வந்த மூன்றாம் பராக்கிரமபாகு காலத்தில் 1310இல், அவனது அரசவையிலே அரங்கேற்றப் பெற்ற தேனுவரைப் பெருமாள் என அழைக்கப்பெறும், போசராஜர் என்பவர் இயற்றிய 'சரகோதிட மாலை' என்னும் சோதிட நூலே இன்றுள்ள, காலத்தால் முந்திய இலங்கைத் தமிழ் நூலாகும்.

இலங்கையிற் சோழராட்சியின் பின்னர், சிங்கள அரசவைகளிலே தமிழ் முக்கிய இடம் வகித்ததெனலாமெனப் பலர் கூறுவர். சிங்கள மக்களிடையே தமிழ் வியாபித்துள்ள மைக்கு இலங்கையில் பௌத்த மத நடவடிக்கைகளில் தமிழகத்தைச் சேர்ந்த பிக்குகள் பெற்ற முக்கிய இடமும் இங்கு நோக்கப்பெறல் வேண்டும். தமிழ் பௌத்தப் பள்ளிகளிலே பயிற்றுவிக்கப்பட்டதென்பதற்குச் செல்லகினி சந்தேச சான்று பகரும்.

அநுராதபுரிக் காலத்தில் தலைநகரில் வாழ்ந்த தமிழ் வணிகர்கள் பற்றிய குறிப்புக்கள் இருக்கும் அதேவேளையில், வடபகுதியில் வாழ்ந்த தமிழ் மக்களது இலக்கிய வெளிப்பாடுகள் காணப்படாது போனமைக்கு இலக்கியப் பேண்முறையே காரணமாகக் கொள்ளப்படல் வேண்டும். சிங்கள இலக்கிய வரலாற்றிலும் இத்தகைய ஒருநிலை உண்டு.

***

அடுத்துவரும் ஆரியச்சக்கரவர்த்திகள் காலம் ஈழத்தில் தனித்துவமான ஓர் இலக்கியப் பாரம்பரியம் தோன்றுவதற்கான அடிக்கல் நாட்டப்பெற்ற காலம் எனலாம்.

இவ்வமிசத்தில் முக்கிய இடம் பெறுவனவாக அமைவன இக்காலத்தில் தோன்றிய வரலாறு சார்ந்த நூல்களாகும். குறிப்பிட்ட ஒரு சமூகத்தினர் தமது சமூக நிலைப்பாடு பற்றியும் அதன் புவியியற்களம் பற்றியும் சிந்திக்கத் தொடங்கும்பொழுது 'வரலாற்றுணர்வு' ஏற்படுகின்றது. அதாவது தம்மை நிலையான குழுவினராகக் கொள்ளும் பிரக்ஞையேற்படும் பொழுதுதான் வரலாறு தோன்றும். இது ஆட்சியாளரின் வர்க்கநிலைப்பட்ட உணர்வாக முகிழ்க்குமென்பர். இக்காலத்திலேயே யாழ்ப்பாண வரலாற்று மூலங்களென இன்று கொண்டாடப்பெறும் வையா பாடலும் கைலாய மாலையும் தோன்றின. கிழக்கு மாகாணத்துத் தமிழர்களது வாழ்க்கை களப்பிரக்ஞை கோணேசர் கல் வெட்டிலிருந்து தெரிய வருகின்றது. இத்தகைய சூழ்நிலையிற் றோன்றும் நூல்கள் மதநம்பிக்கைப் போர்வைக்குள் வரலாற்றைத் திணித்துக் கூறுவது ஒரு மரபாகும். இந்தியப் புராண இலக்கியங்களின் வரலாற்று உட்கிடக்கையை ஆராய்ந்தெடுத்துக் கூறியுள்ள ராய்சௌத்திரி போன்ற வரலாற்று ஆசிரியர்கள் இதனைத் தெளிவுபடுத்தியுள்ளனர். இத்தகைய மதவழிநின்ற வரலாற்றுணர்வின் வெளிப்பாட்டில் ஸ்தல புராணங்கள் முக்கிய இடம் பெறுமென்பதை விசயநகர நாயக்க மன்னர் காலத் தமிழிலக்கிய வரலாறு நன்கு தெளியப்படுத்தும். கோணேஸ்வரத்தின் வரலாற்றைப் பௌராணிக மரபு வழிநின்று கூறும் தட்சிண கைலாய புராணம் இக்காலத்திலேயே தோன்றிய தென்பர்.

ஆட்சியாளரின் பெயரால் அரசியலொருமைப்பாடு காணும் பண்பிற்கு எடுத்துக்காட்டாக அமைகின்றது பரராச சேகரனுலா

தமிழர்கள் வடக்கு, கிழக்குப் பகுதிகளில் வாழ்ந்தாலும், முழு இலங்கையுடனும் அவர்கட்கிருந்த பண்பாட்டியைபின் மதவழி வெளிப்பாடாகக் கதிரைமலைப் பள்ளினைக் கொள்ள லாம். கதிர்காமம் தென்னிலங்கையிலுள்ள தலமாகும்.

இவ்வாறு உயர்நிலை இலக்கியங்கள் இலங்கைத் தமிழர் களின் அரசியற் சமூக, மதக்களத்தை விளக்க முனையும் அதே வேளையில், அடிநிலை மக்களின் மத நம்பிக்கையின் வெளிப்பாடாக அமைவது கோவலனார் கதை போன்ற கதைப்பாடல்களாகும். இது இக்காலத்திலே தோன்றிய தென்பர்.

ஆரியச் சக்கரவர்த்திகள் காலத்தின் முக்கிய இயக்க வெளிப்பாடாக அமைவது அரசகேசரி இயற்றிய இரகுவகேச மிச மாகும். இது காளிதாசனின் ரகுவம்சத்தை முதனூலாகக் கொண்டியற்றப் பெற்ற தமிழ்ச் செய்யுள் நூலாகும். இதன் இலக்கியச் சிறப்பு பலராற் புகழப் பெற்றுள்ளது.

யாழ்ப்பாண இராச்சியத்தின் ஆட்சிக் கடைக்கூற்றில் போர்த்துக்கேயர் தமதுநிலையை ஸ்திரப்படுத்த முனைகின்றனர். மதமாற்றத்தினை இம்முயற்சிக்கான திறவுகோலாக அவர்கள் கொண்டனர். சிறப்பாக வட இலங்கையின் மேற்குப்புறமான மன்னார்ப் பகுதியில் இம்முயற்சிகள் தொடங்கப்பெற்றன. இவற்றினை வெளிப்படுத்தும் கத்தோலிக்க கிறித்தவ முயற்சிகள் இக்கால கட்டத்திலேயே தோன்றி விடுகின்றன.

***

ஆட்சி வரலாற்றுக் கட்டங்களாக நோக்கும்பொழுது, போர்த்துக்கேய, ஒல்லாந்த ஆட்சிகள் தனித்தனியே எடுத்து நோக்கப்படுமெனினும், இலக்கிய வரலாற்றினைப் பொறுத்த வரையும் இவையிரண்டினையும் ஒருங்குசேர வைத்து நோக்கும் பொழுது ஈழத்திலக்கிய வளர்ச்சியின் முக்கிய பண்புகள் சில துலக்கமாகத் தெரிவதைக் காணலாம். காலநிலை நின்று கூறுவதானால், 1619 முதல் 1796 வரை இக்காலப் பகுதி நீடிக்கும்.

இக்கால கட்டத்திலே கிறித்துவம் தமிழரிடையே பரவுவதைக் காணலாம். போர்த்துக்கேயர் கத்தோலிக்க மதத்தினையும், ஒல்லாந்தர் 'இறப்பிறமாது' (Reformed Church) என வழங்கப் பெறும் ஒல்லாந்தப் புரட்டஸ்தாந்தக் கிறித்தவத்தினையும் பரப்பினர். இவ்வாறு பரப்பும்பொழுது தமிழ் இலக்கியப் பாரம்பரியத்தின் சிற்றிலக்கிய வடிவங்களாகப் போற்றப்பெறும், அடிநிலை மக்கள் தொடர்புடைய இலக்கிய வடிவங்களைக் கையாண்டுள்ளனர் என்னும் உண்மையை நாம் அறிந்துகொள்ளல் வேண்டும். 'ஞானப்பள்ளு', 'சந்தியோ குமையூர் அம்மானை' என்பன போர்த்துக்கேயர் காலத்திலும் 'மருதப்பக் குறவஞ்சி' 'திருச்செல்வர் அம்மானை' என்பன ஒல்லாந்தர் காலத்திலும் தோன்றியவை. மதம் மாறிய தமிழர்கள் தம் புதிய மதச் சிறப்புக்களைத் தமது பாரம்பரிய இலக்கிய

வடிவங்கள் கொண்டும் பார்க்கும் பொழுது இலக்கியத்தின் பண்பாடு நன்கு புலனாகின்றது. பதினெட்டாம் நூற்றாண்டில் வாழ்ந்த லோறன்சுப் புலவர் மக்கள் பாடுவதற்கான கிறித்தவ கீதங்களையும், மக்கள் நடிப்பதற்கான கிறித்தவ நாடகங் களையும் எழுதினர். கத்தோலிக்கப் புலவர்களுள் முக்கியமான இன்னொருவர் பூலோகசிங்க முதலியாரவர்கள்.

இதே காலப்பிரிவில், சிறப்பாக ஒல்லாந்தர் காலத்தில் யாழ்ப்பாணப் பிரதேசத்தின் சைவத் தொடர்பை வற்புறுத்தும் இலக்கியங்கள் பல தோன்றத் தொடங்கின. போர்த்துக்கேயர் காலத்தில் அவர்களது ஆட்சியின் கொடுமை தாங்காது தமிழகம் சென்று தமது மத இலக்கியப் பணியை மேற்கொண்டோர் ஞானப்பிரகாச முனிவர், தில்லை நாதத்தம்பிரான், வைத்திய நாத முனிவர் என்போராவர். ஆனால் ஒல்லாந்தர் காலத்திலோ சைவத் தமிழ்ப் புலவர்கள் தமது மதத்தினை விதந்து இலக்கியங்கள் இயற்றுவதற்கான சூழ்நிலை ஏற்பட்டது. நல்லூர்ச் சின்னத் தம்பிப் புலவர் பாடிய ''கல்வளையந்தாதி , 'மறைகையந்தாதி', 'பறாளை விநாயகர் பள்ளு' என்பனவும், வரத பண்டிதர் பாடிய 'சிவராத்திரி புராணம்', 'ஏகாதசிப் புராணம்', 'குருநாதசுவாமி கிள்ளை விடுதூது' முதலியனவும், சின்னத்தம்பிப் புலவர் பாடிய 'இணுவை சிவகாமியம்மை பதிகம்' முதலியனவும் உதாரணங்களாக எடுத்துக் கூறப்படத் தக்கனவாகும்.

கிழக்கிலங்கையின் முக்கிய கோயில்களுள் ஒன்றான வெருகல் சித்திரவேலாயுத சுவாமி கோயில் பற்றியும் பாடல் ஒன்று இயற்றப் பெற்றதென்பர்.

நல்லூர்ச் சின்னத்தம்பிப் புலவர் இயற்றிய 'கரவை வேலன் கோவை' என்னும் நூல் ஈழத்து இலக்கிய வரலாற்றில் முக்கிய இடம் பெறுவதாகும். ஒல்லாந்தர் ஆட்சியின் கீழ் முதலியாராகக் கடமையாற்றிய கரவெட்டி என்னும் கிராமத்தைச் சேர்ந்த வேலாயுத முதலியார் பற்றிய இந்நூல் உள்ளூர்ப் பிரபுத்துவப் பரம்பரை பற்றித் தோன்றிய முதல் ஈழத்து நூலாகும். சமயச் சார்பற்ற, தேசிய நிலை நின்ற இலக்கியத்தின் கால்கோளாக இந்நூலினைக் கொள்ளல் வேண்டும்.

எனவே போர்த்துக்கேயர், ஒல்லாந்தர் காலங்களில் ஈழத்தில் தேசவரையறையுடைய நூல்கள் தோன்றத் தொடங்குகின்றன வெனலாம். கிறித்தவத்தின் பரவலும், சைவத்தைப் பேணுதலும் தனித்தனி இலக்கிய முயற்சிகளாகத் தோன்றுகின்றன. சைவ மதத்தினர் கிறித்தவத்தை எதிர்க்கும் இயக்கத்தின் வெளிப்பாடாக அமைந்த இலக்கியங்கள் அடுத்த காலப்பிரிவிற் றோன்றுவது தர்க்க ரீதியான வளர்ச்சியேயாகும்.

***

அடுத்து வரும் ஆங்கிலேயர் ஆட்சிக் காலத்தின் இலக்கிய வரலாற்றைப் பின்வரும் நான்கு உப கட்டங்களாக வரிசைப்படுத்திப் பார்ப்பதே பொருத்தமாகும்.

1. ஆங்கில ஆட்சி வழங்கிய வாய்ப்புக்களைப் பயன்படுத்தி ஆங்கிலத் திருச்சபையும், அமெரிக்க மிசனரிமாரும் மேற்கொண்ட கிறித்தவ மதமயப்படுத்தும் இயக்கத்தின் இலக்கிய வெளிப்பாடுகள்.

2. இக் கிறித்தவ மதமயமாக்க முயற்சியினை எதிர்த்து ஆறுமுக நாவலர் (1822-79), நடத்திய எதிர்ப்பியக்கத்தின் இலக்கிய வெளிப்பாடுகள்.

3. நாவலர் காலத்தின் பின்னர், 1880 முதல் 1933 வரை (இலங்கைக்கு வரையறுக்கப்பெற்ற பொறுப்பாட்சி வழங்கப்பட்ட காலம் வரை) இலங்கைத் தமிழர்களிடையே தோன்றிய ஆங்கிலம் கற்றுக் கிளம்பிய மத்தியதர வர்க்கத்தினரின் இலக்கிய முயற்சிகள். பாவலர் துரையப்பப் பிள்ளையை (1872-1929) இவ்வியக்கத்தின் பிரதிநிதியாகக் கொள்ளலாம்.

4. வரையறுக்கப்பட்ட பொறுப்பாட்சி வழங்கப்பெற்றதன் காரணமாகத் தோன்றிய அடிநிலை மக்களின் விழிப்பாகவும் அவ்விழிப்புக்கான உந்துதலாகவும் விளங்கிய இயக்கத்தின் இலக்கிய முயற்சிகள் (1933-1948 வரை). இம்முயற்சிகள் 'மறுமலர்ச்சி', 'பாரதி' என்னும் சஞ்சிகைகளையும் அவற்றினை நடாத்திய அ.செ.முருகானந்தம், அ.ந.கந்தசாமி ஆகியோரை மையமாகவும் கொண்டே இக்கால

இலக்கியங்கள் ஆராயப்படுகின்றன. 'ஈழகேசரி'ப் பத்திரிகை முக்கியமான சமகால ஏடாகும்.

முதலாவது உபகட்டத்தில், முக்கிய இடம் பெறுவது மேற்குறிப்பிட்ட கிறித்தவ இயக்கவாதிகளின் கல்வித்துறை முயற்சிகளே. இவர்களது முக்கிய 'இலக்கியங்கள்' என ஆராயப்பட வேண்டியவை, அவர்களது பாடப்புத்தகங்களும் மொழிபெயர்ப்புக்களுமே. அச்சு முறைமையினை முக்கிய தொடர்பு வாயிலாகப் பயன்படுத்தும் முறைமை இவர் களாலேயே தொடங்கப் பெறுகின்றது. 1823-இல் நிறுவப் பெற்ற வட்டுக்கோட்டைச் செமினரி இக்கல்வி முயற்சிகளில் சிறப்பாக கிறித்துவத்தைச் 'சுதேச' நிலைப்படுத்துதலில் முக்கிய இடம் பெற்றது. 'பாவலர் சரித்திர தீபகம்' என்னும் முதல் தமிழ் இலக்கிய வரலாற்றுத் தமிழ் நூல் இப்பரம்பரை வழியாகவே தோன்றியது. இக் கிறித்துவப் பரம்பரையில்தான், ஆக்க இலக்கியம் பாடியோர் உள்ளனர்.

அடுத்த உப-கட்டத்தினை நாவலர் காலமாகக் கொள்ளல் வேண்டும். ஆறுமுக நாவலரது சமய, இலக்கியப் பணிகளை எடுத்துக் கூறுவோர், அவர் சைவத்தையும் தமிழையும் மீண்டும் தழைக்க வைத்த பெரியார் என்று கூறுவர். அவரது 'தொண்டுகள்' யாவற்றையும் 'சைவமும் தமிழும்' என்ற வட்டத்துள் அடக்கி விடலாம். அதாவது, மதம், மொழி என்பன பற்றி அவர் இயக்கம் நடத்தினர். மதம், மொழி என்பனவற்றைத் தனித்தனியான கூறுகளாக அவர் கொள்ளவில்லை. "தமிழ் என்பது ஒரு சமயத்தின் பெயரன்று, ஒரு பாஷையின் பெயர்" என்று வற்புறுத்திய நாவலர், தமிழ்ப் புலமைக்கும் சைவத்துக்குமுள்ள இன்றியமையாத் தொடர்பினை வற்புறுத்தியே வந்தார். கிறித்தவருக்குத் தமிழைப் போதித்தது மாத்திரமல்லாது விவிலியத்தையே தமிழில் மொழி பெயர்த்தவர் நாவலர். வைணவ சமயிகளுக்கும் தமிழுக்குமுள்ள தொடர்பினையும் நன்கு அறிந்திருந்தவர். எனவேதான் மொழியை மதத்துடன் இணைத்துக் காட்டுவதில் ஒரோரிடங்களிலே தயக்கம் காட்டி யுள்ளார். ஆனால் தாம் நிறுவிய கல்விக்கூடங்களின் பாடவி தானத்தில் சைவத்துக்கும் தமிழுக்குமுள்ள தொடர்பை நன்கு வற்புறுத்தியுள்ளார்.

நாவலருடைய சமய, இலக்கியப் பணிகளின் சமூக முக்கியத்துவத்தைப் பற்றிய ஆராய்ச்சிகள் பல அண்மைக் காலத்தில் வெளிவந்துள்ளன. நாவலர் பொருளாதார முன்னேற்ற இயக்க்ங்களிலும் சமூகக் குறைப்பாட்டு நீக்க அலுவல்களிலும், அரசியல் இயக்கங்களிலும், ஊழல் தடுப்பு இயக்கங்களிலும் பெரும்பங்கு கொண்டிருந்தார் என்பது இப்பொழுது நன்கு தெரிய வந்துள்ளது. எனவே 'சைவமும் தமிழும்' என்ற இயக்க கோஷத்தையும் மேற்கூறியவற்றின் பின்னணியில் வைத்தே ஆராயவேண்டிய அவசியமேற்பட்டுள்ளது. அவ்வாறு பார்க்கும் பொழுது சைவமும் தமிழும் என்னும் கோஷம் தன்னுள் தான் முடித்தமுடிபாக அமையாது, மிகப்பெரிய சமூகத் தாக்கங் களைக் கொண்ட ஒரு முழுமையான 'பண்பாட்டுக் கோஷம்' என்பது புலனாகும்.

சமூக வரலாற்றுக் கண்ணோட்டத்திற் கூறுவதானால் நாவலரது இயக்கம், யாழ்ப்பாணத்தில் ஆங்கிலேய ஆட்சி காரணமாக ஏற்பட்டுவந்த மாற்றங்கள் சிலவற்றுக்கு ஓர் எதிரான இயக்கமே. அதாவது மேனாட்டு மயப்படுத்தல் என்னும் தென்கிழக்காசிய வரலாற்றுப் பொதுக்காரணி ஏற்படுத்திய ஒரு விளைவே, நாவலரது இயக்கமெனலாம்.

சுதேசச் சமூகங்களில், மேனாட்டு மயப்படுத்தலின் தீய சக்திகளை உணர்ந்திருந்தோர் ஏதோ ஒருவகையில் அதன் செல்வாக்கு வட்டத்துள் வந்தவரே. ஆங்கிலக் கல்வி ஏற்படுத்திய விழிப்புணர்வு, அக்கல்வி வழியாக வந்த சமுதாய நோக்கு (சரித்திரம், புவியியல் போன்ற பாடங்களைப் படித்ததன் பயனாகவே இச்சமுதாய நோக்கு ஏற்ப ்டது) ஆகியன மேனாட்டு ஆட்சியின் தீய பயன்களை அறியவைத்தது. இதனாலே ஆங்கிலக் கல்வி பெற்றவர்கள் அக்கல்வி கொடுத்த அறிவால் மேனாட்டு மயமாக்கும் அரசாங்கச் சக்திகளை எதிர்த்தன ரெனலாம்.

பதினெட்டாம் நூற்றாண்டிலும் பத்தொன்பதாம் நூற்றாண்டின் முற்பகுதியிலும் இத்தகைய இயக்கங்கள் இந்தியா விலே தோன்றின. இலங்கையில் நாவலர் காலத்திலே தோன்றின.

மேனாட்டு மயமாக்கப்படும் நிலையினை எதிர்த்தவர்களது அரசியல் நோக்கு பற்றியும் சமூக நிலை பற்றியும் சிறிது அறிந்து கொள்ளுதல் நலம்.

இவ்வியக்கத்திற்கு வித்திட்டவர்களும் இயக்கத்தை நடத்தியவர்களும் அக்காலத்து இந்திய இலங்கைச் சமுதாயங் களின் அமைப்பில் வாய்ப்பான நிலையினைப் பெற்றிருந்தோரே பாரம்பரிய சமுதாய முறைகொண்டு நோக்கும்பொழுது இவர்கள் அச்சமுதாயத்திற் கணிசமான முக்கியத்துவத்தை உடையோராகவே இருந்தனர். இது தவிர்க்க முடியாத வரலாற்று நிலையாகும்.

இலங்கையைப் பொறுத்தவரையில் ஆறுமுக நாவலரதும், தர்மபாலவினதும் குடும்ப அந்தஸ்து இவ்வுண்மையை நிறுவுகின்றது. ஆறுமுக நாவலர் பாரம்பரியச் செல்வாக்கும், ஆங்கில அறிவால் அதிகார வலுவுமுள்ள (உத்தியோகம் மூலம்) ஒரு குடும்பத்திற்றோன்றியவர். வர்க்க வாய்ப்பாட்டுப்படி கூறினால் நாவலர், நிலப்பிரபுத்துவ வழி வருபவர். மேனாட்டு ஆட்சியின் ஸ்தாபிதத்தால் குன்றிவிடவிருந்த பாரம்பரிய அதிகார வலுவை ஆங்கிலக் கல்வி தந்த உத்தியோகங்கள் மூலம் மீட்டுக்கொண்ட ஒரு குடும்பத்தைச் சேர்ந்தவர். எனவே வரலாற்று நியதிப்படி, அவரிடமிருந்த அந்தச் சூழ்நிலைக்கேற்ற சீர்திருத்தக் கருத்துக்களை எதிர்பார்க்கலாமே தவிர பரிபூரண சமதர்மப் புரட்சியை எதிர்பார்க்க முடியாது.

இக்காரணங்களினால் நாவலர் ஆங்கில ஆட்சியை, அதாவது ஆங்கிலேயருக்கு இலங்கை மீதிருந்த ஆட்சி யுரிமையை எதிர்க்கவில்லை, ஏறத்தாழ ஒரு நூற்றாண்டுக்குப் பின்னர் இன்று பின்னோக்காகப் பார்க்கும் பொழுது நாவலர் அன்று மேற்கொண்ட எதிர்ப்பியக்கம் அரசியல் விடுதலை இயக்கத்தின் மூலவேராக அமைந்துள்ளது என்பது தெரிய வருகின்றது.

நாவலர், ஆட்சியின் பின்வரும் இரு அமிசங்களை வன்மையாக எதிர்த்தார்:

அ) பாதிரிமார்கள் மதமாற்றக் கோட்பாடு.

ஆ) பாதிரிமார்களை முதனிலையாளராகக் கொண்ட கல்விமுறை

ஆங்கில அரசாங்கம் மதமாற்ற அங்கீகாரத்தை வழங்க வில்லையெனினும் தன்னைச் சார்ந்திருந்த கிறித்தவ

திருப்பீடத்துக்கு நிதி வசதியும் செல்வாக்கும் வாய்ப்பும் ஏற்படுத்திற்று. எனவே 'அ' அமிசத்தையும் அரசாட்சிக்கெதிரான நடவடிக்கையாகவே கொள்ளலாம்.

நாவலரின் கிறித்தவ எதிர்ப்பைப் பற்றி ஆராய முனையும் பொழுது அவரது எதிர்ப்பு புரொட்டஸ்தாந்தப் பிரிவு மேலேயே அதுவும் வெஸ்லியன் பிரிவு மீதே முனைப்பாக விழுந்தது என்பதை மனங்கொள்ள வேண்டும். போர்த்துக்கேயர் காலம் முதல் கத்தோலிக்கம் யாழ்ப்பாணத்தில் நிலவி வந்தது. அரசியல், சமூக நிலையினைப் பொறுத்தநிலையில் பெருத்த வலுவும் செல்வாக்குமற்ற ஒரு நிலையிலேயே கத்தோலிக்கம் அன்றிருந்தது. தனது செல்வாக்கு வட்டத்தை விஸ்தரித்துக் கொள்ளத்தக்க நிலையில் கத்தோலிக்கம் அன்றிருக்கவில்லை இதன் காரணமாகவே நாவலர் தமது கல்வி இயக்கத்தில் ஈட்டிய வெற்றிகளை 'சத்திய வேத பாதுகாவலன்' பத்திரிகை வாழ்த்திற்று.

நாவலரின் இயக்கம் எதிர்ப்பியக்கமே. அதாவது கிறித்தவப் பாதிரிமாரது நடவடிக்கைகளுக்கெதிராகவே அவர் தமது இயக்கத்தை ஆரம்பித்தார். தங்கள் நடவடிக்கைகள் பற்றி இந்தக் கிறித்தவப் பாதிரிமார் தாமே கூறுவன கொண்டும், நாவலருக்கெதிராகக் கூறுவன கொண்டும் அவர்கள் எத்தகைய தாக்கத்தை நாட்டில் ஏற்படுத்தியிருந்தனரென்பதை அறியலாம்.

இவ்வகையில், றொபின்சன் பாதிரியார் எழுதிய Hindu Pastors - A Memorial* என்னும் நூல் மிக முக்கியமானதாகும். அந்நூலிற் காணப்படும் சில தகவல்களைப் பார்ப்போம்.

தங்கள் மதத்தைப் போதிப்பதற்கான சுதேசிப் போதகர் களைப் பற்றிக் குறிப்பிடும்பொழுது றொபின்சன் கூறுவதாவது:

சுதேசப் போதகர்களின் முக்கியத்துவத்தை வரையறுத்துக் கூறிவிட முடியாது. இந்தியாவை ஆள்வதற்குச் சிப்பாய்கள் (இந்தியர்களான பட்டாள வீரர்) தேவைப்படுவது போன்று, எமது ஆத்மீகச் சேனையிலும் சுதேசிகள் இருத்தல் வேண்டும் (பக்.107).

---

* Hindu Pastors: A Memorial, Rev.E.J.Robinson, Late Wesleyon Missionary in Ceylon, London, 1867.

கையாளப்பட்டுள்ள உவமை பாதிரியாரின் மனநிலையை நன்கு விளக்குகின்றது. இந்த நோக்கம் கொண்டே அவர்கள் சுதேசப் போதகர்களை ஊக்குவித்தனர்.

கல்வி மூலம் அவர்கள் எவ்வாறு தங்கள் தொண்டினைச் செய்தார்கள் என்பதை அடுத்து வருகின்ற பின்வரும் மேற்கோள் காட்டுகின்றது:

> அரசாங்க உதவிநிதி பெறும் பாடசாலைகள் உட்பட எல்லா ஆங்கிலப் பாடசாலைகளிலும், ஆங்கில- தமிழ்ப் பாட சாலைகளிலும் முதலாவது மணித்தியாலம் வேதப்பயிற்சிக் குரியதாகும். அவ்வேளை வகுப்பில் இருத்தல் வேண்டு மென்பது மாணாக்கர்களின் விருப்பத்தைப் பொறுத்ததாகும். ஆனால் அவர்களது பெற்றோர்களோ, ஆங்கில விவிலியத்தைப் படிப்பது, எமது மொழியில் தேர்ச்சி பெறுவதற்குத் தேவையானது என்று கருதுகின்றார்கள். அதனால் அவர்கள் விவிலியத்தில் ஆழமான ஆர்வத்தையுடையவர்களாக வுள்ளார்கள். (பக்.107)

ஆங்கிலம் படிக்க வேண்டுமென விரும்புபவர்களிடத்துக் கிறித்தவம் திணிக்கப்பட்ட முறைமையை இம்மேற்கோள் காட்டுகின்றது.

இன்றைய அறிவு வளர்ச்சிப் பின்னணியில் நோக்கும் பொழுது அன்றைய புரெட்டஸ்தாந்தப் பாதிரிமார்களது நடைமுறைகள், ஆங்கில அரசாங்கம் 1833க்குப் பின்னர் மேற்கொண்டிருந்த ஆட்சிக் கோட்பாட்டின் பண்பாட்டு அங்கம் என்பது தெளிவாகப் புலப்படுகின்றது.

நாவலர் அன்று கோரியது மாணவன் தனது மதச் சூழலிலேயே ஆங்கிலம் கற்க வசதியிருத்தல் வேண்டுமென்பது தான். இன்றைய நிலையில் இது புரட்சிகரமான ஒரு நடவடிக்கையாகத் தோன்றாதுதான். ஆனால் இந்தக் கோரிக்கை காரணமாகவே இலங்கை, (மேற்கிந்தியத் தீவுகள், பிலிப்பைன்ஸ் போன்ற நாடுகள் இழந்தது போன்று) தனது பாரம்பரியப் பண்பாட்டை இழக்காது நிற்கின்றது.

மேனாட்டு மயப்படுத்தலினால் பண்பாட்டுச் சிதைவு ஏற்படாது தடுப்பதற்கு நாவலரது போராட்டம் உதவிற்று என்பதைக் கண்டோம்.

பண்பாட்டைப் பேண முனைந்த நாவலர் பாரம்பரியச் சமுதாய அமைப்பைப் பேண விரும்பினார். இந்து சமுதாயம் 'சதுர்வர்ணாசிரம தர்மத்'தை அடிப்படையாகக் கொண்டது. சாதியமைப்பு இச்சமுதாயத்தின் அச்சாணியாகும். இந்து மதத்தைப் பேண முயன்ற நாவலர் அச்சமுதாய அமைப்பும் பேண முயன்றாரென்பதில் ஆச்சரிய மேற்படல் முடியாது.

நாவலரும் அவரது சகாக்களும் நடத்திவந்த இயக்கத்தைப் பற்றி றொபின்சன் பாதிரியார் கூறுவது சமூகமாற்ற உண்மை யினை எடுத்துக் காட்டுகின்றது.

பாதிரிமார்களினதும் அவர்களது உதவியாளர்களினதும் நடவடிக்கைகளால் சைவத்துக்கு ஏற்படும் கவலைக்கிடமான நிலைமையைக் கண்டும், பொதுமக்களிடையே கிறித்தவம் பெறும் ஆதரவைக் கண்டும், திறமை, நற்குணம், செல்வம், கல்விபடைத்தவர்கள் பலர் நாட்டின் பாரம்பரிய சமூக வேறுபாடுகளைக் கடந்து மேற்செல்வதைக் கண்டும் வண்ணார் பண்ணையைச் சேர்ந்த உயர்தனத்துப் பெருமக்கள் 1842 இல் தமது அமைதியின்மையைக் காட்டிக் கொண்டனர்....

அவ்வருடம் செப்டம்பர் மாதம் இறுதிநாளன்று கூடி, தங்கள் மதத்தைப் பாதுகாப்பதற்கும் பரப்புவதற்குமென ஒரு பாடசாலை தொடங்குவதைத் தீர்மானித்தனர் (பக்.117-19)

சாதியமைப்பைத் தகர்த்து செல்வாக்கும் அதிகாரமுமுள்ள புதிய ஒரு மேன்மக்கள் கூட்டம் எவ்வாறு தோன்றிற்று என்பதை மேற்படி மேற்கோள் காட்டுகின்றது. இப்புதிய மேன்மக்கள் கூட்டத்தின் தோற்றமும் வளர்ச்சியும் நாவலரது இயக்கத்துக்கு ஊறுவிளைவிக்கும் சக்தியாக அமைந்தது உண்மையே. எனவே தான் நாவலர் இதனை எதிர்த்தார் என்று கொள்ளலாம். நாவலரது மதக்கோட்பாடும் இந்நிலைக்கே அவரைத் தள்ளிற்று.

ஆனால் 'சைவமும் தமிழும்' இயக்கம் சமூக இயக்கமாக வியாப்தி பெற்று துவைனத்துரைக்கு எதிராக நடவடிக்கை இயக்கமாக மாறும்பொழுது, நாவலரின் சாதிக்கொள்கையிலும் சமயக்கொள்கையிலும் ஒரு முரண்பாடு ஏற்படுவதைக் காணலாம். 'வெகுசனத் துரோகம்' என்னும் தலைப்பில் இலங்கை நேசனில் வெளியான ஆசிரியருக்குக் கடிதம் இத்தகைய

நிலைமையைக் காட்டுகின்றது. அதில் நாவல் பென்சமின் சந்தியாகுப்பிள்ளை என்னும் கத்தோலிக்கரைப் புகழும் முறைமை நோக்கற்பாலது.

சாதி வேறுபாட்டை நிலைநிறுத்த விரும்பிய நாவலர் கத்தோலிக்கர்களுடன் சேர்ந்து வாந்தி நோய்த் தடுப்பியக்கத்தில் ஈடுபட்டதையும் நோக்குதல் வேண்டும்.

முற்றிலும் சைவக் கண்ணோட்டத்திற் பார்க்கும்பொழுது சாதி வித்தியாசம் பேசிய நாவலர் சமூக விடயங்களைப் பற்றிப் பேச வேண்டி வந்தபொழுது சாதி வித்தியாசத்தைக் கடைப்பிடிக்க முடியாத நிலையில் நிற்பதை நாம் காணலாம்.

மேலும் மத வரையறைக்குள்ளும் ஒழுக்கசீலம் பற்றிப் பேசும்பொழுது, தாழ்த்தப்பட்ட சாதி மக்களது உயர் சீலத்துக்கு மதக் கணிப்பீட்டில் மேலான இடம் உண்டு என்பதையும் நாவலர் குறிப்பிட்டுள்ளார் என்பதை அவதானித்தல் வேண்டும் (நாவலர், பண்டிதமணி, சி.க., 47-48)

நாவலருடைய மத, சமூக சீர்திருத்தக் கோட்பாடுகள் நிலப்பிரபுத்துவச் சூழலில் அமைந்தவை என்பதும், தேசிய முதலாளித்துவ சக்தியின் முதல் தோற்றத்தைக் காட்டுவன என்பதையும் மனதிற்கொண்டால் மேற்கூறிய முரண்பாடு களுக்கு அமைதி கண்டுகொள்ளலாம்.

ஏகாதிபத்திய எதிர்ப்பில் தேசிய முதலாளித்துவ சக்திகளின் வரலாற்று முக்கியத்துவத்தை தென்கிழக்காசிய வரலாறு அறிந்தோர் அறிவர்.

தமது பண்பாடு பற்றிய உணர்வும், அப்பண்பாடு மூலம் தமது தனித்துவத்தைப் பேணும் வேட்கையும் மேனாட்டு ஆட்சி வழிவந்தவையாகும்.

இப்பண்பாட்டு உணர்வுக் கோட்பாட்டுக்கு அரசியல் உருவம் கொடுத்த பெருமையும் நாவலருக்குண்டு. பிறிட்டோவுக்கு எதிராக பொன்னம்பலம் இராமநாதன் ஆதரித்து வெளியிடப் பட்ட விஞ்ஞாபனத்தில் இவ்வுண்மை புலப்படுவதை நாம் காணலாம். பொன்னம்பலம் இராமநாதன் தமது பிற்கால வாழ்வில் இந்துமத முன்னேற்றத்துக்குச் செய்த சமூக, சமய,

கல்விப்பணிகளை, இக்கோட்பாட்டின் தர்க்கரீதியான வளர்ச்சி யென்றே கூறல் வேண்டும்.

நாவலரது போராட்டங் காரணமாகச் சுதேசப் பண்பாட்டு வளர்ச்சிக்குப் பேரூக்கம் கிட்டிற்று. தமிழ் மக்களிடையே தலைவர்களாகவும் முக்கியஸ்தர்களாகவுமிருப்பவர்கள் அம் மக்களது பண்பாட்டின் வழி நிற்பவர்களாக இருத்தல் வேண்டும் என்ற ஒரு நிலைமை உருவாகத் தொடங்கிற்று.

இதனால் பத்தொன்பதாம் நூற்றாண்டின் இறுதியிலும் இருபதாம் நூற்றாண்டிலும் யாழ்ப்பாணத்தில் மிக முக்கியமான ஒரு பண்பாட்டு மாற்றம் ஏற்பட்டது.

இந்துக்களாகவிருந்து கிறித்தவர்களாக மாறி முதன்மை நிலைபெற்றவர்கள் பலர் மீண்டும் இந்துக்களாக மதம் மாறினர். வைமன் கதிரவேற்பிள்ளை, ரெய்லர் துரையப்பா பிள்ளை போன்றோரை இப்பண்பாட்டு நெறியின் உதாரணங்களாக எடுத்துக் கூறலாம்.

இப்பண்பாட்டு நெறி காரணமாக ஆங்கிலம் படித்தவர் களின் மேலாண்மை ஸ்திரப்படுத்தப்பட்டது என்பது உண்மையே. ஆனால் கல்வியமைப்பில் மாறுதல்கள் ஏற்பட்டு தாய்மொழிக் கல்விமுறை வந்ததும் புதியவொரு பரம்பரை உருவாகிற்று. அந்நிலையில் அடிநிலை மக்கள் முன்னேறினர். அம்முன்னேற்றம் நாவலர் காலத்திற் காணப்பட்ட சில முரண்பாடுகளை ஒழிக்க உதவிற்று.

இதுவரை கூறியவற்றால் நாவலர் தொடக்கிய இயக்கம் இலங்கையின் முற்போக்கான வளர்ச்சியில் முக்கிய இடம் பெறுவதொன்றென்பது புலனாகின்றது.

நாவலரின் இலக்கியப் பணிகளை இப்பண்பாட்டி யக்கத்தின் பின்னணியில் வைத்தே விளங்கிக் கொள்ளல் வேண்டும். நாவலரின் முக்கிய இலக்கியத் தொழிற்பாடுகள் எனக் கூறப்படத் தக்கவை:

1. பண்டைய தமிழ் இலக்கியங்களைப் பதிப்பித்தமை.
2. பண்டைய தமிழ் நூல்களுக்கு உரையெழுதியமை.
3. பாடப் புத்தகங்களை எழுதியமை.

இவையாவுமே ஈழத்தில் தமிழ்க்கல்வி 'சைவமும் தமிழும்' என்ற வட்டத்துக்குள் தேசிய நிலைமையை ஏற்படுத்த உதவியன வாகும்.

நாவலர் காலத்து வாழ்ந்த உடுப்பிட்டிச் சிவசம்புப் புலவர், வல்வை இயற்றமிழ்ப் போதகாசிரியர் வைத்தியலிங்கம் பிள்ளை, சி.வை. தாமோதரம்பிள்ளை ஆகியோர்களது இலக்கியப் பணிகளும் இத்தேவைகளைப் பூர்த்தி செய்தனவெனலாம்.

தமிழ் இலக்கியக் கல்வியிலும், இலக்கியப் பாரம் பரியத்திலும் ஈழத்தின் தனித்துவத்தையும் நிலைநிறுத்துவதற்கு நாவலர் எடுத்துக்கொண்ட முயற்சிகள் முக்கியமானவை ஆகும். தமிழகத்தில் தம்மையெதிர்த்தோரையெதிர்த்து வெளியிட்ட பிரசுரங்களில் இவ்வுண்மை நிலைநிறுத்தப்படுகிறது.

***

அடுத்து வரும் காலப்பிரிவில் இலங்கைத் தமிழ் மக்களிடை யேயுள்ள உயர் மத்தியத்தர வர்க்கத்தினரின் கலை, இலக்கியப் பணி முதன்மைப்படுகின்றது.

இக்கால கட்டத்தின் முக்கிய பிரதிநிதியாக அமைபவர் பாவலர் துரையப்ப பிள்ளையாவர்.

ஆறுமுக நாவலர் காலத்தில் (1822-1879) 'சைவமும் தமிழும்' என்ற கோஷம், ஈழத்து வடபகுதியின் சமூக அரசியல் தேவைகளை- ஒரு வரலாற்றுத் தேவையினைப் பூர்த்தி செய்வதாகவமைந்தது. நாவலருடைய கண்ணோட்டத்தில், சைவம் என்பது வெறும் மத ஆசாரத்தை மாத்திரமல்லாது அம்மத ஆசாரத்தைப் பின்பற்றுவோரை, சிறப்பாக விவசாயி களையும் குறிப்பதாகவே இருந்தது. யாழ்ப்பாணத்துச் சமயநிலை போன்ற கட்டுரை உண்மையிலே சமூகப்பிரச்சினை பற்றியனவே. நாவலரது கண்ணோட்டத்தில் தமிழ் என்பது சுதேசப் பண்பாட்டுக் கருவூலமாக விளங்கியது. அப்பண் பாட்டுக் கருவூலம் பிறரது கையிற் சிக்கி, அவர்களால் ஆயுத மாகப் பயன்படுத்தப்படக்கூடாது என்பதற்காகவே தமிழைச் சைவத்திலிருந்து பிரிக்கமுடியாத வொன்றாகக் கொண்டார்.

இந்தப் பண்புநெறி பிறழாது வளர்ந்திருக்குமேல் அது சைவ மக்களை- அதாவது யாழ்ப்பாணத்துக் கமக்காரர்களை மேலும் மேலும் பிரதிபலிக்கின்ற, அவர்களது பிரச்சினைகளை எடுத்துக் கூறித் தீர்வுமுறை காட்டுகின்ற இலக்கியங்கள் தோன்றியிருக்கும். இயக்கங்களின் வரலாறுகளை நோக்கும் பொழுது, ஆரம்ப நிலையிற் காணப்படும் நேரடிச் சமூகத் தொடர்பு பின்னர் படிப்படியாக மறைக்கப்படுவதையும், மறக்கப்படுவதையும் காணலாம். இது காலம் வழங்கும் 'தண்டனை'களிலொன்று. சமூகநிலைப்பட்டு நின்ற சைவ ஆர்வம், சைவத்திற்குக் கிட்டிய வெற்றியின் பின்னர் சாஸ்திரீய நிலை ஆர்வமாக முகிழ்க்கத் தொடங்குகின்றது. சைவச் சூழலில் ஆங்கிலம் கற்பதற்கான வாய்ப்புக்கள் பெருக (உத்தியோக வாய்ப்பினைத் தராத) தமிழ்க் கல்வி பற்றிய ஆர்வம் குன்றத் தொடங்கிற்று, யாழ்ப்பாண நிலமானியவுடைமைச் சமுதாய அமைப்புக்கேற்ற முறையில், அச்சமுதாயத்து மேன் மக்களின் பொருளாதார, சமூக மேன்மை தொடர்ந்து நிலைப்பதற்கேற்ற வகையில் ஆங்கிலக் கல்வி புகட்டத் தொடங்கியதும் சைவமும், தமிழும் என்ற கோஷம் வலுவிழக்கத் தொடங்கிற்று. அரசியலிலும் புதிய உணர்வு எதுவும் ஏற்படவில்லை. இவை காரணமாகப் பத்தொன்பதாம் நூற்றாண்டின் இறுதிப் பாகத்தில், ஈழத்துத்தமிழ் இலக்கியம், நாவலர் வகுத்த சமூக அர்ப்பண நிலையிலிருந்து சிறிது சிறிதாக விடுபட்டுக் கொண்டிருந்தது.

துரையப்பபிள்ளை அவர்கள் வட்டுக்கோட்டை செமினரியிற் பயின்றவர், றெய்லர் என்னும் கிறித்தவ நாமம் பெற்றிருந்தவர்; 'பாவலர் சரித்திர தீப' ஆசிரியர் ஆணல்ட் சதாசிவம் பிள்ளையின் விருப்புக்குரிய மாணாக்கர்களுள் ஒருவர். 1910இல் மகாஜனக் கல்லூரியைத் தொடங்கும் வரை கிறித்தவத் தொடர்புகளைப் பேணி வந்தவர். கிறித்தவ நெறியிலே இவர் தொடர்ந்து சென்றிருப்பின், தமது ஆசிரியர் சதாசிவம் பிள்ளையைப் போன்றே இவரும், "கிறித்தவத்தைத் தமிழ் மண்ணுடன் இரண்டறக் கலக்க வைக்கும்" பணியிலீடு பட்டிருப்பார். ஆனால் இவரோ சமூகப் பணியையே தமது வாழ்க்கைப் பணியாகக் கொண்டார். தமது இதய வேட்கைக் கியையத் தொழிற்படுவதற்கான திட சித்தத்தை இந்திய சீவியம்

ஏற்படுத்திற்று எனலாம். இவர் 1894 முதல் 1898 வரை வட இந்தியாவில் ஆசிரியராகக் கடமையாற்றியவர்.

பிள்ளையவர்கள் பற்றிய கட்டுரையொன்றில் வி.முத்துக் குமாரு அவர்கள் குறிப்பிட்டுள்ளவை மிக முக்கியமானவை யாகும். தனது பராமரிப்பிலிருந்த குழந்தைகளின் நலனிலும், பாடசாலை வேலையிலும் கவனம் செலுத்திவந்த அதே வேளையில் அவர், சமூகத்துக்குத் தான் ஆற்றவேண்டிய கடமையை என்றுமே புறக்கணித்திடவில்லை. சமூகச் சீர் திருத்தத்துக்கான அவர் திட்டம் வளர்ந்தோர் கல்வி, அறநெறி யுறுத்தல், இசை, நாடக மறுமலர்ச்சி ஆகிய பலவற்றைக் கொண்டதாகவிருந்தது...

திலகர், கோகலே ஆகிய இந்தியப் பெருந்தலைவர்கள் தமது தேசியப் பணியினைத் தொடங்கிய காலத்தில் பம்பாய் மாகாணத்தில் கோலாப்பூர், பெல்காம் ஆகிய இடங்களில் வசித்ததன் பலனாகவே இவர்(மக்கள்) சேவையின்பால் விருப்புடையரானார் எனலாம். குறைபாடுகளை அகற்று வதற்கான கிளர்ச்சிகளைச் செய்வதற்கெனக் காலத்துக்குக் காலம் இவர் கூட்டங்களை ஒழுங்கு செய்துவந்தார்.

இவரது பாடல்கள் பெரும்பாலும் சமூகக் குறைபாடுகளை அகற்றுவதற்கான இலக்கிய முயற்சிகளாகவே உள்ளன. சிந்தனைச் சோலையில் இடம்பெறும் இவரது கவிதைகளுள் சிவமணி மாலை தவிர்ந்த மற்றையவை யாவுமே, மேலே குறிப்பிடப்பட்டது போன்று, 'சமூக சீர்திருத்தம்' சம்பந்தப் பட்டவையே.

வெகுசன நிலையில் மக்கள் பாடல்களை இசைத்துப் பாடவேண்டும் என்பதற்காகவே இவர் தமது ஆக்கங்களைக் 'கீதங்களாக' இயற்றினார். இலக்கியத்தைக் கற்றறிந்தோரது ஆர்வ ஈடுபாடாக மாத்திரம் கொள்ளாது, சாதாரண மக்களது பாடற்பொருளாகவும் கொள்ள இவர் முனைந்தமை, இவரை இக்காலப் புலவர்கள் பலரினின்றும் வேறுபடுத்திக் காட்டு கின்றது. 'இதோப தேச கீதசர மஞ்சரி' என்ற இவரது பாடற்றொகுதிக்கு 'முகவாசகம்' எழுதிய கு.கதிரவேற்பிள்ளை அவர்கள் கூறியுள்ளவை இப்பண்பினை எடுத்துக்காட்டு கின்றன:

நமது தேசத்தில் புலவர் சன்மார்க்க விஷயங்களைச் சார்ந்த கீர்த்தனங்கள் இசைப்பாருளராயினும் ஓரோர் மார்க்கத் தோடு சம்பந்தப்பட்டனவாய் அல்லது நரஸ்துதியோடு கலந்தனவாயன்றிப் பெரும்பாலும் இசைத்தாரல்லர். ஆனால் இம்மஞ்சரியில் இசைக்கப்பட்ட கீதங்களோ சர்வசமயிகளும் ஒத்த உள்ளத்தினராய்ப் பாடக்கூடிய கீர்த்தனைகள். தாம் பெற்ற ஆங்கிலோ தமிழ்க் கல்வியறிவின் பயனாய்த் தேச நன்மைக்கேற்ற சிறந்த தேர்ச்சிக்குரிய கருத்துக்களைக் கீர்த்தனங்கள் மூலமாய் இந்நூலைச் செய்தவரே முதன் முதன் வெளிப்படுத்துகிறாரென்று சொல்லலாம்.

ஆசிரியரும், தமது நூலின் ஆங்கில முன்னுரையில் சமுதாயத்தின் சீவாதாரமான அமிசங்களை அரித்துத் தின்று கொண்டிருக்கும் தீய நெறிகளை, அவற்றின் உண்மையான தோற்றத்துடன் எடுத்துக்காட்ட முயன்றுள்ளதாகக் கூறியுள் ளார். இலக்கிய ஆக்கத்தில், தமிழ் இலக்கிய கர்த்தாக்கள் பழையனவற்றையே மீண்டும் மீண்டும் பிரதிசெய்யாது, புத்தம் புதிய நெறிகளிற் சொல்ல வேண்டும் என்ற தமது கருத்தைத் துரையப்ப பிள்ளையவர்கள் தாம் எழுதிய ஆங்கிலக் கட்டுரையொன்றில் மிக வன்மையாக எடுத்துக் கூறியுள்ளார்.

இவ்வாறு பார்க்கும் பொழுது இலக்கியத்தை, அல்லது 'எழுத்தை' மக்களின் பாற்படுத்த வேண்டுமென்ற நோக்கம் இக்கால கட்டத்தில் முக்கிய முனைப்புப் பெறுவதைக் காணலாம்.

இக் காலகட்டத்திலேயே இலங்கையின் தமிழ்நாவல் இலக்கியம் நிலைபேறுடைய இலக்கியமாக வளரத் தொடங்கும் உண்மையையும் நாம் இங்கு அவதானித்தல் வேண்டும். மங்கள நாயகம் தம்பையாவின் 'நொறுங்குண்ட இருதயம்' (1914), பி.வே.திருஞானசம்பந்தம் பிள்ளையின் 'காசிநாதன்- நேசமலர்' (1924), 'கோபால நேசரத்தினம்' (1928) முதலியன முக்கிய மானவையாகும்.

இக்காலகட்டத்தில் ஈழத்து இலக்கியத்தின் ஆக்க நிலைப்பட்ட தேசிய பரிமாணம் நன்கு புலனாகத் தொடங்கு கின்றது.

அடுத்து வரும் காலப் பகுதி அதனை வன்மையுடன் நிலை நிறுத்துகின்றதெனலாம்.

***

இக்கால கட்டமே இலங்கையின் சிறுகதை நாவல், பத்திரிகைத் துறை இலக்கிய வரலாற்றில் முக்கியமாகின்றது. இக்கால கட்டத்தில் முக்கிய இடம் பெறுவோரைப் பின்வருமாறு மூன்று வகையினராகப் பிரிக்கலாம்:

i) ஆங்கிலக் கல்வி வழியாக ஆக்க இலக்கியத்துக்கு வந்தோர்.

ii) தமிழ்க் கல்வி வழியாக ஆக்க இலக்கியத்துக்கு வந்தோர்.

iii) முற்போக்கு இலக்கியக் கோட்பாடுகளைத் துணிகரமாக முன் வைத்தோர்.

முதலாவது பிரிவினருக்கு உதாரணமாக இலங்கையர்கோன், சி.வைத்தியலிங்கம் ஆகியோரையும், இரண்டாவது பிரிவினருக்கு உதாரணமாக அ.செ.முருகானந்தத்தையும், மூன்றாவது பிரிவினருக்கு உதாரணமாக அ.ந.கந்தசாமி, கே.கணேஷ் ஆகியோரையும் கூறலாம்.

இக்கால கட்டத்தில் இலங்கையில் ஆக்க இலக்கியம் கிளைக்கத் தொடங்கியதெனினும், அடுத்துவரும் 1954-70 காலப் பிரிவிலேயே அது தனித்துவமுடைய இலக்கிய வளமாகப் புஷ்பிக்கின்றது.

***

ஈழத்துத் தமிழ் இலக்கியம், தமிழ் இலக்கியப் பாரம்பரியம் என்னும் பெரு வட்டத்தினுள், தனக்கெனச் சில இயல்புகளைக் கொண்ட ஒரு தனித்தொகுதியாக- அதே வேளையில் தமிழகத்தின் இலக்கிய வளர்ச்சியோடு இயைபுடைய இலக்கியத் தொகுதியாக வளரும் தன்மையினை மேலே கூறிய வரலாற்றுப் பெரு வரைவு எடுத்துக் காட்டுகின்றது.

ஆயினும் இலங்கை என்னும் தேச நிலைப்பட்ட வரையறைக்குள் வைத்துப் பார்க்கும் பொழுது தமிழ் பேசும் இனத்தினர் என்று எடுத்துக்கூறப்பட்ட முப்பெரும் பிரிவினருடைய இலக்கிய ஆக்கங்கள், சிறப்பாக இந்துத் தமிழர்களுடைய இலக்கிய ஆக்கங்களும், முஸ்லிம்களினது இலக்கிய ஆக்கங்களும் முதலில் ஒவ்வொன்றும் தனித்தனிச் சார்புடை

யனவாக வளர்கின்ற முறைமையினை இங்கு எடுத்துக் கூறுதல் அத்தியாவசியமாகும்.

முஸ்லிம்களைப் பொறுத்தவரையில் ஈழத்து முஸ்லிம்களது தமிழாக்கங்கள் 1954இல் தோன்றும் இயக்கம் வளர்ச்சியடையும் காலம் வரை, அவர்களது மத, பண்பாட்டுத் தனித்துவத்தை வற்புறுத்தியே நிற்கின்றன. இலங்கை வாழ் முஸ்லிம்களின் மதச் சார்பான இலக்கியங்களுக்கு நீண்டகால மரபொன்றுண்டு. இலங்கையின் தேசிய மலர்ச்சி முதலில் தமிழ், சிங்கள, முஸ்லிம் மக்கட் கூட்டத்தினரின் தனித்தனியே பண்பாட்டுத் தனித் துவத்தைப் பேணும் முயற்சிகள் வழியாகவே தோன்றியது என்பது வரலாற்று உண்மையாகும். இப்பண்பு இலக்கிய வெளிப்பாட்டிலும் தொழிற்படுவதைக் காணலாம். இலங்கை வாழ் இஸ்லாமியரிடையே அம்மலர்ச்சியினை ஏற்படுத்தியவர் சித்திலெவ்வை என்பவராவர். இவர் பத்தொன்பதாம் நூற்றாண்டின் பிற்பகுதியில் தமது பணியினை நடத்தினார். இலங்கை முஸ்லிம்களினது மதச் சார்பான இலக்கியங்கள், தமிழ் இலக்கியத்தின் பொது வடிவங்களான ஏசல், கும்மி, பிள்ளைத் தமிழ், திருப்புகழ் காவியம் போன்றவற்றையும் அராபிய மரபுக்கேயுரிய 'முனாஜாத்' போன்ற இலக்கிய வடிவங்களையும் பயன்படுத்திற்று. ஆனால் 1954க்குப் பின்னர் தோன்றிய முஸ்லிம் எழுத்தாளர்கள் (இளங்கீரன், திக்வெல்லைக் கமால், எம்.எம். மஃரூப் போன்றோர்) ஈழத் தமிழ் இலக்கியத்தின் பொதுப் பிரதிநிதிகளாகவே கருதப்படுகின்றனர்.

இலங்கையில் வாழ்ந்து வருகின்ற இந்தியத் தமிழர்களைப் பொறுத்தவரையில் இவர்களது முக்கிய இலக்கிய முயற்சிகள் 1930க்குப் பின்னரே முகிழ்க்கத் தொடங்குகின்றது. 1954க்குப் பின்னரே இவர்களது இலக்கிய ஆக்கங்கள் ஈழத்துப் பொது இலக்கிய வளர்ச்சியுடன் இணையத் தொடங்குகின்றது. இந்தியத் தமிழர்களென முன்னர் குறிப்பிடப்பெற்று வந்த இவர்கள் இக்காலகட்டத்தின் பின்னர், இலங்கையின் தமிழ் பேசும் இனத்தினருள் ஒரு பிரிவினராகக் கருதப்பெற்று, அவர்கள் வசிக்கும் பிரதேசத்தைச் சுட்டும் வகையில் 'மலையகத் தமிழர்கள்' என இன்று குறிப்பிடப் பெறுகின்றனர். கே.கணேஷ் மலையகத் தமிழரே. மலையகத் தமிழ் இலக்கியத்தின் முக்கிய நிர்ணய சக்திகளுள் ஒன்றாக அமைந்தது சி.வி.வேலுப்

பிள்ளையின் இலக்கிய முயற்சிகளும், ஆக்கங்களுமே. சிதம்பரநாத பாவலர், என்.எஸ்.எம்.ராமையா, தெளிவத்தை ஜோசப் ஆகியோர் மலையக வாழ்க்கை முறைகளை ஈழத்துத் தேசிய தமிழ் இலக்கியத்தில் இடம் பெறச் செய்தனர்.

இவ்வாறாக ஈழத்துத் தமிழ் இலக்கியம் தனித்துவமும் பொது ஒருமைப்பாடும் கொண்ட ஒரு இலக்கியத் தொகுதியாக இன்று முகிழ்த்துள்ளது.

குறிப்பு

இலங்கையிலுள்ள தமிழ்பேசும் மக்களை நோக்கும் பொழுது மலையகம், மட்டக்களப்பு, யாழ்ப்பாணம் என்பன முக்கிய மையப் புள்ளிகள் எனினும், இவற்றினூடே பிரதேச நிலைப்பட்ட இருப்பு ஒன்றும் உண்டு. இப்பிரதேசங்கள் புவியியல், பொருளாதார நடவடிக்கைகள், சமூகக் கட்டிறுக்கம் ஆகியனவற்றில் அண்மைக்காலம் வரையில் சில தனித்துவங் களைக் கொண்டிருந்தன.

ஈழத்து இலக்கிய வரலாற்றை விளங்கிக் கொள்வதில் தமிழ் பேசும் மக்களின் பரம்பல் பற்றிய அறிகை பெரிதும் உதவும். ஏனெனில், ஈழத்தமிழிலக்கியத்தில் மண்வாசனை என்ற கோஷம் இந்தப் பிரதேச வாழ்க்கையை அடியாக மேற் கிளம்பியதே. அப்பிரதேசங்களாவன:

மட்டக்களப்பு : மட்டக் களப்பிலுள்ள முஸ்லிம்கள் தம்மை ஓர் அலகாகக் கருதுவதுண்டு.

திருகோணமலை: திருகோணமலை, கிண்ணியா, மூதூர்ப் பிரதேசங்கள்.

வன்னி : இது பாரம்பரியமாக முல்லைத்தீவு, வவுனியா மாவட்டங்களை உள்ளடக்கும். இப்பொழுது யாழ்ப்பாணத்துக்கு அருகா மையிலுள்ள கிளிநொச்சியும் வன்னிக்குட் சேர்க்கப்படும்.

யாழ்ப்பாணம் : வடமராட்சி, தென்மராட்சி, வலிகாமம் பகுதிகள்.

மன்னார்	:	வடமேற்குக் கரையோரத்துப் பிரதேசம். இங்குக் கத்தோலிக்கர் நிறைய உள்ளனர்.
வடமேல் மாகாணப் பகுதிகள்	:	இலங்கையின் வடமேல் மாகாணம் என்று கருதப்படும் இடத்தின் மேற்குக் கரை யோரம் (புத்தளம், சிலாபம்), பத்தொன் பதாம் நூற்றாண்டில் தமிழ்ப் பிரதேசமாக இருந்தது. இப்பொழுது இப்பகுதியில் தமிழ் மக்கள் தொகை மிகவும் குறைந்து விட்டது.
கொழும்பு	:	கொழும்பு இலங்கையின் தலைநகர் என்பதால், தமிழர்கள் இங்கு நீண்ட காலமாக வாழ்ந்து வருகின்றனர். யாழ்ப் பாணம், மட்டக்களப்பைச் சேர்ந்தவர் களைவிட, கொழும்புக்கே உரியவர்களாக ஒரு தமிழ்க் குழுமத்தினர் உளர். இவர் களைவிட 1956க்கு முன்னர் இலங்கையின் மிகுந்த செல்வந்தத் தமிழர்களும் கொழும் பின் ஒரு குறிப்பிட்ட பகுதியிலேயே வாழ்ந்து வந்தனர். 1983க்குப் பின் கொழும்பை முக்கியமான ஒரு தமிழ் மையமாகக் கொள்வதில் சிக்கல்கள் உள்ளன.
கொழும்புக்குத் தெற்கேயுள்ள பிரதேசம்	:	இது பிரதானமாக முஸ்லிம்கள் வசித்து வரும் பகுதியாகும். பாணந்துறை, காலி, மாத்தறை ஆகிய பகுதிகளிலுள்ள முஸ்லிம் களின் தமிழ் ஈடுபாடு மிகப் பெரியதாகும்.
மலையகம்	:	மலையகத் தமிழர்கள் பற்றி ஏற்கனவே பார்த்தோம்.

1950-60களிலேயே இந்தப் பன்முகப்பாடுகள் யாவும் 'ஈழத்திலக்கியம்' என்னும் தொகுதிக்குக் கீழே கொண்டு வரும் மரபு தொடங்கிவிட்டது. இப்பொழுது 'ஈழத்திலக்கியம்' என்று

போற்றப்படுவது இந்தப் பன்முகப் பகுதிகள் யாவற்றையும் உள்ளடக்கியதாகும்.

இதற்கான இலக்கியம், 1950-60களில் இலங்கை முற்போக்கு எழுத்தாளர் சங்கத்தினால் மேற்கொள்ளப்பட்டது. அந்த இயக்கம், இலங்கையில் இலங்கை மண்ணுக்கே உரியனவும், இலங்கைப் பிரச்சினைகளை யதார்த்தபூர்வமாக அணுகுவனவு மான ஓர் இலக்கியத்தின் எழுச்சிக்கு ஊக்கம் அளித்தது.

நாவலர் காலத்தில் ஈழத்திலக்கியம் என்னும் தொடர் தமிழகத்து முக்கிய முயற்சிகளிலிருந்து இலங்கை இலக்கிய முயற்சிகளைத் தனித்து வைத்து நோக்குவதற்கே பயன்பட்டது. 1960-களில் அது ஒட்டுமொத்தமான இலங்கையின் படைப் பிலக்கியப் பாரம்பரியத்தைக் குறிப்பதாகிற்று.

இலங்கைத் தமிழிலக்கியத்தில் 1950கள் முதல் தேசியம் என்னும் கருதுகோள் முக்கிய இடம்பெற்று வந்துள்ளது. 1950/ 60களில் அது இலங்கை என்னும் 'தேச' நிலைப்பட்டதாகவே இருந்தது. பின்னர் 1970களில் நிலைமை படிப்படியாக மாறி, 1987 இலிருந்து இலங்கையின் இனக்குழுமப் பிரச்சினை படிப்படியாக நெருக்கடி நிலைக்கு வளர்ந்துகொண்டிருந்தது. இந்தப் போக்குக் காரணமாக, 'தமிழர்' என்னும் தேசிய இனநிலைப்பட்ட உணர்வு / பிரக்ஞை திட்டவட்டமான அரசியல் வடிவம் எடுக்கத் தொடங்கிற்று. இந்த நிலை ஏற்படத் தொடங்கியதும் தமிழ்ப் பிரதேசங்களிடையே நிலவிய தனித்துவ நோக்குகள் குறையத் தொடங்கின.

1983 முதல் இலங்கையின் இனக்குழுமப் பிரச்சினை தென்னாசியா முழுவதையும் உள்ளடக்கும் ஓர் அரசியல் நெருக்கடியாகிற்று. 1970களின் பிற்காலத்திலிருந்தே தமிழ் மக்களிடையே தீவிரவாத இளைஞர் இயக்கங்கள் தோன்றின. அரச படைகளுக்கும் இளைஞர் இயக்கங்களுக்குமான மோதல்கள் அதிகரிக்கத் தொடங்கின. படிப்படியாகப் போர்ச்சூழல் ஒன்று உருவாகிற்று.

இப்போர்ச்சுழல் ஏற்படுத்தியுள்ள விளைவுகள், 1980, 1990களின் ஈழத்து இலக்கியத்தை விளங்கிக் கொள்வதற்கு அத்தியாவசியமானவை. அவற்றுள் இரண்டு மிக முக்கிய மானவை.

1. உள்ளூரில் அகதிநிலைப் பெயர்வுகள்- பிற கிராமங் களுக்கும், பிரதேசங்களுக்குமான பெயர்வுகள்.

2. அந்நிய நாடுகளுக்குப் புலம் பெயர்ந்து சென்று அங்கு வாழ்வது. ஐரோப்பா, அமெரிக்கா, ஆஸ்திரேலியா ஆகிய கண்டங்களுக்கான பெயர்வுகளும் அங்குப் 'புலம் பெயர் வாழ்க்கையை' மேற்கொள்ளலும். (இந்தியாவிலும் கணிசமான தொகையினர் வாழ்கின்றனர். அவர்களைப் பற்றிய இலக்கியப் பதிவுகள் இல்லை.)

இந்த இரண்டு அம்சங்களும் ஈழத்துத் தமிழிலக்கியத்தில் பெருத்த மாற்றங்களை ஏற்படுத்தியுள்ளன.

❏

3. ஈழத்தில் தமிழிலக்கியம் 1965-1989

1965 முதல் 1989 வரை தோன்றியுள்ள ஈழத்துத் தமிழிலக்கி யங்களை எவ்வாறு நோக்குவது என்பது முக்கியமான ஒரு பிரச்சினை மையமாகும். இந்தப் பிரச்சினை மையத்திலிருந்து (Problematique) மேற்கிளம்பும் பிரச்சினைகளை 'நான்கு மட்டங்களில்' வைத்து நோக்கலாம் என்று கருதுகிறேன்.

முதலாவது மட்டத்துக்கான நோக்கு பின்வரும் வினாக் களுக்கான விடைகள் பற்றியதாக அமையும்:

அ) 1965இல் தமிழிலக்கியத்தின் நிலையாது? (ஆக்க விமரிசன, ஆய்வு நிலைகளில்) 1989இல் அவற்றின் நிலை யாது? 1965-89 காலப்பகுதியிற் காணப்படும் தொடர்ச்சி, தொடர்ச்சி யின்மைகள் யாவை, அவை எவ்வாறு புலப்படுகின்றன?

ஆ) 1965-1989 காலகட்டத்தில் தோன்றிய மிகச் சிறந்த இலக்கியப் படைப்புக்கள் யாவை? இப்படைப்புக்கள் ஒவ்வொன்றி னதும் 'உயிர்ப்பு' எதில் உள்ளது?

இந்த வினாவை, இன்னொரு வகையிலும் அமைத்துக் கொள்ள முடியுமா என்று நோக்குதல் வேண்டும். அதாவது,

இக்காலகட்டத்தில் தோன்றிய எவ்வகைப் படைப்புக்களில் இக்காலகட்டத்தின் 'உயிர்ச்சாரம்' காணப்படுகின்றன? (இந்த வினா காலத்துக்கும் கருத்துக்கும் இணைப்புண்டு என்ற அடிப்படையில் எழுவது, ஆனால் படைப்புக்கள் சம

காலத்துக்கு முந்திய காலத்தையும், சமகால உணர்வுகளூடன் பார்ப்பவையாக இருக்கும்.)

இலக்கியப் படைப்புக்கள் பற்றிய இவ்வினாவை மாற்றியும் போட்டுக் கொள்ளல் வேண்டும். இக்கால கட்டத்தின் மிகச் சிறந்த இலக்கியப் படைப்பாளிகள் யார்? அவர்கள் எத்தனை பேர்? 1965க்கு முன்னர் எழுதத் தொடங்கியவர்கள் எத்தனை பேர்? 1965-89 காலகட்டத்தில் தோன்றியவர்கள் யார் யார்?

இரண்டாவது மட்டத்தில், இலக்கிய உற்பத்திச் சூழல் பற்றிய வினாக்கள் கிளப்பப்படல் வேண்டும்.

1965-1980 காலப்பிரிவில், வெகுசனப் பண்பாடு, இலங்கையிலும் இலங்கைத் தமிழரிடையேயும் எவ்வாறு தொழிற்பட்டது என்பது பற்றிய உசாவல் மிக முக்கியமான ஒன்றாகும்.

'வெகுசன வாசிப்பு', 'கனதியான இலக்கிய நோக்கு', 'மேலோங்கி (எலீற்-Elite) வாதம்', 'சிறுபான்மைப் பண்பாடு' என்பன பற்றிய ஆய்வுகள் இம்மட்டத்திலேயே மேற்கொள்ளப் படல் வேண்டும்.

வெகுசனப் பண்பாடு, வாசிப்பு ருசி, பிரசுரத்தனங்களின் (புதிய பத்திரிகைகள், வானொலி, சிறு சஞ்சிகை போன்றவை) தன்மை என்பன ஒன்றுடன் ஒன்று இணைந்தவை. 'கனதியான' இலக்கியத்துக்கும், வெகுசனப் பண்பாட்டின் வாசக ருசித் தயாரிப்புக்களுக்கு 1965-89 காலப்பகுதியில் நிலவிய உறவு யாது?

இந்த மட்டத்திலேயே கிளப்பப்பட வேண்டிய மிக முக்கியமான பிரச்சினை, 'இலக்கியத்தின் கருத்து நிலையடிப் படைகள்' பற்றியதாகும்.

அ) 1965-89 காலப்பிரிவின் பிரதான இலக்கியக் கருத்துநிலை எடுகோள்கள் யாவை?

ஆ) எழுத்தாளன் தனது கருத்து நிலையெனக் கூறிக் கொள்ளும் கருத்துநிலை அவனது ஆக்கங்களில் எந்த அளவுக்குக் காணப்படுகின்றது?

எழுத்தாளரும், கருத்து நிலையும் என்ற இவ்வியல் பற்றிய ஆய்வு மிகவும் நுட்பமாகச் செய்யப்பட வேண்டிய ஒன்றாகும். ஒரு குறிப்பிட்ட எழுத்தாளன், ஒரு குறிப்பிட்ட கருத்து

நிலைதான் தனக்கு வேண்டிய வாழ்க்கை நோக்கையும், புலமையுந்துதலையும் தருகின்றது என்று கூறிக்கொள்ளலாம். ஆனால் அவனது படைப்புக்கள் வழியாக மேற்கிளம்பும் கருத்து நிலை அவ்வாறு கூறுவதற்கு முற்றிலும் வேறுபட்ட ஒன்றாக அமைந்து விடுவதுண்டு. இதற்கான நல்ல உதாரணம் 1965க்கு முற்பட்ட ஈழத்துத் தமிழ் இலக்கியத்திற் காணப்பட்டது. எஸ்.பொன்னுத்துரை தான் முற்போக்கு வாதத்துக்கு எதிர் என்றும், தனது இலக்கிய நோக்கு நற்போக்கானது என்றும் கூறினாரெனினும், அவரது படைப்புக்களில் அந்த நற்போக்குக் கருத்துநிலை காணப்படவேயில்லை, உண்மையில் படைப்புக் களை மாத்திரம் வைத்துநோக்கும் பொழுது, பொன்னுத் துரையின் கருத்துநிலை அக்கால கட்டத்தில் மேலாண்மையுடன் நிலவிய இலக்கியக் கருத்து நிலைக்கு முரணானதாக அமையவில்லை என்பது தெரிய வரும்.

எழுத்தாளன்- கருத்துநிலை இயைபு பற்றிய இந்த வினா மிக முக்கியமானதாகும். ஈழத்துத் தமிழ் எழுத்தாளர் பலரின் பகட்டுப் பொய் முகங்களைக் கிழித்தெறிவதற்கு இது பெரிதும் உதவும். யதார்த்த வாதம் பற்றிய இலக்கியத் தெளிவில்லாத முற்போக்குப் போலிகளையும், படைப்பின் அமைப்பினூடே தொழிற்படும் கருத்துநிலைத் தொழிற்பாட்டுத் தெளிவில்லாத அழகியல் வாதப் போலிகளையும் இனங் கண்டறிவதற்கான வழிமுறை அவர்கள் படைப்புக்களிற் காணப்படும் கருத்து நிலைபற்றிய ஆய்வுதான்.

இந்த மட்டத்தில் எழுப்பப்படும் இவ்வினாக்கள், மூலம், இலக்கியப் பம்மாத்து வாதங்களின் போலித்தன்மைகளையும் எளிமை வாய்ப்பாடுகளின் ஆழமின்மைகளையும் மிகச் சுலபமாக அறிந்து கொள்ளலாம்.

மேற்கூறிய இரு மட்டத்து உசாவல்களும், ஏதோ ஒரு வகையில் 'படைப்பாளி', 'படைப்பு' சம்பந்தப்பட்டவையே.

மூன்றாவது மட்டத்தில் எடுத்து நோக்கப்பட வேண்டுவது, படைப்புக்களின் சூழமைவு (Context) பற்றியதாகும்.

"1965-89 காலப்பகுதியில் நடந்தேறிய இலக்கிய நிகழ்வுகள் எத்தகைய அரசியல் - சமூக- பொருளாதாரச் சூழமைவினுள் நடைபெற்றன" என்பது முக்கியமான வினாவாகும்.

இவ் ஆய்வு மிக நிதானமாகச் செய்யப்பட வேண்டிய ஒன்றாகும். ஏனெனில் இந்த அணுகுமுறைப் பிரயோகத்தில் பல, பிழையான கருதுகோள்கள் எழுத்தாளர்களிடையேயும், தம்மை விமரிசகர்கள் என்று கருதிக் கொள்வோர் பலரிடையேயும் நிலவுவதைக் காணலாம். தவறான இக்கருதுகோள்களுள் பிரதானமானவை இரண்டு.

1. இலக்கியம் என்பது சமூகத்தைப் பிரதிபலிக்க வேண்டும் என்பது.

2. அரசியலில், சமூகத்தில் காணப்படுபவை இலக்கியத்திலும் காணப்படும் என்பது.

இலக்கியம் ஒளித்தெறிப்புப் போன்ற ஒரு நிகழ்வேயன்றி, பிம்பப் பிரதிபலிப்புத் தொழிற்பாடன்று.

இந்தக் காலகட்டத்தில் இலங்கையின் அரசியல் மட்டத்தில் இரு முக்கிய நிகழ்வுகள் காணப்பட்டன.

அ) 1965-1989 காலப்பகுதியில் காணப்பட்ட இன ஒற்றுமை என்ற அடிப்படையிலான தேசிய வாதம். துரதிர்ஷ்டவசமாக இந்த நோக்கு தமிழ் இடதுசாரிகளிடையே மாத்திரமே காணப்பட்டது. சிங்கள இடதுசாரிகள் பலரிடையே தேசியவாதம் என்பது சிங்கள முதன்மை வாதத்தின் வெளிப்பாடாகவேயிருந்தது. இந்தப் பகைநிலைத் தேசிய வாதத்தினை எதிர்த்த பிரிவினைவாதம். இந்த இரண்டு வாதங்களும் தத்தமது அரசியலை ஒரே மாதிரியாகவே நடத்தி வந்தன என்பது சுவாரஸ்யமான உண்மையாகும்.

ஆ) 70களில் முளைவிட்டு, எண்பதில் முனைப்பெய்திய இளைஞர் தீவிரவாத இயக்கம்.

இது அரசியலின் தன்மையை மாற்றிற்று. அத்துடன் இலங்கையமைப்பினுள் அக்கினிப் பிழம்பாக உள்ளே கனன்று கொண்டிருந்த அரச பேரினவாத எரிவாயுவை வெளிக் கொணர்ந்தது. அந்தப் பேரின வாதத்தின் வெடிப்பில், (அரச பாதுகாப்புப் படைகளின் ஒடுக்குமுறைத் தாக்குதல்களில்) அதுகாலவரை நிலவி வந்த அரசியற் பண்பாட்டின் ஆழமின்மையையும், வெறுமையையும் உணரக் கூடியதாகவிருந்தது.

அத்துடன் அதன் ஒரு புடைச் சார்பும் அதுவரை அதனை நம்பாதிருந்தவர்களுக்கே புலனாகிற்று.

புதிதாகத் தோன்றிய இந்தத் தீவிரவாதப் போராட்டம் முன்னர் நிலவிய அரசியல் பண்பாட்டை முற்றிலும் நிராகரித்தது. இனக்குழு, மத தனித்துவத்தின் அவசியத்தை வற்புறுத்திற்று.

இது ஒரு புதிய 'உணர் நிலை / நெறி' ஆகும். இதன் இலக்கிய வெளிப்பாடுகள் யாவை? இந்த உணர்நிலை / நெறி வரப் போகின்றது, வந்துகொண்டிருக்கின்றது என்பதைக் காட்டிய இலக்கிய ஆக்கங்கள் யாவை? இலக்கிய கர்த்தாக்கள் யார்?

"இலக்கியத்தை இவ்வரசியல் நிகழ்வு எவ்வாறு பாதித்தது" என்பது ஒரு முக்கியமான வினா. அதேயளவு முக்கியமான இன்னொரு வினா, "இந்த இயக்கத்தின் உருவாக்கத்திலும் வளர்ச்சியிலும் இடம் பெற்ற இலக்கியச் சிந்தனைகள் யாவை? எழுத்தாளர்கள் யார்? படைப்புக்கள் எவை?" என்பதாகும்.

இந்த இரண்டாவது வினா முக்கியமான ஒன்றாகும். ஏனெனில், இளைஞர் தீவிரவாதத்தின் முன்னணியில் நின்றோர் தத்தமது இயக்கங்கள் பற்றிய வளர்ச்சியில் இலக்கியத்தின் பயன்பாடு முக்கியமானது என்ற கருத்துடையோர் ஆவர். இந்தத் தீவிரவாதிகள் பலர் வெகுசனத் தொடர்புச் சாதனங்கள் தம்மீது ஏற்படுத்திய பாதிப்பை ஏற்றுக்கொண்டவர்கள். இலக்கியத்துக்கும், இயக்கத்துக்கும் வன்மையான தொடர்பு நிலவ வேண்டும் என்பது இவர்களின் கருத்துநிலை எடுகோளாகும்.

அரசியலிற் புதிய சகாப்தத்துக்கு வழிவகுத்த இளைஞர் தீவிரவாதம், சமூக நிலையின் புதிய சகாப்தமொன்றிற்கு வழி வகுத்துள்ளதா, வழி வகுக்கின்றதா என்பது மிக முக்கியமான ஒரு வினாவாகும்.

தமிழர்களின் அரசியல் வாழ்வை மாற்றியுள்ள இப்போக்கு சமூக வாழ்வை மாற்றிவிடாது பார்த்துக் கொள்வதற்கான சமூகப் பேணுகை முயற்சிகள் பல நிகழ்வதையும் அவதானித்துக் கொள்ள நாம் தவறக் கூடாது.

இந்தப் புதிய சமூக- அரசியல் சகாப்தத்தின் இலக்கிய வெளிப்பாடுகள் யாவை? அவை எந்த அளவுக்கு 'நேர்மையான' வெளிப்பாடுகளாக அமைந்துள்ளன?

இலக்கிய வரலாற்று ஆய்வுக்கு இந்த மூன்றாவது மட்ட வினாக்கள் முக்கியமானவையாகும். எனவே அவற்றைத் தொகுத்து நோக்குதல் தெளிவினைத் தரும்.

நிகழ்வுகளின் நிகழ்ச்சிகளின் சூழமைவு அவற்றை விளங்கிக் கொள்வதற்கான உணர்நிலை/உணர்நெறி, இந்த உணர் நிலை/ நெறி காரணமாய் நிகழும் புலப்பதிவுகள் (Perception) இப்புலப்பதிவுகள் காரணமாகப் பிரச்சினைகள் நோக்கப்படும் முறைமைகள், இந்த நோக்கு மேற்கிளம்பும் படைப்புக்கள் எனத் தொடர் வண்டி போல ஒன்றன் பின் ஒன்றாக வரும் வினாக்கள் இக்கால கட்டத்தில் தோன்றும் இலக்கியங்களின் தன்மையைத் தெளிவுபடுத்தும்.

இலக்கியங்களின் தோற்றத்துக்கான வரலாற்று ஊற்றுக் கால்கள் பற்றிய இந்த வினாத் தொடரில் இன்னுமொரு முக்கிய விடயமுண்டு. அது பின்வருமாறு:

இலக்கியம் என்பது வரலாற்றின் சிசு என்பது எத்துணை உண்மையோ அத்துணை உண்மை 'இலக்கியமும் வரலாற்றை உருவாக்குவது' என்பதாகும்.

அதாவது இப்புதிய புலப்பதிவுகளுக்குக் காலாகவிருந்த இலக்கியங்கள் யாவை? இளைஞரியக்கம் மீதிருந்த இலக்கியச் செல்வாக்குகள் யாவை? இந்த இளைஞர்கள் யார் யாரை வாசித்தார்கள், யார் யார் எழுதிய எவ்வெவ்விலக்கியங்கள் அவர்களுக்கான தூண்டுதல்கள், உந்துதல்களாக அமைந்தன என்பதும் முக்கியமான ஒரு வினாவாகும்.

இது சம்பந்தமாக, எனக்குத் தெரிந்த அளவில், போராளிகள் மீது கவிதை ஏற்படுத்திய தாக்கம் மிகப் பெரியது என்றே கருதுகின்றேன். நுஃமான் மொழி பெயர்த்த 'பாலஸ் தீனக் கவிதைகள்' தொகுதி முக்கிய செல்வாக்கு ஊற்றுக்களில் ஒன்றாகும்.

நான்காவது மட்டத்தில் கிளப்பப்பட வேண்டிய பிரச்சினை, "1965-89 காலப் பகுதியில் ஈழத்தில் ஏற்பட்ட தமிழிலக்கிய அபிவிருத்திகள் அனைத்துத் தமிழிலக்கியத்தின் முற்று முழுதான அபிவிருத்தியினுள் எத்தகைய இடத்தைப் பிடிக்கின்றன" என்பது முக்கியமான ஒரு வினாவாகும்.

தமிழிலக்கியத்தின் பூரணமான பயன்பாட்டைப் பெற்றுக் கொள்வதற்கு அதன் பலதேச வளர்ச்சியையும் இணைத்துக் கொள்வது மிக அவசியமான ஒன்றாகும். தமிழ்நாட்டு அநுபவங்கள் தமிழிலக்கியத்தின் செழுமைக்கும், வளர்ச்சிக்கும் உதவியுள்ள நெறிமுறைகள் பற்றிய அறிவும், பரிச்சயமுமின்றி, இலங்கையின் தமிழ் இலக்கியச் செழுமையை அதிகரித்துவிட முடியாது. ஈழத்துத் தமிழிலக்கியத்தின் தனித்துவத்தை வற்புறுத்தும் அதே வேளையில், அதுவே முழுத் தமிழிலக்கியமும் என்ற மனோபாவத்தை விட்டொழித்தல் அவசியமாகும்.

பதினெட்டாம் நூற்றாண்டுக்குப் பிற்பட்ட தமிழிலக்கிய வரலாற்றை, இலங்கை, தமிழகப் போராட்டமாகவே பார்த்து, நம்முடைய ஆள் தான் அதில் முதல் முந்தியவர் என்று எரிந்த கட்சி எரியாத கட்சி ஆடும் ஒரு விசித்திரப் போக்கும் ஈழத்துத் தமிழிலக்கியத்தின் மரபுநிலை அமிசங்களுள் ஒன்று என்பதை நாம் மறந்துவிடக் கூடாது. இது சைவமும்- தமிழும் வாதம் இலங்கையில் வளர்ந்த, வளர்க்கப்பட்ட முறைமையின் தவிர்க்கமுடியாப் பெறுபேறு ஆகும்.

II

மேலே எடுத்துக் கூறப்பட்ட நான்கு மட்ட வினாக்களும் தனித்தனியே எடுத்துக் கூறப்படினும் அவை ஒன்றுடன் ஒன்று இணைந்தவை என்பது ஆழமாக நோக்கும் பொழுது புலனாகும்.

இக்கட்டுரையின் இரண்டாம் பகுதியில் முதலாவது மட்டத்தில் கிளப்பப் பெற்ற சில வினாக் கூறுகளின் விடைகளை நோக்க விரும்புகின்றேன்.

1965-89 காலப்பகுதியின் மிக முக்கியமான இலக்கியச் செல்நெறிகள் எனக் குறிப்பிடத்தக்கவை,

1. 1965க்கு முன்னரிருந்தே எழுத்துலகில் இருந்து வந்தோரின் படைப்பு முதிர்ச்சி.
2. பழைய அரசியல் உணர் முறைகளையும் அறிமுறைகளையும் புதிய உணர்முறை நெறிகளின் கவிதைக் குரல்கள்.
3. ஈழத்துத் தமிழிலக்கியத்தின் பெண்நிலை வாதப் படைப்புயிர்ப்பு.

4. மேலே குறிப்பிட்ட புதிய உணர்முறை நெறி முதன் முதலில் சிறுகதை இலக்கியத்தினுள் அழியா ஓவியமாக்கும் படைப்புக்கள் ஆகியன ஆகும். இவை ஒவ்வொன்றுக்கும் எடுத்துக்காட்டுத் தருவது விமரிசனக் கடப்பாடு ஆகும்.

1. டானியலின் 'கானல்' நாவல் இக்காலத்துப் பெறுபேறுகளில் ஒன்று. இலக்கிய முதிர்ச்சிப் போக்கினைக் காட்டிய முக்கியமானோருள் சாந்தன், நந்தி, தெணியான் முக்கிய மாகக் குறிப்பிடப்பட வேண்டியவர்கள்.

2. சேரன், இளவாலை விஜேந்திரன் முதலானோரின் கவிதைகள்.

3. கோகிலா மகேந்திரனின் 'வந்து சேருகை' (பெண் எழுத்தாளர்களிலிருந்து பெண் நிலை எழுத்தாளர்கள் வரை)

சொல்லாத சேதிகளின் பொருள் ஏற்படுத்தும் பண்பாட்டுத் திகைப்பு.

> கற்பு பற்றியும்
> மழை பெய்யெனப் பெய்வது பற்றியும்
> கதைக்கும்...
> அவர்கள் எனது உடலையே
> நோக்குவர்
> கணவன் தொடக்கம்
> கடைக்காரன் வரைக்கும்
> இதுவே வழக்கம்.

'அவர்கள் பார்வையில்' அ.சங்கரி (அ.சங்கரியின் இடை வெளிகள் கவிதையும் மிக முக்கியமானது)

ரஞ்சகுமாரின் சிறுகதைகள் 'மோகவாசல்' தொகுதியில் வரும் 'கோசலை', 'கோளறு பதிகம்' என்பன போன்று, இலக்கிய முழுமையுடன் வெளிவந்த, இயக்கப் போராட்டம் பற்றிய புனைகதைகள் மிக மிகச் சிலவாகவே இருக்க முடியும்.

இந்த எடுத்துக்காட்டுகளுக்கு மேலேயும் தரப்படக் கூடிய பெயர்கள் இருக்கலாம். ஆனால் எந்தப் பட்டியலிலும் இந்தப் பெயர்கள் இல்லாது போய்விட முடியாது என்று கருது கின்றேன்.

இக்கால கட்டத்தின் ஒரு முக்கிய அமிசம் ஈழத்திலக்கியத்துக்கான வாசகர் வட்ட வளர்ச்சியாகும். இத்துறையில், 'சிரித்திரன்' சஞ்சிகையின் பங்கும், செங்கை ஆழியானின் பங்கும் கணிசமானவையாகும்.

1965-89 காலப்பகுதியில் குறிப்பிடத்தக்க 'போக்கு' களாகப் பின்வருவனவற்றை நான் பதிவு செய்துகொள்ள விரும்புகின்றேன்:

இக்கால கட்டத்தில் மரபுவழி இலக்கியம் பெற்றிருந்த/பெற்றுவரும் சமூக அத்தியாவசியம், கோயில்கள் பற்றிய நூல்கள், மரபு மீட்டெடுப்புப் பற்றிய இலக்கிய முயற்சிகள் ஆகியன இத்துறையில் மிக முக்கியமானவை. நவீன இலக்கிய வடிவங்களே மேலாண்மையுடைய இலக்கிய வெளிப்பாட்டு வாய்க்கால்களாக அமைந்துள்ளனவெனினும், மரபு வழி இலக்கியப் போக்கினைப் பேணும் ஒரு தன்மை முக்கியமாகக் காணப்படுகின்றது. "ஈழத்தின் இலக்கிய வரலாறு பற்றிய ஆய்வுகள் வழங்கிய விழிப்புணர்வினைப் பயன்படுத்தி இந்தப் பாரம்பரிய இலக்கியங்களைச் சமூக இணைபுடையனவாகக் காட்டும் ஒரு முயற்சி வலுவுடன் தொழிற்படுவது கண்கூடு. இது சம்பந்தமான முக்கியமான, ஆழமாக யோசிக்கப்பட வேண்டிய ஒரு விடயமுண்டு" இந்த மரபிலக்கியப் பேணுகையுணர்வின் சமூகப் பின்னணி, சமூக இலக்கு யாது என்பதேயாகும்.

இது, மாறுகின்ற அரசியற் பண்பாட்டுக்கிடையே ஒரு சமூகப் பண்பாட்டை மாறவிடாது பேணுகின்ற ஒரு முயற்சியா? அன்றேல், பூரணமான சமூக மாற்றத்துக்கு வேண்டிய பாரம்பரியம் பற்றிய தெளிவினைப் பெறுவதற்கான ஒரு முயற்சியா?

யாழ்ப்பாணத்துச் சமூக அமைப்பின் பாரம்பரியத் தன்மை (அதாவது அதன் அதிகார வரன்முறைப் பேணுகை, சொத்துரிமைக் கையளிப்பு முறைமை, விவாகவாக்க முறைமை முதலியன) இன்றும் இறுக்கமாகப் பேணப்படுகின்ற பொழுது, அந்தப் பாரம்பரியத் தொடர்ச்சியினைப் பண்பாடு, கலை, இலக்கியத் துறையில் எவ்வாறு இனங்கண்டு கொள்வதென்பது முக்கியமான ஒரு வினாவாகும்.

சமூகவியற் கண்ணோட்டத்தில் இப்பிரச்சினையை நோக்கும் பொழுது, நவீனத்துவ வளர்ச்சிகளே பாரம்பரியத்

தினைப் பேணுவதற்குப் பயன்படுத்தப்படுவதை அவதானிக் கலாம். ஆங்கிலக் கல்வி வந்த பொழுது அதை ஒரு சிலருக்கு மாத்திரம் கட்டுப்படுத்தி வைப்பதன் மூலம் யாழ்ப்பாணம் தனது சமூக மேலாண்மை முறைமையை ஏறத்தாழ ஒரு நூற்றாண்டு காலம் பேணி வந்தது. அதேபோன்று நவீனத்துவ வளர்ச்சிகளை உள்வாங்கிக் கொள்ளப் பாரம்பரியமும் நெகிழ்ந்து கொடுத்துக் கொண்டது. இதனை யாழ்ப்பாணத்தின் புதுப்பணக்கார வட்டப் பெருக்கத்திலும், அந்த வட்டப் பெருக்குக் காரணமாக அண்மைக் காலத்தில் ஏற்பட்டுள்ள கோயில்களின் தொகை வளர்ச்சியிலும், கும்பாபிஷேக அதிகரிப்பிலும் கண்டுகொள் ளலாம். இத்தகைய ஒரு சூழலில், மரபுவழி இலக்கியம் போற்றப்படுகின்றமை ஆச்சரியத்தைத் தருவது அன்று.

அடுத்த முக்கிய இலக்கியப் போக்காக நான் அவதானிப்பது, இலக்கியத்தை தப்புகைக்காக (Escape) சாதனமாகப் பயன் படுத்தும் ஒரு செல்நெறியாகும்.

இலக்கியத்துக்கு ஏற்பட்டுள்ள 'சமூக மவுசி'னைப் பயன்படுத்திக் கொண்டு, அதனைச் சமூக ஆய்வுக்கான ஒரு சாதனமாகவோ, அன்றேல் சமூகப் பிரச்சினைகளையும் அச்சமூகப் பிரச்சினைகள் வழிவரும் மனித இடர்ப்பாட்டு நிலைகளையும் விமரிசிப்பதற்கான ஒரு கலை முயற்சியாகவோ கொள்ளாது, இலக்கியத்தை உண்மையான 'பொழுது போக்கு'ச் சாதனமாக, (அதாவது பொழுதைப் போக்குகின்ற ஒரு முறைமை யாக)ப் பயன்படுத்தும் ஒரு தன்மை வளர்ந்து வருவதை நாம் அவதானித்தல் வேண்டும்.

இத்தன்மை காரணமாகவே 'பட்டிமன்றங்கள்' முக்கிய இடம் பெறுகின்றன. பட்டிமன்றத்தில் இலக்கியம் 'தப்பித் தலுக்கு'ப் பயன்படுவது கண்கூடு.

ஒருபுறத்தில் இலக்கியத்தின் சமூகக் கனதி அழுத்தப்பட, அழுத்தப்பட மறுபுறத்தில் மக்களின் இலக்கியப் பரிச்சயத்தைப் பயன்படுத்தி அதனைப் பொழுது போக்காக, (அதாவது, இன்றைய கவலைகள், அந்தரங்கங்கள், சிரத்தைகளிலிருந்து விடுபடுவதற்கான ஒரு வழிமுறையாக)ப் பயன்படுத்தும் தன்மை வளர்ந்து வந்துள்ளமையை அவதானிக்கலாம். இலக்கியம் ஏற்படுத்தும் நினைப்புணர்வைப் பயன்படுத்தி இலக்கியத்தின்

சமூகக் கனதியிலிருந்து விடுபடுவதற்கான ஒரு சமூக- இலக்கிய நடைமுறையாகவே பட்டிமன்றங்களைக் கொள்ளல் வேண்டும். தமிழிலக்கியத்தின் கொடுமுடியான கம்பனே இதற்குப் பயன்படுத்தப்பட்டுள்ளமை சுவாரசியமான ஓர் உண்மையாகும். கம்பனின் ஆழத்தை மறந்து அகலத்தை வற்புறுத்த இது உதவிற்று. பெரியமேளம், சின்னமேளம் போன்று பட்டி மன்றமும் ஒரு வரன்முறையான பொழுது போக்குக் கலை யாயிற்று.

இலக்கியத்தைச் சமூகப் புரட்சிக்காகப் பயன்படுத்தும் ஒரு கருத்து நிலை ஒரு புறத்தில் தொழிற்பட, மறுபுறத்தில், இலக்கியத்தை வலி நிவாரணத் தைலமாகப் பயன்படுத்தும் ஒரு தப்புகை முயற்சி, பட்டிமன்ற இலக்கிய நடவடிக்கையாக மறுபுறத்தில் தொழிற்பட்டது.

இப்பண்பினை நான் மேலே கூறிய பாரம்பரியத் தொடர்ச்சி யுடன் இணைந்து நோக்கும்பொழுது தான் இதன் சமூக முக்கியத்துவம் புலனாகும்.

3. 1965-89இன் பின்கூற்றில் ஏற்பட்ட 'விமரிசன வலுக் குறைவு' முக்கியமான ஒருபண்பாகும். ஏறத்தாழ 1960 முதல், 1975 வரை, ஈழத்திலக்கிய அபிவிருத்தியில் 'விமர்சனக் கடுங் கோன்மை' ஒன்று நிலவியதாகவே பலர் கருதுவர்.

முற்போக்கு இலக்கிய இயக்கத்தின் மிக முக்கியமான இலக்கியப் பண்பு படைப்பும் விமரிசனமும் கைகோத்துச் சென்றமையாகும். குறிப்பாக அறுபதுகளில் விமரிசன வழி காட்ட முற்போக்கு இலக்கியம் வளர்ந்தது. மேலும், அந்த விமரிசனம் முற்போக்கு வாதத்துக்கும், அதன் வழி வரும் படைப்புக்களுக்கும் அங்கீகாரத்தை வழங்கிற்று. முழுத் தமிழிலக்கியப் பின்புலத்தில், இந்தப் புதிய வளர்ச்சிகள் நியாயப்படுத்தப்பட்டன. இந்த விமரிசனத்தினாலும் முக்கிய மான விமரிசகர்களாலும் தான் இலக்கியத்தில் பழைமை வாதம் முற்றிலும் தோற்கடிக்கப்பட்டது. இதனை முற்போக்கு இலக்கிய வளர்ச்சியின் ஒரு முக்கிய பலாபலனான மரபுப் போராட்டத்திற் கண்டு கொள்ளலாம்.

மரபுப் போராட்ட வெற்றி நவீன இலக்கியத்தை நிலை நிறுத்திற்று. நவீன இலக்கியத்திலும் முற்போக்கு இலக்கியத்தை ஏற்காதோர், முற்போக்குவாதத்தை எதிர்த்த பொழுது இந்த விமரிசன ஆற்றல் அவர்களுக்கெதிராகப் பயன்படுத்தப்பட்டது. அந்தக் கட்டத்திலேதான் விமரிசனக் கடுங்கோன்மையொன்று நிலவியதாகக் கருதப்பட்டது.

பின்னர் 60-70 களில் இந்த விமரிசன முறைமையாக அதன் பிரதான பயில்வாளர்களும் பல்கலைக்கழக அமைப்பினுள் இடம் பெறும் நிலை ஏற்பட்டது. அதனால் அது காலவரை ஒரு 'புரட்சி'யின் அங்கமாக விரிந்த விமரிசன முறைமை, அதன் பின்னர் ஏற்புடைத்தான இலக்கியக்கொள்கை / அமைப்பு ஆகிற்று.

இலக்கிய விமரிசனம் முக்கியமானது என்ற அங்கீகாரத்தின் அடிப்படையில் முந்திய விமரிசன வலுவற்ற ஒரு விமரிசன முறைமை வளரத் தொடங்கிற்று. ஆழமின்மையும், பிற இலக்கியப் பரிச்சயமின்மையும், சமகாலச் சர்வதேசிய இலக்கியப் பரிச்சயமின்மையும் இந்தப் புதிய இலக்கிய விமரிசனத்தின் தரிசன வலுவைக் குறைத்தது. இன்னொரு புறத்தில், சர்வதேச இலக்கியப் பரிச்சயம் என்ற போர்வையில் நவ வேட்கைவாதம் தெளிவற்ற விமர்சன உரைகல்களைப் பற்றிப் பேசியது, மூன்றாவது, கல்வித் தேவைகள் (பரீட்சைகள்) காரணமாக ஒருவித எளிமைப்பாடு (பாட புத்தக எளிமைப்பாடு) பரவத் தொடங்கிற்று.

இவற்றால் 1960-1975லிருந்த விமரிசன இறுக்கம் 1977-89இல் இல்லை.

"புலவன் எதைச் சொல்கிறான், எப்படிச் சொல்கிறான், அதிலுள்ள சிறப்பு யாது?" என்னும் இலக்கிய நயப்பு வாய் பாட்டை, நாவலுக்கும், சிறுகதைக்கும் (க.நா.சு. சொன்னது போன்று): 'காலட்சேப' விதப்புரைகளும் தான்.

விமரிசனத்தால் வழிநடத்துதல் என்னும் கண்ணோட்டம் சமூக வலிமை குன்றி நிற்கும் காலகட்டம் இது.

எண்பதுகளின் பிற்பகுதியிலேற்பட்ட இந்த விமரிசன வலுக்குறைவை மாற்ற முனையும் ஒரு புலமை முயற்சி கிருஷ்ண

ராஜாவின் 'விமரிசன மெய்யியல்' என்னும் நூலாகும். எண்பது களில் மிக முக்கியமான விமரிசன நூல்களில் அதுவும் ஒன்று.

நான்காவதாகக் குறிப்பிடப்பட வேண்டுவது- இக்கால கட்டத்திற் காணப்படும் இலக்கியமல்லாக் கலைகளின் முக்கியத்துவ முகிழ்ப்பாடாகும்.

குறிப்பாக நாடகம், ஓவியம் ஆகிய இரு துறைகளிலும் மிகக் கணிசமான வளர்ச்சி ஏற்பட்டுள்ளது. இந்த இரு கலைவடிவங் களும் சமூக நிகழ்வுகளின் 'ஒளித் தெறிப்புக்களாக' மேற்கிளம்பி யுள்ளன.

நாடகத்தைப் பொறுத்தவரையில் 1965-89 காலப்பிரிவின் முற்பகுதியில் நிகழ்ந்த கூத்து மீட்டெடுப்பும், நவீனவாக்கமும், (இவை வித்தியானந்தன் வழியாக வந்தவை) அவற்றையொட்டி வந்த சர்வதேச அரங்கின் பரிச்சயமும் அறிவும், அவற்றைத் தளமாகக் கொண்ட பயில்வும் (இந்தப் பயில்வில் தாசீசியஸ், நா.சுந்தரலிங்கம் முக்கியமானவர்கள்) பயிலலினால் எண்பது களில் அச்சுச்சாதனம் சாதிக்க முடியாததை அரங்கு சாதிக்க முன்வந்தது. 'மண் சுமந்த மேனியர்' அரங்கின் முக்கியத்து வத்தை நிலைநிறுத்திற்று. ம.சண்முகலிங்கத்தின் அரங்கப்பணி அந்த அற்புதத்தை நிகழ்த்திற்று.

அதன் பின்னர், நாடகமும் அரங்கியலும் கல்வி விடய மானதும், நாடகம் முக்கிய கலை வடிவமாக முகிழ்த்தது. இந்தக் காரண காரிய ஊடாட்டத்தின் உச்சகட்டமாக நாடகம் பல்கலைக்கழகப் பயில் நெறியாகிற்று. மௌனகுரு அரங்குலகின் இந்தத் தொடர்ச்சிகளின் நல் உதாரணமாக விளங்குகிறார்.

இலக்கியத்தின் மூலம் மாத்திரமே சமூகத்தைச் சித்திரிக்கும் நிலைமை படிப்படியாக விடுபட்டு, அந்தச் சித்திரிப்பினை நாடகத்திலும், ஓவியத்திலும் செய்யும் ஒரு கலைச் செல்நெறி எண்பதுகளில் ஏற்பட்டுள்ளது. ஓவியம் பற்றிய பிரக்ஞை, ஓவியக் கண்காட்சிகள், இலக்கிய- ஓவியத் துறை ஊடாட் டங்கள், ஆகியன இச் செல்நெறிகள் வளர்ச்சிக்கு உதவியுள்ளன. எனினும் ஓவியம் பற்றிய பிரக்ஞை இன்னும் 'விதை நிலை'யிலேயே உள்ளது. இனிதான் வளர வேண்டும்.

கலை இலக்கியத் துறையின் நேர்நிலைப் போக்குகளை நோக்கிய நாம் ஒரு முக்கியமான எதிர்நிலை அமிசத்தையும் குறித்துக் கொள்ளல் வேண்டும். 1965-89 காலப்பகுதி முழுவதுமே தமிழ்மொழி மூலக் கல்விக் காலம் தான். ஆனால் சமூக விஞ்ஞானம் முதல் பௌதிக விஞ்ஞானம் வளர சகல துறை களிலும் தமிழே பாடமொழியாக இருந்தது. ஆனால் இத்துறை களில் எழுதப்பட்ட சிந்தனை நிலைப்பட்ட தமிழ் ஆக்கங்கள் எத்தனை என்பது பற்றி உன்னிப்பாகச் சிந்திப்பது அவசியமாகும். அதாவது தமிழைச் சிந்தனைக் கருவூலங்களின் தொடர் மொழியாக்குவதில் மிகப்பெரிய குறைபாடு காணப்பட்டு வந்துள்ளது காணப்படுகின்றது. இந்தக் குறைபாட்டை ஓரளவு போக்குவதற்கு முயன்றவர் சபா-ஜெயராசா ஒருவர் தான்.

(ஜனவரி 1990)

❏

4. ஈழத்தின் ஆக்க இலக்கிய நூல் வெளியீடு (1948-1970)

1

ஈழம் முழுவதும், ஒருங்கிணைந்த அரசியல் தனித்துவமும், சுவாதீனமுமுள்ள ஒரு தனி நாடாக உலக அரசியலரங்கில் இயங்கத்தொடங்கி இப்பொழுது இருபத்தொரு வருடங்களாகி விட்டன. அதாவது, இலங்கை சுதந்திரம் பெற்று இருபத்தொரு வருடங்களாகிவிட்டன. ஈழம் தனது சுதந்திரத்தை இழப்பதற்கு முன்னர் அது தனியொரு இராச்சியமாக விளங்கவில்லை. 1948இல் பெற்ற அரசியற் சுதந்திரத்துடனேயே அது பூரணமான, நன்கிணைக்கப்பெற்ற தனியரசாகிற்று. எனவேதான் 1948இல் இலங்கைக்குக் கிட்டிய அரசியற் சுதந்திரம் இலங்கையின் வரலாற்றில் முக்கியமான ஒரு தேசிய நிகழ்ச்சியாக விளங்கு கின்றது.

1948இல் ஆரம்பித்த அத்தேசியப் பிணைப்பின் பின்னர், ஈழத்தில் சகல துறைகளிலும் வளர்ச்சிகள் பல ஏற்பட்டன. பொதுப்படையாகத் தேசத்தின் அமைப்பிலும், சிறப்பாகத் தேசிய இனங்கள் ஒவ்வொன்றினது அமைப்பிலும் பல முன்னேற்றங்கள் படிப்படியாக ஏற்பட்டன. அம்முன் னேற்றத்தை விரும்பாத சக்திகள் இந்த இருபத்தொரு வருட காலத்தில், எப்பொழுதும் தொழிற்பட்டு நின்றனவெனினும்- நிற்கின்றவெனினும்- நாடு வளர்ந்து கொண்டே செல்கின்றது. முன்னேற்றம் என்பது தவிர்க்க முடியாத நிகழ்ச்சியாகும்.

தேசத்தின் பொதுப்படையான- அரசியற், சமூக, பொருளாதார, பண்பாட்டு- வளர்ச்சியின் சிறந்த சின்னங்களில் ஒன்றாக அமைவது இலக்கியமாகும். மக்கள் யுகத்தில் உயர்நிலைச் சமூகத்தின் இயக்க சக்திகளான குரவர்களின் சொத்தாக மாத்திரமல்லாது நாட்டில் வாழும் எல்லா மக்களையும் பிரதிபலிப்பதாக இருப்பதால்- இது ஜனநாயகம், வாக்குரிமை முதலியன ஏற்படுத்திய தவிர்க்க முடியாத முன்னேற்றமாகும்; இலங்கையிலும் இவ் இலக்கிய வளர்ச்சி விரிந்து பரந்து வரும் வெகுசன சமூக, அரசியல் ஈடுபாட்டினை வெளிப்படுத்துவதாக அமைகின்றது.

இலங்கையில் தமிழைத் தாய்மொழியாகக் கொண்டு வாழ்கின்ற மக்களின் வாழ்விலும் இப்புதிய அரசியலுணர்வு, சமூக விழிப்பு, பொருளாதார மாற்றம் ஆகியன ஏற்பட ஏற்பட அவைகளைப் பற்றிய 'எழுத்து'க்கள் தோன்றலாயின. வட மாகாணத்தில் மாத்திரமல்லாது, கிழக்கு மாகாணத்திலும், தெற்கு, மத்திய மாகாணங்களிலும், மேற்கு மாகாணத்திலும் வாழும், தமிழ் பேசும் மக்கள் இலக்கியப் பொருளாகினர். இப்பண்பு முன்னர் எக்காலத்திலும் இருக்கவில்லை. முஸ்லிம் கள் தமிழுக்காற்றிய 'தொண்டு', மட்டக்களப்புத் தமிழுக் காற்றிய 'தொண்டு' என்று இவ்வளர்ச்சிகளுக்குச் சுதந்திரத்திற்கு முன்னரும் பின்னரும் விருது வழங்கப்பட்ட தெனினும், சுதந்திரத்தின் பின்னரே, இம் மக்கட் குழுவினர் தம் வாழ்க்கையைத் தமது மொழியில் எழுதித் தமது அநுபவங்களைப் பிற தேசத்து தமிழ் பேசும் மக்களுடன் பகிர்ந்து கொள்ளத் தொடங்கினர். அதாவது சுதந்திர காலம்வரை (மத, பிரதேச உணர்வுகளால்) தனித்தனியாகக் கிடந்த தமிழ் இலக்கிய முயற்சிகள் இப்பொழுது ஒன்றாக இணைக்கப்பட்டன. முன்னர் வேற்றுமைகள் வலியுறுத்தப் பட்டன. பின்னர் வேற்றுமையில் ஒற்றுமை காணப்பட்டது- காணப்படுகின்றது. இளங்கீரன் முஸ்லிம்கள் தமிழுக்காற்றிய தொண்டின் ஓர் அமிசமாகவோ, டொமினிக் ஜீவா கிறித்துவம் தமிழுக்காற்றிய தொண்டின் அமிசமாகவோ நினைக்கப்படாது தொண்டுப் பட்டியல்காரர்கள் தயவு செய்து கவனிக்க! இவர்கள் யாவரும் ஈழத்துத் தேசிய இலக்கியத்தின் பிரதிநிதிகளாகக் கவனிக்கப்படுகின்றனர்.

இந்த வளர்ச்சி நாட்டின் அரசியல் வரலாற்றிலும், இலக்கிய வரலாற்றிலும் முக்கியமான இடம்பெற வேண்டிய ஒன்றாகும்.

தேசிய வளர்ச்சியில் இவ்விலக்கிய முன்னேற்றங்கள் பெறுமிடம் ஒருபுறமிருக்க, தமிழ் பயிலப்படும் நாடுகளில் தமிழ் இலக்கியம் அடைந்த முன்னேற்றத்திலும் இது மிக முக்கியமான இடத்தைப் பெறுகின்றது. உண்மையைக் கூறினால், முன்னெக் காலத்தையும்விட, 1948க்குப் பின்னரே, ஈழத்தின் தமிழ் இலக்கிய வளர்ச்சி, பொதுப்படையான தமிழ் இலக்கிய வளர்ச்சி, பொதுப் படையான தமிழ் இலக்கிய முன்னேற்றத்தில் தனித்துவமான இடத்தைப் பெற்றது. சுதந்திர காலத்துக்கு முன்னர் ஈழத்தில் ஏற்பட்ட தமிழ் இலக்கிய இயக்கங்கள் தமிழின் பொதுப் படையான முன்னேற்றத்துக்கும் பாரம்பரியமான (மத, இலக்கண)த் தூய்மைக்காகவும் போராடினவேயன்றி, அவை ஈழத்துத் தமிழ் மக்களின் வாழ்க்கை வெளிப்பாட்டைத் தமிழ் இலக்கியத்தின் ஒரு தனி அமிசமாக நிலைநிறுத்தவில்லை. தெளிவாகக் கூறுவதானால், முந்திய இலக்கிய முயற்சிகள் ஈழத்தின் தனித்துவத்தைத் தமிழின் ஓர் அமிசமாக வற்புறுத்தத் தயங்கின. மாறாக, ஈழத் தமிழ் மக்களின் வாழ்க்கை, புராதன தமிழ் பாரம்பரியத்துக்கு (சைவ சித்தாந்த நெறியே தமிழர் பாரம்பரிய நெறி என வற்புறுத்தப்பட்டது) இயைவதாக இருக்கவேண்டுமென்று வற்புறுத்தின. சுருக்கமாகக் கூறுவதா னால், சுதந்திரத்துக்குப் பின்னர் ஈழத்தில் ஏற்பட்ட இலக்கிய வளர்ச்சி, தமிழ் இலக்கியப் பரப்பில் விரிவு வட்டத்தை ஏற்படுத்திற்று.

இக்காரணத்தினால், இக் காலப் பிரிவில் ஈழத்தில் ஏற்பட்டுள்ள இலக்கிய வளர்ச்சி பற்றி ஊன்றி ஆராய்வது தமிழ் இலக்கிய வளர்ச்சியில் ஈடுபாடுடையோர் (இந்தியாவிலுள்ள வர்கள் உட்பட) யாவரதும் கடமையாகும்.

இக்காலப்பிரிவில் ஏற்பட்ட இலக்கிய முன்னேற்றத்தின் சிறப்பமிசமாக அமைவது ஆக்க இலக்கியமேயாகும். ஆக்க இலக்கியங்களின் வளர்ச்சியைக் கொண்டு, நாம் இந்நாட்டில் தமிழ்பேசும் மக்களிடையே ஏற்பட்ட தேசியப் பிணைப் புணர்வையும் அதன் மூலமாகத் தமிழ் இலக்கியப் பரப்பு விரிவில் ஏற்பட்ட வளர்ச்சியையும் ஓரளவு மட்டிடலாம்.

***

இலக்கிய வளர்ச்சி பற்றிய ஆய்வு பன்முகப்பட்ட ஒன்றாகும். மிகவிரிந்த நிலையில் அது வரலாற்றில் ஒரு பிரிவு. இங்கு, இவ்விலக்கிய வளர்ச்சியின் பிரத்தியட்ச நிலையான நூல் வெளியீடு பற்றியும், அந்நூல் வெளியீட்டிற் காணப்படும் முக்கிய பண்புகள் பற்றியும், அப்பண்புகள் மூலம் இவ்விலக்கிய வளர்ச்சியின் நெறிபற்றியும் சிறிது ஆராயப்படும். இந்த ஆய்வு அண்மைக்கால இலக்கிய இயக்கத்தில் கண்டதுண்டு கேட்ட தில்லையாகவிருந்த சில அமிசங்களை வலியுறுத்த உதவும்.

இத்தகைய ஒரு மதிப்பீட்டினை மேற்கொள்வதில் எம்மிற் சிலருக்கு இலக்கிய இயக்கங்களிற் பங்கெடுத்துக் கொண்ட வர்கள் என்ற முறையிலும், அக்காலப் பகுதியில் நடந்தேறிய இலக்கிய நிகழ்ச்சிகளின் தன்மைகளை நேரடியாக அறிந்தவர்கள் என்ற முறையிலும்- வாய்ப்பான ஓர் இடம் உண்டு. வாழ்க்கை யனுபவ அறிவைக் கொண்டு சில பண்புகளைத் துலக்கமாக விளக்கலாம்.

ஆனால் இந்த வாழ்க்கையனுபவ அறிவு துணைப் பொருள்தான். இம் முயற்சியின் அடிப்படைத் தேவையாக அமைவது நூலகவியல் நெறிகளுக்கியைய அட்டவணைப் படுத்தப்பட்ட நூற்பட்டியலேயாகும். தமிழ் இலக்கிய வரலாற்றை நூற்பட்டியலாக மாத்திரமே கணிக்கும் இலக்கிய சிரேஷ்டர்கள் வாழும் ஈழத்தில், பட்டியல்களுக்குத் தட்டுப்பாடு இருக்க முடியாதே எனப் பலர் எண்ணுவர். இருப்பினும் பூரணமான பட்டியல் இல்லையென்பது கசப்பான உண்மையாகும்.

ஆயினும் இத்துறையில் பேருதவி செய்யும் மூன்று நூற்பட்டியல்கள் கைக்கெட்டின.

ஒன்று கனக செந்திநாதனால் தொகுக்கப்பட்டு யாழ். இலக்கிய வட்டத்தினால் (1966இல்) பிரசுரிக்கப்பட்டது. 'ஈழத்துத் தமிழ் நூல் வழிகாட்டி' என்னும் இத்தொகுப்பு வரதரின் பலகுறிப்பு ஆரம்பப் பதிப்புக்களிலிருந்து எடுக்கப்பட்டதாகும். இதில் 1950-க்கு முன்னர் வெளிவந்த நூல்களின் பெயர்கள் காணப்படவில்லை. மற்றது, 1.3.1971 இல் வெளிவந்த வரதரின் பல குறிப்பு நான்காவது பதிப்பிலுள்ள புத்தகப் பிரிவிலுள்ள பட்டியலாகும். இப்பதிப்பில் 1955-க்குப் பின் வெளிவந்த நூல்களின் பட்டியல் கொடுக்கப்பட்டுள்ளது. "வழிகாட்டி"யிற்

காணப்படாத பொருள் அடிப்படையான நூற் பகுப்புமுறை இப்பதிப்பில் காணப்படுகின்றது. இதனையும் கனக செந்தி நாதனே தொகுத்துள்ளார்.

மூன்றாவது, அனைத்துலகத் தமிழ் ஆராய்ச்சிக் கழகத்தின் இலங்கைக் கிளை, 1971 பெப்ரவரி 4-15ஆம் திகதிகளில் நடத்திய ஈழத்துத் தற்காலத் தமிழ் நூற் காட்சி (1948-1970)யின் பொழுது வெளியிடப்பெற்ற தேர்ந்த நூற்பட்டியல் ஆகும். இப்பட்டியலிலுள்ள நூற்பகுப்பும், அட்டவணை முறையும் நூலகவியல் நெறிகளுக்கியைய மேற்கொள்ளப்பட்டுள்ளன. அந்த அளவில் இத்தொகுதி, மற்றையவற்றிலும் பார்க்கப் பயனுடைத்தாயுள்ளது என்பதைக் குறிப்பிடத்தான் வேண்டும். இப்பட்டியலைக் கலாநிதி க.கைலாசபதியும், திரு.எஸ்.எம்.கமால்தீனும் தயாரித்துள்ளனர். (வரதரின் பல குறிப்பில், நூற்பகுப்பும் அட்டவணையும் நூலக நெறிகளுக்கியையச் செய்யப்படின் அது அக்கையேட்டின் பெறுமதியை மேலும் உயர்த்தும்.)

இம் மூன்று தொகுதிகளில் ஒன்றாவது 'பூரணமான பட்டியல்' என்ற உணர்வுடன் வெளியிடப்படவில்லை. ஒவ்வொரு பட்டியலும் அதனதன் பூரணமின்மையை வலியுறுத்தியே செல்கின்றது. ஒரு பட்டியலில் இடம்பெறும் சில நூல்கள் இன்னொரு பட்டியலிற் காணப்படவில்லை. ஒரு பட்டியலில் சிறுகதை நூலாகக் கொள்ளப்பட்டுள்ள ஒரு நூல், இன்னொன்றில் நாவலாகக் கொள்ளப்பட்டுள்ளது.(பொ.சண்முக நாதனின் 'வெள்ளரி வண்டி'). இவ்வாறு இப்பட்டியல்களிற் சில உள்ளார்ந்த குறைபாடுகள் காணப்படுகின்றனவென்பது உண்மையே. இத்தகைய பட்டியல் தொகுப்பு, அரசாங்கச் சுவடித் திணைக்களத்திலுள்ள நூல்களையும் குறிப்புக்களையும் பதிவுகளையும் கொண்டு தயாரிக்கப்படுகின்ற பொழுதே, பூரணத்துவம் பெறும். இத்தகைய முயற்சிகள் தவறாகச் செய்யப்படுவதால், பிழையான தகவல்கள் உண்மையானவையாக உலாவத் தொடங்கி விடும் என்பதற்காகவே நூலகவியல் வல்லுநர் இப்பணியினை விருப்பு முயற்சியாளரிடமிருந்து எடுத்துத் தாம் செய்து வருகின்றனர். நூற்சேகரிப்புக்கும் புத்தகப் பட்டியல் தயாரிப்புக்கும் மிகுந்த வேறுபாடு உண்டு.

ஆயினும் விருப்பு முயற்சியாளரின் முன்னோடிச் சேவை முக்கியமானதாகும்.

இப்பொழுதுள்ள நிலையில் இப்பட்டியல்கள் தனித்தனியே பூரணமற்றவையாக இருப்பினும் ஒன்றாக இணைத்து ஆய்கின்ற பொழுது அவை தரும் தகவல்கள் "கிடைப்பனவற்றுள் நம்பிக்கையானவை"யாக இருக்கும். மேலும் இப் பட்டியல்கள் பூரணமற்றவையெனினும், இவற்றிலுள்ள தகவல்கள் மாதிரிக் கணிப்பீட்டுக்குப் பெரிதும் உதவும். ஈழத்துத் தற்காலத் தமிழ் இலக்கிய வெளியீடுகள் பற்றிய அறிவு, எவ்வாறு இக்காலப் பிரிவின் இலக்கியப் பண்புகளை மறைமுகமாகவும் நேரடி யாகவும் எடுத்துக் காட்டுகின்றன என்பதைக் காட்டுவதற்காகவே இம்முயற்சி மேற்கொள்ளப்படுகின்றது. 'பொய், பச்சைப்பொய், புள்ளிவிவரங்கள்' என்ற பிரபல ஆங்கில மேற்கோள் வாசகத்தை அறியாது இம் முயற்சி மேற்கொள்ளப்படவில்லை. அத்துணை வன்மையாகக் கண்டிக்கப்பட்ட பின்னரும், புள்ளி விவரமே, திட்ட வகுப்புக்களுக்குத் தொடர்ந்து உதவிவருகின்றது.

இக்கட்டுரையில், ஆக்க இலக்கிய நூல்களே ஆய்வுக்கு எடுக்கப்பட்டுள்ளன. ஆக்க இலக்கியம் என்ற பெரும் பிரிவின் கீழ் புனைகதை, நாடகம், கவிதை என்பன எடுக்கப்பட்டுள்ளன. புனைகதை, சிறுகதை- நாவல் என வகுக்கப்பட்டுள்ளது, குறுநாவல்கள் நாவல்களுடனேயே பட்டியல்களிற் காணப்படு கின்றன. அப்பகுப்பு முறையே இங்கும் மேற்கொள்ளப்படு கின்றது. கவிதை நாடகங்கள், கவிதைக்குள் அடங்குபவையாகக் கொள்ளப்படாது, நாடகத்தின்பாற்படுபவையாகக் கொள்ளப் படுவதே முறையாகும். அனைத்துலகத் தமிழாராய்ச்சிக்கழகத் தினரின் பட்டியலில் மேற்கொள்ளப்பட்டுள்ள இம்முறையே பொருத்தமானதென்பது பிற சர்வதேசிய நூல்பட்டியல்களைப் பார்க்கும் பொழுது புலனாகின்றது. இலக்கிய வடிவம் ஒன்றின் பண்பும் பணியும் பற்றி இரசிகர்கள் கொண்டுள்ள கருத்துக்கள் நூல் விவரத்தையே எத்துணை பாதிக்கும் என்பதற்கு இது உதாரணமாகும்.

இத்துறைகள் ஒவ்வொன்றிலும் முழுக் காலப் பிரிவிலும் வந்த நூல்களின் தொகையை முதலிற் குறிப்பிட்டுவிட்டு, அடுத்து அவற்றை 1948 முதல் 1955, 1956 முதல் 1965, 1966 முதல் 1970 என்று வகுத்து ஒவ்வொரு காலப் பிரிவிலும் வெளிவந்துள்ள நூல்களின் தொகை குறிப்பிடப்படும். 1948 முதல் 1970 வரையிலான

காலப்பிரிவை இவ்வாறு வகுப்பதற்குப் பல முக்கியமான காரணங்கள் உள்ளன. அவற்றுள் முதன்மையானது, அரசியல் பற்றிய காரணமாகும். 1948 முதல் 1955 வரையுள்ள காலப் பகுதியில் அரசியற் சுதந்திரம் சமூக விழிப்பினையுணர்த்தும் சக்தியாகக் காணப்படவில்லை. முன்னர் நிலவிய குடியேற்ற நாட்டு முறைமையே அரசியலிலும் பொருளாதாரத்திலும் அதிகார வலுவுடைய ஆட்சிக் கோட்பாடாக விளங்கிற்று. அரசியலதிகாரத்திலும் பொருளாதார வளர்ச்சியிலும் மக்கள் ஈடுபாட்டுக்கு முக்கிய இடமளிக்கப்படவில்லை. இக்காலத்தில் தேசியம் அரசியற் சித்தாந்தமாக முகிழ்க்காது இருந்தது. நாட்டின் இலக்கிய வளர்ச்சியை எடுத்துக் கொண்டாலும் இத்தகைய தேசிய நோக்கின்மையை நாம் நன்கு காணலாம். அரசியலில் மக்கள் பங்கு பெயரளவில் நிலவிற்றெனினும், சமூக நிலையில் பொதுமக்கள் விழிப்புக் காணப்படவில்லை. மக்களின் பண்பாட்டினடியாக விழிப்பு ஏற்படாதிருந்த காலம் இது.

1956இல் தொடங்கும் காலப்பகுதியில், இந்நாட்டில் முதன் முதலில் 'சமூகப்புரட்சி' ஏற்பட்டதென்பதை எவரும் ஒத்துக் கொள்வர். 1956-இல் தொடங்கும் புதியயுகம், பெரும்பான்மை மக்களின் முன்னேற்ற காலமே என்று சிலர் கூறுவதுண்டு. இதற்கு எதிராக இரண்டு காரணங்களைக் காட்டலாம். ஒன்று 1948-1955 இல் சிறுபான்மை இனத்தினரின் கலை பண்பாட்டுக்கு இடமளிக்கப்படாதிருந்ததாகும். சிறுபான்மையினருள் விதேசிய நெறியற்றுக் கிடந்தவர்கள் தாழ்ந்தவர்களாகவே கருதப் பட்டனர். அப்படிக் கருதியவர்கள் அந்த அந்த இனத்தைச் சேர்ந்தவர்களே. தமிழ்க் கல்வி, தமிழ்க் கலைகள் பற்றிய தேசிய நிலைப்பட் விழிப்புணர்வு, 1948-55இல் இருந்தது என்று எவராலும் கூற முடியாது. இரண்டாவது, பெரும்பான்மைச் சமூகத்தினரின் விழிப்பின் காரணமாகச் சிறுபான்மை இனத்தவர்களும் விழிப்படைந்தனர். எனவே 1956இல் ஏற்பட்ட அரசியல் மாற்றம் தமிழ் பேசும் மக்களிடையேயும் முன்னர் காணப்படாத விழிப்பை ஏற்படுத்திற்று. இக்காலத்திலிருந்தே தமிழர்கள் தாமும் இலங்கையின் தேசிய இனக் குழுக்களில் ஒரு பிரிவினர் என்பதையுணர்ந்து செயற்பட்டனர். மேலும் சிங்கள மக்களின் மொழிக்கும் பண்பாட்டுக்கும் அவர்களது வாழ்க்கையில்

அளிக்கப்பட்ட முக்கியத்துவம், தமிழ் மொழிக்கும் பண்பாட்டுக்கும் தமிழினத்தவர் வாழ்க்கையில் முக்கிய இடம் வழங்கப்பட்டது. சிங்கள மொழி மூலக் கல்வி தமிழ்மொழி மூலக் கல்விக்கு வித்திட்டது. சிங்களத்தை அரசாங்க மொழியாக நெறியாக ஏற்படுத்திய சட்டத்தின் பயனாக, தமிழ்ப் பிரதேசங்களின் ஆட்சிக்குத் தமிழ்மொழி முக்கியமாக்கப் பட்டது. இவ்வாறு சகல துறைகளிலும் தமிழ் இடம்பெறத் தொடங்கியதால் தென்னிந்தியத் தமிழரிலும் பார்க்க இலங்கைத் தமிழர் சில துறைகளில் முன்னேற்றமடைந்தனர். தாய் மொழியில் உயர் கல்வி பயிற்றப்பட்டமையைச் சிறந்த எடுத்துக்காட்டாகக் கூறலாம்.

1956இல் தொடங்கிய இப்புதிய அரசியல் வளர்ச்சி 1965இல் தடைப்பட்டது. தேசிய உணர்வு வெளிப்பாட்டின் ஆரம்ப காலத்திற் காணப்படும் தவிர்க்க முடியாத, மிகையாரவாரமும், புதிய இன்னல்களுமே தேசியவாதத்தின் உண்மையான சொரூபமெனத் தப்பாகக் கணக்கிடப்பட்ட படியால் (அவ்வாறு தப்பாகக் கணக்கிடப்படுவதும் வரலாற்றுப் பண்புகளில் ஒன்று) பழைமையைப் பேணுவதற்கான அரசியற் சூழ்நிலை ஏற்படுத்தப் பட்டது. பழைமையான நட்புறவைப் பேணுவதே தேசியம் என்ற கோட்பாட்டினடிப்படையில் அரசியல் இணக்கங்களும் ஆட்சியமைப்பும் அமைந்தது. எனவே எவ்வாறு நோக்கினும் 1965 ஒரு முக்கிய கட்டமாகவே அமைந்தது.

கலை, இலக்கியத் துறையைப் பொறுத்தமட்டில், 1956 மிக முக்கியமான ஒரு கால வரைநிலை என்பதை எல்லோரும் ஒத்துக் கொள்வர். 1948-55இல் கலை, இலக்கியத்துக்கு முக்கியத்துவ மளிக்காததனாலேயே (அதாவது தேசியப் பாரம்பரியத்துக்கு முதலிடம் கொடுக்காததனாலேயே) 1956 புரட்சி ஏற்பட்ட தென்பது எல்லோரும் அறிந்த உண்மையாகும். சிங்கள மக்களின் முன்னேற்றத்தில் 1956இல் எத்துணை முக்கியமுண்டோ அத்துணை முக்கியம் தமிழ்பேசும் மக்கள் வாழ்விலும் உண்டு. தமிழ் பேசும் மக்கள் என்ற அரசியற் கோட்பாடு தோன்றியதே 1956-க்குப் பின்னரே.

ஈழத்து தமிழ் இலக்கிய வளர்ச்சியை எடுக்குமிடத்தும், 1956 முக்கியமான இடம் பெறுகின்றது. ஒரு தசாப்த காலமாக ஈழத்தமிழிலக்கியத்தின் உந்து சக்தியாக (நேரடியாகவும் எதிர்மறையாகவும்) விளங்கிய முற்போக்கு இலக்கிய இயக்கம்

இக்காலத்திலேயே தோன்றி வளர்ந்தது. 1956-க்குப் பின்னர் அது முழுமூச்சுடன் தொழிற்படத் தொடங்கியபொழுது, 'ஈழத் திலக்கியம்' என்ற குடைக் கீழ் ஈழத்துத் தமிழ் எழுத்தாளர்கள் யாவரையும் ஒன்றுபடுத்திற்று. 1963 வரை அவ்வியக்கமே ஈழத் தமிழிலக்கியத்தின் முதன்மைச் சக்தியாக விளங்கிற்று. அரசியல் நிலைபாடு கொண்ட அவ்வியக்கத்தின் பண்பும் பணியும் துல்லியமடைய அடைய, இலக்கியப் பிரச்சினை ஈழத்திலக்கியம் என்ற பொது நிலையிலிருந்து விடுபட்டு, யதார்த்தம், தேசிய இலக்கியம் என்பன பற்றியதாக மாறிற்று. தேசியத்தின் முதல் விழிப்பில் ஒன்று சேர்ந்த ஈழத் தமிழ் இலக்கிய கர்த்தாக்கள் ஆர்வ வேகங் குறைய அரசியற் காரணங்களால் பிரியத்தொடங்கினர். முற்போக்கு இலக்கிய, இயக்கம் எத்துணை அரசியற் சார்புடையதாக விருந்ததோ அத்துணை அரசியற் சார்புடைய தாகவே முற்போக்கு விரோத இயக்கமுமிருந்தது. அரசியற் கோட்பாடொன்றை எதிர்ப்பதும் அரசியல்தான். ஏறத்தாழ இதே வேளையில் முற்போக்கு இலக்கிய இயக்கத்தினரிடை யேயும் அரசியல் வேறுபாடுகள் ஏற்பட்டன. இவ்வேறுபாடு அன்று செயல்வேகம், செயல் நோக்கு என்பதைப் பற்றி ஏற்பட்ட கருத்து வேறுபாடுகள் காரணமாக அவ்வணிக்குள் பிளவேற் பட்டது. உட்பிளவும் வெளிப்பிரிவும் இயக்கத்தைத் தாக்கவே, இலக்கிய வளர்ச்சி வேகம் குன்றிற்று. இலக்கிய வரலாறும் அரசியல் வரலாறும் இணைந்தன. இரண்டிலும் 1965 இன்னொரு முக்கிய கட்ட மாயிற்று.

1956 முதல் 1965 வரையிலான இக்காலகட்டமே ஈழத் தமிழிலக்கிய வரலாற்றில் மிக முக்கியமான காலகட்டமாகும். காலத்திற்கேற்ற மனிதர்கள் தோன்றுவார்கள் என்பதற்கிணங்க இக்காலகட்டத்தில், பலரின் தனிப்பட்ட செயல்திறனாலும் தீட்சண்ய புத்தியாலும் இலக்கிய இயக்கம் ஓங்கி வளர்ந்தது. தேச முன்னேற்றம் பற்றிய அரசியற் கருத்து வேறுபாடுடையோர், ஒருமைப்பட்ட இலக்கிய (தேசிய) உணர்வினால் ஒருமித்துச் செயலாற்றிய காலம் அது. உண்மையிலேயே பண்டிதரும் (அதாவது தமிழ்ப் புலமைக்குப் பரீட்சைச் சான்று வைத்திருந்தோரும்) பாமரரும் (அத்தகைய புலமைச் சான்று இல்லாத, அதுகாலம் வரை தமிழ் இலக்கியத்தைப் பற்றிய உணர்வில்லாத பாமர குடும்பங்களைச் சேர்ந்த ஆனால் ஆக்க

இலக்கியத்திறனும் நுண்ணுணர்வும் கொண்ட எழுத்தாளர்களும்) ஒன்றுபட்டுக் கடமையாற்றிய காலம் அது. இலக்கியத்தின் பண்பு, பணி பற்றிய கோட்பாடுகள் விரிவடைந்த காலம் அது. யாவற்றுக்கும் மேலாக இலக்கிய வளர்ச்சிக்கு அடிப்படையான அரசியல் சமூக நிலைப்பட்ட உந்து சக்தியொன்று வேண்டுமென்பதை யாவரும் உணர்ந்த (வெளிப்படையாக ஒப்புக் கொள்ளாவிடினும்) காலம் அது.

1965இல் மாற்றம் ஏற்பட்டது. கருத்துக்கள் எவ்வாறு காலத்தை மாற்றுவதற்கான முதற் சக்தியாக அமைகின்றனவோ அவ்வாறே அவை காலத்தின் நடைமுறைகளின் அடியாகவும் தோன்றுகின்றன. அதாவது ஒரு குறிப்பிட்ட கால நடைமுறைகள் தொடர்ந்து நிலைப்பதன் மூலம் சில கருத்துக்களை, சமூக நியதிகளை, நன்மை தீமை பற்றிய கோட்பாடுகளை, வாய்ப்பானவை வாய்ப்பற்றவை என்ற திருஷ்டாந்தங்களை மக்கள் மனதில் நிலைபெறச் செய்துவிடுகின்றன. இவை காலத்தின் நடைமுறைக் கருத்துக்களாக எடுத்துக் கூறப்படுவது வழக்கம். ஆனால் மாற்றத்தின் அவசியத்தை உணர்த்தும் முற்போக்குக் கருத்துக்களுக்கும், நடைமுறைச் செல்வாக்கால் வளரும் கோட்பாடுகளுக்கும் ஏற்படும் மோதல் உண்மையில் அடிநிலையில் நடைபெற்றுக் கொண்டிருக்கும் சமூக முரண்பாட்டின் வெளித்தோற்றமே. புதிய சமுதாய அமைப்பை வேண்டும் கருத்துக்களை இந்த வர்த்தமான நிலைப்பாட்டுக் கருத்துக்கள் எதிர்ப்பது வழக்கம். ஆனால் இந்த வர்த்தமான கருத்துக்கள் சமூகத்தில் ஏற்பட்டுக் கொண்டிருக்கும் (கண்ணுக்குப் புலனாகாத மாற்றங்களைக் கணக்கெடுப்பதில்லை. இதனால் இக் கருத்தையுடையோர் படிப்படியாக மாற்றத்தையே எதிர்க்கும் நிலையினராகி விடுகின்றனர். மாற்றத்தை எதிர்ப்பவர்கள் மாற்றத்தை விரும்புவர்களைவிட வன்மையான முறையில் தமது கருத்துக்களை நிலைநிறுத்தப் பார்ப்பர். அவ்வாறு நிலை நிறுத்த முனையும் பொழுது, அவர்கள் தமது மாற்ற விரோதக் கருத்துக்களுக்குப் புதிய வியாக்கியானங்கள், விளக்கங்கள் (இது உண்மையில் மாரீச வாதமே) கொடுப்பது வழக்கமே. இந்தப் பண்பிற்கியையவே, 1965இல் ஏற்பட்ட மாற்றத்துக்குத் தவறான புதிய விளக்கங்களும், வியாக்கியானங்களும் கொடுத்து தமது முன்னேற்ற

விரோத நிலையை விளக்கப் பார்த்தனர். இதன் அடி உண்மையை அறியாத பலர் முன்னேற்ற விரோதக் கோட்பாட்டை, சிறந்த முன்னேற்றக் கோட்பாடாக நம்பித் தடுமாறுவர்.

மாற்றக் காலத்தில், தீர்க்கமான கருத்துத் தெளிவின்மையால் ஏற்படும் தவறுகள், மாற்றத்தின் புதுமை, அப்புது நிலை தோற்றுவிக்கும் புதிய பிரச்சினைகள் ஆகியன காரணமாகப் புதுமை நெறியைப் பலர் வெறுப்பது வழக்கம். ஆனால் புதுமை சில வெற்றிகளை ஏற்கெனவே ஈட்டிக்கொண்டால், அவற்றை விட்டுவிட்டுப் பின்நோக்க முடியாத நிலைமையும், புதுமையை மனம் விரும்பி ஏற்காத ஒரு நிலைமையும் ஏற்படும். இந்நிலையில் முற்போக்கு நெறி ஸ்தம்பிக்கும். முற்போக்கின் ஸ்தம்பித நிலையே பிற்போக்கின் பெருத்த வெற்றியாகக் கருதப்படும்.

இவ் ஸ்தம்பித நிலை, மேற்சொன்ன காரணமாக உண்டாவதே. ஆட்சியதிகாரம் கொண்டு ஸ்தம்பித நிலையைப் பேணினும், சமூக நிலையில் முன்னர் தொடங்கிய முற்போக்கு ஊற்றுத் தொடர்ந்து பாய்ந்து கொண்டே இருக்கும். ஆட்சித் தடை (அணை) இருப்பின் அவ்வூற்று நீர் தேங்கிப் பெருகி அத்தடையை மீறிப்பாயும். இது இயக்கவியலுண்மை.

1965-70இன் அரசியல் வரலாற்றுண்மை இதுவே. 1965-இல் ஆட்சியதிகாரம் மாறியதும், முற்போக்குச் சக்திக்கு அணை போடுவதும், போடப்படும் அணையின் தேவைக்குப் புதுமுறையான விளக்கம் கொடுப்பதுமே முக்கிய முயற்சியாகவிருந்தது. 1970-இல் தேர்தல் முடிவுகள் இந்நிலைமையைப் புறங்கண்டன.

1965-70இல் காணப்பட்ட மாற்றம் அரசியல் மாற்றமே. முற்போக்குத் தொடர்ச்சி ஸ்தம்பிதமானதே இதன் அரசியற் சாதனை. ஸ்தம்பிதமடைவதாலும் முற்போக்கு வாதம் அழிந்துவிடுவதில்லை. இலக்கியத்திலும் இக்காலத்தில் முற்போக்குத் தடைப்படுகிறது.

ஈழத்துத் தமிழிலக்கியத்தைப் பொறுத்தவரையில் முற்போக்குச் சக்திகள் 1965 அளவில் முன்னேறாது செயலற்று நிற்பதற்கான அகக் காரணங்களை முன்னரே பார்த்தோம். 1965-இல் ஏற்பட்ட அரசியல் மாற்றம் அந்நிலையை வலுப்படச் செய்தது. அதாவது ஸ்தம்பிதம் தற்காலிகமாக ஸ்திரப்படுத்தப் பட்டது. ஆனால் மற்ற விரோதிகளின் கண்களில் இது இலக்கிய

முற்போக்கு நெறிக்குத் தாம் வழங்கிய இறுதி யடியாகவே தோன்றிற்று. இதனால் முற்போக்கு இலக்கிய வாதம் ஈழத் தமிழிலக்கியத்தில் முடிவுற்று விட்டதாகவே பலர் எண்ணத் தொடங்கிவிட்டனர்.

ஆனால் ஈழத்துத் தமிழ் இலக்கியத் துறையில் முற்போக்கு இலக்கியக் கோட்பாட்டை எதிர்த்தோருக்குத் தனிப்பட்ட ஓர் இலக்கிய நோக்கு இருக்கவில்லை. அவர்கள் முற்போக்கு வாதத்தின் எதிரிகளாக இருந்தவர்களேயன்றித் தாம் தம்மளவில் ஒருமித்தோ, தனித்தோ தனிப்பட்ட ஒரு இலக்கியக் கோட்பாட்டை நிறுவ விரும்பியவர்களல்லர். தப்பித் தவறித் தமக்கென ஓர் இலக்கியக் கோட்பாட்டையுடையோ ராயிருந்தவர்களும், அக்கோட்பாட்டை (முன்னர்) முற்போக்கு இலக்கியக் குழுவின் வழியாகவே பெற்றுக் கொண்டவர் களாவார். ஈழத்திலக்கிய முன்னேற்றம், சமுதாயத்தைப் பிரதிபலித்தல் (இது யதார்த்தவாதத்தை தம் வாயாற் கூறத் தயங்கியவர்களின் கோட்பாடு) போன்ற கோட்பாடுகள் முற்போக்கு இலக்கியக்காரரிடமிருந்து கடன் வாங்கப் பட்டவையே. முற்போக்கு முன்னர் எதிர்த்த சில உயர்ந்தோர் (சாதியால், சமூக அந்தஸ்தால்) முன்வைத்த இழிசனர் இலக்கியக் கோட்பாட்டை இக்காலத்தில் எவருமே முன்வைக்க விரும்பவு மில்லை, முடியவுமில்லை!

இந்த இலக்கிய உயர் சாதியார் தமது சகாக்கள், தத்தமது கிராமத்து வட்டாரங்களிலிருந்த கோயில்கள்மீது பாடிய செய்யுட்களையே தேசிய எழுச்சி இலக்கியமென நினைத்துக் கொண்டிருந்தனர். ஆனால், முற்போக்குக் கொள்கைகளை வெறுத்தும், விரும்பாதுமிருந்த ஆக்க இலக்கியக்காரர் இவற்றில் ஒன்றைத் தானும் இலக்கியக் கோட்பாடுகளாகக் கொள்ள முடியாதவர்களாக நின்றனர்.

ஆனால், முற்போக்கு இலக்கியத்தின் பத்தாண்டு கால வளர்ச்சி, இலக்கிய வளர்ச்சிக்கு அடிப்படைக் கோட்பாட்டு நெறிப்பாடு வேண்டுமென்பதை உணர்த்தியிருந்தது. எனவே முற்போக்கரல்லாத 'இவ்விலக்கிய'க்காரர்களுக்கு ஒரு புதிய இலக்கியக் கோட்பாடு தேவைப்பட்டது. ஆனால் இவர்கள் முற்போக்கு இலக்கியக்காரர் முன்னர் எடுத்துக்கூறிய நெறிபாடு

களை எடுத்துக்கொள்ள முடியாதவர்களாகவும் இருந்தனர். புதிய பரம்பரையினராகத் தோன்றிய எழுத்தாளர்களும் வரலாற்றுப் பின்னணி காரணமாகப் புதிய இலக்கியக் கோட்பாடொன்றினை வேண்டி நின்றனர். இதன் காரணமாகப் புதிய இலக்கிய விளக்கங்களும், கோட்பாடு வியாக்கியானங் களும் தொடங்கப் பெற்றன. உண்மையில் முற்போக்கு இலக்கியக் காரர் களல்லாதோர் இக்காலத்தில் தமக்கென ஓர் இலக்கியக் கோட்பாட்டைத் தேடும் முயற்சியிலீடுபட்டனர். இதன் காரணமாகக் கடந்த கால வரலாற்றுக்குப் புதிய விளக்கங்கள் தோன்றத் தொடங்கின. முற்போக்கு இலக்கியத்தின் தத்துவ அடிப்படையான மார்க்சியத்துக்கப்பால் சென்றுதான் இக்கோட்பாட்டைப் பெற்றுக்கொள்ள வேண்டுமென்று சிலர் எண்ணினர். இத்தகைய கோட்பாட்டுத் தேடல் முயற்சியில் மு.தளையசிங்கத்தின் 'போர்ப்பறையில்' வரும் கட்டுரைகள் முக்கிய இடத்தைப் பெறுகின்றன. தளையசிங்கத்தின் இந்நூல் இக்காலத்து இலக்கியத் தேக்கத்தை எடுத்து விளக்க உதவும் முயற்சியாகவே அமைந்துள்ளது. அவரது புதிய 'மார்க்சி யத்துக்கு அப்பாலான' கோட்பாட்டுத் தேடல் முயற்சி தனிப்பட ஆராயப்பட வேண்டியதொன்றாம். இவ்விடத்தில், அந்நூல், 1965-க்குப் பின் தோன்றிய தேக்கத்தை வன்மையாக எடுத்துணர்த்தும் நூல் என்பதையும், அத்தேக்கத்தையுடைத் தெறிவதற்கு எடுக்கப்பட்ட நேர்மையான முயற்சியென்பதையும் மாத்திரம் குறிப்பிட்டுச் சொல்லலாம். இன்னுமொன்று, இலக்கியக்காரராகவே ஆரம்பித்த தளையசிங்கம் படிப்படி யாகச் சமுதாயப் பிரச்சினைகளினால் ஈர்க்கப்பட்டு இறுதியில், அரசியற் சித்தாந்தத்தைப் பொறுத்தவரையில், அருகலைவியல் முரணறு வாதத்தை மேற்கொண்டுள்ளமை, இலக்கியம் தன்னுள் முடிந்த முடிவாக அமைவதில்லை என்றவுண்மையைக் காட்டு கின்றது. முற்போக்கு இலக்கியக்காரர்களிலும் பலர் இலக்கியத் துக்குச் சமுதாய நோக்குத்தேடியே மார்க்சிய வாதிகளாயினர் என்பதை மனத்திருத்துதல் அவசியம். இலக்கிய நேர்மையுள் ளோர் இத்தகைய கோட்பாட்டுத் தேடல் முயற்சியில் முனைந்து நிற்க முற்போக்கு எதிர்வாதிகள் ஒதுங்கியும் ஒதுக்கப்பட்டும்

வாழ்கின்றனர். 1965 முதல் 70 வரையிலான ஈழத்திலக்கிய முயற்சிகளின் தத்துவார்த்த நிலைமை இதுவே யாகும்.

இதுவரை காலப்பகுப்பின் அவசியம் பற்றியும், ஒவ்வொரு காலப் பிரிவினது பொதுப்பண்புகள் பற்றியும் ஆராய்ந்தோம். மேற்போந்த காலப்பிரிவுகளின் பண்பு விளக்கத்தில் தனிமனித வாத விகாரங்களைப் பற்றிக் குறிப்பிடாமைக்குக் காரணம், தனி மனித வாதம் அடிப்படையான வரலாற்றோட்டத்தில் என்றும் தற்காலிகமானதென்பதனாலேயே. மேலும் ஆக்க இலக்கியக் காரனின் தத்துவத்தை அவனது ஆக்கங்கள் பிரதிபலித்தல் வேண்டும். தனது ஆக்கங்களிற் காணப்படாத இலக்கியக் கோட்பாட்டைப் பற்றிப் பேசும் ஆக்க இலக்கியக்காரன் தன்னைத் தான் அறியாதவனாகின்றான். தானே இயக்கமென்பவன் இயக்கத்தின் தன்மையை அறியாதவன். இத்தகைய போலித் தத்துவக் 'கடச்சல்' பயந்தோடிய பல்லியின் விடுபட்ட வால் ஆடும் மயக்க ஆட்டமேயாகும். அடுத்து, வெளியீடுகள் பிரசுரவியல் ஆராயப்பட வேண்டியவொன்றாகும். நூற் பிரசுரத்தின் நிதிப்பகைப்புலம் முக்கியமானவொன்றாகும். அச்சிடப்பட்ட நியதியும் விநியோக முறைமையும், நிதிப்பகைப் புலமை எடுத்துக்காட்டுவன. ஆக்க இலக்கிய கர்த்தனின் ஆக்கம் வெளியிடப்பட்டு விற்பனையாகும்பொழுது, அவை தனி இலக்கியத்திறனைச் சமுதாய வளர்ச்சியுடன் இணைத்து விடுகின்றன. இலக்கிய இயக்கத்தின் மேற்கொண்ட வளர்ச்சியை இது தீர்மானிக்கும். பிரசுர இடம், பிரசுரப் பதிப்புக்கள் போன்ற விவரங்கள் இலக்கிய வளர்ச்சியின் உண்மையான நெறியைக் காட்டி நிற்கும்.

மேற்கூறப்பட்ட விவரங்களைப் பூரணமாக எடுத்துக் கூறுவதற்குக் குறிப்பிட்ட வெளியீடுகள் போதிய ஆதாரங் களைத் தரமாட்டா. ஆனால் இத்துறையில் உள்ள நெருங்கிய தொடர்பு காரணமாகவும், நூல் வெளியீடுகளின் பின்னணியை ஓரளவு தெரிந்திருந்ததன் காரணமாகவும், பிறரிடம் கேட்டறிந் ததைக் கொண்டும் இவ்விவரங்களை எடுத்துக்கூற முடிகின்றது.

பிரசுர விவரங்களின் பின்னர் இறுதியாக இவ்வெளியீட்டு விவரங்கள் மூலம் நாம் உய்த்துணரக்கூடியதாகவுள்ள பொதுப் படையான உண்மைகள் சில எடுத்துக் கூறப்படும்.

புனைகதை

அ) சிறுகதை

1.	1948-70இல் வெளியான நூல்களின் தொகை-		57
2.	வெளியிடப்பட்ட காலப்பிரிவு	1948-55 -	01
		1956 -65 -	40
		1966-70 -	16
3.	பல ஆசிரியர்களின் தொகுப்பு நூல்களாக வெளிவந்தவை	-	08
4.	சிறுகதைப் போட்டி வைத்து வெளியிடப்பட்டவை	-	02
5.	ஒன்றுக்கு மேற்பட்ட சிறுகதைகளை வெளியிட்ட ஆசிரியர் தொகை	-	05
6.	ஒரு நூல் மாத்திரம் வந்த ஆசிரியர் தொகை-		34
7.	பிரசுர நிதி விவரம்:		

i. ஆசிரியர் மூலதனத்துடன் வெளியிடப்பட்டவை நூலாசிரியர் முழுத் தொகையையோ அன்றேல் தொகையில் ஒரு பெரும் பகுதியையோ கொடுத்து அச்சிடுவித்தவை - 41

ii. அச்சகத் தொழிலிலோ பிரசுரத் தொழிலிலோ தொழில் முறையாக ஈடுபட்டிருந்த ஆசிரியர் தொகை - 04

iii. ஆசிரியரது அல்லாத பிறர் நிதிகொண்டு பிரசுரிக்கப் பட்டவை - 10

iv. பிரசுர நிதி விவரம் தெரியாதவை - 02

8. இந்தியாவில் அச்சடிக்கப் பெற்றவை - 11
9. மொழி பெயர்ப்புக்கள் - இல்லை

ஆ) நாவல்

1. 1948-70இல் வெளியான நூல்களின் தொகை- 71
2. வெளியிடப்பட்ட காலப் பிரிவு 1948-55 - 10
                                                 1956-65 - 35
                                                 1966-70 - 26
3. ஒன்றுக்கு மேற்பட்ட நாவல்களை வெளியிட்ட ஆசிரியர் தொகை - 08
4. ஒரு நாவல் வெளியிட்ட ஆசிரியர் தொகை 37
5. ஆசிரியர் பலர் எழுதிய தொடர் நாவல் - 01
6. பிரசுர நிதி விவரம்:

   i. ஆசிரியர் மூலதனத்துடன் அச்சிடுவிக்கப்பெற்றவை 45

   ii. அச்சுத் தொழிலை அல்லது பிரசுரத் தொழிலைத் தொழில் முறையாகக் கொண்ட ஆசிரியர் தொகை -10

   iii. ஆசிரியரல்லாத பிறருடைய மூலதனத்தைக் கொண்டு பிரசுரிக்கப்பட்டவை - 11

   vi. பிரசுர நிதி விவரம் தெரியாதவை - 05

7. இந்தியாவில் அச்சடிக்கப் பெற்றவை - 15
8. மொழி பெயர்ப்புக்கள் - 05

புனைகதைத் துறைகள் பற்றிய குறிப்புகள்

புள்ளி விவரத்திற் காணப்பட்டது போன்று இரண்டு அல்லது இரண்டுக்கும் மேற்பட்ட நூல்களை வெளியிட்ட எழுத்தாளர் தொகை மிகமிகக் குறைவே. வெளியிடப்பட்ட புத்தகங்களும் பதிப்புக்கு ஆயிரம் பிரதிகளே அச்சிடப்பட்டன. இவற்றுள்ளும் முழுப் பிரதிகளும் விற்பனையாகின என்று சொல்லிவிட முடியாது.

அச்சிடப்பட்ட நூல்களின் விற்பனை விநியோகத்திலும் ஆசிரியரே நேரடியாகத் தலையிட வேண்டியிருந்ததெனலாம். பெரும்பாலான ஆசிரியர்கள் அச்சிடுவதற்கான பணத்தைத்

தாமே முதலீடு செய்தமையால் இந்நிலைமை ஏற்பட்டது. ஒரேயொரு பிரசுர நிலையத்தைத் தவிர வேறெந்தப் பிரசுர நிலையமும் இத்தகைய புதிய ஆக்கங்களைப் பிரசுரிக்க முன் வந்ததெனக் கூற முடியாது. இலங்கையின் நிலைப்பாடுடைய பிரசுரகர்த்தாக்கள் புனைகதைகளை அச்சிட முன் வரவில்லை யென்றே கூறல் வேண்டும்.

பதிப்பு எண்ணிக்கை கொண்டும் விற்பனை விநியோகச் சீர்மையின்மை கொண்டும் பார்க்கும்பொழுது இப் புதிய நூல்களுக்கு வெகுசன வாசக வட்டம் இருக்கவில்லை என்பது துல்லியமாகப் புலப்படுகின்றது. தென்னிந்திய நாவல்களின் விற்பனையோடு ஒப்பிட்டு நோக்கும்பொழுது இவ்வுண்மை மேலும் நன்கு தெரிய வருகின்றது. இலங்கையில் தென்னிந்திய நாவல்கள், சிறுகதைத் தொகுதிகள் விற்பனை பற்றிய நம்பகமான புள்ளிவிவரங்கள் இல்லையெனினும், இலங்கைத் தமிழ் புனைகதை வெளியீடுகள் தமிழகத்துப் புனைகதைகள் போன்று இலங்கையில் விற்கப்படவில்லை என்பது எல்லோர்க்கும் தெரிந்த உண்மையேயாகும்.

ஈழத்துத் தமிழ்ப் புனைகதைகளின் விற்பனை குறைவுக்கு ஒரு முக்கிய காரணம், அவை நாட்டின் கல்வியமைப்புடன் இணைக்கப்படாதிருக்கப்படுவதாகும். சிங்களத்தில், கல்விப் பொதுத் தராதர உயர்நிலைப் பரீட்சைக்கு வாழும் ஆசிரியர் களின் நூல்களே பாடப்புத்தகங்களாக உள்ளன. தமிழில் இந்நிலைமையில்லை. இலங்கை எழுத்தாளர்களின் நூல்கள் பாடப் புத்தகங்களாக வைக்கப்பட்டுள்ளமை குறைவு. நவீன இலக்கிய வகைகளான நாவல், சிறுகதைகளைப் பொறுத்த வரையில் பிரசித்தி பெற்ற தமிழக எழுத்தாளர்களது நூல்கள் கூட பாடப் புத்தகங்களாக வைக்கப்படவில்லை. பேச்சுத் தமிழ் பற்றித் தவறான எண்ணம் நிலவியதாலேயே இந்நூல்கள் ஒதுக்கப்பட்டுள்ளன.

ஈழத்துத் தமிழ் எழுத்தாளரின் நூல்களின் விற்பனைக் குறைவுக்கு இவ்வெழுத்தாளரின் இலக்கிய நெறிச் செவ்வியும் ஒரு காரணமாகும். எமது எழுத்தாளர்களது இலக்கிய ஆக்கங்களில் இலக்கியப் பண்பு பெரிதும் போற்றப்படுவதால், அது பொழுது போக்குக்கான வாசக நூலாக அமைவதில்லை. சனரஞ்சகத் தென்னிந்திய எழுத்தாளரின் ஆக்கங்கள் பொழுது போக்கு

அமிசங்கள் நிறைந்தனவாகவுள்ளன. எமது எழுத்தாளர்களின் இலக்கிய நெறிப்பட்ட செம்மை போற்றப்பட வேண்டியதே. ஆனால் இலங்கையிலுள்ள பொதுவான வாசகர்களிடத்து இவை பெருமதிப்பைப் பெறுவதில்லை. விற்பனைக் குறைவுக்கு இதுவும் ஒரு காரணமாகும். இக்கண்ணோட்டங்கொண்டு பார்க்கும் பொழுது எமது இலக்கிய இயக்கமும், இலக்கிய ஆக்கங்களும் பொதுவில் எழுத்தாளர் சம்பந்தப்பட்டன வாகவும் காணப்படுகின்றனவே தவிரப் பொதுநிலை வாசகர் களைக் கவருவனவாக அமையவில்லை. இன்னொருவகையிற் கூறினால், எமது இலக்கிய இயக்கங்களின் தாக்கம் இன்னும் எமது மக்களிடையே பூரணமாகக் கவரவில்லை. தமிழகத்தின் மேன்மையிலுள்ள நம்பிக்கை எமது எழுத்தாளரின் ஆக்கத் திறனிலுள்ள நம்பிக்கையின்மை (இது குடியேற்ற நாட்டாட்சி முறைமை எம்மிடையே தோன்றுவித்த சுய அவநம்பிக்கை காரணமாகத் தோன்றியதாகும்) ஆகியனவும் இதற்குக் காரண மாகும்.

புனைகதைத் துறையின் விற்பனை நிலைமையும் அதன் பின்னணியாக அமையும் வாசகப் பண்பையும் பார்த்த நாம் அடுத்துப் புனைகதைத் துறையில் ஏற்படும் சில இலக்கிய மாற்றங்களைக் கவனிப்போம்.

சிறுகதையில் 1945-55இல் ஒரு புத்தகம் மாத்திரமே வெளிவந்துள்ளதாக சில கையேடுகள் குறிப்பிடுகின்றன. ஆனால் 1956-65இல் இத்தொகை திடீரென 40 ஆக உயர்கின்றது. பின்னர் அடுத்துவரும் 5 வருட காலப்பிரிவில் வெளியிடப்பட்ட நூல்களின் தொகை 16 ஆகிவிடுகின்றது. ஆனால் நாவல் துறையிலே 1948-55இல் பத்து நூல்களும், 1956-65இல் 35 நூல்களும் 1966-70இல் 26 நூல்களும் வெளியாகின்றன.

இப்புள்ளி விவரம் 1956-65 காலப் பிரிவைச் சிறுகதையின் உன்னத காலமாகக் காட்டுகின்றது. அத்துடன் 1966-70க்கான புள்ளிவிவரங்கள் நாவல்களே வளர்ச்சியுறுகின்றன என்ற உண்மையை எடுத்துக் காட்டுகின்றன.

இது புனைகதைத் துறையில் சிறுகதை, நாவல்களின் வளர்ச்சியின் சமூகவியலுண்மையை நிலைநிறுத்துவதாக அமைகின்றது.

சிறுகதை நாவலின் வளர்ச்சி நெறி பற்றிய விளக்கம் ஒன்றினை இக்கட்டுரையாசிரியர் தமது 'தமிழில் சிறுகதையின் தோற்றமும் வளர்ச்சியும்' என்ற நூலிற் குறிப்பிட்டுள்ளார்.

சமுதாய அமைப்பிலும் மனித உறவிலும் மாற்றங்கள் தோன்றி வளர்ந்து வரும் காலகட்டத்தில் வாழும் ஆக்க இலக்கிய கர்த்தாக்களின் உணர்வினைத் தாக்குவது புதிய சூழ்நிலையில் தோன்றும் மனித இன்னல் அல்லது புதிய சூழ்நிலையால் ஏற்படும் நடைமுறையே. இதுவே சிறுகதையின் கருவாக அமையும். குறிப்பிட்ட ஒரு சம்பவத்தில் (நிகழ்ச்சியில்) மனித மனம் படும் பாட்டை அல்லது ஒரு பாத்திரம் இயங்குகின்ற முறைமையைக் குறிப்பதுவே சிறுகதை.

சமுதாயத்தில் தோன்றி வளரும் அம்மாற்றங்களை நன்கு புலப்படப் புலப்பட அவற்றைப் பற்றிய அறிவு நன்கு தெளிவடையும். அப்பொழுது அம் மாற்றங்களை மனித வாழ்வுடன் தொடர்புறுத்திப் பார்க்கக்கூடிய அறிவுப் பின்னணி ஏற்படுகின்றது. ஏற்படவே சிறுகதையின் முக்கியத்துவம் குறையத் தொடங்கி நாவலின் முக்கியத்துவம் வளரத் தொடங்கும்.

ஈழத்துத் தமிழ்ப் புனைகதைகள் பற்றிக் குறிப்பிடும் பொழுது "இலங்கை எழுத்தாளர் பலர் இலக்கிய நோக்குடனும் தத்துவ நெறியுடனும் எழுதுபவராதலின் சிறுகதையாசிரியர் நிலையிலிருந்து நாவலாசிரியர்களாக வளர்ச்சியுறுவதைக் காணலாம்" என்று 'தமிழில் சிறுகதையின் தோற்றமும் வளர்ச்சியும்' என்னும் நூலில் வரும் குறிப்புக் கூறுகின்றது.

புனைகதைத் துறை பற்றி இவ்வளர்ச்சி நெறி இப்புள்ளி விவரங்களால் ஊர்ஜிதப்படுத்தப்படுவதை நாம் இன்று துல்லிய மாகக் காணக்கூடியதாக உள்ளது.

புனைகதை வளர்ச்சியின் இன்னொரு முக்கிய அம்சம் மொழிபெயர்ப்புகள் அதிகம் இல்லாமையாகும். இது தமிழகத்துப் புனைகதை வளர்ச்சிக்கும் ஈழத்துத் தமிழ்ப் புனைகதை வளர்ச்சிக்கும் காணப்படும் முக்கிய வேறுபாடாகும். தமிழகத்தில் பல மேனாட்டுப் புனைகதைகளும், பிற இந்திய மொழிகளிலுள்ள புனைகதைகளும் மொழிபெயர்க்கப் பட்டுள்ளன. இதற்கு முக்கிய காரணம் தமிழகத்தின் பிரசுரத் துறை முன்னேற்றமேயாகும். அரசாங்கமே, இந்திய மொழிகளில் வரும் புனைகதைகளின் மொழிபெயர்ப்பை ஊக்கி வருகின்றது. தமிழகத்தில் வெளியாகும் மொழிபெயர்ப்பு நூல்களை ஈழத்தவரும் வாங்கி வாசிப்பதற்கான விநியோக வாய்ப்புக்கள்

இருப்பதனால் ஓரளவுக்குப் பிற மொழிக் கதைகளை அறிவதற் கான வசதியிருந்ததென்றே கூறவேண்டும். ஆனால் இலங்கை யிலுள்ள பெரும்பான்மை மொழியான சிங்கள மொழியி லிருந்து ஒரேயொரு நூல்- மார்ட்டின் விக்கிரமசிங்காவின் 'கம்பெறலிய' மாத்திரமே மொழி பெயர்க்கப்பட்டுள்ளது. சாகித்திய மண்டலத்தால் வெளியிடப்பட்ட இம்மொழி பெயர்ப்பு விற்பனை வெற்றியீட்டவில்லை. ஆயினும் சிங்களச் சிறுகதைகள் சஞ்சிகைகள் பலவற்றிலும் தினப்பத்திரிகைகளின் வாரப்பதிப்புகளிலும் வெளியாகின.

சுய ஆக்கங்களையே விற்பனை செய்துகொள்ள முடியாத நிலையில், மொழிபெயர்ப்பிற் கவனஞ் செலுத்துவரென்பது முடியாதவொன்றேயாகும். ஆயினும் இக்காலப் பிரிவுகளிற் காணப்பட்ட இலக்கிய வளர்ச்சியின் ஒரு முக்கிய பண்பினை மொழிபெயர்ப்புக் குறைவு திறம்பட எடுத்துக்காட்டுகின்றது. இக்காலகட்டத்தில் ஈழத்துத் தமிழ் எழுத்தாளர்கள் தமது 'வெளிப்பாட்டுத் திறனை' வெளிக்கொணருவதிலேயே அதிக கவனஞ்செலுத்தினர். தமது சூழலையும் தமது பிரச்சினை களையும் சித்திரித்துக் காட்டுவதும் அவற்றை மதிப்பார்ந்த இலக்கியப் பொருளாக நிறுவுவதுமே அவர்களது முக்கிய நோக்கமாக இருந்தது.

உண்மையில் அதற்காக அவர்கள் ஒரு போராட்டத்தையே நடத்த வேண்டியிருந்தது. இதனால் ஈழத்து வாழ்க்கை பற்றிய புனைகதைகளே முக்கிய இடம்பெற்றன. இக்கால கட்டங்களிற் பிரதேசச் சூழ்நிலையைச் சித்திரிப்பதே இலக்கியக் கோட் பாடாகக் காணப்பட்டது.

மேலும் ஈழத்துத் தமிழ் எழுத்தாளரிடையே இரு சமூக நிலைப்பட்டோரைக் காணமுடியும். இச்சமூக நிலைப்பாடு 1953-65-இல் மிகத் துல்லியமாகத் தெரிந்தது. ஒரு பிரிவினர் ஆங்கில மூலங் கல்வி பெற்றுத் தமிழார்வத்தினால் தமிழிலக்கியம் படைக்க முன் வந்தவர்கள், இவர்கள் பிறமொழி இலக்கியங் களை ஆங்கிலத்திற் படித்தறியக்கூடிய வாய்ப்பினைப் பெற்றிருந்தனர். மற்ற பிரிவினர் தமிழ் மொழிமூலம் கல்வி பெற்றவர்கள். உண்மையில் இவர்களே ஆக்க இலக்கியத்தின் வேகத்தை நிர்ணயித்தவர்களாவர். தாம் வாழ்ந்த, தமக்குப் பழக்கமான வாழ்க்கைச் சூழலின் சுகதுக்கங்களைச் சித்திரிக்க முனைந்தனர். அவர்களைப்பொறுத்தமட்டில், அதுவே முக்கிய இலக்கிய வேட்கையாக இருந்தது, தாம் வாழ்ந்த சமுதாயத்தின் (அதுவரை அறியப்படாத) அற்புத ஓவியர்களாக மாறினர்.

உண்மையில் ஈழத்துத் தமிழ்ப்புனைகதைக்குத் தமிழக இலக்கிய அரங்கிலும், ஓரளவுக்கு உலக அரங்கிலும் (செக்., ரஷ்ய, ஆங்கில மொழி பெயர்ப்புக்கள் மூலம்) கணிப்பு நிலையைப் பெற்றுக் கொடுத்தோர் இவர்களே. தாம் கண்டறிந்த ஒரே வாழ்க்கை முறையை அம்மண்ணுக்கேயுரிய பிடிப்புடனும் (இலக்கிய) நாதத்துடனும் எடுத்துக் கூறினர். இது இலக்கிய உலகில் ஒரு புதுக்குரலை, அதுவரை கேட்கப்படாத குரலை வெளிக் கொணர்ந்தது. இத்தகைய சூழ்நிலையிலும் மொழி பெயர்ப்புக்கள் முக்கியத்துவம் பெறுவதில்லை யென்பது இலக்கிய வரலாறு காட்டும் உண்மையாகும்.

புனைகதைத் துறை பற்றிய இன்னுமொரு குறிப்பு, ஈழத்துத் தமிழ்ப் புனைகதைகள் சில இந்தியாவில் அச்சிடப் பட்டமை யாகும். இலங்கையைவிடத் தமிழகத்தில் அச்சுக்கூலி முதலியன குறைவெனினும், இந்தியப் பிரசுரத்தால் குறிப்பிட்ட ஆக்கம் பெருந்தொகையான இலக்கிய வாசகரை எட்டிற்று என்றே கூறவேண்டும். இந்தியாவில் அச்சடிக்கப் பெற்ற 15 நாவல்களில் 7 நாவல்கள் ஒருவரால் எழுதப்பட்டவை யாகும். இது தனிப்பட்ட வாய்ப்பினை உணர்த்துவதாக அமையலாம். புனைகதைகள் பல உள்ளூரில் அச்சடிக்கப்பட, அச்சடிக்கப்பட அச்சடிப்புத்தரமும் படிப்படியாக உயர்ந்து வந்துள்ளமையை நாம் காணலாம். இலங்கையிலுள்ள தமிழ் அச்சுவசதிகளை நோக்குமிடத்து இம்முன்னேற்றம் மிக்க ஊக்கம் தருவதாக அமைந்துள்ளது.

கவிதை

1.	1948-70இல் வெளியான நூல்களின் தொகை		98
2.	வெளியிடப்பட்ட காலப்பிரிவு	1948-55	09
		1956-65	38
		1966-70	43
	விவரம் தரப்படாதவை		19
3.	பல கவிஞர்களின் ஆக்கங்களைக் கொண்ட தொகுதிகளின் தொகை		09
4.	ஒன்றுக்கு மேற்பட்ட கவிதை நூல்களை வெளியிட்ட கவிஞர் தொகை		17

5. பிரசுரநிதி விவரம்:

   i. ஆசிரியர் மூலதனத்துடன் அச்சிடுவிக்கப் பெற்றவை 60

   ii. பிறரால் அச்சிடுவிக்கப் பெற்றவை 17

   iii. நிதி விவரம் தெரியாதவை 21

6. ஒரு பதிப்புக்கு மேல் வெளிவந்த கவிதை நூல் 01

7. இந்தியாவில் அச்சடிக்கப் பெற்றவை 02

8. மொழி பெயர்ப்புக்கள் 07

கவிதை வெளியீடுகளை ஆராயும் பொழுது மிக முக்கியமான உண்மையொன்றினை மனத்திருத்தலவசிய மாகும். கவிதையை இலக்கிய வாகனமாகக் கொள்வோர் இருவகைப்படுவர்:

அ) கவிதையையே- திட்டவட்டமாகக் கூறுவதானால், செய்யுள் யாப்பே- உண்மையான இலக்கிய வடிவமெனக் கருதுவோர்.

ஆ) கவிதையை உணர்ச்சி வெளிப்பாட்டு இலக்கிய வாகனமாகக் கொள்பவர்.

புதிய பரம்பரைக் கவிஞர்கள் இரண்டாவது பிரிவினுள்ளேயே வருவர். முதலாவது பிரிவினர் தம்மை மரபு நெறிவருவோர் என நினைத்துக் கொள்வர். இவர்கள் வசனத்திற் கூறப்படக் கூடியனவற்றையும் செய்யுள் யாப்பிலேயே கூறுவர். இக்காலப் பிரிவினுள் வரும் கவிதை (செய்யுள்) நூலொன்று வசனத்தில் ஏற்கெனவேயுள்ள ஒரு கதையினைச் செய்யுள் வடிவிலே தந்துள்ளது. கவிதை நூல்களின் தொகை புனைகதை நூல்களின் தொகையிலும் பார்க்க அதிகமாக இருப்பதற்கு இதுவொரு முக்கிய காரணமாகும். நூற்பட்டியல்களில் இடம் பெற்ற கவிதை நூல்களைவிடப் பிரதேச கோயில்களைப் பற்றிப் புலவர்கள் பாடிய பாக்கள் அநேகமுள்ளன. ஆனால் இவை இலக்கிய உந்துதல்கள் காரணமாக யாக்கப் பெற்றவையன்று.

கவிதை நூல்களின் தொகை அதிகமாய் காணப்படினும் தற்காலக் கவிதை நூல்களுக்கான வாசக வட்டம் மிகச் சுருங்கியதென்பது அனுபவவுண்மையாகும்.

தற்காலத் தமிழ்க் கவிதைத் துறையில் ஈழம் முக்கிய இடம் வகிக்கின்றதுண்மையெனினும், 'கணையாழி', 'கசடதபற', 'வானம்பாடி' போன்ற தமிழகத்து சஞ்சிகைகளில் வெளியிடப் பட்டு வரும் 'புதுக்' கவிதைகள் ஈழத்தில் 1970க்குப் பின்னரே தொகுதிகளாக வெளியிடப் பெற்றன. இக்காலத்து ஈழத்துச் சஞ்சிகைகளைப் பார்க்கும் பொழுதும் இந் நவ இயக்கம் ஈழத்திற் பெருவெற்றியீட்டவில்லை என்பது தெரியவரும். பொதுவில் ஈழத்துத் தமிழ்க் கவிதைகள் ஓசையடிப்படையை விடுத்துச் சென்று விடவில்லை என்பது புலனாகின்றது.

கவிதைத் துறையில், இரண்டு நூல்கள் மாத்திரமே இந்தியாவில் அச்சிடப் பெற்றுள்ளன என்பது கவனிக்கப்பட வேண்டியதாகும். கவிதைப் பிரசுரத் துறையில் புனைகதைப் பிரசுரத்துக்குரிய நிதியுதவிதானும் இல்லையென்பதும் நடை முறை உண்மையாகும். இதனால் பல கவிஞர் தமது ஆக்கங் களைத் தாமே மூலதனமிட்டு வெளியிட வேண்டியுள்ளது.

புனைகதை, நாடக இலக்கியங்களிற் காணப்படாத மதச் செல்வாக்கினைக் கவிதைத் துறையிற் காணலாம். சைவம், இஸ்லாம், கிறித்தவம் ஆகிய மதங்களின் நன்னெறிக் கருத்துக்கள், இறை ஈடுபாட்டுணர்வுகள் ஆகியன கவிதை நூல்கள் பலவற்றின் பொருளாக அமைந்துள்ளன.

நாடகம்

1.	1948-70இல் வெளியான நூல்களின் தொகை		49
2.	வெளியிடப்பட்ட காலப்பிரிவு	1948-55	05
		1956-65	21
		1966-70	19
	விவரம் தரப்படாதவை		04
3.	பிரசுர நிதிவிவரம்		
	i. ஆசிரியர் மூலதனத்துடன் வெளியிடப்பட்டவை		36
	ii. பிறரால் பிரசுரிக்கப்பட்டவை		13

iii. போட்டிப் பரிசில்களாக வெளியிடப்பட்டவை 03

iv. போட்டிக்காக எழுதப்பெற்றுப் பின்னர் ஆசிரியரால் பிரசுரிக்கப்பட்டவை 07

4. கிராமிய நாடகங்கள் (பதிப்புக்கள்) 09

5. கவிதை நாடகங்கள் 06

6. மொழிபெயர்ப்பு நாடகங்கள் 03

7. இந்தியாவில் அச்சிடப்பெற்றது 01

8. நாடக நூற்பொருள் பற்றிய விவரங்கள் (நவீனமுறை நாடக நூல்கள் பற்றியது)

i. வரலாற்று, ஐதிகக்கதை நாடகங்கள் 30

ii. வர்த்தமானச் சமூகப் பிரச்சினைகள் பற்றிய நாடகங்கள் 10

கவிதை, புனைகதைத் துறைகளிற் காணப்படாத புதிய பல அமிசங்கள் நாடகத் துறையிற் காணப்படுகின்றன.

நாடகம் எப்பொழுது இலக்கியமாகின்றது என்பது முக்கியமானவொரு பிரச்சினையாகும்.

தமிழில் நாடக இலக்கியம் (மேனாடுகளிற் கொள்ளப்படும் முறையில்) இல்லை என்பது நிதரிசனமான உண்மையாகும். பரணி, குறவஞ்சி, குறம், பள்ளு முதலியன தோற்றத்தில் நாடக வடிவங்களே. அவை பின்னர் இலக்கியப் பிரபந்தங்களாக்கப் பட்டன. வசன நாடக நூல்கள் என்று சொல்லப்படுபவை உண்மையில் 18ஆம் நூற்றாண்டுக்குப் பின்னரே தோன்று கின்றன.

உலகின் சிறந்த நாடக இலக்கியங்களாகப் போற்றப்படும் நாடக நூல்கள் சமகால நாடக மேடைத் தேவைகளுக்காகவே எழுதப்பட்டன. ஈஸ்கிலஸ், சொக்போக்கிளிஸ், மெனான்டர், செனெக்கா, சேக்ஸ்பியர், மொலியே, செக்கோவ், ரெனசி வில்லியம்ஸ், பிறேஃற், இயனஸ்கேர, பின்ற்றர் முதலிய நாடகாசிரியர் யாவரும் நாடக மேடைத் தேவைகளுக்காகவே எழுதினர். ஆக்கங்களின் இலக்கியச் சிறப்புக் காரணமாக அவை இலக்கியமாக முகிழ்த்தன; போற்றப்பட்டன. நாடகம் உயர்தர

இலக்கியமாகவும் போற்றப்படும் சமுதாயங்களில் நாடகம், சமூக வரையறையற்ற கலையாகும். இந்தியாவில் இந்நிலைமையிருக்க வில்லை (காளிதாசனின் நாடகங்கள் அரண்மனைத் தேவை கட்கான நாடகங்களே). இங்கு நாடகம் சமூக அந்தஸ்துக் குறைந்தவர்களாலேயே பயிலப்பட்டது. இவ்வுண்மை தமிழ்நாட்டுக்கும் பொருந்தும். இதன் காரணமாக ஆட்டத்திற் பயன்படுத்தப்பட்டவை இலக்கியமாக மிளிரவில்லை. இதனாலேயே 'பாடல்' இலக்கியமாக 'விலக்கு' இலக்கிய மாகாமலிருந்தது. அண்மைக் காலம்வரை நாடகத்தின் நிலை இதுவே. இன்றும் நாம் நாடகம் என்று சொல்வது ஆங்கில அறிவுடைய மத்தியதர வர்க்கத்தினரின் கலை முயற்சியையே. பாரம்பரிய நாடகங்களை (கூத்துக்களை) நாம் இன்றும் 'நாகரிகமற்றவை' என்ற கண்கொண்டே நோக்குகிறோம்.

இப்பின்னணி காரணமாக நாடகங்கள் இலக்கியமாக ஏற்கப்படுவது குறைவே. ஆயினும் மேனாட்டுத் தாக்கம் காரண மாக இத்துறை வளர்ந்து வருகின்றது. மேடையேற்றப்பட முடியாத நாடகங்கள் இலக்கியப் போர்வையுடன் அளிக்கப் பட்டவை. மாற்ற நிலைமையை உணர்த்தி நிற்கின்றன. மற்றும் வளரும் நாடக மேடைத் தேவைகளுக்கு நாடகங்கள் எழுதப்படும் பொழுதுதான் உண்மையான நாடக இலக்கியம் தோன்றும். ஈழத்திலும் வெளியான நாடகங்கள் பல இலக்கிய மாகக் கொள்ளப்பெற்று எழுதப்பட்டவையே. தமிழில் 'நாடக எழுத்துப் பிரதி' என்ற கோட்பாடு இன்னும் அந்நியமான வொன்றாகவேயுள்ளது. இந்நிலைமை மாறுதல் வேண்டும். மாற்றுவதற்கான சூழ்நிலையை அண்ணாதுரை, கருணாநிதி போன்றோரின் நாடகங்கள் ஏற்படுத்தியுள்ளன. அவை அரசியல் இயக்கத்தோடு சம்பந்தப்பட்ட படியினாலேயே இம்மாற்றங்கள் ஏற்பட்டன. (திரைப்பட வசனங்கள் நூல்களாக வெளியிடப் படத் தொடங்கியதும் இதனாலேயே).

மேடைக்கான நாடகங்கள் எழுதப்படுவதைப் போட்டி முறை மூலம் இலங்கைக் கலைக்கழகத்தின் தமிழ் நாடகக் குழு ஊக்கப்படுத்திற்று. பரிசில் பெற்ற நாடகங்களை அது வெளியிட்டும் உதவிற்று.

ஈழத்து நாடக நூல்களைப் பொருள்கொண்டு ஆராயும் பொழுது வரலாற்று நாடகங்களே அதிகமாக இருப்பதைக்

காணலாம். ஐதிகக் கதை கூறுபவை நாடகங்களாக்கப்பட்டுள்ளன. 1956-க்குப் பின் இலங்கைத் தமிழரிடையே தோன்றிய இன உணரவும், தி.மு.க.வின் நாடகத்துறைச் செல்வாக்கும் இதற்குக் காரணங்களாகும். புனைகதைகளிலும் பார்க்க, நாடகம் மூலம் மொழியபிமானத்தை எடுத்துணர்த்துவது சுலபமாகும். கவிதைக்கும் இக்கூற்றுப் பொருந்தும்.

சமூகப் பிரச்சினைகளைப் பொருளாகக் கொண்ட நாடகங்களின் தொகை மிக மிகக் குறைவே. பேராசிரியர் கணபதிப்பிள்ளையின் நாடகங்கள் இத்துறையில் முன்னோடியாக விளங்குகின்றன.

நாடகப் பிரிவில் மொழிபெயர்ப்புக்கள் மிக மிகக் குறைவாகவேயுள்ளன. நவீன உலக நாடக அரங்கில் முக்கிய இடம் வகிக்கும் நாடகாசிரியர்களது ஆக்கங்கள் ஒன்றாவது தமிழில் வெளியிடப்படவில்லை. கவிதை நாடக நூல்கள் ஆறு வெளியாகியுள்ளன. தமிழகத்தைவிட இலங்கையில் கவிதை நாடகங்கள் மேடையேற்றத்தில் வெற்றியீட்டியுள்ளன என்பது திருப்தியளிக்கும் உண்மையாகும்.

ஆனால் ஓரங்க நாடகங்கள் அதிகமாக நூல்வடிவில் வெளிவரவில்லையென்றே கூறவேண்டும். இதுவரையில் ஓரங்க நாடகம் எனக் கூறப்படத்தக்க நாடகம் ஒன்றே அச்சிடப் பட்டுள்ளதெனலாம்.

ஈழத்துத் தமிழ் நாடகத்துறையின் அண்மைக்காலச் சாதனைகளில் ஒன்று கிராமிய நாடக மறுமலர்ச்சியாகும். இத்துறையில் பேராசிரியர் வித்தியானந்தனின் சேவை மதிப்பிடற்கரியவொன்றாகும். கலைக்கழகத் தமிழ்நாடகக் குழு மூலமும் பல்கலைக்கழகத் தமிழ்ச் சங்கம் மூலமும் அவர் ஆற்றிய தொண்டின் காரணமாகவே இம்மாற்றம் ஏற்பட்டதெனலாம். கிராமிய நாடகப் பதிப்புக்கள் வெளிவந்த கால விவரம் இவ்வுண்மையை விளக்கும்.

1948	-	55	-	00
1956	-	65	-	04
1966	-	70	-	05

கலாநிதி வித்தியானந்தன் 1956 முதல் தமிழ் நாடகக் குழுவின் தலைவராக இருந்துள்ளார். 1967-க்குப் பின்னர் 70 வரையில் அவர் அப்பதவியிலிருக்கவில்லை. அக்காலத்தில் கிராமிய நாடக முன்னேற்றம் தடைப்பட்டது.

உள்ள புள்ளி விவரங்களின்படி ஒரேயொரு நாடகநூலே தமிழகத்தில் அச்சடிக்கப் பெற்றுள்ளது. அதுவும் சாகுந்தலத்தின் தமிழ் மொழிபெயர்ப்பாகும்.

நாடகத் துறையில் சமூக முற்போக்குக் கருத்துக்கள் முக்கிய இடம் பெறத் தொடங்கியமை அண்மையிலேயேயாகும். முருகையன் எழுதிய 'கடூழியம்', சுந்தரலிங்கத்தின் 'விழிப்பு' ஆகியன இத்துறையில் முதற்படிகளாக அமைந்துள்ளன. ஆனால் இவை இன்னும் அச்சுப் பதிவு செய்யப்படவில்லை. பிரதேச வாழ்க்கைப் பிரதிபலிக்கும் கவிதை நாடகங்களும், வசன நாடகங்களும் ஒரு சிலவே அச்சேறி உள்ளன.

1940-70இல் வந்துள்ள ஆக்க இலக்கிய நூல்கள் ஈழத்து இலக்கிய வளர்ச்சியின் அறிவு நிலைப்பட்ட தன்மையை எடுத்துக் காட்டுகின்றன. கோட்பாடு நெறிகளைக் கைவிடாது, ஆனால் சுருங்கிய அறிவு நிலை வட்டத்தை விட்டு இலக்கிய வளர்ச்சி மேற்செல்லின் ஈழத்திலக்கிய வெளியீடுகளுக்கான விற்பனை அதிகரிக்கும்.

ஈழத்திலக்கிய வெளியீட்டு வளர்ச்சியை நலியச் செய்த முக்கியமான அமிசம், தமிழகத்திலிருந்து வரும் இலக்கியங்களின் போட்டியாகும். பிரசுர வசதி, சந்தைப்படுத்தல் ஆகிய துறைகளில் தமிழகம் ஈழத்தைவிட எவ்வளவோ முன்னேறி யுள்ளது. ஈழத்துத் தமிழ் எழுத்தாளன் இப்போட்டியை எதிர்த்தே செயற்பட வேண்டியுள்ளது. சிங்கள எழுத்தாளர் களுக்கு இப்பிரச்சினையில்லையெனலாம். இத்தகைய போட்டிக் கிடையேயும் தமது இலக்கியத் தரத்தையும், திறனையும் நிலைநிறுத்தியுள்ள ஈழத்துத் தமிழ் எழுத்தாளரின் சாதனை போற்றப்பட வேண்டியதாகும்.

நாம் இப்பொழுது பார்த்துள்ள இம் முழுக்காலப் பகுதியையும் வருங்காலத்திற்குப் பின்னோக்காகப் பார்க்கும் இலக்கிய வரலாற்று மாணவன், 1948-1955 ஒன்றை ஒரு பிரிவாகவும், 1956-க்குப் பின்வரும் பிரிவை இன்னொரு பிரிவாகவும் (அதன் முடிவு இன்னும் ஏற்பட்டுவிடவில்லை) கொள்ளலாம். ஆனால் இவ்வாறு நுண்ணியதாகச் சம காலத்திலேயே நாம் இலக்கிய வளர்ச்சி நெறிகளைக் கூறு படுத்திப் பார்ப்பது எமது வளர்ச்சியினை நாம் விளங்கிக் கொள்வதற்குப் பெரிதும் உதவும். சமகாலச் சரித்திரச் சூழலை ஆராய்ந்து அந்நிலைக்கும் தேவைக்குமியையவே ஈழத்துத் தமிழ் எழுத்தாளர் தமது முன்னேற்றப் பாதையை வளர்த்துள்ளனர் என்பது இவ் இருபத்து மூன்று வருடகால இலக்கிய வரலாறு காட்டும் உண்மையாகும். இப்பண்பு 1947க்குப் பின் அண்மைக் காலம் வரை தமிழகத்தில் ஏற்படவில்லை என்றே கூறவேண்டும்.

இம் முழுக்காலப் பிரிவின் இலக்கிய வரலாற்றைப் பார்க்கும் போது ஈழத்துத் தமிழ் ஆக்க இலக்கியமானது, இலக்கியத்தைச் சமுதாய நல் வேட்கைக்கான கோட்பாடாக எண்ணித் துணிந்து செயலாற்றுபவர்களாலேயே பெரிதும் வளர்க்கப்பட்டுள்ளதென்பதுண்மையாகும். இதன் காரணமாக இலக்கிய வளர்ச்சி பற்றிய முன்னேற்றக் கருத்துத் தெரிவு எழுத்தாளனிடம் எப்பொழுதும் (அவன் எந்தக் கட்சி யினாயினுஞ் சரி) காணப்படுகிறது. இத்தகைய சமுதாய உணர்வு தமிழகத்து எழுத்தாளர் பலரிடத்து இல்லை என்பது பகிரங்க ரகசியமாகும். இலக்கியத்தை வெறும் பொழுது போக்கமிச மாகக் கொள்வதை இத்தகைய நோக்குத் தடை செய்கின்றது. இலக்கிய வளர்ச்சியை இது எவ்வாறு தடுக்கின்றது என்பதை முன்னரே பார்த்தோம்.

இலக்கியமென்பது எழுத்தாளனின் சுயவெளிப்பாட்டுத் திறனுக்கு முக்கியத்துவம் வழங்குவது என்ற கோட்பாட்டின் வன்மையான தொழிற்பாடு காரணமாக, ஆக்க இலக்கியத் துறையில் முன்னேற்றமடைந்தவை புனைகதை, கவிதை ஆகியனவே. ஆக்க இலக்கியத்துறையினுள் அடங்க வேண்டிய (ஆனால் சுயதிறன் வெளிப்பாட்டுக்கு மிதமிஞ்சிய முக்கியத்துவம் கொடுக்காது, கருத்துத் தெளிவு, மொழித்திறன், எடுத்துரைக்கும்

ஆற்றல் ஆகிய பலதிறப்பட்ட ஆக்கத்தொழிற்பாடுகளால் மாத்திரமே சிறக்கக் கூடியதான) குழந்தை இலக்கியம் நன்கு வளர்க்கப்படாமையை இங்குக் குறிப்பிடல் வேண்டும். வளர்ந்த வாசகர்களிடையே நாம் எதிர்பார்க்கும் மண் வாசனை வேட்கை, தேசிய உணர்வு முதலியனவற்றைக் குழந்தைகள் நிலையில் உண்டாக்குதல் அவசியமாகும். அதற்கான ஆக்கத்திறனிற் பூரண கவனஞ் செலுத்தப்பட வேண்டுவதவசியமாகும்.

ஆக்க இலக்கியம் கல்வியமைப்புடன் நன்கு பிணைக்கப்பட வேண்டுவதன் அவசியத்தை இத்துறையும் உணர்த்துகின்றது.

ஆக்க இலக்கியமென்பது நாட்டு வளர்ச்சியின் உந்து சக்தி; வரலாற்றின் கண்ணாடி.

(மல்லிகை)

❏

5

1970க்குப் பின் ஈழத்திலக்கியத்தில் தோன்றிய முக்கிய வளர்ச்சி நெறிகள்

முந்திய அத்தியாயங்களாக அமைந்த இரு கட்டுரைகளும் இலங்கையில் தமிழ் இலக்கியமானது தேசிய இலக்கியமாக முகிழ்த்தெழுந்த முறையினையும் அம் முகிழ்ப்புக் காரணமாகவும் அம் முகிழ்ப்பில் பரிணமிப்பாகவும் அமைந்த பண்புகளையும் எடுத்துக் கூறியுள்ளன. 1970ஆம் தசாப்தத்தின் இறுதியை நெருங்கிக் கொண்டிருக்கும் இன்றைய கால கட்டத்தில் 1970-க்குப் பின்னர் தோன்றியுள்ள முக்கிய வளர்ச்சி நெறிகளை இந்நூலிற் சுட்டிக் காட்டுவது அத்தியாவசியமாகின்றது. ஆனால், துரதிர்ஷ்டவசமாக 1948-70 கால கட்டத்திற்குச் செய்யப்பட்டது போன்ற, சான்றாதார வழி நிறுவப்பெற்ற ஆழமான ஆய்வு, 1970க்குப் பின்வரும் கால கட்டம் பற்றிச் செய்யப்படவில்லை. ஆயினும் இக்கால கட்டத்திலே மேற்கிளம்பிய முக்கிய இலக்கிய வளர்ச்சி நெறி அம்சங்களைப் பருவரைவாக எடுத்துக் கூறலாம். வர்த்தமான நிகழ்வுகளுக்கு அண்மித்ததாகவுள்ள வளர்ச்சி நெறிகளை அவ்வாறு குறிப்பிடுவதுதான் ஓரளவுக்குப் பொருத்தமான முறையுமாகும்.

1970க்குப் பின் ஈழத்திலக்கிய வளர்ச்சி நெறியில் முதலாவதாக எடுத்துக் கூறப்பட வேண்டுவது, ஈழத்துத் தேசியத் தமிழ் இலக்கிய வளர்ச்சியின் ஸ்திரப்பாட்டுக்கு அரசாங்க மட்டத்தில் மேற்கொள்ளப்பட்ட பாதுகாப்பு நடவடிக்கையே ஆகும். 1970இல் பதவியேற்ற அரசாங்கத்தில் இடதுசாரி

கட்சிகளும் (பொதுவுடைமைக் கட்சியாரும் சமசமாஜக் கட்சியினரும்) மந்திரி சபை மட்டத்திற் கூட்டாட்சி நடத்தியமை யால், ஈழத்துத் தமிழ் இலக்கியத்தின் தேசிய பரிணாமத்திற்காக முன்னின்றுழைத்த முற்போக்கு இலக்கிய இயக்கத்தினர் இப்பாதுகாப்பு நடவடிக்கைகளை உருவாக்குவதில் இடம் பெற்றனர்.

ஈழத்தின் தனித்துவமான வளர்ச்சிக்கும், வியாப்திக்கும் ஊறாகத் தமிழகத்திலிருந்து இறக்குமதி செய்யப்படும் வர்த்தக மயப்படுத்தப்பட்ட சஞ்சிகைகளின் செல்வாக்கு தொழிற் பட்டதென்பது பரவலாக நிலவிய கருத்தாகும். இலங்கையை பன்னெடுங்காலமாகத் தமது இலக்கியச் சந்தையாக மாத்திரம் பயன்படுத்தி இலங்கையின் இலக்கிய ஆக்கங்களுக்கு எவ்வித ஊக்கமும் கொடுக்காதிருந்து வந்த தமிழகத்து வணிகச் சஞ்சிகைகளின் இறக்குமதியைக் கட்டுப்படுத்த வேண்டுமெனத் தீர்மானிக்கப் பெற்றது. இதன் பயனாக ஆனந்தவிகடன், கல்கி, குமுதம், தினமணிக் கதிர் ஆகிய சஞ்சிகைகள் ஒவ்வொன்றும் வாரத்துக்கு நாலாயிரம் பிரதிகளும், கலைமகள், தீபம், தாமரை, ஜனசக்தி, மாத ஜோதிடம், அம்புலிமாமா, ஆராய்ச்சி முதலியன ஒவ்வொன்றும் இரண்டாயிரம் பிரதிகளும் இறக்குமதி செய்யப்படுவதற்கு இடமளிக்கப்பட்டன. திரைப்படங்கள் பற்றிய சஞ்சிகைகள் தடை செய்யப்பட்டன. இரண்டு மூன்று வருடத்திற்கொருமுறை இப்பட்டியல் மீண்டும் பரிசீலிக்கப் பெற்று, புதியன சேர்க்கப்படுவதற்கும் இடம் வகுக்கப் பெற்றிருந்தது.

இவ்விறக்குமதிக் கட்டுப்பாடு விதிக்கப்பெற்ற அதே வேளையில், இலங்கை அரசாங்கம் தனது அந்நியச் செலாவணித் தொகைப் பிரச்சினையைச் சமாளித்துக் கொள்வதற்காக இறக்குமதிகளைக் குறைத்தது. இப்பொதுக் குறைப்பினுட் புத்தகங்களும் இடம் பெற்றன. ஆங்கிலப் புத்தகங்களும் இக்குறைப்பினாற் பாதிக்கப்பெற்றன. ஆனால் ஆங்கிலச் சஞ்சிகைகளின் இறக்குமதியில் எவ்விதக் கட்டுப்பாடும் விதிக்கப் பெறவில்லை. தமிழைப் பொறுத்தவரையில், தேசிய இலக்கியத் தேவைகள் நிமித்தமாகவே அந் நடவடிக்கை எடுக்கப் பட்டதெனக் கூறப்பட்டது. இது, தமிழ் மக்களைப் பிரதிநிதித்துவம் செய்த இனநிலைப்பட்ட கட்சிகளினாலும் அக்

கட்சிகளைச் சார்ந்த இலக்கியவாதிகளினாலும் வன்மையாகக் கண்டிக்கப் பெற்றது. உலகப் பொதுவான தமிழின உணர்வை இலங்கையில் அடக்குவதற்குச் செய்த முயற்சியாகவே இது அவர்களால் எடுத்துக் கூறப் பெற்றது. அத்துடன் தமிழகத்திலிருந்து அத்தகைய சஞ்சிகைகளை அது காலவரை கட்டுப்பாடெதுவுமின்றி ஏற்றுமதி செய்து, அதன் பயனாக அதிக இலாபம் பெற்ற நிறுவனங்களாலும் இது கண்டிக்கப்பெற்றது.

இக்கட்டுப்பாட்டின் சாதக, பாதக அமிசங்கள் எவ்வாறு எடுத்துக் கூறப்பட்டனவென்பதை விடுத்து, இக்கட்டுப்பாடு ஏற்படுத்திய பன்முகப்பட்ட தாக்கங்களை அறிதல் அவசியமாகின்றது.

அவற்றுள் முக்கியமாக எடுத்துக் கூறப்படத்தக்கது இலங்கையிற் பிரசுரிக்கப் பெற்ற சஞ்சிகைகள் பிரசுர நிலை பேறுடைமை பெற்றதேயாகும். இதனால் 'மல்லிகை' என்னும் இலக்கிய சஞ்சிகையும், 'சிரித்திரன்' என்னும் சஞ்சிகையும் தம்தம் வாசக வட்டத்தைப் பெருக்கிக் கொண்டது மாத்திரமல்லாது, நிலையான பிரசுரங்களாகவும் வெளிவரத் தொடங்கின. திரைப்படத் துறையினைப் பொறுத்தவரையில் 'கீதா' என்னும் புதிய தமிழ்ச் சஞ்சிகையொன்று இலங்கையிற் பிரசுரிக்கப்படலாயிற்று. இவற்றை விட சிறுவர் இலக்கியச் சஞ்சிகைகளும் எழத் தொடங்கின. அந்நியச் செலாவணிப் பிரச்சினையும் சஞ்சிகை இறக்குமதிக் கட்டுப்பாடும் ஒருங்கியங்கிவந்த காரணத்தினால் தளர்வுற்றிருந்த தமிழ்ப் புத்தக இறக்குமதிக்கு ஈடு செய்யும் வகையில், இலங்கையில் புதிய வர்த்தக அமைப்புடைய ஒரு பிரசுர நிறுவனம் இலங்கையின் முக்கிய தமிழ்த் தினசரிகளுள் ஒன்றான 'வீரகேசரி'யினை வெளியிடும் நிறுவனத்தினரால் 'வீரகேசரிப் பிரசுரங்கள்' என்ற பெயரிலே தொடங்கப் பெற்றது.

வீரகேசரிப் பிரசுர நிறுவனத்தின் தோற்ற முக்கியத்துவம் பற்றி ஆராய்வதற்கு முன்னர், இலங்கையிலிருந்து தமிழ் இலக்கியங்களை இந்தியாவிற்குள் இறக்குமதி செய்வதற்கு இந்திய அரசாங்கச் செலாவணி விதிகள் தடையாயிருந்த மையையும் இங்குக் குறிப்பிடல் வேண்டும். தமிழ்நாட்டு வாசகர் ஒருவர் இலங்கைத் தமிழ் சஞ்சிகைகளுக்குச் சந்தாப் பணம்

கட்டுவதற்குக் கூட அனுமதி வழங்கப்படுதல் இயலாதென எடுத்துக் கூறப்பட்டது. இக்காரணமும், புத்தக இறக்குமதித் துறையில் ஏற்கெனவே நிலவிய ஒவ்வாநெறிகளும் நிலைமையைச் சிக்கற்படுத்தவே முதலாளித்துவச் சந்தை விதிகளின் இயல்பான தொழிற்பாட்டிற்கியைய வீரகேசரிப் பிரசுர நிறுவனம் தோன்றிற்று.

வீரகேசரிப் பிரசுர நிறுவன அமைப்பு ஈழத்தின் இலக்கியச் செல்நெறியைப் பெரிதும் மாற்றிற்று எனலாம். இலங்கைத் தமிழ்ப் புத்தகத் துறையினைப் பொறுத்தவரையில், இலங்கையின் வரலாற்றிலேயே முதல் தடவையாக நிலைபேறு டைய வர்த்தக நிறுவனமொன்று, அதுவும் நாளிதழ் ஒன்றினை நடத்திவரும் நிறுவனமொன்று, பாடப் புத்தகங்களல்லாத இலக்கியப் புத்தகங்களை வெளியிடத் தொடங்கிற்று. நாளிதழுக்கிருந்த விநியோக அமைப்பு மூலமும், நாளிதழ் வழங்கிய விளம்பர வாய்ப்பு மூலமும் இந்நிறுவனம் வெகு சீக்கிரத்தில் ஸ்திரமான நிறுவன அமைப்பாக இயங்கத் தொடங்கிற்று. வீரகேசரிப் பிரசுரம் என்ற இலச்சினையுடன் புனைகதைகள், பயண நூல்கள் முதலியனவற்றையும், ஜன மித்திரன் என்ற இலச்சினையுடன் (மித்திரன் என்பது வீரகேசரி நிறுவனத்தின் நாளாந்த மாலையிதழாகும்) இலக்கியக் கணிப்பற்ற பரபரப்பூட்டும் விடயங்கள், வாழ்க்கை வரலாறுகள் பற்றிய நூல்களையும் சில நாவல்களையும் வெளியிடத் தொடங்கிற்று. 1977இல் நான் மேற்கொண்ட ஓர் ஆய்வின்படி நான்கு வருட காலத்துள் இவ்விரு பிரசுரங்களின் வழியாக வெளிவந்த 65 நூல்கள் ஏறத்தாழ ஒரு லட்சத்துப் பதினாறாயிரம் வாசகர்களால் வாசிக்கப்பெற்றன என்பது தெரிய வந்தது

இலக்கிய பிரசுரமான வீரகேசரிப் பிரசுர வரிசையில் ஈழத்தின் ஆக்க இலக்கியகர்த்தர்கள், ஏற்கெனவே இலக்கிய மதிப்புப் பெற்றிருந்த டானியல், கதிர்காமநாதன், சொக்கன், கனகசெந்திநாதன், அருள் சுப்பிரமணியம், செங்கை ஆழியான் போன்றோரது ஆக்கங்கள் இடம் பெற்றன.

வீரகேசரிப் பிரசுர நிறுவனத்தின் தோற்றம் இலங்கையின் தமிழிலக்கிய வரலாற்றில், முதல் தடவையாக வர்த்தக நோக்குடன் இயங்கும் பிரசுர நிறுவனத்தினை எடுத்துக்

காட்டுகின்றது. வெகுசன ருசிக்கேற்ப ஆக்கங்கள் அமைய வேண்டுமென ஆசிரியர்கள் பணிக்கப் பெற்றனர். பணிப்புப் பெறாத ஆசிரியர்களும் அப்பண்புக்கேற்ற வகையிலேயே தமது ஆக்க இலக்கியங்களை அமைக்கத் தொடங்கினர். எனினும், வீரகேசரிப் பிரசுர நிறுவனம் வாயிலாக 1970-க்குப் பின்னர் இலங்கையில் எழுந்த முக்கிய நாவல்களும் பல வெளிவந்தன என்னும் உண்மை மறுக்கப்பட முடியாததாகும். செங்கையாழி யானின் 'வாடைக் காற்று' பால மனோகரனின் 'நிலக்கிளி' போன்றவை உதாரணமாகும்.

வீரகேசரிப் பிரசுர நிறுவனம் பிற பிரசுரகர்த்தர்களின் நூல்களுக்கும் ஒரே வேளைகளில் விநியோக உரிமையையும் பெற்றிருந்தது. அருள் சுப்பிரமணியத்தின் 'அவர்களுக்கு வயது வந்துவிட்டது' என்னும் நாவலை இதற்கு உதாரணமாகக் கூறலாம்.

நூலாசிரியனே பிரசுரகர்த்தனாகவும் விநியோகஸ்தனாகவும் இயங்கி வந்த ஈழத்து ஆக்க இலக்கியப் பிரசுரத்துறையில், வீரகேசரி நிறுவனம் பெருமாற்றத்தை ஏற்படுத்தி ஆசிரிய ராகவும், பிரசுரகர்த்தர்களாக இயங்கும் தனி நபர் பிரசுர முயற்சிகளுக்கு வாய்ப்பளிக்காது தடுத்துள்ளதெனலாம்.

ஆனால் அதே வேளையில் இந்நிறுவனத்தின் வெற்றிச் சாதனைகள் பிறரை இத்துறையில் நிறுவன ரீதியாக இயங்க ஊக்கியுள்ளது. வரதர் வெளியீடு, மாணிக்கம் பிரசுரம் ஆகியவற்றை உதாரணமாகக் கூறலாம், தனிநபர் பிரசுர கர்த்தர்களின் மீதான இவ்வணிக நிலைத்தாக்கம் முற்போக்குப் பொருள் அமைதியுடைய நூற்பிரசுரத்துக்குத் தடையாக இருத்தல் கூடாதெனும் நோக்கத்துடன் இலங்கை முற்போக்கு எழுத்தாளர் சங்கத்தின் உபநிறுவனமான எழுத்தாளர் கூட்டுறவுப் பதிப்பகத்துக்கு மீண்டும் புத்துயிர் அளிக்கப் பெற்றது.

இவ்வாறாக இலக்கிய பிரசுர முறைமை பெரிதும் மாறியுள்ளமை, 1970க்குப் பின் காணப்படும் இலக்கியப் பண்புகளில் ஒன்றாகும். அடுத்து, முக்கிய இடம் பெறுவது சிங்கள, தமிழ் எழுத்தாளர் கூட்டுறவும் இலக்கியப் பரிவர்த்தனை யுமாகும். 1970 முதல் 77 வரை ஆட்சியிலிருந்த அரசாங்கத்தில் இடதுசாரிக் கட்சிகள் 1975 வரை கணிசமான வலுவுடன் இயங்கி

வந்தமையால் இக்கூட்டுறவு வளர வாய்ப்புக்கள் ஏற்பட்டன. இலங்கை முற்போக்கு எழுத்தாளர் சங்கம் தேசிய ஒருமைப் பாட்டை வற்புறுத்தியதன் காரணமாகவும், பொதுவுடைமைக் கட்சி சார்புடைய மக்கள் எழுத்தாளர் முன்னணி சிங்கள- தமிழ் எழுத்தாளர்களை ஒரே நிறுவனத்தில் அங்கம் வகிக்க ஊக்கியமையாலும் தேசிய புத்தக அபிவிருத்திச் சபை சாகித்திய மண்டலம் போன்ற அரசாங்க நிறுவனங்கள் சிங்கள- தமிழ் இலக்கியங்களின் வளர்ச்சியில் ஓரளவு சம கவனம் செலுத்திய மையாலும் இக்கூட்டுறவு பலப்படுவதற்கு வாய்ப்புக்கள் பல தோன்றின. இதன் காரணமாகச் சிங்கள சிறுகதைகள் தமிழிலும் தமிழ்ச் சிறுகதைகள் சிங்களத்திலும் மொழிபெயர்க்கப்பட்டன. இத்துறையில் கனகரத்தினம், சிவா சுப்பிரமணியம், நாணயக்கார வஜ்ரசேன ஆகியோரது பணி கணிசமானதாகும். ஆயினும், சிங்கள இலக்கியங்கள் தமிழில் மொழிபெயர்க்கப்பட்ட அளவுக்குத் தமிழ் இலக்கியங்கள் சிங்களத்தில் மொழி பெயர்க்கப்படவில்லையெனலாம்.

நாடகத்துறையில் இக்கூட்டுறவு நன்கு துலங்கிற்றெனலாம், இலங்கைக் கலாசாரப் பேரவையினால் தனித் தனியே நடாத்தப் பெற்று வந்த வருடாந்த நாடக விழா 1977 இல் முதல் தடவையாக இரு நாடகத் துறைகளையும் இணைத்த தேசிய நாடக விழாவாகக் கொண்டாடப் பெற்றது.

தேசிய இணைப்புச் சக்திகள், இடதுசாரி இயக்கம் காரணமாக ஒன்றிணைந்து தொழிற்பட்ட இதே காலப் பிரிவில் தமிழின் தனித்துவத்தை வற்புறுத்தும் இலக்கியவாதிகளின் இலக்கிய இயக்கங்களும் முனைப்புடன் இயங்கி வந்தன. 'சுடர்' என்னும் அவர்களது சஞ்சிகை இவ்வியக்கத்தின் நிலைக்களனாக விளங்கிற்று.

மேலும் இக் காலகட்டத்தில் மார்க்சிய நெறி சார்ந்த முற்போக்கணியினருடன் சாராமலும், அதே வேளையில் இனவாதச் சார்புடையோருடன் சாராமலும் இயங்கி ஒரு தனிநிலை இயக்கத்தினரும் வலிமை பெற்றனர். 'மார்க்சியத்துக்கு அப்பாலான' விமரிசனத்திலும் ஆக்க நெறிகளிலும் ஈடுபட்டு வந்த இவர்களுக்கு மு.தளையசிங்கம் வழிகாட்டியாக விளங்கு கிறார். அவரின் மறைவின் பின்னர் இவர்கள் மார்க்சிய எதிர்ப்பு நிலைப்பட்ட அழகியல்வாதிகளாக மாறினர் எனலாம்.

இக்குழுவினரின் தோற்றம் ஈழத்து இலக்கிய விமரிசனப் போக்கில் ஒரு முக்கிய மாற்றத்தையுண்டாக்கிற்றெனலாம்.

இலக்கியச் சூழல் பற்றிய இக்கால கட்டப் பண்புகளில் முக்கியமானதாக அமைவது, சஞ்சிகை இறக்குமதிக் கட்டுப்பாடு கொண்டுவரப்பட்ட பொழுது எடுத்துக் கூறப்பட்ட தமிழக இலக்கியத் தொடர்புச் சிதைவு பற்றிய பயம் பொய்யாக்கப் பட்டமையாகும். அதற்கு முற்றிலும் மாறாக, இக்கால கட்டத்தில் தமிழகத்து இலக்கிய இயக்கங்களுடன் ஈழத்து இலக்கியகர்த்தர்கள் பூரணமான தொடர்புகொண்டிருந்தனர். ஈழத்து முற்போக்குவாதிகளுக்கும் தமிழகத்து முற்போக்கு இலக்கியவாதிகளுக்குமிடையே நிலவி வந்த ஒற்றுமையையும், கருத்துப் பரிவர்த்தனையையும், அதே போன்று மார்க்சிய எதிர்ப்பணியினரான தமிழகத்து இலக்கியவாதிகளுக்கும் ஈழத்து இலக்கியவாதிகள் சிலருக்குமிருந்த தொடர்பையும் இதற்கு உதாரணமாகக் கூறலாம். இக்கூட்டுறவின் இலக்கிய முனைப் பினைப் புதுக்கவிதை இயக்கத்தின் முனைப்பிலும் இலக்கிய விமரிசன முனைப்பிலும் காணக் கூடியதாக இருந்தது. 1970-க்கு முன்னர் காணப்பட்டது போன்று, இக்கால கட்டத்திலும் ஈழத்து இலக்கியகர்த்தர்களின் பிரசுரங்கள், சிறப்பாக இலக்கிய விமரிசனப் பிரசுரங்கள் தமிழ்நாட்டிலிருந்து வெளியிடப் பெற்றன.

1970க்கு பின்னர் தோன்றி முகிழ்த்த ஈழத்து இலக்கியச் செல்நெறிகளைப் பொறுத்தவரையில் மிக முக்கிய இடம் பெறுவது புதுக்கவிதை இயக்கம் ஈழத்திற் பெற்ற வேகமான வளர்ச்சியே. ஈழவாணன், கலைகராசன் ஆகியோரது புதுக் கவிதைத் தொகுதிகள் வெளியாயின. புதுக்கவிதையின் இலக்கிய ஏற்புடைமை பற்றி மு.பொன்னம்பலம், முருகையன், கைலாச பதி, எம்.சிறீபதி, செ.யோகராசா, கா.சிவத்தம்பி ஆகியோர் விமரிசனக் கட்டுரைகளை எழுதினர். புதுக்கவிதையின் வரலாறு பற்றி ஸ்ரீபதியும் யோகராசாவும் செய்த ஆய்வுகள் முக்கிய மானவையாகும். ‘தீப’த்தில் வல்லிக்கண்ணனது புதுக்கவிதை பற்றிய கட்டுரைத் தொடர் வெளிவருமுன்னரே இம்முயற்சிகள் மேற்கொள்ளப்பட்டனவென்பது கவனிக்கப்பட வேண்டிய ஒன்றாகும்.

புதுக்கவிதை வியாப்தியினை அடுத்து முக்கியத்துவம் பெறுவது, மேலே குறிப்பிடப் பெற்ற மார்க்சியத்துக்கு அப்பாலான செய்யுட் பாட்டு விமரிசன முறைமை ஆகும். செய்யுள் என்பது மனிதனது ஆத்ம மலர்ச்சியை எடுத்துக் காட்டும் இலக்கிய வடிவமாக, பொருளாக முகிழ்க்கும் நவ இலக்கிய அம்சமென இக்குழுவினர் வாதிட்டனர். மு.தளைய சிங்கத்தினால் தொடங்கி வைக்கப் பெற்ற இவ்வியக்கம் அவர் மறைவின் பின்னர் ஓரளவு வலுவிழந்ததெனலாம்.

இதே வேளையில் பொதுப்படையான முற்போக்கு வாதத்துக்கும் மேற்சென்று பிண்டப் பிரமாணமான மார்க்சிய விமரிசனக் கோட்பாடுகளை இலக்கிய அளவுகோலாகக் கொள்ள வேண்டுமென்ற இயக்கமும் இக்கால கட்டத்தில் வலுவடையத் தொடங்கிற்று.

புனைகதைத் துறையினைப் பொறுத்தவரையில் அது காலவரை ஈழத்து இலக்கியத்திற் பெரு முக்கியத்துவம் பெறாதிருந்த பிரதேசங்களைக் களமாகக் கொண்டு நாவல்கள், சிறுகதைகள் எழுதப்படும் பண்பும் வலிமை பெறத் தொடங்கு கின்றது. வன்னியப் பிரதேச வாழ்க்கையைச் சித்திரிக்கும் பால மனோகரனின் 'நிலக்கிளி' இதற்கு நல்ல உதாரணமாகும். திருகோண மலையைக் களமாகக் கொண்டதாயினும், தமிழ்-சிங்கள உறவைக் கலையழகும் யதார்த்தமும் அற்புதமாக இணையச் சித்திரித்த அருள் சுப்பிரமணியத்தின் 'அவர்களுக்கு வயதுவந்துவிட்டது' என்னும் நாவலும் இக்கால கட்டத்திலேயே (1974) தோன்றியது. ஆனால் இவ்விரு ஆசிரியர்களும் பின்னர் வீரகேசரிப் பிரசுர வெளியீடுகளாக வந்த அவர்களது நாவல் களில் தமது ஆக்கத் திறனின் வளர்ச்சியினைக் காட்டத் தவறி விட்டனரெனலாம். இதனைச் சுய குறைபாடாக மாத்திரம் அன்றி வர்த்தக மயப்படுத்தப்பட்ட இலக்கிய வெளியீட்டு முறைமையின் தாக்கமாகவும் கொள்ளல் வேண்டும்.

இலக்கியச் செல்நெறிகளை விடுத்து இலக்கிய வளர்ச்சியின் கல்வித்துறைத் தொடர்பினை நோக்கும்பொழுது, 1970க்குப் பின்னர் கல்வித் துறையில் நவீன இலக்கியக் கோட்பாடுகள் கனிஷ்ட பாடசாலை நிலையிலிருந்தே இலக்கியங் கற்பித்தலில் முக்கிய இடம் பெற்றன.

❑

6

இலங்கையில் தமிழிலக்கியத்தின் அண்மைக் காலப்போக்கும் கலாசார ஒருங்கிணைப்பும்

I

இலக்கியம் என்பது உண்மையில் ஆழப்பதிந்த சமூகப் பிரக்ஞையின் வெளிப்பாடாகும். இலங்கை இன்று இனங்களினது வேறுபாடுகளின் சின்னமாகப் பண்பாடுதான் கொள்ளப்படுகின்றது. பண்பாட்டு அடையாளங்களைக் கொண்டே இனத்துவ அடையாளம் செய்யப்படுகின்றது. பண்பாட்டுத் துறையிற் பயமின்றிச் சீவிக்க முடியாதவரை சமாதானத்துக்கான மனநிலையே ஏற்படாது.

'தமிழின் அண்மைக்கால இலக்கியம்' 'பண்பாட்டு ஒருங்கிணைப்பு' என்ற இந்த இரண்டு பிரச்சினைகளையும் இணைப்பது சற்று அசாதாரணமான ஒரு நிகழ்ச்சியே. ஆனால் இது நிச்சயமாகக் கிளப்பப்பட வேண்டிய பிரச்சினையாகும். இந்தப் பிரச்சினை கிளப்பப்படுவதும், நேர்மையான பதில் தரப்படுவதும் அவசியமாகும்.

***

முதலில் 'பண்பாட்டு ஒருங்கிணைவு' என்பது எதனைக் குறிக்கின்றது என்பதை நோக்குவோம். ஆங்கிலத்திலுள்ள Integration என்னும் சொல்லினையே நாம் இங்கு அடிப்படையாகக்

கொண்டு இந்த மொழிபெயர்ப்பைச் சொல்கின்றோம். "Integrate" என்பதற்கு ஒக்ஸ்ஃபோர்ட் சுருக்க அகராதி பின்வரும் அர்த்தங்களைத் தருகின்றது:

Integrate - Complete (imperfect thing) by addition of parts (into a whole) Combine, (முழுமையடையாத ஒன்றை, முழுமையுள்ள ஒன்று ஆக்குவதற்குப்) பகுதிகளைச் சேர்த்துப் பூர்த்தி செய்தல். ஒருங்குசேர்த்தல்.

"Integration" என்பதற்கு Integrating (ஒருங்கிணைத்தல்); ending of racial segregation (இன ஒதுக்கற் பாட்டைக் கைவிடல்); Combination of diverse/elements of perception (புலப்பதிவின் பல்வேறு அமிசங்களையும் ஒருங்கு சேர்த்தல்) என அகராதி விளக்கம் தரும். நமது நிலையில் இதன் கருத்து யாது?

இலங்கைப் பண்பாடு ஒன்றாக இருக்க வேண்டுமெனில், சிங்கள, முஸ்லிம் பண்பாட்டுக் கூறுகளுடன் தமிழ்க் கூறும் இணைய வேண்டும் என்பதாகும். இந்த இணைவு எவ்வாறு நிகழும் என்பது பற்றிச் சமூகவிஞ்ஞானத் துறையில் நன்கு எடுத்துக் கூறப்பட்டுள்ளது.

பண்பாடுகளின் இணைவு பற்றிப் பேசும்பொழுது, சமூகவியலாளர்களும், மானிடவியலாளர்களும் இரண்டு பதங்களைக் குறிப்பிடுவார்கள். இவை, Acculturation/Assimilation என்பனவாகும்.

Acculturate என்பதனை "தொடர்புறவின் மூலம் வேறுபட்ட இன்னொரு பண்பாட்டின் (நம்பிக்கைகள், வழக்காறுகள் முதலான) கூறுகளை எடுத்தமைத்துக் கொள்ளுதல்" என்னும் கருத்துப்பட Adopt a different culture (beliefs and customs etc) through contact என்றும், Assimilate என்பதனை 'போல ஆக்குதல்' முறைமைக்குள் உள்வாங்கல்' என்னும் கருத்துப்பட, To make like absorb into the system என்றும் கருத்துக் கூறுவர்.

ஒருங்கிணைப்பு என்பது 'ஒன்றாக்குகை' அல்ல. அதனை எந்தப் பண்பாடும் விரும்பாது. அதுவும் சனநாயக உலகில் இது ஏற்றுக்கொள்ளப்படக் கூடிய ஒரு நிலைப்பாடு அல்ல.

நாங்கள் சிங்களவர்களாகவும், தமிழர்களாகவும், முஸ்லிம் களாகவுமிருந்துகொண்டு அதே வேளையில் ஒரு இலங்கைப்

பண்பாட்டை உருவாக்க முனைய வேண்டும். நான் தமிழனாகவும் இலங்கையனாகவும் இருக்க விரும்புகிறேன்.

***

அடுத்து, தமிழ் இலக்கியத்தின் அண்மைக் காலப் போக்குகள் பற்றி நோக்குவோம்.

இலங்கையின் தமிழ் மொழியின் நிலைமை சுவாரசிய மானது. அதை இரு இனங்கள் (தமிழர்கள், முஸ்லிம்கள்) தங்கள் தாய்மொழியாகக் கொண்டுள்ளனர். மூன்று மதத்தினர் (இந்துக்கள், இஸ்லாமியர், கிறித்தவர்கள்) அதன் மூலம் தம் ஆத்ம உயிர்ப்புக்களை வெளியிடுகின்றனர்.

இலங்கையில் இந்த மொழியின் பயன்பாட்டில் ஓர் இருகிளைப்பாடு தெட்டத்தெளிவாக உண்டு. அதாவது இலக்கியம் இரண்டு விடயங்களுக்குப் பயன்படுகிறது.

1. மதப் பாரம்பரியங்களை இலக்கியத்தின் மூலம் பேணல்.
2. சமூகப் பிரச்சினைகளை இலக்கியத்தின் மூலம் எடுத்து ரைத்தல்; விவாதித்தல். 'இலக்கியம்' என்று வரும்பொழுது தமிழ், முஸ்லிம் படைப்புக்கள் ஒன்றாகவே பார்க்கப் படுகின்றன.

இங்கு இரண்டாவதாகக் கூறப்பட்டதே முக்கியமாகின்றது. இன்றைய இலங்கையின் பிரதான பிரச்சினையான இனப் போராட்டத்தை இலக்கியம் பிரதிபலிக்காமல் இருக்க முடியாது. அது பிரதிபலிக்கின்றது.

இலங்கையின் தமிழ் இலக்கியம் (இதனை ஈழத்து இலக்கியம் என்று கூறுவதே மரபு) 1983 முதல் இனப் பிரச்சினை களையும், அதன் வழி வரும் தாக்கங்கள் ஒவ்வொன்றையும் தவிர வேறொன்றையும் எடுத்துக் கூறவில்லை. இது இலங்கையில் தமிழிலக்கியப் பிரதேசங்கள் என நாம் சாதாரணமாக எடுத்துக் கூறும் ஒன்பது பிரதேசங்களுக்கும் பொதுவானதாகும். இந்த ஒன்பது பிரதேசங்களிலும் இனப்பிரச்சினையே இன்று முக்கிய பிரச்சினையாகவுள்ளது.

இந்த இனத்துவப் போராட்டத்தாக்கம் முதன்முதலில் கவிதையிலேயே வெளிவந்தது. கவிஞர்கள் பலர் 1981 முதல் இனப்போராட்டத்தின் மனித நிலைப்பாதிப்புக்களைக் கவிதைகளில் எழுதினர். சண்முகம் சிவலிங்கம், 'வெளியார் வருகை' என்ற தனது கவிதையில் எழுதிய ஒரு வரி, இந்தக் கவிஞர்களதும் மக்களினதும் நிலைமையைத் தொகுத்துக் கூறுவதாய் இருந்தது. 'மரணத்துள் வாழ்வோம்' என்பது அந்த வரியாகும். இந்தத் தலைப்பில் 1985இல் ஒரு கவிதைத்தொகுதி வெளிவந்தது.

1981 இன் நூல் நிலைய எரிப்பு எமது இலக்கிய வெளிப்பாட்டிலே ஒரு பிரிகோடாக அமைந்தது. அதுபற்றி இன்று அமரத்துவம் பெற்றுள்ள இரண்டு படைப்புக்கள் உள்ளன. ஒன்று நுஃமானின் 'புத்தரின் படுகொலை' (1981). மற்றது சேரனின் 'இரண்டாவது உதயத்தில் வரும் ஒரு சரிதை' அதில் ஒரு வரி வரும் 'முகில்களின் மீது நெருப்புத் தன் சேதியை எழுதியாயிற்று' என்று.

பாதுகாப்புப் படையினர் ஏற்படுத்திய துன்பத்தினைச் சண்முகம் சிவலிங்கம் தனது 'எமது பாடுகளின் நினைவாக' என்ற கவிதையில் வெகு உருக்கமாகப் பொறித்துள்ளார்.

அண்மைக்காலத்து ஈழத்துத் தமிழிலக்கியத்தினை, சற்று நுண்ணியதாகப் பின்வரும் காலக் கூறுகளாக வகுத்துக் கொள்ளலாம்:

1983-1987

1987-1990-இந்தியப்படை இங்கிருந்த- காலம்

1990-க்குப்பின்,

1995இல் நடந்த யாழ்ப்பாணக் குடிப்பெயர்வு முக்கியமானது (வன்னிக்கான குடிப்பெயர்வு)

இப்பிரச்சினை கவிதையில் முதலில் தன்னை இனம்காட்டிக் கொண்டது. கவிதையின் பின்னரே அது சிறுகதையில் வெளிவந்தது. 1988-இல் ரஞ்சகுமாரின் மோகவாசல் தொகுதி வெளிவந்தது.

அதில் வந்த இரண்டு கதைகள் முக்கியமானவை. ஒன்று 'கபறகொய்யா' இலங்கையின் ஜே.வி.பி. பிரச்சினையை

விளங்கிக் கொள்ள விரும்பும் எவரும் இந்தக் கதையை வாசிக்காமல் விடக்கூடாது. மற்றது 'கோசலை'- கோசலை, போராட்ட இயக்கங்களுக்குப் போன பிள்ளைகளின் தாயைப் பற்றியது. கோசலை என்பது அந்தத் தாயின் பெயரல்ல. அது இந்துக் கடவுளான ஸ்ரீராமனின் தாயின் பெயர்.

இதே போன்று மட்டக்களப்பில் ஏற்பட்ட வாழ்வுச் சீரழிப்பினை மிகச் சிறப்புடன் எடுத்துக் கூறிய புதிய எழுத்தாளர் திருக்கோயில் கவியுவன். இவர்களைவிட இன்னும் பல இளம் எழுத்தாளர்கள் உள்ளனர்.

இதிலே ஒரு முக்கியமான விடயம் என்னவென்றால், இந்தப் பிரச்சினைகள் பற்றி எழுதுவதில் எழுத்தாளர்களிடையே வேறுபாடு இருக்கவில்லை. இந்த விடயத்தில், 1960, 70களில் தேசிய ஒருமைப்பாடு பேசிய முற்போக்கு எழுத்தாளர்களுக்கும், அவர்களை எதிர்த்து நின்ற எழுத்தாளர்களுக்கும் வேறுபாடு இருக்கவில்லை. முற்போக்குவாதிகள், இந்தப் பிரச்சினை பற்றி எழுதியமைக்கு மூன்று எழுத்தாளர்களின் படைப்புக்களைக் குறிப்பிடலாம். அவர்கள், தெணியான், ராஜ்ஸ்ரீகாந்தன், சாந்தன் ஆகியோராவர்.

இக்காலத்தில் அகதிப்பிரச்சினை மிக முக்கியமான பிரச்சினையாகிற்று. போராட்டம் பற்றிய இலக்கியங்கள் பிரசுர வசதிகளில்லாமை காரணமாக, ஒலிப்பேழைகளில் (கசெற்றுக் களில்) இசைப்பாடல்களாக வெளிவந்தன. இந்தக் 'கசெற்' இலக்கியங்கள் முக்கியமானவை.

1. குழுக்களிடையே போராட்டங்கள்.
2. சில இயக்கங்களின் மிகைத் தாக்குதல்கள். இதற்கு எதிராக எழுத்தாளர்கள் பலர் எழுதினர். விஜேந்திரன் என்பவர் இங்குக் குறிப்பிடப்பட வேண்டியவர்.
3. வடக்கிலிருந்து முஸ்லிம்களின் வெளியேற்றம் (இது 1990 இல் நடைபெற்றது)

இந்த 1987, 88 காலம் முதல்தான் எமது இலக்கிய உலகில், புலம்பெயர் இலக்கியம் என்ற முக்கிய நிகழ்வு ஏற்பட்டது.

இக்காலப் பகுதியில் பெருந்தொகையான இளைஞர்களும் குடும்பங்களும், மேலைநாடுகளுக்கு அகதிகளாகச் சென்றனர். இன்று ஏறத்தாழ ஐந்து லட்சம்பேர் அகதிகளாக வெளிநாடுகளில் உள்ளனர். இவ்வாறு சென்றவர்களில் இலக்கிய ஆர்வமுடையோர் குழுக்களின் உட்சண்டைகள் பற்றியும் எழுதினரெனினும் ஆக்க இலக்கியங்களில்,

1. புலம் பெயர்வு ஏற்படுத்திய இன்னல்களைப் பற்றியும்
2. அந்நியப்பட்டுப்போன வாழ்க்கை பற்றியும் பதிவு செய்தனர்.

இந்தப் புலம் பெயர் இலக்கியங்களின் மூலமாக ஆற்றல் மிகுந்த எழுத்தாளர்கள் அறியப்பட்டனர். அரவிந்தன், பார்த்திபன், சுரேஷ் சுப்பிரமணியன், விஜேந்திரன் எனப் பல பெயர்களைக் குறிப்பிடலாம். புலம்பெயர் இலக்கியத்தின் பதிவுகள் இப்பொழுது ஆங்கிலத்திலும் பிரெஞ்சிலும் வெளி வரத் தொடங்கின.

இதே வேளையில் இங்குள்ளவர்கள், தங்கள் வாழ்வியலின் நெருக்கடிகளைச் சிறுகதை, நாவல்களில் பதிவு செய்தனர். இத்தகைய எழுத்தாளர்களுள் தாமரைச் செல்வி, செங்கை ஆழியன் ஆகியோர் முக்கியமாக எடுத்துப் பேசப்பட வேண்டியவர்கள்.

இந்தப் பிரச்சினைகள் மலையகத்தினரையும், முஸ்லிம் களையும் பாதித்துள்ளது. குறிப்பாக, கிழக்கிலங்கை முஸ்லிம் களின் நிலைமை முக்கியமான இலக்கிய இடத்தைப் பெறுகிறது.

அண்மைக் காலத்துத் தமிழிலக்கிய வளர்ச்சியின் ஒரு முக்கிய அமிசம் பெண்களின் எழுத்துக்களாகும். இவற்றைப் பெண்நிலைவாத மொழிவுகள் என்று கூறலாம். பெண்கள் தங்கள் நிலை நின்று இனப்பிரச்சினை தங்களைப் பாதிக்கும் முறைமையினை எடுத்துக் கூறத் தொடங்கினர். இதில் ஒரு முக்கிய அம்சம் என்னவென்றால் போராளிப்பெண்கள் கணிக்கப்படத்தக்க ஆக்க இலக்கியங்கள் படைத்தனர். அவர்களுள் பாரதி என்பவர் குறிப்பிடத்தக்கவர்.

இதேவேளை, மக்களிடையே ஏற்பட்ட வாழ்க்கைச் சிதைவுகளையும் பயங்களையும் சந்திரா தியாகராஜா, தாமரைச் செல்வி போன்ற பெண் எழுத்தாளர்கள் நன்கு பதிவு செய்தனர்.

பெண்கள் இலக்கிய முயற்சிகள் பற்றிப் பேசும்பொழுது (1997) சரிநிகர் இதழில் கலா என்னும் பெண் கவிஞரால் எழுதப் பட்டுள்ள 'கோணேஸ்வரிகள்' என்ற கவிதைகள் ஏற்படுத்தி யுள்ள வாதத்தினைப் பற்றிக் குறிப்பிடல் வேண்டும்.

முஸ்லிம்கள் வடக்கிலிருந்து வெளியேற்றப்பட்டுள்ளமை ஒரு முக்கிய பிரச்சினையாக மேற்கிளம்பிற்று. இது சம்பந்தமாக விரிவான சுயவிமர்சனம் நடந்துள்ளது. முஸ்லிம்களை அவ்வாறு வெளியேற்றியமை தவறு என்ற கருத்தும் அது துரதிர்ஷ்ட வசமான ஒரு நடவடிக்கை என்பதும் இப்பொழுது ஏற்கப் படுகிறது.

கிழக்கிலங்கையின் அநுபவங்கள் இவ்விடயத்தில் தனித்துவமுடையவை. அங்குத் தமிழர்களும் முஸ்லிம்களும் பக்கத்துப் பக்கத்துக் கிராமங்களில் வாழ்பவர்கள். அங்குத் தமிழ் முஸ்லிம் போராட்டங்கள் மிகப் பெரிய தாக்கத்தினை ஏற்படுத்தின. இந்த அநுபவங்களை, மட்டக்களப்பு மண்ணுக் குரிய மொழி மரபு நுண்மையுடன் சோலைக்கிளி என்ற கவிஞர் வெளிக் கொணர்ந்தார். இது எமது தமிழ்க் கவிதை வளர்ச்சியில் ஒரு புதிய பாய்ச்சலாக அமைந்தது.

1995இல் ஏற்பட்ட வன்னிக்கான யாழ்ப்பாணப் புலப் பெயர்வு மிகப் பெரிய தாக்கத்தை எற்படுத்திற்று. இதனூடாக வும், இதனைத் தொடர்ந்தும் அகதிப் பிரச்சினை மோசமடைந்து மிக உக்கிரமான நிலை ஏற்பட்டுள்ளது. இந்தப் புதிய நிலைமையைச் சுட்டிக்காட்டுகின்றது தாமரைச் செல்வியின் அண்மைக்காலச் சிறுகதையொன்றின் தலைப்பு, அது 'அழுவதற்கு நேரமில்லை' என்பதாகும்.

இலக்கியம் பற்றிய இந்தக் குறிப்பில், இந்தக் காலத்தில் குறிப்பாக யாழ்ப்பாணத்தில் அரங்கு பயன்பட்ட முறைமை பற்றிக் கூறுவது அவசியம்.

இக்கால கட்டத்தில் மக்கள் எதிர்நோக்கிய அழுத்தங்களை முற்றுமுழுதாக அச்சுச் சாதனம் மூலம் வெளிப்படுத்த முடியாத ஒரு நிலைமை இருந்தது. அந்த வேளையில் சண்முகலிங்கம், சிதம்பரநாதன் முதலியோரின் அரங்கப் பணியும் முக்கிய மானதாகும். இவை காரணமாக ஏற்பட்ட நாடக விழிப் புணர்வின் வளர்ச்சிக்குத் திருமறைக் கலாமன்றத்தின் பணி

முக்கியமானதாகும். இந்த எழுத்துக்கள், ஆக்கங்கள் யாவும் தமிழ் மக்களுக்கேற்படுத்தியுள்ள திகைப்பையும் அந்நியப் பாட்டையும் எடுத்துக்காட்டுகின்றன. தமிழ் மக்கள் அந்நியப் பட்டு நிற்கின்றனர்.

இந்த வேளையில் கல்வித் துறையில் உள்ள சில விடயங்கள் நிலைமையை மேலும் மோசப்படுத்துகின்றன. அழகியற் கல்வி, பண்பாடு சம்பந்தப்பட்டது. அந்த அழகியற் கல்விக்குரிய வரைதல் (Art) என்னும் பாடத்தில், க.பொ.த.(சா.த.) பாடத் திட்டத்தில், தமிழ்ப் பண்பாட்டுக்கோ இஸ்லாமியப் பண்பாட்டுக்கோ இடமில்லாதுள்ளது. இது தமிழ், முஸ்லிம் மாணவர்களுக்குப் பெரும் சிரமத்தைக் கொடுக்கின்றது. பரதம் பற்றிய கற்கை நெறியிலும் பிரச்சினையுள்ளது. இந்தப் பிரச்சினைகள் இருப்பதை உணர்ந்துகொள்ளல் வேண்டும்.

***

அடுத்து, இந்த விடயத்தைச் சற்று அகண்ட ஒரு பின்புலத்தில் வைத்து நோக்க வேண்டுவது அவசியமாகிறது. இந்தப் பண்பாடுகளின் ஒருங்கிணைவு பற்றிப் பேசும்பொழுது, இந்தப் பண்பாடுகளின் வரலாற்றுத் தன்மையை விளங்கிக் கொள்ளல் வேண்டும். முதலில் சிங்களப் பண்பாட்டை எடுத்துக் கொள்வோம்.

இலங்கைக்குள் வந்த பல்வேறு செல்வாக்குகளை உள் வாங்கிய சிங்கள மக்கள் தமக்கென ஒரு பண்பாட்டுப் பாரம்பரியத்தை உருவாக்கி வளர்த்தெடுத்துள்ளார்கள். அதற்கு ஒரு தனித்துவமும் உண்டு. அது தனது தனித்துவத்துக்கு ஊறு இல்லாவகையில் மற்றைய பண்பாடுகளுடன் இணைந்து கொள்கிறது.

தமிழ்ப் பண்பாட்டுக்குச் சில முக்கியமான தனித்துவங்கள் உண்டு. அனைத்திந்தியாவில் வடமொழிப் பண்பாடு மேலோங்கியிருந்தும், அதனூடே தமிழ்ப் பண்பாடு தன் தனித்துவத்தை என்றும் இழக்காது இருந்து வந்துள்ளது. இந்த மொழியின் ஒரு முக்கிய பண்பு, ஒன்றுக்கொன்று வேறுபட்ட பல்வேறு மதங்கள் தங்கள் கருத்துக்களை வெளியிடுவதற்கான ஒரு பெரும் நெகிழ்ச்சி இந்த மொழிக்கு இருந்ததே. இது தனது

தனித்துவத்துக்கு ஊறு இல்லா வகையில் மற்றைய பண்பாடு களுடன் இணைந்து கொள்கிறது.

இஸ்லாமியப் பண்பாடு நாடு, இன, மொழி வேறுபாடுகளைக் கடந்து தனது மத நம்பிக்கையின் அடிப் படையில் ஒரு உலகப் பொதுவான பண்பாட்டை உருவாக்கி யுள்ளது. அது மற்றைய பண்பாடுகளுடன் தொடர்புகொள்ளும் பொழுது தனது தனித்துவத்தைக் கைவிடாது.

இலங்கையிற் பண்பாட்டு ஒருங்கிணைவு என்பது இந்தப் பண்பாடுகளின் தனித்துவங்களை ஏற்றுக்கொண்டு, அவற்றி னிடையே ஓர் ஒருங்கு நிலைப்பாட்டை ஏற்படுத்த வேண்டும். இந்தச் சவாலை ஏற்றுக் கொள்வதிலேயே இந்த நாட்டின் எதிர்காலம் தங்கியுள்ளது.

❏

7

புலம்பெயர் தமிழர் வாழ்வு

புலம்பெயர் நிலை என்று இன்று நாங்கள் தமிழில் பேசுகின்ற போது பெரும்பான்மையும் அதனை இலக்கியத்தோடு சார்ந்து பேசுகின்ற ஒரு பண்புதான் சிறு சஞ்சிகை மட்டத்திலே காணப்படுகிறது. மற்றைய ஊடக மட்டங்களில் இப்புலம் பெயர் வாழ்வு பற்றிய குறிப்புரைகள் அதிகமில்லை என்றே சொல்ல வேண்டும். ஆனால் உண்மையில் புலம்பெயர் நிலை என்று சொல்வது இலக்கியத்தை மாத்திரமல்ல. அது பல்வேறு விடயங்களை உள்ளடக்கியது. மிகப் பாரதூரமான காத்திர மான விடயங்களை அது தன்னகத்தே கொண்டுள்ளது.

புலம்பெயர் வாழ்வு என்பது தமிழ்ப்பண்பாட்டில் அல்லது இலங்கைத் தமிழ்ப் பண்பாட்டில் எத்தகைய இடம் பெறுகிறது என்பது ஒரு விடயம். தமிழ்க் கண்ணோட்டத்தில் ஒருவர் புலம்பெயர்ந்து வாழ்வது என்பது ஒரு வரவேற்கத்தக்க காரியமாக இருக்கவில்லை. சிலப்பதிகாரத்தில் கோவலன் கண்ணகியுடைய பெற்றோர்களைப் பற்றிச் சொல்கின்ற போது ஒரு வரி வரும். 'பதி எழு அறியாப் பழங்குடி' என்று. அதாவது இருக்கின்ற ஊரிலேயே நீண்ட காலமாக வாழ்ந்தவர்கள், அந்த ஊரைவிட்டுப் போகாதவர்கள் என்ற கருத்து.

எங்கள் கிராமங்களில் கூட ஒருவரைப் பற்றிச் சொல்கின்ற போது அவரைத் தாழ்த்திப் பேச வேண்டுமென்றால் 'வந்தேறு குடிகள்' என்று சொல்வார்கள். இந்தப் புலம் பெயர்வு வாழ்வு என்பது தமிழ்ப் பண்பாட்டில் எல்லாக் காலங்களிலும் போற்றப்பட்ட ஒன்றாக இருக்கவில்லை. 'திரைகடல் ஓடியும்

திரவியம் தேடு' என்ற கருத்து உண்டே தவிர, அது இந்த மண்ணை உதறிவிட்டு ஓடு என்பது தமிழ்ப் பண்பாட்டில் மிக மிகக் குறைவு என்றே சொல்லலாம்.

ஆனால் இலங்கைத் தமிழரைப் பொறுத்தவரை இந்த நிலைமை படிப்படியாக, அரசியல் பிரச்சினை, அரசியல் போராட்டங்கள் நடந்ததன் காரணமாக, குறிப்பாக ஆங்கிலம் தெரிந்தவர்களின் மத்தியில் இந்நிலைமை மாறத் தொடங்கியது. 1956க்குப் பின் இலங்கையில் தொடர்ந்து வாழ்வதால் தங்கள் வாழ்வில் முன்னேற்றங்களைப் பெற முடியுமா என்கின்ற பிரச்சினை ஆங்கிலப் புலமையுடைய, கல்வி கற்ற, சமூக வாய்ப் புள்ள மக்களிடையே எழத் தொடங்கியது. இதனால் 1956, 60களில் இலங்கையில் பெரும்பான்மை Professional என்று சொல்லப்படுகின்ற வைத்தியர்கள், பொறியியலாளர்கள், வழக்கறிஞர்கள், எழுதுவினைஞர்கள், ஆசிரியர்கள் உட்பட பலர் வெளியேறுகின்றனர். அவர்கள் ஆங்கில மரபு தெரிந்த நாடு களுக்கு, குறிப்பாக பிரித்தானியாவுக்குச் சென்றனர். இந்த ஓட்டம் படிப்படியாகத் தொடர்ந்து நிகழ்ந்துகொண்டே வந்தது. 1960களின் பிற்கூற்றில் இருந்து சாதாரண நிலையில் உள்ள மக்கள், குறிப்பாக உடல் தொழிலை நம்பி இருப்பவர் களும் வெளிநாடுகளுக்கு உழைப்புக்காகப் போகின்ற நிலை தொடங்குகிறது. குறிப்பாக மத்திய கிழக்கு நாடுகளுக்கு, இதனால் நிறைய பணம் வரத் தொடங்குகிறது. அந்தப் பணத்திற்கு அவர்கள் பரிச்சயமாகிறார்கள். அதனால் அவர்களின் சமூக வாழ்க்கை மேல்நிலைப்படுகிறது. அபிலாசைகள் அதிகரிக்கின்றன. இதனால் ஒரு சமூக அசைவியக்கம் படிப் படியாக ஏற்படுகிறது.

இந்த அசைவியக்கம் ஏற்படுகின்ற காலகட்டத்தில் குறிப்பாக 70, 76களுக்குப் பிறகு இம்மக்கள் மத்தியில் ஒரு நெருக்குவாரம் எழத் தொடங்குகிறது. அது 84இல் உச்சம் பெறுகிறது. 83ஐ நான் சொல்ல மாட்டேன். ஏனென்றால் 83இல் வடக்கு கிழக்கு அல்லாத பகுதியில் வடக்கு கிழக்கைச் சேர்ந்த தமிழ் மக்கள் இருக்க முடியாது என்ற நிலை ஏற்பட்டதே தவிர 84 இல் தான் தமிழ் பேசும் மக்கள் வடக்கு கிழக்கில் இருப்பதே பிரச்சினையாக மாறிற்று.

84 என எடுக்கும் போது உதாரணமாக யாழ்ப்பாணத்தை எடுத்துக் கொண்டால் மிகத்தெளிவாக இதனைப் பேசமுடியும். மட்டக்களப்பிலும் இது நடந்தது. யாழ்ப்பாணத்தில் 84க்கு பிறகு, முதலில் வடமராட்சி இராணுவத்தாக்குதலுக்குள்ளா கிறது. வடமராட்சி பகுதியில் உள்ள மக்கள் பெருந்தொகை யானவர்கள் அப்பிரதேசத்திலிருந்து வெளியேற நேர்கிறது. அதன் பிறகு வலிகாமத்திலிருந்து மக்கள் வெளியேறுகின்றனர். இப்போது தென்மராட்சியிலிருந்துமக்கள் வெளியேறி உள்ளனர். இதே போல மட்டக் களப்பு பகுதிகளிலும் ஏற்பட்டது. மட்டக்களப்பு மாவட்டத்தில் இளம் விதவைகள் அதிகமாக உள்ளனர். அங்கே இளைஞர்கள் இருப்பது என்பது பெரும் பிரச்சினையாகிறது.

இப்படியான சூழலில் இம்மக்கள் வெளிநாடுகளுக்குப் புலம்பெயரவேண்டிய சூழல் ஏற்படுகிறது. இந்த வெளி நாடுகளுக்குப் புலம்பெயர்தல் என்பது பிரித்தானியா போன்ற நாடுகளுக்கு மாத்திரமல்லாது வேறுசில நாடுகளுக்கும் போக வேண்டி ஏற்படுகிறது. இதன் அடிப்படையான விடயம் என்னவென்றால் இவ்வெளிநாடுகளுக்குப் புலம் பெயர்ந்தவர்கள் அனைவரும் எவ்விதப் புலம் பெயர்விற்கும் தயாரானவர்கள் அல்ல. இவர்கள் உண்மையில் தங்களுடைய கிராமத்திலிருந்து புலம் பெயர்ந்து இலங்கையிலுள்ள ஒரு நகர்ப்பகுதியில் வாழ்வதற்குக் கூடத் தங்களைத் தயார் செய்யாதவர்கள், அப்படியான குடும்பங்களாகச் சேர்ந்தவர்கள்.

தத்தம் இடங்களில் உள்ள நிலைமை காரணமாக முதலில் ஒருவர் வெளிநாட்டுக்குப் போவார். தன் சகோதர சகோதரிகளை அழைப்பார். பின்னர் தன் குடும்பத்தினரை அழைப்பார். பின்னர் தனது ஊரவர்களை அழைப்பார். அவர்கள் எல்லோரும் வெளிநாடுகளில் தாங்கள் சென்று தங்கி வாழ்வதற்கான மனத்தயார் நிலை அற்றவர்கள். ஆனால் 60களில் புலம்பெயர்ந்த வர்கள் இதற்கான மனத்தயார் நிலையைப் பெற்றிருந்தனர். அவர்களுக்கு ஆங்கிலப் புலமை இருந்தது. தொழில்துறை சார்ந்து அங்கு எப்படித் தமிழ்ப் பண்பாட்டைப் பேணுவது போன்ற நெளிவு சுழிவுகளைத் தெரிந்து வைத்திருந்தவர்கள் அவர்கள். 1980களில் போனவர்கள் அப்படியல்ல. பல நாடு களுக்கும் போகிறார்கள். ஐரோப்பாவை எடுத்துக்கொண்டால்

அவர்கள் பிரிட்டன், ஜெர்மனி, பிரான்ஸ், சுவிட்சர்லாந்து, ஸ்கான்டினேவியா நாடுகளான நார்வே, சுவிடன், டென்மார்க் போன்ற நாடுகளுக்கும் போகிறார்கள். இதைத் தவிர அவர்கள் அமெரிக்காவிலே கனடாவிற்கும் செல்கிறார்கள். ஆங்கில மரபுள்ள நாடுகளுக்குச் செல்வது ஒரு தன்மையாகவும், ஆங்கிலம் அல்லாத நாடுகளுக்குச் செல்வது இன்னொரு தன்மையாகவும் தொழிற்படுகிறது.

ஆங்கில மரபுள்ள நாடுகளுக்கு இவர்கள் செல்கின்ற போது அந்த நாடுகளில் உள்ள அறிதொழில் துறைகளில் வைத்தியர் களாகவும் ஆசிரியர்களாகவும் நியாய துரந்தர்களாகவும் உள்வாங்கப்படுவதற்கான அடிப்படைத்தகைமை அவர்களிடம் இருந்தது. அதனால் தான் போனார்கள். ஆனால் பிரான்ஸ், இத்தாலி, சுவிட்சர்லாந்து, ஜெர்மனிக்கு போனவர்கள் எல்லாம் சற்று வித்தியாசமானவர்கள். அங்குப் போனவர்களுக்கு அந்த மொழிகள் தெரியாது. அந்த மொழிப் பண்பாடு தெரியாது. இவர்கள் அந்த நாடுகளில் மேலுக்கு வரக்கூடிய கல்வியைப் பெற்றவர்களுமல்ல. இதனால் இவர்களில் பெரும்பாலானோர் அங்கு அடிநிலை அல்லது சற்று மேம்பட்ட ஒரு இடை நிலையின் கீழ்நிலையிலே தான்தங்களைப் பொருத்திக் கொள்ள முடிகிறது.

இவர்களுடைய குழந்தைகள்அங்குக் கல்வி கற்று ஒரு வேளை மேலிடத்துக்குப் போக முடியுமே தவிர இவர்கள் அங்கு மேல் நிலைக்குப் போக முடியாது! இவர்களுடைய பண்பாடு பற்றிய தகவல்களும் கூட அந்தந்த நாட்டவர்களுக்கு மிகக் குறைவு. தமிழர்கள் என்பதையே அந்நாட்டவர்கள் கேள்விப் பட்டிராமல் கூட இருக்கலாம். பிரான்ஸைப் பொறுத்தவரை பாண்டிச்சேரி தொடர்பால் ஒருவேளை தெரிந்திருக்கலாம். சில வேளை இந்தியர்கள் என்று பார்ப்பார்கள். தமிழர் என்று பார்ப்பது மிகக் குறைவாகவே இருக்கும். இப்படியான சூழ்நிலையில் இவர்களுக்கு, குறிப்பாக புதிய நாடுகள் ஒவ்வொன் றிலும் அந்தந்த நாடுகளின் பண்பாடு ஒரு மேலாண்மை உடைய பண்பாடாக இருக்கும். அந்த மேலாண்மையுடைய பண்பாட்டின் கீழ் வாழ ஒப்புக்கொண்டு அதனுடன் இயைந்து வாழவேண்டிய ஒருநிலை இவர்களுக்கு உள்ளது.

இவர்கள் தங்கள் பண்பாட்டினை மேல்நிலைப்படுத்தவோ, அல்லது தங்கள் பண்பாட்டை மேல் நிலை உடையதாக இருப்பதற்கான வாய்ப்புக்களோ இல்லை.

அதுமாத்திரமல்லாமல், இந்த நாடுகளில் எவற்றிலாவது வந்தேறு குடிகளாக அல்லது அகதிகளாகச் சென்றவர்களுடைய வாழ்வு நிலை இன்னும் சரியாக வரையறுக்கப்படவில்லை. அவர்கள் தமிழர்கள் என்பதற்காகவோ அல்லது வந்தவர்கள் என்பதற்காகவோ எவ்வித விசேட அந்தஸ்த்தும் கொடுக்கப்படவில்லை. இவர்கள் அங்கு இனக்குழுச் சிறுபான்மையினராக (Ethnic Minority) உள்ளனர்.

Ethnic Minority என்பதற்கு ஒரு வரலாறு உள்ளது. ஐரோப்பிய, மேல்நாட்டுச் சூழல்களில் 60களில் இருந்து இந்த Eythic, Ethnicit போன்ற விசயங்கள் அடிக்கடி பேசப்படுகின்றதைக் காணமுடிகிறது. ஏனென்றால் இரண்டாவது உலக மகாயுத்தத்திற்குப் பின்னர் ஏற்பட்ட தொழில் வளர்ச்சி காரணமாக, குறிப்பாக ஐரோப்பிய நாடுகளும் ஐக்கிய அமெரிக்காவும் தங்களுக்கு வேண்டிய உடல் தொழிலாளர்களைப் பெறுவதற்குத் தங்களுடைய நாட்டில் மாத்திரம் பெற முடியாமல் அண்டை அயல் நாடுகளிலிருந்தும் இந்தியா, பாகிஸ்தான் போன்ற நாடுகளிலிருந்தும் உடல் தொழிலாளர்களைப் பெறும் ஒரு போக்கு வளர்ந்தது. அவர்களுடைய உற்பத்திக்கு இந்த தொழிலாளர்கள் தேவைப்பட்டதன் காரணமாக அவர்களுக்கு ஏதோ ஒரு வகையில் அவர்களைப் புண்படுத்தாதவாறு வைத்துக் கொள்ள வேண்டிய தேவை ஏற்பட்டது.

இதனால்தான் அவர்களுக்குத் தங்கள் தங்கள் பண்பாடுகளைப் பேணுகின்ற உரிமை வழங்கப்பட்டது. ஆனால் வந்துள்ள நாட்டினுடைய பண்பாட்டை அவர்கள் ஒட்டு மொத்தமாக ஏற்றுக்கொள்ளவேண்டும். உதாரணமாக ஜெர்மனியை எடுத்துக் கொண்டால் துருக்கியர்கள் போனார்கள். கிரேக்கர் சென்றார்கள். இத்தாலியர்கள் சென்றார்கள். பாகிஸ்தானியர்கள் சென்றார்கள். இவர்களையெல்லாம் அங்குப் பேணுவதற்கு அவர்கள் Ethinic என்ற சொல்லைப் பயன்படுத்தினார்கள். இன்னும் விசேடமாக ஐரோப்பாவில்

இருந்தவர்கள் கூட அமெரிக்காவுக்கும் போனார்கள். கிறிஸ், கம்யூனிஸ நாடுகளிலிருந்து பலர் போனார்கள்.

அங்கு 60களிலிருந்து ஒரு சூழல் ஏற்படுகிறது. Ethnic Minority என்று சொல்பவர்கள் தங்களுடைய பண்பாட்டைப் பேணுவதற்கான ஒரு சூழல் உருவாகிறது. அதே வேளை நாட்டின் மேலாதிக்கப் பண்பாட்டை ஏற்றுக்கொண்டு வாழ்கிறவர்களாகவும் இவர்கள் உள்வாங்கப்படுகின்றனர்.

இந்த நாடுகளின் மேலாதிக்கப் பண்பாட்டை ஏற்றுக் கொள்கின்றவர்கள் என்பதில் பல விசயங்கள் உள்ளன. அது வெறும் வார்த்தைகளல்ல. தொழில் முறைகளில் அந்த நாட்டின் மேலாதிக்கப் பண்பாட்டினை ஏற்றுக்கொள்ளல், வேலை நேரம், சம்பளம், உடை, மற்றது வாழ்க்கை முறை, வீடு, வசதி போன்றவை, பிரதானமாகக் கல்வி முறை- அதாவது நாட்டுக் கல்வியில் அந்தந்த நாட்டு மொழிகளே முதலாவது மொழி யாயிற்று.

நம்மவர்களோ தங்கள் தாய்மொழியே முதன் மொழியாக இருக்கின்ற சூழலிலேயே வளர்ந்தவர்கள். இப்போது தங்கள் தாய் மொழி முதல் மொழியாக இல்லாத சூழலுக்குப் புலம் பெயர்கின்றார்கள், இது பிரச்சினைகளைத் தோற்றுவிக்கிறது.

முதலாவதாக இவர்கள் ஒரு புறத்தில் தங்கள் பண் பாட்டைப் பேணலாம். இன்னொரு நிலையில் அந்நாட்டுடன் இணைய வேண்டும். முதலாவது விடயத்தில் சில வாய்ப்புக்கள் இவர்களுக்குக் கிடைக்கின்றன. உதாரணமாக, தங்கள் மொழி யிலேயே இவர்கள் எழுதலாம். தங்கள் மொழியிலேயே வானொலி நடத்தலாம். Ethnic Radio என்பது இன்று தமிழர்களுக்கு மாத்திரமல்ல, துருக்கியர்களுக்கும் உள்ளது. சேர்பியருக்கும் உள்ளது. பொஸ்னியாவினருக்கும் உள்ளது. இவர்கள் மேலும் தங்களுடைய மதங்களைக் கூடப் பகிரங்கமாகப் பின்பற்ற முடியும். இத்தகைய ஒரு பொறுதி யுணர்வு ஐரோப்பியாவில் ஏற்பட்டதற்கான காரணம் ஐரோப்பிய முதலாளித்துவத்திற்கு இவர்கள் தேவைப்படுகின்றனர்.

ஐரோப்பிய முதலாளித்துவத்திற்கு அல்லது மேல்நாட்டு முதலாளித்துவத்திற்கு அடிநிலைத் தொழில்களைச் செய்வதற் கான தொழிலாளர் வளம் இவர்களிடமே உள்ளது. இவர்கள்

அங்கு மேலே போவதற்கான சூழல் இதுவரை இல்லை, ஆனால் இவர்கள் வசதியாக வாழ்வதற்கான சூழல் உள்ளது. அதே வேளையில், இன்று மிகப் பெரும்பாலானோர் ஊடகங்களின் வளர்ச்சிகள், போக்குவரத்து வளர்ச்சிகள் காரணமாகத் தமது பண்பாட்டை, உணவுப் பழக்கங்களைப் பேணுவதற்கு உதவுகின்றன.

ஆனால் அந்தப் பேணுதல் நமக்குள்தான் நடைபெறுகிறது. நமக்கு வெளியில் இல்லை. நமது உணவுப் பழக்கங்கள் அவர்களிடம் சென்றடையவில்லை. அவர்கள் அதைக் கவனிக்கத் தொடங்கவுமில்லை. இதனை நான் பிரிட்டனில், கனடாவில், ஜெர்மனியில் பார்த்திருக்கிறேன். ஆனால் அவர்களின் வீட்டு வசதி, சுகாதார வசதி, கல்வி வசதிகளைப் பொறுத்தவரையில் அந்த நாட்டின் நீரோட்டத்துடன் இணைய வேண்டும். இதில் அவர்கள் தமிழர்களாக இருக்க முடியாத நிலையும்- தமிழர்களாக இருக்கக்கூடிய நிலையும் வருகிறது.

இப்புலம் பெயர்விற்குள்ளானவர்களின் பெரும்பான்மை யானோர் ஏதோ ஒரு காரணத்திற்காகத் தமிழ் சம்பந்தமான பிரச்சினையால் புலம் பெயர்ந்தவர்கள். அதில் சென்றவர்களில் 75 சதவீதமானவர்கள் இளைஞர்கள். அவர்கள் ஏதோ ஒரு வகையில் போராட்டத்துடன் சம்பந்தப்பட்டு, சம்பந்தப்பட் டவர்களோடு தொடர்புபட்டு இந்தச் சூழலிலிருந்து விலக வேண்டுமெனப் புலம் பெயர்ந்தவர்கள். அவர்கள் தமிழைப் பொறுத்தவரையில் ஓர் உணர்வு போதமுள்ளவர்களாக இருக்கின்றனர். ஆகவே இவர்கள் எழுதித்தான் ஆகவேண்டும். இவர்களுக்கு எழுத்து என்பது கவலையுள்ள ஒரு பெண்ணுக்கு அழுவது போல்- ஒரு வடிகாலாக அமைகிறது. இப்புலம் பெயர் எழுத்துக்கள் வெறும் இலக்கியம் மட்டுமல்ல. அதுவொரு உணர்ச்சி வடிகாலும்கூட.

அவர்கள் அங்கு ஒன்று சேருகின்ற முறைமையினைப் பார்த்தால் இந்த வடிகால்கள் எப்படி ஓடுகிறது என்பதைப் புரிந்து கொள்ளலாம். ஓர் கிராமத்தில் இருந்து போனவர்கள் ஒரு கூட்டம் போடுவார்கள். சிலவேளை அக்கிராமம் மிகப்பெரும் பிரதேசமாக இருந்தால் அக்கிராமத்திலுள்ள வர்களுள் ஒரு அரசாங்கத் திணைக்களத்தில் வேலை செய்த

எல்லோரும் ஒரு கூட்டம் போடுவார்கள். இதனைக் கூடப் புரிந்துகொள்ளலாம். ஆனால் ஆரம்பப் பாடசாலையின் பழைய மாணவர்கள் ஒன்று கூடுவார்கள். இது ஒரு மேம் போக்கான விடயமல்ல, இது மிகவும் சம்பந்தமான விடயம்- இதன் வெளிப்பாடு அடையாளங்களைத் தேடுவது ஆகும்.

எந்த அடையாளத்தில், எந்தத் தடத்தில் நான் மற்றவர்களோடு சமமாக நிற்கிறேன். நான் மற்றவர்களால் பார்க்கப்படத் தக்கவனாக நிற்கிறேன் என்பது தான் இதற்கான உளவியல். இப்படியான சூழலில் மதம் மிக முக்கியமான இடத்தைப் பெறும்- இந்து மதத்தை எடுத்துக் கொண்டால் இந்து மதம் என்பது உஷ்ணவலயபிரதேச தட்பவெப்ப நிலைக்கேற்ற வழிபாடுகளைக் கொண்ட மதம். துவைத்துலர்ந்த வேட்டியுடன் சட்டை அணியாமல் வெறும் காலோடு போய்க் கும்பிட்டு வரும் மதம். பிரான்ஸ், ஜெர்மனி, கனடாவில் ஒரு வீதியில் ஜூன், ஜூலை மாதங்களில் 500, 600 பேர் அங்கப் பிரதட்சனம் பண்ணுகிறார்கள் என்றால் அந்நாட்டவனுக்கு ஆச்சரியமாக இருக்கும்.

ஜெர்மனியில், கனடாவில் மே மாதங்களில் நடக்கும் விழாக்களில் சிலம்படி அடிப்பதைப் பார்த்தால் அவர்களுக்குப் புதினமாக இருக்கும். இந்த மாதிரியான பண்புகள் எல்லாம் அங்கு வெளிவரத் தொடங்குகின்றன. இந்தப் பண்புகளை எல்லாம் அங்குக் கொண்டு செல்வது அவ்வாறு சுலபமானதல்ல, ஆகவே நிச்சயமாக இவர்களுக்கு அங்கு ஒரு உள்ளூர் மயப்பாடு தேவைப்படுகிறது.

இது இந்துக்களுக்கு மாத்திரம்தான் என்றால் பிரச்சினை யல்ல, இது கிறிஸ்தவர்களையும் தாக்குகிறது. மேற்கு நாடுகள் முழுவதும் கிறிஸ்தவப் பண்பாடு நாகரீகம் தானே, அவர்களுடன் இணைந்து விடலாம் என்றால் அதுவும் இல்லை. பிரான்ஸிலோ, பிரிட்டனிலோ, நோர்வேயிலோ உள்ள தமிழ்க் கிறிஸ்தவர் களுக்கு தமிழ் குருமார் தமிழில் மதபோதங்களைச் செய்ய வேண்டும் என்று கேட்கிறார்கள். இது நடைமுறையிலும் உள்ளது.

இந்த மாதிரியான பிரச்சினைகள் உள்ள நேரத்தில்தான் சில அடிப்படையான பிரச்சினைகள் எழுகின்றன. இந்தத் தமிழ்

அடையாளம் என்பதை எவ்வாறு பேணுவது? இது மதத்தினால் வந்த அடையாளம் அல்ல, மொழியினால் வந்த அடையாளம். மொழி அடையாளத்தை எவ்வாறு பேணுவது? நான் முதலில் குறிப்பிட்டது போல் தாய்மொழி முதல் மொழியாக அங்கு இல்லை. இரண்டாவது மொழியாக இருக்குமா என்று பார்த்தால் அதுவும் இல்லை. உதாரணமாக, பிரிட்டனில் ஒரு பிள்ளை ஜெர்மனை இரண்டாவது மொழியாகப் படிக்குமே தவிர தமிழைப் படிக்கப் போவதில்லை. அப்போது தமிழை மூன்றாவது அல்லது நான்காவது மட்டக் கல்வி மொழியாகவே படிக்கப்படுகிறது.

இதில் ஒரு பிரச்சினை ஏற்படுகிறது. இந்த நிலையில் இவர்களின் இங்கேயிருந்த முதல்மொழி அங்குக் கல்வி மொழியாக இல்லாது போகின்றபடியால் சிந்தனை மொழியாக இருக்கின்ற நிலைமையையும் இழந்து விடுகிறது. இலங்கையில் தமிழ் எழுச்சியின் ஒரு முக்கியமான பண்பு மொழிவழிக்கல்வி, தாய்மொழிக் கல்வி.

இங்குத் தமிழ், சிந்தனை மொழியாக அல்லாது போனால் இவர்களின் அகநிலையில் இவர்களுடைய தமிழ் அடையாளம் அடுத்த சந்ததிக்குப் பிரச்சினையாக மாறிக் கொண்டுபோகிறது இந்நிலையில் கொஞ்ச காலம் போனால் தமிழைப் பற்றிய விடயங்கள் கூட அந்தந்த நாட்டு மொழிகளிலேயே எழுதப்படலாம். இரண்டாம் தலைமுறை தமிழ்க் குழந்தைகளுக்கு இது முக்கியமான பிரச்சினை. இவ்விரண்டாம் தலைமுறைத் தமிழ்க் குழந்தைகள் இப்போதுதான் சிறுவர்களாக இருக்கின்றனர். ஆனால் இங்கிலாந்து, ஆஸ்திரேலியா, கனடா போன்ற நாடுகளில் வாழ்பவர்கள் தங்கள் தமிழ் அடையாளத்தை எப்படிக் காப்பாற்றப் பார்க்கிறார்கள் என்றால் நடனம், இசை போன்றவை ஊடாக குறிப்பாகப் பெண்குழந்தைகளிடம் காப்பாற்றப் பார்க்கிறார்கள். இந்த நாணயத்தின் மறுபுறம் என்னவென்றால் இந்த நடனம், இசை என்பதனை ஆங்கில மொழி வழியாகத்தான் படிக்கிறார்கள். ஆடுவதும், பாடுவதும் தான் பரதநாட்டிய முறைமையே தவிர, பாட்டின் கருத்து குழந்தைகளுக்கு ஆங்கிலத்திலேதான் சொல்லப்படுகிறது.

தமிழ்ப்பண்பாட்டின் அடையாளங்கள் என நாங்கள் கருதுகின்றவற்றை அந்தந்த வேற்று நாட்டு மொழிகள் மூலமே

கற்பிக்க வேண்டிய தேவை நமக்கு ஏற்படுகின்றது. இதுவொரு இக்கட்டான நிலைமை. இந்த சனசமூகம் அந்த சனசமூகத் துடன் சேரவில்லை என்பதன் கருத்து என்ன? இந்த சன சமூகத்தின் பண்பாடு அந்த சனசமூகத்திற்குத் தெரியாது. இந்த சனசமூகத்தின் மொழி, வரலாற்று நாகரிகப் போக்குகள் அந்த சனசமூகத்திற்குத் தெரியாது. நாங்கள் எங்களுக்குள் பரத நாட்டியம், கர்நாடக சங்கீதம் பற்றிப் பேசலாம். ஆனால் அவற்றை அவர்களுக்கு எடுத்துச் செல்கின்ற வாய்ப்பு மிகச்சில நாடுகளைத் தவிர, மற்ற நாடுகளில் சிக்கலானது.

லண்டனுக்கு ஏற்கனவே ஒரு காலனித்துவப் பண்பாட்டுப் பாரம்பரியம் உள்ளது. ஐரோப்பிய முதலாளித்துவம் கொடுக் கின்ற Ethnic வாய்ப்புகள் காரணமாய் அங்கு ஓரளவு பிரச்சினை இல்லை. ஆகவே இவர்கள் அங்குத் தங்களுக்குத் தாங்கள் தனித்தனித் தீவுகளாக வாழ நிர்ப்பந்திக்கப்படுகின்றனர்.

சுவிட்சர்லாந்து, ஜெர்மனி, பிரான்ஸ் போன்ற நாடுகளில் ஒரு கலை நிகழ்ச்சி நடக்கிறதென்றால் அவர்களுடைய பாரம் பரியத்தை ஒட்டியே அது நடக்கிறது. அந்தப் பாரம்பரிய முறைமைகளைக் கருத்திற் கொண்டு எங்களுடைய நாகரிகப் பண்பாடுகளை எங்களுடைய பண்பாட்டு அம்சங்களை எவராவது கருத்திற்கொண்டு அம்மக்களுக்கு அளித்திருக் கிறார்களா? லண்டனில் இது ஓரளவு சாத்தியப்பட்டிருக்கிறது. ஏனெனில் அங்குள்ளவர்களுக்கு ஆசியப் பண்பாடு என்பது தெரியும். அது காலனித்துவ மேலாண்மை பெற்றிருந்த நாடு. இந்தியர்களை ஆட்சி செய்தது.

இந்த நிலையில் இந்த மக்கள் எப்படித் தங்களுடைய அடையாளத்தைப் பேணுவது? முதலாவதாக இப்படியான புலம் பெயர் நிலை வருகின்றபோது இந்த அடையாளங்கள் பேணப்படுவதற்கு மதமொரு பிரதான காரணம், ஏனென்றால் மதம் நம்பிக்கை சார்ந்தது. சடங்கு சார்ந்தது. சடங்குகள், நம்பிக்கைகள், மனிதர்களை விட்டும் மாறுபடுவதில்லை. இதற்கு ஓர் உதாரணம் கரிபியன் தீவுகளில் வாழும் இந்தியர்கள் தங்களுடைய மொழி, பண்பாடு, உடை எல்லாவற்றையும் மறந்தும்கூட தங்களுடைய சடங்குகளை மறக்கவில்லை. இதனை நாங்கள் அவதானிக்கலாம்.

சடங்குகள், ஐதீகங்கள், மறக்கப்படுவதில்லை. அதன் வழிபோனால் தமிழ் அடையாளம் பேணப்படுமா என்றால், இல்லை. இந்து மத அடையாளம் பேணப்படலாம். தமிழ் அடையாளம் பேணப்படாது. இந்த அடையாளம் என்றாலும் அதாவது எழுத்தறிவு சார்ந்த இந்துமத அடையாளம் அல்ல. இதில் ஒரு சுவாரசியமான உண்மை என்னவென்றால் மத அடையாளங்கள் நாற்று நடவுதான் செய்யப்படுகிறது. இது எவ்வளவு காலம் நின்று பிடிக்கும் என்பதுதான் கேள்வி!

இரண்டாவது நமது மொழியின் மூலம் இதனைச் செய்யலாமா? இதுவொரு சிக்கலான விசயம். இது எவ்வாறு வருகின்றது என்றால் மொழியின் மூலம் செய்வதானது, இதனை ஆராய்பவர்கள், அந்த மொழியின் தன்மை அறிந்தவர்கள், மொழியியலாளர்கள், படிக்கின்றவர்களின் உளவியலை அறிந்தவர்கள். அந்தந்த நாட்டுக் கல்வி முறைகளை அறிந்த வர்கள் போன்றவர்களால் செயற்படுத்தப்படுகின்றதா? அங்கே தமிழ் படிப்பிப்பது நிதானமாகச் செய்யப்படல் வேண்டும். எங்களுக்கு முன்னுள்ள ஒரு சவால் தமிழை ஒரு பண்பாட்டு மொழியாக எவ்வாறு பேணுவது என்பதுதான். பண்பாட்டு மொழியாகப் பேணுவது என்பது அதனை வீட்டு மொழியாகப் பேணுகின்ற தன்மையையும் உள்ளடக்கும். மற்றைய மொழியை, அந்நாட்டு உத்தியோகபூர்வ மொழியைப் பேசிக் கொண்டு அதே நேரத்தில் வீட்டில் பண்பாட்டுத் தேவைக்காகத் தமிழைப் பேசுகின்ற ஒரு தன்மையை எவ்வாறு வளர்த்துக் கொள்ளலாம்? இது சாத்தியமானதா? இது சாத்தியமானது என்றால் இதனை எவ்வாறு செய்தல் வேண்டும்?

முக்கியமான விடயம் என்னவென்றால் அந்தந்தப் பிள்ளைகள், அந்தந்தக் குடும்பங்கள், அந்தந்த நாட்டின் நிலைமைகளுக்கு ஏற்ப இதனைச் செய்ய வேண்டும். பெற்றோர் களுடைய கரங்களிலேயேதான் இது தங்கியுள்ளது. ஆனால் பெற்றோர்கள் தங்களுடைய குழந்தை, தாங்கள் வாழுகின்ற நாட்டினுடைய நியமங்களுக்கு ஏற்ப மேலே வர வேண்டும் என்று விரும்புவார்களே தவிர, தமிழ் படிப்பதற்காக மாற்றங்கள் செய்ய வேண்டும் என்பதை விரும்ப மாட்டார்கள். ஆகவே அதற்கேற்ற வகையில் தமிழைப் படிப்பிக்க வேண்டும்.

மற்றது, அந்தக் கல்வி முறைக்குள் தலையிடக்கூடிய அறிவுள்ளவர்களாக துரதிர்ஷ்டவசமாக இப்பெற்றோர்கள் இல்லை. ஆனால் ஒன்றில் மாத்திரம் இவர்கள் தலையிடக் கூடியதாகவுள்ளது அதுதான். "தமிழை நாங்கள் படித்த மாதிரி எங்களுடைய பிள்ளைகளுக்கும் படிப்பிக்க வேண்டும்" என்று சொல்வது. இதை மிக முட்டாள்தனமான அணுகுமுறை என்று துணிந்து சொல்லலாம். இவர்கள் வாழ்ந்த சூழல் வேறு, கல்வி முறை வேறு, இவர்கள் தமிழ் படிக்கச் சென்றபோதே தமிழறிவுடன் இருந்தவர்கள். எழுத வாசிக்கத்தான் பாடசாலைக்குச் சென்றவர்கள் இவர்கள். தமிழ் தெரிகிறது என்பது பாலபோதினியையும் அரிவரிப் புத்தகத்தையும் வாசிப்பது அல்ல. அதில் பேசுவது, அதில் எழுதுவது, அதில் சிந்திப்பது, அதில் விளையாடுவது. அந்த நிலைக்கு இந்த முறைமை மாறவேண்டும்.

இன்னொன்று, குழந்தைக்கு ஐந்து வயதுவரை தமிழ் பரிச்சயம் கூடுதலாகவும் பாடசாலைக்குச் செல்லத் தொடங்கியவுடன் அதற்குத் தமிழறிவுப் பரிச்சயம் குறைவாகவும் வரத் தொடங்குகிறது. மொழி கற்பித்தலில் உள்ள மிக அடிப்படையான ஒரு கேள்வி. இந்தப் பிள்ளைக்குத் தமிழ்மொழி ஏன் தேவைப்படுகிறது? மொழி பேசுவதற்கான தேவை ஏற்படாது விடின் எக்காலத்திலும் ஒரு மொழி பேசப்படாது. அப்போது இந்தப் பிள்ளைக்குத் தமிழ் எதற்காகத் தேவைப்படுகிறது என்பதனை நாங்கள் முதலில் தீர்மானிக்க வேண்டும்.

வெறுமனே புலம்பெயர் நிலை என்று நாங்கள் பார்க்கின்ற போது இந்தத் தன்மை வருகிறது. இவற்றை நாங்கள் பேசிக் கொண்டிருக்கின்ற போது இன்னொரு முக்கியமான மாற்றமும் ஏற்படுகிறது. அதாவது அங்கு ஏற்படுகிற சமூக, உளவியல் மாற்றங்களால் எங்களுடைய ஆடை முறைமை மாறுகிறது. வாழ்க்கை முறைமை மாறுகிறது. அங்குள்ள சீதோசண நிலைகளால் நாங்கள் பாதிக்கப்படுகிறோம். அங்குள்ள பாடசாலைகளில் கல்வி கற்கப் போகின்ற பிள்ளைகள் பிற பண்பாடுகளுக்குப் பரிச்சயமாகி விடுகிறார்கள். அவர்கள் மற்றைய பண்பாடுகளின் அம்சங்களை நன்கு அறிந்தவர்களாக வருகிறார்கள். அந்தப் பண்பாட்டின் நியமங்களுக்கு ஏற்ப அவர்கள் வாழ விரும்புகிறார்கள். அந்தப் பண்பாட்டின் நியமங்கள் எங்கள் வீடுகளுக்குள் வருகிறது. இதனால் இரு

வேறுபட்ட மனோநிலை வீடுகளுக்குள் ஏற்படுகிறது. பெற்றோர்கள் சடங்குகளை, தமிழ்ப் பண்பாட்டைக் கொண்டவர்களாகவும் பிள்ளைகள் அதை விரும்பாதவர்களாகவும் வளர்க்கப்படுகின்றனர். பெற்றோர்கள் இச்சடங்குகளை விரும்பக் காரணம் இந்தச் சடங்குகள் தான் அவர்களின் சமூக ஒருமைப்பாட்டிற்கான தளமாகும்.

சீதனப் பிரச்சினை புலம் பெயர் சூழலில் தமிழர்கள் மத்தியில் மிக முக்கியமான பிரச்சினை. ஆனால் அதுபற்றி அவர்கள் அங்கு அதிகம் பேசுவதில்லை. ஏனெனில் அவர்களுக்கு அங்குப் பணம் முக்கிய பிரச்சினையல்ல. எனக்குத் தெரிந்த ஒருவர் தனது பிள்ளைக்கு வெள்ளிப்பாதசரம் போடாமல் தங்கத்தால் பாதசரம் போட்டதை அங்கு நான் கண்டிருக்கிறேன். ஆனால் அங்குச் சமூக உடைவுகள் ஏற்பட்டிருக்கிறது. இதனால் என்ன நடக்கிறது என்றால், ஆங்கிலம் அல்லாத நாடுகளில் வாழ்பவர்கள் தங்கள் குழந்தைகளை இங்கிலாந்து அல்லது கனடாவுக்குப் படிக்க அனுப்புகிறார்கள். அல்லது இந்தியாவுக்கு அனுப்புகிறார்கள். இப்படியான மிகப் பெரும் பின்புலத்திலேதான் புலம்பெயர் இலக்கியத்தைப் பார்க்க வேண்டும்.

அரசியல் உணர்வுகளினூடு இவர்களிடையே இவர்களின் அடையாளம் தொடர்பான நெருக்குதல்கள் கூடக்கூட இவர்கள் தமிழ் அடையாளம் பற்றிய எதற்கும் தங்களுடைய ஆதரவை வழங்கத் தயாராகின்றனர். இதனால் அங்கு அதிகரித்துச் செல்கின்ற ஒரு கருத்தொருமைப்பாடு ஏற்படுகிறது. மற்றது இரண்டாம் தலைமுறையினரிடம் நான் கண்ட ஒரு உண்மை- பல்கலைக்கழகத்திற்கு அவர்கள் செல்லும் போது தமிழ் அடையாளத்தை உணர்கின்றனர். அப் பல்கலைக் கழகங்களில் இந்தக் கறுப்பன் எந்த நாட்டைச் சேர்ந்தவன்? இவன் ஏன் மற்றவர்களிலும் பார்க்க வித்தியாசமாக இருக்கிறான்? பிரான்ஸில் கல்வி கற்ற அல்ஜீரிய மாணவன்தான் அல்ஜீரியப் போராட்டத்தில் முக்கிய இடம் வகித்தான். 1930களில் இந்தியாவிலேயே சுதந்திர இயக்கம் வளர்வதற்கு முதல் இங்கிலாந்தில் படித்த இந்திய மாணவர்கள் தான் முன்னுக்கு நின்றார்கள்; கிருஷ்ணமேனன் போன்றவர்கள். இதுவொரு வளர்ந்து செல்கின்ற ஒரு செயற்பாடாகக் காணப்படுகிறது. இது

தவிர்க்க முடியாதது. அடையாளம் தொடர்பான தேடலுக்கு இது தேவையானது.

இதற்குள் ஒரு சமூகவியல் உள்ளது. இது வெறும் உணர்வு அல்ல. இந்தச் சூழலுக்குள் தான் நாங்கள் புலம்பெயர் சூழலில் தமிழைப் பார்க்க வேண்டும். புலம் பெயர் இலக்கியம் வளரும், எழும். இது ஓரளவு தர்க்க ரீதியான வளர்ச்சியும்கூட. ஆனால் அது தொடர்ந்து இருக்குமா என்பது கேள்விக்குறி.

புலம் பெயர் இலக்கியம் தமிழ் இலக்கியத்திற்குப் புதிய பரிமாணங்களைத் தந்திருக்கிறது. முன்னர் நாங்கள் அறியாத தளங்களுக்குச் சென்றிருக்கிறோம். மிக நல்லது. அந்த வகையில் அதனுடைய அனுபவங்கள் இதுகாலவரையும் காணப்படாதவை. தமிழ் இலக்கியம் முழுவதற்கும் இது புதிது. ஆனால் அதில் சில இடர்கள் உள்ளன. அவற்றை நாம் மிகத் தெளிவாக உள்வாங்க வேண்டும். இதிலொரு கட்டம் இங்கிருந்து போய் அந்த நினைவுகளோடு அங்கு வாழ்வது. அந்த நாட்டில் வாழுகின்ற போதுதான் வாழுகின்ற நாட்டின் அந்நியத்தன்மை புலனாகப் புலனாக எங்களுடைய கோயில் குளங்களும், கேணிகளும், மரங்களும், வயல்களும், ஊர்களும் சுவர்க்கங்களாக மாறத் தொடங்குகின்றன.

இதில் அடுத்த கட்டம் வரும், அது வரத்தொடங்கிவிட்டது என்றே நினைக்கிறேன். அந்த நாடுகளில் வாழுவது பற்றிய பிரச்சினை. ஆரம்ப காலத்தில் இந்தப் புலம்பெயர் சூழலில் அதிக சஞ்சிகைகள் வந்தன. அதிக இலக்கியக் கூட்டங்கள் நடந்தன. இங்கே நடந்த சண்டைகள் அனைத்தும் அங்கும் நடந்தன. ஆனால் இப்போது அவற்றில் பல மாற்றங்கள் ஏற்பட்டுள்ளன.

புலம்பெயர் இலக்கியம் என்பது நீண்ட வரலாற்றினை யுடையது. பல தேசங்களிலிருந்து புலம் பெயர்ந்தவர்கள் ஆங்கில மொழியிலேயேதான் எழுதினார்கள். அங்குப் புலம் பெயர் இலக்கியமென்பது மிகவும் ஆழ்ந்த பார்வைக்குரிய தாகவுள்ளது. ஆனால் அப்புலம்பெயர் எழுத்துக்களுடன், எழுத்தாளர்களுடன் நமது புலம்பெயர் எழுத்துக்கள், எழுத்தாளர்கள் எங்கே நிற்கின்றார்கள்? இது முக்கியமான வினாவாகும். இதைப் பார்க்க வேண்டிய ஒரு தேவை வரும். இது இன்னும் பார்க்கப்படவில்லை. இத்துறையில் ஈடுபடுபவர்கள் மிகவும் குறைவு. இத்துறையில் குறிப்பிட்டுச் சொல்லக் கூடியவர்

செல்வா கனகநாயகம் அவர்கள். இப்படிப் பார்க்கத் தொடங்கும் போதுதான் எனது எழுத்துக்களில் மாற்றம் வரத் தொடங்கும்.

எங்களுடைய வாழ்க்கையிலே காணப்பட்ட சமூக ஒவ்வாமைகளும் அங்குப் பேணப்படுகின்றனவா? விதி என்னவென்றால் பேணப்படும். ஏனென்றால் இங்கு வாழ்ந்த வாழ்க்கையை அங்கும் வாழ முற்படுகின்றபோது இங்கேயுள்ள பெறுமானங்கள் அங்கும் தொழிற்படும். ஆனால் இதிலொரு இரட்டை நிலையிருக்கும். கனடாவை உதாரணமாகக் கொண்டு நான் பார்க்கும்போது 1974இல் யாழ்ப்பாணத்தில் வீதிக்கொரு சண்டியன் இருப்பான். இயக்கங்களின் தோற்றங்களின் பின்னும் படைகளின் வருகைகளின் பின்னும் இது முழுதாகக் குறைந்து போய்விட்டது. பதினைந்து, இருபது வருடங்களுக்குப் பிறகு கனடாவுக்குப் போய்ப் பார்த்த போது இந்த நெருக்குவாரங்கள் அங்குத் தொடங்கிவிட்டது. பிரான்சில் தொடங்கிவிட்டது. வல்வெட்டித்துறையாருக்கும் வல்வெட்டியாருக்கும் சண்டை. ஊர்களுக்கு இடையில் சண்டை, சாதியமும், சாதிய எண்ணக்கருக்களும் அழிந்துபோய்விடவில்லை. இதற்கான பிரதான காரணங்கள், இங்கேயிருந்து போனவர்கள் எல்லோரும் பிற நாட்டுப் பண்பாட்டிடையே தமிழ்ப் பண்பாட்டினைப் பேணுவதற்கான கல்வித் தகமையைக் கொண்டவர்களல்ல, அவர்கள் தங்களுடைய அடையாளத்தைத்தான் அங்கே கொண்டுபோகப் பார்க்கிறார்கள். ஏனென்றால் இவர்கள் இன்னும் மாறவில்லை.

அங்கு Ethnic Rights உள்ளது. இந்த Ethnic Rights உடைய விளைவுகளாக யாழ்ப்பாணத்து தெருக்களை நாங்கள் லண்டனில் பார்க்கலாம். கனடாவில் பார்க்கலாம். இந்த முறைமைகள் காரணமாக இவைகளை ஒரு ஒட்டுமொத்தமாக ஆராய்கின்ற ஒரு போக்கு வரவேண்டும். அதில் புலம் பெயர் இலக்கியம் ஓர் அம்சமாக இருக்கும். சமூக வாழ்க்கை ஓர் அம்சமாக இருக்கும். இந்தப் பின்புலத்தில்தான் இதனை நாங்கள் பார்க்க வேண்டும்.

(ஒலிப்பதிவு நாடாவில் பதிவு செய்யப்பட்டுக் கட்டுரை யாக்கப்பட்டது)

(2000)

❑

பகுதி III

8

ஈழத்துத் தமிழ்க் கவிதைப் பாரம்பரியம்
ஆய்வு பற்றிய பிரச்சினைகளும் 1950 வரையுள்ள வரலாறும்

ஈழத்துத் தமிழ்க் கவிதை வரலாற்றாய்வினை எதிர்நோக்கும் பிரச்சினைகள், அக்கவிதைப் பாரம்பரியத்தில் நவீன கவிதைத் தோற்றம் வரை காணப்பட்ட வளர்ச்சி நெறிகள் பற்றிய ஓர் ஆய்வு

ஒரு மொழியின் இலக்கிய வரலாற்றினுள், அவ்விலக்கியத் தினுள் ஓரம்சமான கவிதை, வரலாறு பெறும் இடம் யாது என்பது சுவாரசியமான ஒரு வினாவாகும். இத்தகைய ஒரு வினா, இலக்கிய வரலாற்றினுள் ஒவ்வோர் இலக்கிய வடிவத்துக்கும் தனித்தனி வரலாறு உண்டா என்ற இன்னொரு வினாவையும் உள்ளடக்கி நிற்கும்.

தற்கால உலகின் இலக்கிய வெளிப்பாடுகளைப் பொறுத்த வரையில் இவ்வினா மேலும் முக்கியமாகின்றது. ஏனெனில், தற்காலத்தின் பண்புகளைச் சித்திரிப்பதற்கான தனித்துவச் சிறப்புடைய இலக்கியம் கவிதையன்று, புனைகதை (நாவல், சிறுகதை)யே என்பது எல்லோராலும் ஏற்றுக் கொள்ளப்படும் ஒன்றாகும். அத்தகைய ஒரு நிலையிலும் கவிதை இலக்கியத்தின் வரலாறு அறியப்பட வேண்டுமென்று கூறும்பொழுது அவ்வர லாற்றினால் எத்தகைய அறிவினைப் பெறமுடியும் என்பது முக்கியமாகின்றது.

பெலிக்கன் நூற்றொகுதியில் வெளிவந்த ஆங்கில இலக்கிய வரலாற்றின் இறுதிப்பகுதியான 'த மொடேர்ன் ஏஜ்' (The Modern Age) என்னும் நூலில் (1961) வரும் 'இன்றைய கவிதை' என்னும்

அத்தியாயத்தில், அவ்வத்தியாயத்தை எழுதிய சார்ள்ஸ் ரொம்லின்ஸன் (Charles Romlinson- இவர் குறிப்பிடத்தக்க ஒரு கவிஞரும், விமர்சகருமாவார்) கூறியுள்ளது கவிதையின் முக்கியத்துவத்தை நன்கு எடுத்துக் காட்டுவதாகவுள்ளது "கவிஞனின் கலை எம்மைப் பற்றிய உண்மையான மதிப்பீட்டினைத் தராவிட்டால் நாம் எம்மைச் சரிவர அறிந்துகொள்ள முடியாது." இது இலக்கியப் பேருண்மை பொதிந்த ஒரு வாசகம். உண்மையான கவிஞனே தனது வாகனமாக அமையும் மொழியினைப் பேசும் கூட்டத்தினரின் வர்த்தமான நிலை பற்றிய மதிப்பீட்டினைத் தருபவன் ஆவான். இவ்வமிசத்தில் கவிஞன் புனைகதை ஆசிரியனைவிட முக்கியமானவனாவான். புனைகதையாசிரியன் சமூகப்பிரச்சினையுடன் தனிமனிதனை இணைத்து நோக்கி அந்தப் பின்னணியில் சமூக வலு, வலுவின்மையைக் காட்ட, சிறந்த கவிஞனோ தனது சித்திரிப்புகள் மூலம் எமது அற வலுவையும், பண்பாட்டு வலுவையும் எடுத்துக் காட்டுகின்றவனாக அமைவதைக் காணலாம். "நாம் இன்றுள்ள நிலைமை பற்றிய தீர்க்கமான உருவப்படிமத்தையும், நாம் எய்த விரும்பும் அல்லது எய்தக்கூடிய நிலைமை பற்றிய தீர்க்கதரிசனமான உருவப்படிமத்தையும் உண்மையான மஹாகவிகள் தருகின்றனர்" என ரொம்லின்ஸன் தொடர்ந்து கூறுவது இவ்வுண்மையை வலியுறுத்துகின்றது.

எனவே, மற்றெந்த இலக்கிய வடிவத்திலும் பார்க்கக் கவிதையிலேதான் சமகால நிலையும், எதிர்காலத் தீர்க்க தரிசனமும் பண்பாட்டுப் பெறுமானப் பொலிவுடன் சித்திரிக்கப் படுகின்றன எனலாம். எனவே ஒரு மொழியின் கவிதை வரலாறு, வர்த்தமான நிலை பற்றிய உண்மையான மதிப்பீட்டையும், வருங்காலத்துக்கான தீர்க்கதரிசனத்தையும் இணைத்துக் காட்டுகின்ற ஒன்றாக அமைந்து விடுகிறது.

இதுவரை கூறியது தமிழிலக்கிய வரலாறு முழுவதற்கும் பொருந்தும் உண்மையாகும். இளங்கோ, கம்பன், பாரதி தத்தம் காலத்து தமிழகத்தின் சமகால நிலைமைகளையும் எதிர்கால எதிர்பார்ப்புகளையும் ஆக்கச் சிறப்புடனும், கவிதை வலுவுடனும் கூறிச் சென்றுள்ளனர். இவர்களைத் தமிழர் யாவரினதும் சொத்தாகவே கொள்கிறோம். ஆனால் இங்கு நாம் ஈழத்தில்- தமிழ் பேசப்படும் இடங்களில் ஒன்றாகிய இலங்கையில்- தமிழ்க்

கவிதையின் வரலாற்றினை அறிய விரும்புகிறோம். இந்த இலக்கியக் களம் தமிழ் இலக்கியக் களத்தின் ஒரு பகுதி யென்கின்ற காரணத்தினால் இது தமிழிலக்கியப் பாரம் பரியத்தின் ஓரம்சமேயாகும். வரையறைவுள்ள இந்த இலக்கிய வட்டத்தினுள் 'நிஜமும், நினைப்பும்' எவ்வாறு தொழிற்பட்டுள் ளது என்பதை அறிந்து கொள்ள முனைதல் வேண்டும்.

கவிதை வரலாற்றினை இத்தகைய கோணத்தில் நோக்குதல் த... முக்கே புதியவொன்றாகும். எனவே அப்பண்புகளை முற்று முழுதாக வெளிக் கொணருவதற்கு இக்கட்டுரை போன்ற ஓர் அறிமுகக் கட்டுரை போதாது. இதில் நாம் முதலில், தமிழ்க் கவிதை மரபு என்ற பெரு வட்டத்தினுள் இயைந்து கிடக்கும் இலங்கைத் தமிழ்க் கவிதைப் பாரம்பரியம் தனக்கெனச் சில பண்புகளைக் கொண்டுள்ளதா, அவ்வாறாயின் அப்பண்புகளின் இன்றைய நிலைமை யாது என்பதை அறிந்து கொள்ளலாம். மாத்திரமே காட்டக் கூடியவை என்று ரொம்லின்சன் கூறுபவற்றையும் காண முடிகிறதா என்பதையும் பார்க்கலாம்.

***

இலங்கையில் தமிழ்க் கவிதைப் பாரம்பரியத்தினை ஆராயப் புகும்பொழுது நம்மை எதிர்நோக்கும் பிரச்சினைகள் சிலவற்றை முதலில் எடுத்துக் கூறுதல் அவசியமாகும்.

தமிழிலக்கியப் பெரு வட்டத்தினுள் இலங்கைத் தமிழிலக்கியம் பெறும் இடம் பற்றிய உன்னிப்பான ஆய்வுகள் கடந்த இரண்டு தசாப்தங்களாக மேற்கொள்ளப்பட்டு வருகின்றன. ஆனால் இவ்வாய்வில் புனைகதை (நாவல்,சிறுகதை) விமர்சனம் இடம் பெறும் அளவுக்குக் கவிதை இடம் பெறுவ தில்லை. மஹாகவி, முருகையன் போன்றோரது ஆக்கங்கள் அங்கு அச்சிடப்பெற்றும், ஓரோரிடங்களில் இலக்கிய நுண்ணறிவுடையோரால் நன்கு சுவைக்கப் பெற்றுமுள்ளன (உ-ம் மஹாகவியின் புள்ளியளவில் ஒரு பூச்சி- அக்கறை இலக்கியம்). அத்துடன் இலங்கைத் தமிழ்ப் புதுக்கவிதை தமிழகத்துக்குப் புதுக்கவிதைக்காரர்களையும், புதுக் கவிதையாளர்களையும் கவர்ந்துள்ளனவென்பதும் உண்மையே. ஆனால் இவற்றின் தாக்கம், செல்வாக்குகள் பற்றிய ஆழமான

ஆய்வேதும் கிடையாது. கவிதையைத் தமது ஆளுமையையும், சிந்தனையையும் புலப்படுத்தும் புலமை வாதங்களுக்கு (Intellectual Argument) தளமாகப் பயன்படுத்தும் பண்பு இலங்கையில் வளர்ந்துள்ள அளவுக்குத் தமிழகத்தில் வளர வில்லை என்பதையும் அவதானிக்கலாம்.

அடுத்து, ஈழத்துத் தமிழ்க் கவிதைப் பாரம்பரியத்தின் பல்வேறு கட்டங்களில் தமிழகத்தைச் சேர்ந்தவர்களது பங்களிப்பு கணிசமாகவுள்ளது. இப்பண்பினை நவீன தமிழ்க் கவிதைப் பாரம்பரியத்திலும் பார்க்க நவீன காலத்துக்கு முற்பட்ட பிரபந்தச் செய்யுட் பாரம்பரியத்திலேயே அதிகம் காணக்கூடியதாகவுள்ளது. எவ்வாறாயினும் தமிழ்ச் செய்யுள் மரபின் ஒருமைப்பாடு நிலைநிறுத்தப்படுவதை இது காட்டு கின்றது. கூழங்கைத் தம்பிரான், நவநீதகிருஷ்ண பாரதியார், சு.நடேசபிள்ளை ஆகியோரே இங்குக் குறிப்பாக எடுத்துக் கூறப்படுகின்றனர்.

மூன்றாவதாக எம்மை எதிர்நோக்கும் பிரச்சினை ஈழத் தமிழ்க் கவிதைப் பாரம்பரியம் பேணப்பட்டுள்ள முறையும், தன்மையும் பற்றியவையாகும்.

எமக்குக் கையளிக்கப்பட்டுள்ள பாரம்பரியத்தினை நோக்கும்பொழுது 'சைவமும் தமிழும்' என்ற பண்பாட்டு வட்டம் சார்ந்த இலக்கிய ஆக்கங்களே மேலாண்மை கண்டனவாக எடுத்துக் கூறப்பட்டுள்ளமையைக் காணலாம். கிறிஸ்தவம் (சிறப்பாகக் கத்தோலிக்கம்,) இஸ்லாம் ஆகியன பற்றிய செய்யுள் ஆக்கங்கள் பலவிருப்பினும், விதந்தோதப் படுவது 'சைவமும் தமிழும்' மரபு சார்ந்தவையேயாகும். இதில் இன்னொரு முக்கிய அம்சம் அவதானிக்கப்படல் வேண்டும். கிறிஸ்தவமும், இஸ்லாமும் பிரதானமாக அடிநிலை மக்கள் நிலையிற் காணப்படுவனவும், பெரும்பாலும் வாய்மொழி நிலைப்பட்டனவுமாகிய இலக்கிய வடிவங்களையே பயன்படுத்தி வந்துள்ளது.

ஆகம நெறிப்பட்ட சைவ வணக்கம் மென்மேலும் வற்புறுத்தப்பட்டும், அழுத்திக் கூறப்பட்டும் வரும் பண்பினை ஈழத்தின் செய்யுட் பாரம்பரியத்தில் அவதானிக்கும் அதே வேளையில், நடைமுறை வழிபாட்டு நிலையிலிருக்கும்

வழிபாடுகள் பற்றி (உ-ம் கண்ணகி வழிபாடு) நாட்டார் இலக்கிய வடிவமே பயன்படுத்தப்பட்டிருப்பதையும் அவதானிக்காமலிருக்க முடியாது. சமய வழிபாட்டிற் பெரும் பாரம்பரியத்தையும் சிறு பாரம்பரியத்தையும் இணைக்கும் முயற்சியின் தவிர்க்க முடியாத இலக்கியப் பிரதிபலிப்பு என்றே இதனைக் கொள்ளல் வேண்டும்.

தொல்சீர் செய்யுள் மரபு சமயஞ்சார்ந்ததாகவே போற்றப்படுவதை ஏற்கெனவே சுட்டினோம். இது பற்றி ஈழத்து இலக்கிய ஆர்வலர்களிடையே, முக்கியமாக, சென்ற தலைமுறையைச் சேர்ந்த தமிழறிஞர்களிடையே நிலவிய, ஆனால் எவராலும் அச்சிற்பொறிக்கப்படாத ஒரு கருத்தினை இங்கு எடுத்துக் கூறுவது அத்தியாவசியமாகும். பத்தொன்பதாம் நூற்றாண்டின் பிற்கூற்றில் நடைபெற்ற சைவமீட்பு இயக்கத்தின் பொழுது, ஈழத்தின் இலக்கியப் பாரம்பரியத்தில் எப்பொழுதும் சைவத்துக்கும் தமிழுக்கும் இணையறாத் தொடர்பு இருந்த தென்பதை வலியுறுத்துவதற்காக யாழ்ப்பாணத்தில் அக்காலத்தில் நிலவிய சமயச்சார்பற்ற இலக்கியங்களை வேண்டுமென்றே பேணாது விட்டனர் என்பதே அக் கருத்தாகும். ஈழத்துத் தமிழ்ச் செய்யுள் மரபில் எடுத்துக் கூறப்படும் நூல்கள், ஆக்கங்கள் பெரும்பாலும் சைவம் சார்ந்தனவையாகவே உள்ளன. சமயஞ்சாராத இலக்கியங்கள் அக்காலங்களில் தோன்றவில்லை யென்றும் கூறிவிட முடியாது. சுப்பையா என்பவரது 'கனகி புராணம்' என்னும் அங்கத நூலில் பார்க்கும் பொழுது மிகச் சிறந்த லௌகீகக் கவிமரபு ஒன்று யாழ்ப்பாணத்தில் நிலவி யுள்ளது என்பது புலனாகிறது. ஆனால் 'கனகி புராணம்' முற்று முழுதாக எமக்குக் கிடைக்கவில்லை. சமயஞ்சாராத இலக்கியங் களைப் பொறுத்தவரையிற் சில 'செம்பொருள் அங்கதம்' என்று கூறப்படத்தக்கனவாய் அமைந்தன. சமயஞ்சாராதவையைப் பிரக்ஞைபூர்வமாக ஒதுக்கியதால், இவற்றுட் பெரும் பாலானவை அசப்பியமாக எழுதப்படும் தன்மையும் தொடங் கிற்று (உ-ம்: கல்லடி வேலுப்பிள்ளையால் பாடப் பெற்ற 'அழகம்மா கும்மி'). கோட்டுப்புராணம், தலபுராணம் போன்ற சமூகத் தொடர்புடைய நூல்கள் இப்புறக்கணிப்பால் அழிந்தன.

இங்குள்ள தனிப்பாடல் மரபினை ஆராயும் பொழுது சமயஞ்சாராத ஒரு கவிமரபு நிலவிற்று என்றே கூறலாம். அச்சி யந்திர வசதியில்லாத அக்காலத்தில் மூல ஏடு பிரதி பண்ணப் படாது விட்டாலே ஆக்கம் முற்றாக அழிந்துவிடும்; மனம் வைத்து ஒன்றை அழிக்க வேண்டியதில்லை; புறக்கணிப்பே அழிவை ஏற்படுத்தி விடும்.

இவ்வாறு சமயஞ்சாராத இலக்கியங்களைப் புறக்கணித்து விட்டு சமயஞ் சார்ந்த இலக்கியங்களையே விதந்து கூறும் இலக்கிய மேலாண்மை நிலவிய சூழலில் அக்கருத்தினைப் பெற்றுக் கொண்டவர்களும், மறுக்க மன வலிமையற்றவர்களும் பின்னர் பொதுப்படையாக "ஈழத்துத் தமிழ்ப்புலவர்களால் யாக்கப்பட்ட செய்யுளிலக்கியங்களும், தனிப்பாடல்களும் ஈழத்து இயற்கைச் சூழலினடியிற்றோன்றியவை, மக்கள் தம் பண்பாட்டினையும், வாழ்க்கை முறைகளையும் தமிழ் மரபு பிறழாது கூறுபவை, ஈழத்துக்கே சிறப்பாகவுரிய நல்லை, நயினை, மாவை, கோணாமலை, கதிர்காமம் முதலிய நூற்றுக்கு மேற்பட்ட தலங்களின் பெருமையைப் பக்தி ரசம் ததும்ப உணர்த்துபவை, இந்து, இஸ்லாமிய, கிறிஸ்தவ தமிழ் மக்களது பண்பாட்டின் ஒருமையையும் சொல்லோவியங்களில் வடித்துக் காட்டுபவை" (ஈழத்துத் தமிழ்க் கவிதைக் களஞ்சியம்: முகவுரை) என்று கூறிப் புறக்கணிக்கப்பட்டவையைவிட்டு, பேணப்பட்ட வற்றை மாத்திரம் மனங்கொண்டு ஈழத்துத் தமிழ்க் கவிதை மரபின் பண்புகளை வரையறுக்கத் தொடங்கிவிட்டனர். பேணப்பட்ட இலக்கியங்களே தோன்றிய முழு இலக்கியமுமாம் என்னும் தவறான கொள்கையினடிப்படையில் இலக்கியப் பண்புகள் வகுக்கும் வழக்கம் தமிழ் வரலாற்றாசிரியர்களிடையே காணப்படும் பலவீனமாகும்.

எனவே இன்று எமக்குக் கையளிக்கப்பட்டுள்ள நவீன காலத்துக்கு முற்பட்ட காலத்துத் தமிழ்ச் செய்யுளிலக்கியங்கள் ஒரு பக்கச் சார்புடையனவே என்னும் கருத்தினையும் நாம் மனத்திருத்திக் கொள்ள வேண்டும்.

அடுத்து, ஈழத்துத் தமிழ்க் கவிதை மரபினை ஆராயும் போது யார், யாரை, எத்தகைய இலக்கியங்களை ஆராய வேண்டும் என்ற பிரச்சினையாகும். இப்பிரச்சினையை பண்டிதமணி. கணபதிப் பிள்ளை அவர்கள் தமது 'இலக்கிய

வழி' (1964) என்னும் நூலில் முனைப்புற எடுத்துக் கூறியுள்ளார். அந்நூலுக்கான முன்னுரையில் "அரசகேசரியிலிருந்து நம் கண்முன்னிருந்த கணேசையர் பரியந்தம் ஓரிலக்கியவழி தொடர்ந்து வந்திருக்கின்றதென்பது ஊகிக்கத்தக்கது" என்று கூறிய பண்டிதமணி அவர்கள், அந்நூலில் வரும் 'ஈழ நாட்டுப் புலவர்' என்னும் பகுதியில் புலவர்கள் என்ற தலைப்பின் கீழ் அரசகேசரி, சபாபதி நாவலர் போன்ற மகாவித்துவான்களையும், சங்கரபண்டிதர், ஞானப்பிரகாசர் போன்ற பண்டிதர்களையும், வித்துவசிரோமணி பொன்னம்பலப்பிள்ளை போன்ற உரையாசிரியர்களையும், சுவாமி விபுலானந்தரையுங் கூடச் சேர்த்துக் கொள்ளாது, "நல்லறிஞர்களாய், நன்மைக்குப் பாதக மில்லாத இனிய கவிகள் புனைபவர்களையே புலவர்கள் என்று இங்கு எடுத்துக்காட்ட முயலுகிறேன்" என்று கூறுவது மனங்கொள்ளத் தக்கதாகும். ஏனெனில் அவர் அக்கட்டுரையிற் பிறிதோர் இடத்திற் கூறுவது போன்று "கவித்துவச் சாமர்த்தியம் வாய்ந்தவர்களாய் இனித்த கவிதைகள் செய்தவர்களையே" கவிதை மரபு பற்றிய ஆய்வுக்குப் பொருளாக்க வேண்டும். அத்தகைய ஒரு பரம்பரையையும் அவர் சுட்டிக்காட்டத் தவறவில்லை. அப்பட்டியல் சின்னத்தம்பிப் புலவருடனேயே (1716-1780) தொடங்குகிறது.

> ஈழமண்டலத்திலே நல்ல பேரறிஞராய்க் கவித்துவ சாமர்த்தியத்திலே தலைசிறந்தவர் சின்னத்தம்பிப் புலவர். இவர் காலத்தினாலும் முற்பட்டவர். இவருக்கு அடுத்த படியில் வைத்து எண்ணுதற்குரிய புலவர் முத்துக்குமார கவிராச சேகரர்... முத்துக்குமார கவிராச சேகரருக்கு அடுத்த படியில் சொல்லக் கூடியவர் இருபாலைச் சேனாதிராய முதலியார்... அடுத்து, உடுப்பிட்டிச் சிவசம்புப் புலவர் வரத்தக்கவர்.

என்று கூறி இப்பரம்பரையின் தொடர்ச்சியாக சோம சுந்தரப் புலவரையும் எடுத்துக்காட்டி முடித்துக் கொள்கிறார். 1964-இல் வெளியான இந்நூலில் பண்டிதமணி அவர்கள் சோமசுந்தரப் புலவரின் (1878-1953) பின்னர் வந்த புலவர்களையும் சுருக்கமாகச் சொன்னால் 1950, 60-களிலே எழுதிக் கொண்டிருந்த புதுமைக் கவிஞர்கள் எவரைத்தானும் பெயர் சொல்லிக் குறிப்பிடவில்லையெனினும், கவித்துவப் பாரம்பரியத்தின்

ஊற்றுக் கால்களாகக் கொள்ளப்படும் பல புலவர்களை (உ-ம்: அரசகேசரி போன்றோரை)ச் சேர்த்துக் கொள்ளாது விட்டுள்ளாரென்பதையும் கவனித்துக் கொள்ளல் வேண்டும்.

பண்டிதமணியை எதிர் நோக்கிய பிரச்சினை இக்கட்டுரையில் ஆராயப்பட வேண்டிய ஓர் அடிப்படையான பிரச்சினை யாகும். கவித்துவ ஆற்றலில் நேரடிச் சம்பந்தமற்ற செய்யுள் ஆக்கங்களை இயற்றியோரையும், புலவர்கள் என்றும் அவர்கள் ஆக்கமரபும் தமிழ்க்கவிதைமரபு போன்றும் கொண்டாடும் மரபு எவ்வாறு தோன்றிற்று என்று அதற்குக் காரணமாக இருந்த இலக்கியக் கோட்பாடு யாது என்பதையும் அறிந்து கொள்ளல் வேண்டும். இல்லையேல் பண்டிதமணி சேர்த்துக் கொண்ட புலவர்களையும் சேர்த்துக் கொள்ள விரும்பாத புலவர் பலரையும் தொகுத்து 'ஈழத்துத் தமிழ்க் கவிதைக் களஞ்சியம்' இதுதான் என்று முன்வைத்த பழைமை பேண் மரபினையும் விளங்கிக் கொள்ள முடியாது போய்விடும்.

ஈழத்தின் தமிழ்க்கவிதைப் பாரம்பரியம் பற்றி ஆராய முனையுமெவரும் தம் கணிப்பிற் கொள்ள வேண்டிய ஒன்று, தற்காலக் கவிதை மரபே மேலாண்மை செலுத்தும் இன்றைய சூழலிலும் பாரம்பரியக் கவிதை மரபு சமூக அத்தியாவசியத் துடன் பேணப்படும் பண்பாகும். 1946, ஆடிமாத, 'மறுமலர்ச்சி' இதழில் அ.செ.முருகானந்தம் சோமசுந்தரப் புலவர் பற்றி எழுதியுள்ளதை இங்கு நினைவுகூரல் அவசியமாகின்றது.

நவாலியூர்ப் புலவர் பொது சனங்களிடையே பெற்றுள்ள பிரபல்யம் அளவு யாழ்ப்பாணத்தில் கோயில் கொண்டிருக்கும் தெய்வங்களிடையேயும் பெற்றிருப்பாரோ என்று எனக்கு ஒரு சந்தேகம். ஏனென்றால் அவ்வாறு தொகையில் தெய்வங்கள் பேரில் தோத்திரப் பாக்களும், பதிகங்களுமாகப் பாடித் தள்ளியுள்ளார்.

புலவருடைய இலக்கியச் சிருஷ்டிகளை விட பொது வைபவங்களுக்குப் பாடிக் கொடுத்த வாழ்த்தும், வரவேற்பும், வந்தனோபசாரமும் மிக அநேகம்.

1946-இல் நிலவிய பண்பு இன்றும் தொடர்ந்து காணப் படுகிறது. 1946இல் சோமசுந்தரப் புலவர் இலக்கிய நுகர்ச்சிக்கும்

முற்று முழுதான சமூகக் காரண நுகர்வுக்கும் வேண்டிய பாடல்களை இயற்றினார். இன்றுள்ள முக்கியமான கவிஞர்கள் சரமகவிகளும், வாழ்த்துப் பாக்களும், கிராமத்துக் கோவிலிலுள்ள சுவாமி மீது ஊஞ்சலும், திருப்பள்ளி எழுச்சியும் பாடுவதில்லையென்றாலும் அந்த ஆக்க மரபு இன்றும் போற்றப்படுவதைக் காணலாம். இது காரண நிலைத் தேவை யாக இருக்கலாம். ஆனால் இது இன்னும் நிலவுகிறது. இது யாழ்ப்பாணச் சமுதாயம் நவீனமாக்கத்தின் பின்னர் தொடர்ந்து பேண விரும்பும் இரு இணைப்பாடான நிலைமையின் இலக்கிய வெளிப்பாடாகும். இந்த மரபு முற்று முழுதாகக் கவிதை சாராதது என்று கூறிவிட முடியாது. ஏனெனில் இத்தகைய ஒரு சரமகவி, வாழ்த்துப்பா மரபு காரணமாகத்தான் நாடக நடிகன் கரவெட்டி எம்.வி.கிருஷ்ணாழ்வாரின் கவித்துவம் தெரிய வந்தது.

***

இத்தகைய வரையறைகளுக்கிடையேதான் ஈழத்துத் தமிழ்க் கவிதை மரபின் வருநெறிகளையும், செல் நெறிகளையும் கண்டறிந்து கொள்ள வேண்டியுள்ளது. மேற்சென்ற பகுதியிலே கூறப்பட்டுள்ள பிரச்சினைகளுக்கான விளக்கத்தை ஓரள வேணும் பெறத்தக்க வகையில் நமது அணுகுமுறைகள் அமைவது அத்தியாவசியமாகும்.

அத்தகைய ஓர் ஆய்வானது செய்யுள் மரபையோ, கவித்துவ சக்தியையோ மாத்திரம் காட்டுவதாக அமையாது இலக்கியச் சிந்தனைகள், அவற்றிற்கான சமூகப் பின்னணி சிந்தனைகளின் உய்த்துணர்விலும், வெளிப்பாட்டிலும் தொழிற்பட்ட அழகியல் அடிப்படைகள் ஆகியனவற்றையும் சிறிதளவேனும் எடுத்துக் காட்டுவதாக அமைதல் வேண்டும்.

அவ்வாறாயின் அத்தகைய ஓர் ஆய்வு பின்வருவனவற்றை ஒன்றன்பின் ஒன்றாகத் தெளிவுபடுத்துவனவாக அமைதல் வேண்டும்:

அ) ஈழத்தின் இலக்கிய உருவாக்கத்திற் கவிதை/ செய்யுளுக் கிருந்த இடம்.

ஆ) இந்த இலக்கிய உருவாக்கத்தின் சமூகவியல் அடிப் படைகள்; இச்சமூக அடிப்படையின் இலக்கியத் தேவைகள்.

இ) இலக்கியத் தேவைகள், அழகியற்றொழிற்பாடுகள் ஆகியவற்றின் ஊடாட்டமும், அந்த ஊடாட்டத்தின டியாகத் தோன்றிய ஆக்கங்களும், அந்த ஆக்கங்களை இயற்றியவர்களும்.

இந்தக் கண்ணோட்டம் வரலாற்றுப் பின்னணியில் காலமும் கருத்தும் இயங்கியல் நெறியில் ஒன்றை மற்றது பாதித்த முறைகளினைக் கோடிட்டுக் காட்டிச் செல்வதாகவமைதல் வேண்டும்.

அத்தகைய ஒரு விரிவான ஆய்வினை இங்கு மேற் கொள்ளாது, இவ்வணுகுமுறை நெறி நின்று ஆனால் சுருக்கமாக வரலாற்றுச் சக்திகளின் மேலாண்மையைச் சுட்டிக்காட்டுவ தாகவே இக்கட்டுரை அமையும்.

எத்தகைய சுருக்கமான கட்டுரையானாலும் கவிதை வளர்ச்சியின் கால கட்டங்களைத் தெளிவுபடுத்திக் கொள்வது அவசியமாகும். ஈழத்துத் தமிழ்க் கவிதைக் களஞ்சியத்திற் பேராசிரியர் ஆ.சதாசிவம் சங்ககாலம், யாழ்ப்பாணத் தமிழ் வேந்தர் காலம் (1216-1621), போர்த்துக்கேயர் காலம் (1658-1796), ஆங்கிலேயர் காலம் (1976-1947), தேசிய எழுச்சிக் காலம் (1948) எனப் பிரித்துள்ளார். இந்நூலின் இரண்டாம் கட்டுரையில் இத்தகைய முறையிற் காலகட்டங்களை வகுப்பதிலுள்ள இடர்ப்பாடுகளை எடுத்து விளக்கி, போர்த்துக்கேய ஒல்லாந்த காலங்களின் இலக்கிய உருவாக்கத்தைப் பொறுத்தவரையில் ஒன்றாக நோக்கப்பட வேண்டுமென்றும், அதே காரணத்துக்காக ஆங்கிலேயர் காலம் எனப்படுவது நான்கு முக்கிய உப கட்டங்களாகப் பிரிக்கப்பட வேண்டும் என்றும், தேசிய இலக்கிய காலம் 1956 முதலே கணக்கிடப்படல் வேண்டு மெனவும் எடுத்துக் கூறியுள்ளேன்.

இந்த வரலாற்றுப் பின்னணி பற்றிய பிரக்ஞையுடன் ஈழத்தின் தனித்துவமான கவிதைப் பாரம்பரியத்தின் தோற்றம், வளர்ச்சியை நோக்குவோம்.

***

இலங்கையின் தனித்துவமான தமிழிலக்கியத் தோற்றத் துக்கும் இலங்கையில் தமிழர்களின் தனித்துவமான அரசவதிகார

தாபனத்துக்கும் தொடர்பு உண்டு. யாழ்ப்பாண அரசின் தோற்றத்துக்கும், ஆரியச் சக்கரவர்த்தி கால இலக்கியத்துக்கும் காலசம்பந்தமாத்திரமல்லாமல் அதிகார நிர்ணயம் பற்றிய தொடர்புமுள்ளது. ஆரியச் சக்கரவர்த்திகள் கால இலக்கியத்தை நோக்கும் பொழுது வரலாற்றுணர்வுடன் இயற்றப் பெற்ற நூல்களே பெருமளவு முக்கியத்துவம் பெறுவதை அவதானிக்கலாம். அந்த வரலாறு, காலத்தின் தன்மைக்கேற்ப ஐதீகச் சார்பானதாயிருந்தால் அவற்றை வெறும் புராணங்களென்று ஒதுக்கிவிட முடியாது. தக்கிண்கைலாய புராணம், கோணேசர் கல் வெட்டு, வையாபாடல், கைலாயமாலை ஆகியன இலங்கையில் அப்பொழுது தோன்றியிருந்த புதிய அரசியலுருவாக்க மொன்றினது (அதாவது யாழ்ப்பாண அரசின்) இலக்கிய வெளிப்பாடாகும். மற்றைய இலக்கியங்களுள் முக்கியமானவை கண்ணகி வழக்குரை, கதிரைமலைப்பள்ளு, இரகுவம்சம், செகராசசேகரம் என்பனவாகும். முதலிரண்டும் இலங்கையின் மதவழிபாடுகள் பற்றியவை. செகராச சேகரம் வைத்தியநூல், இரகுவம்சம் வடமொழி முதனூலின் மொழிபெயர்ப்பு.

மேலே குறிப்பிட்ட நூல்கள் இக்கால கட்டத்திலே இயற்றப் பெற்றன என்று கூறும்பொழுது தமிழ்நாட்டிலிருந்து இங்கு வந்து வழக்கிலும் கல்விப் பயிற்சியிலும் முக்கிய இடம் பெற்றிருந்த பேரிலக்கிய, சிற்றிலக்கிய நூல்களுக்கும், இலக்கண நூல்களுக்கும் மேலாக இவை இங்கு எழுதப்பட்டன என்பதே கருத்தாகும். தமிழகத்தின் தலைசிறந்த இலக்கிய இலக்கணப் படைப்புகள், தமிழ் கூறும் நல்லுலகின் ஒரு பகுதியாக விளங்கிய இலங்கையில், குறிப்பாக இலங்கையின் வட பகுதியிற் பயிலப் பட்டு வந்தன என்பதற்கு சாட்சியாக அமைவது பத்தொன்பதாம் நூற்றாண்டில் பழந்தமிழ் நூற்பதிப்பு முயற்சிகளின் பொழுது பயன்படுத்திய யாழ்ப்பாணத்தைச் சேர்ந்த ஏட்டுப்பிரதிகளாகும். கந்தபுராணம் முதல் கம்பராமாயணம் வரை தொல்காப்பியம் முதல் நேமிநாதம் வரை பெரும்பாலான நூல்களுக்குரிய ஏடுகள் யாழ்ப்பாணத்திலிருந்தும் பெறப்பட்டனவென்பது அவ்வந்நூல்களின் பதிப்புரைகளிலிருந்து தெரிய வருகிறது. யாழ்ப்பாணத்தில் இவ்வேட்டுப் பிரதிகள் எவ்வாறு கிடைத்தன, இவை எங்கிருந்து கொண்டு வரப்பட்டன, இவற்றின் மூலப்பிரதிகள் எங்கிருந்தன, பிரதியெடுப்பு எவ்வாறு நடைபெற்றது என்பது

போன்ற வினாக்களுக்கு விடையிறுக்க முனையும்பொழுது, யாழ்ப்பாணத்தில் நிலையான தமிழ்க் கல்விப் பாரம்பரிய மொன்று நிலவிவந்துள்ளது என்பதும், அந்தப் பாரம்பரியத்தின் தன்மைகளின்படி தமிழ்க்கல்விக்குப் பொதுவாகப் பயன்பட்ட இலக்கிய, இலக்கண நூல்களுக்கு மேல், இலங்கையின் தனித்துவ மான சமூகப் பண்பாட்டு உந்துதல்களுக்கு இடமளிக்கும் இலக்கியங்களே இங்குத் தோன்ற வேண்டியிருந்தது என்பதும் தெரியவரும்.

ஆனால் சோதிட நூலையும், தல புராணத்தையும், ஐதிகக் குறிப்பினையும் இலக்கியம் என்ற உணர்வுடன் தோற்றுவிக்கும் உணர்வு எவ்வாறு ஏற்பட்டது என்பது தெளிவுபடுத்தப்பட வேண்டிய ஒன்றாகும்.

இப்பிரச்சினைகளுக்கான திறவுகோலாயமைவது இக்கால கட்டத்தில் தமிழகத்தில் இலக்கியம் பற்றி நிலவிய கருத்துக் களாகும்.

ஈழத்தில் தமிழில் தனித்துவமான அரச உருவாக்கம் 14ஆம் நூற்றாண்டிலே நிகழ்கிறது. 14ஆம் நூற்றாண்டிலே புலவன் பற்றியும், புலவனது ஆக்கம் பற்றியும், செய்யுள் பற்றியும் தமிழில் எத்தகைய கருத்துக்கள் நிலவின என்பதை அறிவதற்கு நன்னூல், வெண்பாப் பாட்டியல் ஆகிய நூல்கள் உதவுகின்றன. 12ஆம் நூற்றாண்டின் இறுதிக்கும், 13ஆம் நூற்றாண்டின் தொடக்கத் திற்கும் உள்நிற்கும் காலப் பகுதியிலேயே மேற்குறிப்பிட்ட இந்நூல்களும் தோன்றுகின்றன. செய்யுள் பற்றிய நன்னூல் சூத்திரம் (268) இலக்கிய ஆக்கத்தை அவயவிக் கோட்பாட்டி னடிப்படையில் நோக்குவதாக, அணியைப் பொருளிலிருந்து பிரித்துப் பார்ப்பதாக, இலக்கிய ஆக்கம் 'உணர்வினின் வல்லோருக்கே' (அதாவது கல்வியறிவினால் செய்யுளியற்ற வல்லோருக்கே) உரியதென்று கூறுகிறது.

செய்யுள் சொற்களாலானதென்றும், சொற்கள் எழுத்துக் களாலானதென்றும், செய்யுளுக்கான எழுத்துக்களுக்கு வருணம் வகுக்கலாமென்றும், இன்ன இன்ன எழுத்துக்கள் இன்ன இன்ன வருணத்தைச் சார்ந்தனவென்றும், இன்ன நட்சத்திரத்துக்கு இன்ன எழுத்துப் பொருந்தும் என்றும், இவ்வாறாக எழுத்துக் களை வகுத்துள்ளமையை நோக்கும் பொழுது செய்யுளாக்க

மென்பது கவித்துவத்தின் பிரவாகம் அன்று என்றும், அது பிரக்ஞை பூர்வமாகக் கட்டியெழுப்பப்பட வேண்டிய நுண்ணிதான கட்டடம் என்பதும் தெரியவரும்.

புலவர்களை வெண்பாப் பாட்டியல் நான்கு வகையாக வகுக்கும். (கவி, கமகன், வாதி, வாக்கி). கமகன் என்போன் ஞாபகத்தாலேனும், கல்விப் பெருமையாலேனும் எப்பொருளையும் கூறுவோன். ஏது, மேற்கோள் எடுத்துக் காண்பித்து தன் கோட்பாட்டை நிலை நிறுத்துவோன் வாதி. நான்கு புருடார்த்தங்களும் தம்மில் விரவாமல் கேட்போர் விரும்ப இலக்கணத்தையாதல், இலக்கியத்தையாதல் செஞ்சொல்லால் விளக்கஞ் சொல்வோன் வாதியாவான். கமகன், வாதி, வாக்கி என்போரைப் புலவர் என்னும் கருத்து வட்டத்துட் கொண்டுவர வேண்டியிருந்தமையின் சமூகப் பின்னணி முக்கியமானதாகும்.

கவிதைகளை வகுத்துள்ள முறைமையும் அக்காலத்திற் கவிதை பற்றி நிலவிய கோட்பாடுகளை எடுத்துக் காட்டுவதாக வுள்ளன. வெண்பாப் பாட்டியல் "கவிகள் தாம் ஆசு, மதுரமே, சித்திரம், வித்தாரம் எனப் பேசுவோர் நால்வர்க்கும் பேர்" எனக் குறிப்பிடுகின்றது. ஆசுகவி, மதுரகவி, சித்திரகவி, வித்தாரக்கவி ஆகியோருக்குத் தரப்படும் வரைவிலக்கணங்களைப் பார்க்கும் பொழுது அவர்களது ஆக்கங்கள், சங்க இலக்கியங்கள், தேவார பாசுரங்கள், கம்பராமாயணம் போன்ற கவிப்பேற்றாக்கங்களி லிருந்து பெரிதும் வேறுபட்டனவென்பதும் சோழர் காலத்துப் பிற்பகுதி பாண்டியர்காலம் விஜயநகர காலச் சிற்பங்கள் போன்று மிதமிஞ்சிய வேலைப்பாடுகளும், சித்திர நுணுக்கங்களும் கொண்ட ஆக்கங்களே என்பதும் தெளிவாகிறது. எழுத்துக் களுக்குச் சாதி கற்பித்த இலக்கியக் கோட்பாட்டினடியாகத் தான் இக் கவிதைகளும் கவிகளும் தோன்றினர்.

மேலும் இக்காலத்திலே தோன்றிய இலக்கியங்களை நோக்கும்பொழுது உரையாசிரியர்களையும், யாப்பமைதி பெறத் தத்துவ இலக்கண சிந்தனைகளைப் பொறித்தோரையும், இலக்கிய கர்த்தாக்களாகவே கொள்ள வேண்டியிருந்தது என்பது தெரியவரும்.

இத்தகைய இலக்கியச் செல்வாக்கினிடையேதான் இரகுவமிசமும், தக்கண கைலாசபுராணமும் தோன்றின.

பிரபந்தங்களையே பிரதான இலக்கிய வடிவங்களாகவும், தொடர்நிலைச் செய்யுளை அளவு கொண்டு அகலக் கவியாகவும் பார்த்த ஓர் இலக்கியக் கோட்பாட்டின் பின்னணியிலே தோன்றியவையே ஈழத்தின் முதற்கட்டக் கவிதை இலக்கியங்கள்.

இந்தப் பண்புகள் தான் ஈழத்து இலக்கியத்தின் அடிக்கற்களாக அமைந்தன. இதனாலேதான் மகாவித்துவான்களையும், உரையாசிரியர்களையும் இவர் போன்ற பிறரையும் புலவர்கள் என்று கொள்ளும் மரபு தோன்றிற்று. ஆரம்பத்திலேயே இப்பண்பு காணப்பட்டதனாலேதான் அந்தப் பாரம்பரியம் போற்றப்படும் சமூகங்களிலே அத்தகைய புலவர்களும் போற்றப்படுகிறார்கள், தேவைப்படுகிறார்கள்.

இத்தகைய இலக்கியக் கோட்பாட்டினடியாகத் தோன்றும் செய்யுளிலக்கியங்கள், கம்பன் கோதாவரியினிற் கண்ட சான்றோர்கவி போன்றல்லாது, சரியுறத் தெளிவற்றதாய், தண்ணென்ற ஓசையோடு தட்டச்செல்லும் பண்பற்றதாய், சித்திர வேலைப்பாடுகளுக்கு இடமளிப்பதாய், கருத்துத் தட்டாமாலை ஆட்டங்களுக்குமிடங்கொடுப்பதாய், “சொல்லணி, பொருளணி நிரம்பி அரிதின் உணர்த்தப்பாலனவாகிய சொற்றொடர்கள் பொலியப் பெற்று விளங்குவனவாகவே” இருக்கும்.

ஈழத்துத் தமிழ்க் கவிதையின் தொடக்கமே இத்தகைய செய்யுளியற்றற் பாரம்பரியமாக இருந்துவிட்டதனால் உண்மையான கவிஞர்களிலும் பார்க்க மகாவித்துவான்களும், அவர்கள் போன்றோரும் தம் வித்துவச் செருக்கைக் காட்டுவதற்கு இச்செய்யுள் மரபு இடமளித்தது. கவிதையை மாத்திரமே தமது இலக்கிய வெளிப்பாட்டுச் சாதனமாகக் கொள்ளும் ஒரு பரம்பரைதோன்றும் வரை (அத்தகைய பரம்பரைப் பாவலர் துரையப்பாப்பிள்ளை காலம் முதலே ஈழத்துத் தமிழிலக்கியப் பரப்பிற் காணப்படுகின்றதெனலாம்) செய்யுளியற்றல் என்பது பரீட்சை வழி வரும் திறனாகவே கருதப்பட்டது. ஈழத்தின் கவிதை மரபினை எதிர்நோக்கி நிற்கும் பிரச்சினைகளிலொன்றெனச் சற்று முன்னர் குறிப்பிடப்பெற்ற இரு கிளைப்பாடு இன்னும் தொடர்ந்து நிலவுவதற்குக் கவிதையின் தோற்றம் பற்றிய வெண்பாப்பாட்டியற் கருத்துக்களும் காரணமென்பது இப்பொழுது ஓரளவு தெளிவாகிறது.

இவ்வடிப்படைக் கோட்பாட்டினை விட அக்காலத் திலே நிலவிய செய்யுள் மரபு பற்றிய கருத்துக்கள் இன்னொரு வகையிலும் ஈழத்திற்குப் பொருந்துவதாக அமைந்தது.

சமூகத்தில் நிலவும் அதிகார முறைமைக்கும், இலக்கிய வகைகளுக்கும் தொடர்புண்டு என்பது இப்பொழுது, வலியுறுத்தப்பட்டுவரும் சமூக-இலக்கியக் கோட்பாடாகும். இந்தக் கருத்தினை மையமாகக் கொண்டே லூஷியன் கோல்ட் மான் நாவல் இலக்கியம் பற்றிய தமது கருத்தினை விரித்துக் கூறியுள்ளார்.

தமிழ்ச் செய்யுட் பாரம்பரியத்தினை எடுத்து நோக்கும் பொழுது அரசின் தோற்றத்திற்கும், அகவலிற் பயிலும் வீரப்பாடல்களுக்கும், பின்னர் அதிகார முழுமையுடைய பேரரசுத் தாபிதத்துக்கும் தொடர்ச்சிக்கும் காப்பிய இலக்கியங் களுக்கும் கால சம்பந்தம் நிலவுவதை அவதானிக்க முடியாம லிருக்க முடியாது. அந்தப் பேரமைப்புச் சிதைவுறத் தொடங்கி யதும் முன்னர் அரசனையும், அவன் போன்ற தெய்வத்தையும் பாடப் பயன்படுத்தப் பெற்ற இலக்கிய வடிவங்கள் பின்னர் குறுநில மன்னர்களையும், நிலப்பிரபுக்களையும் புகழுவதற்குப் பயன்படுத்தப்பட்ட பொழுது அச் சிறுநிலை ஆளுநர்கள் பெருந்திருப்தியடைந்தனர். பேரரசு போனதும் காவியம் சிதைந்தது. சிற்றரசர்கள் போன்று சிற்றிலக்கியங்களே கோலோச்சத் தொடங்கின. பாட்டியல் நூலார் வருணத்துக்கும், பதவிக்குமேற்ப பாக்களையும் இலக்கிய வகைகளையும், பாடற்றொகைகளையும் நிர்ணயித்துள்ள முறைமை கூர்ந்து நோக்கப்பட வேண்டிய ஒன்றாகும். உதாரணமாக, பன்னிரு பாட்டியலில் வெண்பா அந்தணர்களுக்கும், ஆசிரியம் அரசர்க்கும், கலி வணிகர்க்கும், வஞ்சி எஞ்சியுள்ள வேளாண் சாதியினருக்குமுரியதெனக் கூறப்பட்டதைத் தொடர்ந்து "அந்தச் சாதிக் கந்தப்பாவே தந்தனர் புலவர், தவிர்ந்தனர் வரையார்" என்றும் குறிப்பிடப்பட்டுள்ளது. கலம்பகம் என்னும் இலக்கிய வகையின் பாடற்றொகை அமைய வேண்டிய முறைமையையும் அந்நூல் கூறிச் செல்கிறது. (தேவர் 100, முனிவர் 95, அரசர் 90, அமைச்சர் 70, வணிகர் 50, வேளாளர் 30, பன்னிரு பாட்டியல் 14ஆம் நூற்றாண்டைச் சேர்ந்தது என்று கருதுவர்) 13ஆம் நூற்றாண்டின் பின்னர் தமிழ்நாட்டின் ஆட்சிச் சிதறலுக்கும்

சிற்றிலக்கிய வகைகளின் விருத்திக்கும் தொடர்பிருப்பது இப்பொழுது புலனாகலாம்.

ஈழத்தில் தமிழ்ப் பகுதிக்கான தனிப்பட்ட அரச உருவாக்கம் இக்காலத்திலேயே (14 ஆம் நூற்றாண்டில்) நிகழ்ந்தது. ஆனால் இவ்வுருவாக்கம் தமிழ்நாட்டில் அரசவுருவாக்கம் ஏற்படுத்திய உணர்விறுக்கத்தினை எற்படுத்தியதாகக் கொள்ள முடியாது. அதாவது தமிழகத்தில் மூவேந்தர்கள் தனித்தும் ஒருமித்தும் ஏற்படுத்திய உணர்வொருமை, பற்றுறுதியிறுக்கம் போன்ற ஓர் உணர்வு நிலையினை யாழ்ப்பாண அரசு மக்களிடத்தே ஏற்படுத்தவில்லை. அப்படியான உணர்வுத் தளத்தை அடிப்படையாகக் கொண்டு அந்த அரசு ஏற்படுத்தப்பட்டிருந்ததாகக் கூறமுடியாது. யாழ்ப்பாணத்து அரச பரம்பரை யாழ்ப்பாணத்தில் ஒரு பண்பாட்டுத்தளத்தை நிறுவவில்லை. யாழ்ப்பாணத்தின் பல்வேறு பகுதிகளிலிருந்த நிலப்பிரபுக்களை மீறிய, பிரதேசப் பொதுவான ஓர் அரச ஈடுபாடு யாழ்ப் பாணத்தில் நிலவியதாகத் தெரியவில்லை. கைலாய மாலை, வையாபாடல், யாழ்ப்பாண வைபமாலை போன்ற வரலாற்றிலக்கியங்களை நோக்கும்பொழுது யாழ்ப்பாண அரசின் உருவாக்கத்திற் பிரதேச நிலப்பிரபுக்களும், சாதிக்குழுமங்களும் முக்கிய இடம் பெறுவதைக் காணலாம். யாழ்ப் பாணத்தின் அரசின் உருவாக்கத்திற் பிரதேச நிலப்பிரபுக்களும், சாதிக் குழுமங்களும் முக்கிய இடம்பெறுவதைக் காணலாம். யாழ்ப்பாணத்தின் பல்வேறு பகுதிகளிலும் பல்வேறு முதலி குடும்பங்களே நிலப்பிரபுத்துவ மையங்களாக விளங்கின. (இந்த அமிசம் யாழ்ப்பாணத்து நிலவுடைமையை மட்டக்களப்பு நிலவுடைமையிலிருந்து பிரித்துக் காட்டுவதாகும்.)

யாழ்ப்பாண அரசின் மேற்கூறிய பண்புகள் காரணமாக அதன் அரசியலடிப்படை கவிதையாக்கத்துக்கான ஓர் உணர்ச்சி உந்துதலை ஏற்படுத்தவில்லை என்றே கருத வேண்டும்.

இக்காலத்தில் நிலவியதாகக் கொள்ளப்பட்ட கவிதை யாக்கக் கருதுகோள்களை முன்னர் பார்த்தோம். செய்யுளியற்றல் என்பது பிரக்ஞைபூர்வமாக மேற்கொள்ளப்பட்டு, உணர்வின் உந்துதலிலும் பார்க்க அறிவின் தொழிற்பாட்டுக்கு அதிக இடம் கொடுப்பதாகவமைந்த முறைமையினை நோக்கினோம். யாழ்ப்பாண அரசுக் காலத்தின் முக்கிய இலக்கிய ஆக்கமென்று கூறப்படத்தக்க இரகுவம்சம் மேற்கூறிய

பண்புகளுக்கு உதாரணமாக விளங்குகிறது. கருத்துக்களை எத்துணை சாதுரியத்துடன் இலைமறை காயாக எடுத்துக் கூற முடியுமோ, அத்துணை சாதுரியத்துடன் கூறப்படுவனவற்றையே சிறந்த செய்யுளாகக் கொள்ளும் பண்பினைக் காணலாம்.

யாழ்ப்பாண அரசுக் காலத்தில் தோன்றிய இலக்கியங்களின் இலக்கிய நெகிழ்வின்மையை எடுத்துக் கூறும் அதேவேளை வையாபாடல் போன்ற நூல்களில் கதைப் பாடல்களுக்குரிய ஒரு நெகிழ்ச்சியான நடை பயன்படுத்தப்பட்டுள்ளதையும் கூறுதல் அவசியம். (உ-ம்):

காவலவர் வங்கிஷத்தோன் தேவராஜன்
  கதித்திடு நற்கிளை காத்தான் சோழதேவன்
ஏவர்களும் புகழ் கந்தவனத்தான் என்பேன்
  இவர்கள் செட்டிகுளப்பதியின் முதன்மையானார்.

ஈழத்து இலக்கியப் போக்கின் ஒரு முக்கியமான அமிசத்தை வலியுறுத்தும் வகையிலமைந்துள்ளது கண்ணகி வழக்குரை என்னும் காவியமாகும். இது யாழ்ப்பாண அரசன் ஒருவனாற் பாடப்பட்டதா அன்றேல் அடுத்து வரும் போர்த்துக்கேய காலத்திற் பாடப்பட்டதா என்ற ஒரு பிரச்சினையுள்ளது. இந்நூலின் ஆசிரியரை அரசராகக் கொள்வதிற் சில இடர்ப் பாடுகள் உள்ளன. அரசராகக் கொள்ளின் அந்த அரசு அதிகார வன்முறையொதுக்கம் கொண்ட ஒன்றாக இருந்தது என்றும் கூறமுடியாது.

கண்ணகி வழக்குரை, கண்ணகி கோவலன் கதையின் இலங்கை நிலைப்பட்ட ஐதீகங்களை எடுத்துக் கூறுகின்றது. அதுவும் இரகுவமிசம் போலல்லாது தெளிவான கதையோட் டத்துக்கு முக்கியத்துவம் கொடுக்கும் ஒரு நடையில் எழுதப் பட்டுள்ளது. அதன் நடையும், அமைப்பும் அது நாட்டார் இலக்கிய நடையினின்றும் பெயர்த்தெடுக்கப்படாத ஒன்று என்பதைக் காட்டுகின்றது. இத்தகைய ஒரு நாட்டார் இலக்கியப் பாரம்பரியம் இரகுவம்சம் போன்ற "சொல்லணி, பொருளணி நிரம்பி அரிதின் உணர்த்தப் பாலனவாகிய சொற்றொடர்கள் பொலியப்பெற்ற" கவிப்பாரம்பரியத்துடன் சமாந்தரமாக நிலவிற்று என்பதைக் காணலாம்.

இந்தப் பாரம்பரியத்தைக் கத்தோலிக்கர் நிறையப் பயன்படுத்தியுள்ளனர் என்பதைச் சிறிது பார்ப்போம். ஆனால் சைவமீட்புக் காலத்திலே இந்த மரபு அழுத்தம் பெறாதிருப் பதைக் கவனித்துக் கொள்ளல் வேண்டும்.

பாட்டியல் கூறும் பிரபந்த மரபு கோயில்களைப் பாடுவதற்கும் உதவிற்று. கைலாயமாலை, கதிரைமலைப் பள்ளு ஆகியன இதற்கு உதாரணங்களாகும். கைலாய மாலையின் அமைப்பு (கலிவெண்பாவில் யாழ்ப்பாணத்தின் வரலாற்றைக் கூறித் தொடர்ந்து நல்லூர்க் கயிலாய நாதரின் வரலாறு கூறுவது) நாட்டார் பாடல் மரபிலிருந்தும் பெரிதும் விடுபட்டதல்ல என்பதைக் காட்டுவதாகவேயுள்ளது. கைலாயமாலை வையா பாடல் போன்ற பாடல்களில் யாழ்ப்பாணப் பேச்சுவழக்குச் சொற்கள் பல வருவதைக் காணலாம்.

போர்த்துக்கேயத் தாக்கம் ஏற்படுவதற்கு முன்னர் நிலவிய செய்யுட் பாரம்பரியம், ஈழத்தின் குறிப்பாக யாழ்ப்பாணத்தின் சமூக இலக்கியத் தேவைகளுடன், அதிகாரவைப்பு நிலையுடன் இயைந்திருந்தமை இதுவரை ஒருவாறு சுட்டிக் காட்டப் பெற்றது.

***

போர்த்துக்கேய ஒல்லாந்த ஆட்சிக் காலங்களில் ஈழத்துக் கவிதை மரபு யாது? என்னும் வினாவுக்கு விடையளிப்பதற்கு முதலில், கிறிஸ்தவம் ஏற்படுத்திய பண்பாட்டுத் தாக்கம் யாது என்பதனை அறிதல் வேண்டும்.

போர்த்துக்கேய ஆட்சிக்காலத்தில் அரச அங்கீகாரத்துடன் பரப்பப் பெற்ற றோமன் கத்தோலிக்கம் பெரும்பான்மையும் இந்து மதத்தின் (இங்கு சைவத்தின்) பெரும் பாரம்பரியத்தை பின்பற்றாதோரிடையே தான் பரப்பப்பட்டது. மிகச் சிறுபான்மைதான் நிலப்பிரபுத்துவ மட்டத்திலும் பரப்பப் பட்டது. எனவே கத்தோலிக்க இலக்கியங்களில் மிகச் சிலவே தொல்சீர் இலக்கியப் பாரிய முறையிலமைந்தனவாக உள்ளன. ஞானப் பள்ளு (ஆசிரியர் பெயர் தெரியாது, 1600-க்கு முன்), சந்தியோ குமையார் அம்மானை (தெல்லிப்பளை பேதுறுப் புலவர்-1847) போன்ற நூல்களை இதற்கு உதாரணமாகக்

கொள்ளலாம். தமிழ் இலக்கியப் பாரம்பரியத்தில் வரும் இலக்கிய வடிவங்கள் மூலம் கத்தோலிக்கம் பரப்பப்படுகிறது. ஆனால் ஈழத்தின் கத்தோலிக்கத்தின் இலக்கியச் செல்வாக்கை அதன் நாடகங்களிலும், ஒப்பாரி என்னும் இலக்கிய வடிவிலுமே சிறப்புறக் காணலாம். கத்தோலிக்க மத அனுட்டானங்களில் மதத் தேவைகளுக்காக நாடகம் பயன்படுத்தப்படுவதுண்டு. மக்கள் நிலையில் கத்தோலிக்க உணர்வைப் பேணவும் வளர்க்கவும் மத ஒருமைப்பாட்டை வளர்க்கவும் நாடகங்கள் பெரிதும் உதவின. போர்த்துக்கேய காலத்திலேயே தோன்றியன வாகக் கொள்ளப்படத்தக்க கத்தோலிக்க நாடகங்கள் இன்று உள்ளனவா என்று இலக்கிய வரலாற்றுக்காலப் பிரச்சினை எழுப்பப் பெறலாம். ஆனால் ஈழத்துக் கத்தோலிக்க நாடக மரபு ஐபீரிய தீபகற்பத்து நாடக மரபைப் பின்பற்றியது என்றும், போர்த்துக்கேய மொழியில் நிலவிய கத்தோலிக்க மரபுவழிக் கதைகளே நாடகமாக்கப்பட்டன என்றும் இத்துறையில் ஆராய்ச்சி செய்த கலாநிதி எம்.எச்.குணத்திலக கூறுவர். மூவிராசாக்கள் நாடகம், எண்டிறிக் ஒம்பரதோர் நாடகம் ஆகியன உதாரணங்கள்.

ஒப்பாரி என்பது ஒருவரின் மறைவின் பொழுது மரண வீட்டிற் குழுமியுள்ள பெண்களாற் பாடப்படுவது. மறைந்த வரின் இழப்பைத் தாங்கமுடியாத நிலையில் உணர்வுக் கோலங்கள் சொற்சித்திரங்களாக வெளி வரும் இப்பாடல் முறையில் நாட்டார் பாடலின் அடிப்படைக் கவித்துவத்தின் ஆற்றலைக் காணலாம்.

கிறித்துவ மரபில், கிறிஸ்துவின் சிலுவைப் பாடும், அவர் மீண்டெழும்பியதும் மிக முக்கியமான அமிசங்களாகும். உயிர்த்தெழுந்த கிறிஸ்துவிலேயே தெய்வத் தன்மையின் பூரணத்துவத்தைக் காணலாம். ஆனால் மனுக்குலத்துக்காக கிறிஸ்து பட்டபாட்டைச் சிலுவைப்பாடும், மரிப்பும் காட்டு கின்றன. ஏற்கெனவே ஒப்பாரிக் கவிமரபு நிலவிய தமிழ்ச் சூழலில் இந்தச் சிலுவைப்பாடும், மரிப்பும் அற்புதமான கவிப் பொருளாக அமைவது ஆச்சரியமன்று.

புரட்டஸ்தாந்தம் இத்தகைய ஓர் ஆழமான மத உணர்வு நிலைப்பாட்டை ஈழத்துத் தமிழிலக்கியத்தில் ஏற்படுத்தியதாகக்

கூறமுடியாது. ஈழத்திற் புரட்டஸ்தாந்தத் தமிழ் இலக்கியப் பங்களிப்பினைப் பார்க்கும் பொழுது மொழிபெயர்ப்புகளும், பாடப்புத்தகங்களும் முக்கிய இடம் பெறுகின்றனவேயன்றி ஆக்க இலக்கியங்கள் அதிகம் பேசப்படுவதில்லை. தமிழகத்தில் இந்நிலை இருக்கவில்லை. புரட்டஸ்தாந்தத்தின் விக்கிர ஆராதனை நிராகரிப்பு, சிந்தனை நிலைப்பட்ட பிரார்த்தனை ஆதியனவும் காரணமாகலாம்.

ஆனால் ஒல்லாந்த ஆட்சிக்காலம் என்று வரையறுத்துக் கூறப்படும் ஆட்சிக் காலத்திலும் கத்தோலிக்க இலக்கிய ஆக்கங்கள் தோன்றுகின்றன. தெல்லிப்பளை பூலோகசிங்க முதலியாரின் திருச்செல்வர் காவியத்தை உதாரணமாகக் கொள்ளலாம்.

***

ஈழத்துத் தமிழ்க் கவிதைப் பாரம்பரியத்துக்கும், கிறிஸ்தவ மதத் தாக்கத்துக்கும், யாழ்ப்பாணத்துப் பிரபுத்துவ அசை வியக்கத்துக்கும் ஒரு தொடர்பு இருப்பதை 18ஆம் நூற்றாண்டி லிருந்து தொழிற்படும் ஓர் இலக்கிய மரபு எடுத்துக் காட்டு கின்றது.

இதனைச் சிறிது விரிவாக ஆராய்வோம். ஒரு மொழிக் குழுவினரின் சமூக அநுபவத்தின் ஆழ அகலத்துக்கேற்ற வகையிலேயே அவர்களின் இலக்கிய வெளிப்பாடுகள் அமைந்திருக்கும். சமூக அநுபவம், வாழ்க்கை அமிசங்கள் யாவற்றையும் உள்ளடக்கியதாகவும் உள்ள பண்பாட்டின் ஆற்றல்கள் யாவற்றையும் பயன்படுத்துவதாகவும் அமைந்தால், அந்த அநுபவத்தினடியாகத் தோன்றும் இலக்கியங்களும் ஆழமானவையாகவும், பண்பாட்டிற்குப் புதிய பரிணாமங்களை ஏற்படுத்துவனவாகவும் அமையும். இளங்கோ, கம்பர், பாரதி காலத்திலே தமிழ்ச் சமூகத்தின் அநுபவங்களின் தன்மையை வரலாற்று நிலை நின்று நோக்கினால் இவ்வுண்மை புலனாகும். சொபொக்னிஸ், சேக்ஸ்பியர், வால்ட் விட்மன், இப்சன், தோஸ்தெவெஸ்கி, மயோகோவ்ஸ்கி போன்றோர் அத்தகைய அநுபவங்களைச் சித்திரித்தோரே.

ஈழத்துத் தமிழரிடையே கத்தோலிக்கம் ஏற்படுத்திய சமூக அநுபவம், ஏற்கெனவே நிலவிய முறைமையிலிருந்து பெரு மாற்றத்தை ஏற்படுத்தவில்லை. அதுகாலவரை இலக்கிய வட்டத்துள் வராதிருந்த மக்கள் மட்டத்தில் அது ஆழமாகப் பரவிற்று. பாரம்பரியச் செல்வாக்குடையோர் கத்தோலிக்கத் தினுள் வரவில்லை.

போர்த்துக்கேய ஆட்சி காரணமாகவும், கத்தோலிக்க மதத்தாலும், யாழ்ப்பாணத்திற் புதிய ஒரு பிரபுத்துவத்தை அரசியற்பலமும், சமூகவாய்ப்பும் கொண்ட ஒரு புதிய பிரபுத் துவத்தைத் தோற்றுவிக்க முடிந்தது. பழைய பிரபுத்துவத்தின் செல்வாக்கு இதனால் குன்றிக் கிடந்தது.

ஒல்லாந்த ஆட்சிக்காலம் வந்தபொழுது பாரம்பரியப் பிரபுத்துவம் முன்னர் ஒரு தடவை விட்ட பிழையை, இரண்டாவது தடவையும் விடவில்லை. ஒல்லாந்த ஆட்சியில் யாழ்ப்பாணத்து உயர்மட்ட நிலப்பிரபுத்துவம் இறப்பிறமாது மதத்தை பெயரளவில் ஏற்றுக்கொண்டது. மதமாற்றம், அந்நிய பண்பாட்டுத் தொடர்பு ஆகியன தமது தனித்துவத்தையும், பண்பாட்டு அடிப்படையையும் ஊறு செய்துவிடக் கூடாது என்பதற்காகத் தாம் உத்தியோகக் கிறிஸ்தவர்களாக இருக்கும் அதே வேளையில் சைவப்பண்பாட்டை வற்புறுத்தும் பாரம்பரியப் புலமைக்கும் இலக்கியத்துக்கும் ஊக்கமளித்தனர்.

இத்தகைய ஒரு நிலைப்பாடு இலக்கிய ஆக்கத்திற் பரிசோதனை முயற்சிகளைத் தோற்றுவிக்க உதவாது. மாறாக அவர்கள் கருத்தில் எது பாரம்பரியம் என்று காட்சியளிக் கின்றதோ அதனை அதன் சகல விகசிப்புக்களுடனும் போற்றும் ஒரு பண்பினையே வளர்க்கும்.

ஒல்லாந்தர் ஆட்சிக்காலத்தின் இறுதிக் கூற்றிலிருந்து (பதினெட்டாம் இறுதிக் கூற்றிலிருந்து) சைவ மீட்பியக்கம் தொழிற்பட்ட காலம் வரையும் (பத்தொன்பதாம் நூற்றாண்டி னிறுதி வரையும்) அதன் பின்னரும் (ஏறத்தாழ 1930 வரை) நின்று நிலைத்த ஈழத்தின் ‘தொல்சீஞ் இலக்கிய’ப் பாரம்பரியம் என்று கூறப்படத்தக்கதாய் அமையும் புலவர் பரம்பரையை நோக்கும் பொழுது இவ்வுண்மை புலனாகும்.

பாரம்பரியச் சைவத்தையும், அதன் மரபு நிலைநின்ற தமிழ் இலக்கியத்தையும் இலக்கிய ஆக்கங்களினாற் பேண முயன்றவர் வரதபண்டிதர் (1656-1716). ஆனால் இவர் வாழ்ந்த காலத்தில் இப்பண்பைத் தொடரமுடியாமற் போயிற்று. அது ஒல்லாந்த ஆட்சி தொடங்கிய காலம். ஒல்லாந்த மதக்கோட்பாடு காரணமாக பிரபுத்துவம் தன்னை வெளிப்படையாகக் காட்டிக் கொள்ளவில்லை.

பெயரளவில் கிறிஸ்தவர்களாகவும், சொல்லளவிற் சைவர்களாகவும் (ஒரு கிறிஸ்தவரின் குறிப்புரையின்படி மாரீசக் கிறிஸ்தவர்களாக) வாழும் தன்மை ஒல்லாந்த ஆட்சிக் காலத்தின் நடு, இறுதிக் கட்டங்களிலேயே தொடங்குகிறது. ஆங்கில ஆட்சி வழங்கிய மத அநுட்டானச் சுதந்திரம் இந்த இரட்டை நிலையைக் கைவிட உதவிற்று.

ஈழத்துத் தமிழிலக்கியத்தின் இன்றைய வளர்ச்சி நிலைக்குக் காரணமாகவுள்ள இலக்கிய மரபின் ஆசிரியர், மாணாக்கர் பரம்பரையில் முதலாவது இடம் பெறுபவர் கூழங்கைத் தம்பிரான். (இந்த ஆசிரிய மாணாக்க பரம்பரைகளை 1979இல் வெளியிடப் பெற்ற நாவலர் விழா- மாநாட்டு மலரிற் காண்க) இவர் இந்தியாவிலிருந்து இலங்கைக்கு 1750-5இல் வந்திருக்க வேண்டுமென்பர். இந்த இலக்கியப் பரம்பரைக்கு ஆதரவு வழங்கிய பிரபுத்துவத்தின் இரு கிளைப்பாட்டை கூழங்கைத் தம்பிரானே (1699-1795) உருவகப்படுத்தி நிற்கிறார். இவர் ஒருவரே நல்லைக்கலிவெண்பாவையும், யோசேப்புப் புராணத்தையும் எழுத முடிந்தமை இச்செல் நெறிக்குப் போதிய உதாரணமாகும். "யோசேப்புப் புராணம் முதலாம் நூலைப் பாடியவரும், நன்னூலுக்கு உரை கண்டவருமான கூழங்கையர், பத்தொன்பதாம் நூற்றாண்டு தமிழிலக்கிய கதியின் இயக்கத் திற்குக் காரணமான வித்துவ பரம்பரையின் ஆக்கத்திலே முக்கிய பங்கு கொண்டவர் என்பது குறிப்பிடத்தக்கது" என்பர் கலாநிதி பொ.பூலோகசிங்கம் (நான்காவது தமிழ் மாநாட்டு மலர், 1974, பக்.77).

நாவலர் விழா மலரிலே தரப்பட்டுள்ள மூன்று ஆசிரிய மாணவர் பரம்பரைகளையும் நோக்கும்பொழுது ஈழத்தின் பத்தொன்பதாம் நூற்றாண்டுத் தமிழ்ச் செய்யுளிலக்கியத்தில்

முக்கிய இடம் பெறும் சகலரும் கூழங்கைத் தம்பிரான் வழிவந்தவரே என நிலைநிறுத்தப் பெற்றுள்ளமை தெரியவரும்.

***

ஏற்கெனவே மேற்கோள் காட்டப்பெற்ற பண்டிதமணி சி.கணபதிப்பிள்ளையின் கூற்றிற் சின்னத்தம்பிப் புலவரை "கவித்துவ சாமர்த்தியத்தில் தலை சிறந்தவர்" என்று கூறியுள்ளார். முன்னர் குறிப்பிட்டது போன்று, பண்டிதமணியைப் பொறுத்த வரையில் கவிஞர் பட்டியல் மிக மிகக் குறுகிய ஒன்றே. சின்னத்தம்பிப் புலவர் (1716-80), முத்துக் கவிராசசேகரர் (1750-1851), இருபாலைச் சேனாதிராய முதலியார் (1750-1840), உடுப்பிட்டிச் சிவசம்புப் புலவர் (1830-1910), சோமசுந்தரப் புலவர் இவருள் பத்தொன்பதாம் நூற்றாண்டின் ஈழத்துத் தமிழ்க் கவிதைச் செய்யுட் பாரம்பரியத்தில் முதல் மூவருமே இடம் பெறுவர். பேணப்பட்டுள்ள இலக்கியங்களுள் இவர்களுடையனவே முக்கியமானவையெனலாம்.

இப்புலவர்களது ஆக்கங்களை நோக்கும் பொழுது இலக்கியப் பொருளிலோ, இலக்கிய வடிவங்களைக் கையாள் வதிலோ இவர்கள் புதிய நெறியைத் தோற்றுவித்தார்கள் என்று கூறிவிட முடியாது. மதத்தையும், பிரபுத்துவத்தையுமே இவர்கள் தமது கவிதைப் பொருளாகக் கொண்டிருந்தனர். ஈழத்துப் பிரபுக்களும், ஈழத்துக் கோயில்களும் போற்றப்பட்டுள்ள மையைத் தவிர இவர்களது பாடல்கள் சமகாலத் தமிழிலக்கியங் களின் பொதுவான கவிதைப் போக்கிலிருந்து வேறுபட்டன என்று கொள்ள முடியாது. பிற்காலத்தே நவீனத்துக்கு வழிவகுக்கும் கவிஞர்கள் போன்று, புதிய ஒரு உணர்திறனைக் (Sensibility) கவிதையில் உணர்த்தினார்கள் என்றும் கூற முடியாது. எனவே இவர்களின் கவிதையாக்கங்களை அக்காலக் கவிதை அழகியலின் அடிப்படைக்குள்ளேயே வைத்தே மதிப்பிடல் வேண்டும். அவ்வாறு நோக்கும் பொழுது இவர் களின் ஆக்கங்கள் கவிதா நிலைப்பட்டன என்பது புலனாகின்ற தெனினும், அசாதாரண கவித்துவச் சிறப்புக் கொண்டன வென்று கூறிவிட முடியாது. இவர்களின் செய்யுள்களில் ஈழத்துக்கே உரித்தானது என்று குறிப்பிடத்தக்கதான (பின்னர் மஹாகவி, முருகையன் போன்றோரிடத்துக் காணப்படுவது

போன்று) ஒரு தனித்துவமான உணர்திறனோ கவிதைத் தரிசனமோ (Poetic vision) இருப்பதாகக் கூறமுடியாது.

இக்காலத்துச் செய்யுளை வாசிக்கும் பொழுது அவற்றின் மரபு நிலைப்பாடு முக்கியமான ஒரு பண்பாக அமைவதைக் காணலாம். பாட்டியல், அணியியல் மரபின் இறுக்கமான தழுவுதலை இப்பாடல்களிற் காணலாம். இக்காலத்திலே உரைநூல்களை எழுதியோரும் தமிழ்ப்புலமைப் பாரம்பரியம் தவறா முறையிற் சில செய்யுட்கள் எழுதியுள்ளனர். ஆறுமுக நாவலர் முதல் சுன்னாகம் குமாரசுவாமிப் புலவர் வரை இப்பண்பைக் காணலாம். உரைநடையில் விட்டுக் கொடுக்க வேண்டியிருந்த நெகிழ்வினைச் செய்யுளிலும் விட்டுவிடாது அதனைப் பாரம்பரியத்தின் இறுக்கத்துடனும் போற்றினர் என்று கூறலாம் போலத் தோன்றுகிறது.

***

பாட்டியற் பாரம்பரியத்தைப் பேணிய சைவ மரபைப் பார்த்த நாம் ஈழத்தில் நவீன தமிழ்க் கவிதையின் தோற்றம் பற்றி நோக்குவதற்கு முன், ஈழத்தின் இஸ்லாமியத் தமிழ்ச் செய்யுளாக்க மரபினைப் பற்றியும் சிறிது நோக்குதல் அவசியம். சைவத் தமிழ் மரபினர் போன்றே இவர்களும் தமிழகத்துடன் நெருங்கிய இலக்கியத் தொடர்பு கொண்டிருந்தனர். பதினெட்டாம், பத்தொன்பதாம் நூற்றாண்டுகளில் இஸ்லாமியத் தமிழிலக்கியப் பரப்பிற் போற்றப்பட்ட அத்தனை இலக்கிய வடிவங்களிலும் (திருப்புகழ், முனாஜாத்து நீரோட்டயமகந்தாதி புராணம்) ஈழத்துத் தமிழ்ப் புலவர்களும் பாடியுள்ளனர். பாட்டியல் வகைகள், யாப்பு வடிவங்கள், அணி மரபு ஆகியவற்றைப் பொறுத்த வரையில் இவர்கள் ஒரே செய்யுள் மரபையே போற்றியுள்ளனர் என்பதைக் குறிப்பிடல் வேண்டும். அசனாலெப்பைப் புலவரது (1870-1918) ஆக்கங்களையும் முகியத்தீன் புலவரது சாதுலிவிநாயகம் பதிப்பை 1914-லும் பார்க்கும் பொழுது, பத்தொன்பதாம் நூற்றாண்டினிறுதி யிற்றோன்றிய சைவ மீட்பு இயக்கத்தின் சைவமும் தமிழும் என்னும் கோஷம் வெற்றியுறுவதற்கு முன்னர் யாழ்ப்பாணத்தில் (குறைந்தது பட்டினப் பிரதேசத்தில்) முஸ்லிம் புலவர்களுக்கும்,

தமிழ்ப் புலவர்களுக்கும் கணிசமான உறவு இருந்தது என்பது தெரியவருகின்றது.

செய்யுட் பாரம்பரியத்தைப் பொறுத்த வரையில் இவர்களின் பாடல்களில் சந்தநயமும், எளிமையும் முக்கியமாகக் குறிப்பிட வேண்டியனவாகும். ஈழத்துத் தமிழ்க் கவிதைக் களஞ்சியத்தில் தரப்பட்டுள்ள ஏழு இலக்கியப் புலவர்களின் ஆக்கங்களையும் பார்க்கும்பொழுது செய்யுள் மரபைப் பொறுத்த வரையில் இவர்கள் அக்காலத்துக்குப் பொதுவான மரபையே போற்றியுள்ளனரென்பதும், அந்தக் கவிதை யாக்கத்தில் இவர்கள் திறன் மிக்கவர்களாய் பரிணமித்துள்ளன ரென்பதையும் குறிப்பிடுதல் வேண்டும்.

இக்காலத்திற் சமாந்தரமாகக் காணப்பட்ட கிறிஸ்தவ இலக்கிய மரபின் தன்மைகளை ஏற்கெனவே நோக்கினோம். அடுத்து, ஈழத்துத் தமிழ்க் கவிதையில் நவீனத்துவத்தின் வருகை எவ்வாறு அமைந்தது என்பதை நோக்குவோம்.

***

ஈழத்துக் கவிதைக் களஞ்சியத்தில் வரும் கவிமர போட்டத்தைப் பார்க்கும் பொழுது பதினெட்டாம், பத்தொன்பதாம் நூற்றாண்டுகளிலே போற்றி வளர்க்கப்பட்ட கவிதை மரபில்- முக்கியமாகப் பொருள்மரபிலும் உணர்முறை நெறியிலும் ஏற்படும் மாற்றத்தை அச்சுவேலி தம்பிமுத்துப் புலவர் (1857-1937), தி.த.சரவணமுத்துப்பிள்ளை, பாவலர் துரையப்பாப்பிள்ளை (1827-1929) ஆகியோரது பாடல்களில் தவறாது காணலாம்.

கத்தோலிக்கப் புலவராகிய தம்பிமுத்துப் புலவர் அச்சு வேலியில் ஞானப்பிரகாச அச்சியந்திர சாலையை 1884 முதல் நடாத்தி வந்தவர். கத்தோலிக்க நெறிப் பாடல்கள் பலவற்றைப் பாடிய இவர், அவரது பெருமகன் ஞானப்பிரகாசர் குறிப்பிடுவது போன்று, சமயக்குழுவாதஞ் சாராத பத்திரிகையாம் ("Non-Sectarian News Paper") 'சன்மார்க்க போதினி'யை நடாத்தியவர். சமயக்குழு வாதங்களினையே தமிழிலக்கியத்தின் மேலாண்மை யான குரலாகக் கொண்டிருந்த ஒரு காலகட்டத்தில் அதிலிருந்து விலகி அறவொழுக்கத்தையே அடித்தளமாகக் கொண்டே ஒரு

அறநெறியை (சன்மார்க்கத்தை) போதிக்கும் ஒரு மரபைப் பரப்ப விரும்பும் குரல் மிக முக்கியமானதாகின்றது. ஏனெனில் தத்தமது மத விசேடங்களையே நோக்கிய இலக்கிய நோக்கு நிலவும் பொழுது, அவற்றை விடுத்து சகலருக்கும் பொதுப்படையான அமிசங்கள் பற்றி நோக்கும் நிலைமை நவீன தமிழிலக்கியத்தின் அடிப்படைகளிலொன்றான மதச் சார்பின்மைக்கு அடிகோலுவதாகும். இப்பண்பு தமிழகத்தில் மாயூரம் வேதநாயகம் பிள்ளையிடத்து (1826-1889) காணப்படுவதை அவதானிக்கலாம். தமிழின் முதல் நாவலை எழுதிய அவரே பெண்கல்வியையும், சமயப் பொதுவான சன்மார்க்க நெறியையும் தமது முக்கிய இலட்சியங்களாக வற்புறுத்தியுள்ளமை நோக்கப்பட வேண்டியது. சுவாமி ஞானப்பிரகாச சுவாமிகளின் சிறிய தந்தையரான இவரது பரந்த மனப்பான்மையை ஞானப்பிரகாசரது வாழ்க்கையிலே கண்டுகொள்ளலாம்.

மற்றவர் தி.த. சரவணமுத்துப்பிள்ளை, தி.த.கனகசுந்தரம் பிள்ளையின் (1863-1922) சகோதரரான இவரின் *பிறப்பு இறப்பு* வருடங்கள் தெளிவாகத் தெரியவில்லை. ஈழத்துத் தமிழ்ப் புலவர்களிடையே முதன் முதலில் பெண் விடுதலைக் கோஷத்தை முன் வைத்தவர் இவரே. 1892-இல் சென்னையில் வெளியிடப் பெற்ற தத்தைவிடு தூது என்னும் பிரபந்தத்தில் இக்கருத்தினையே இலக்கியப் பொருளாகக் கொண்டார். இந்நூலின் பொருளை கலாநிதி பூலோகசிங்கம் பின்வருமாறு எடுத்துக் கூறுவர். "*சிறு வயது முதலே ஒரு சேரப் பழகிய தலைவனும், தலைவியும் காதலராக மாறினர். ஆயினும் கலைமகளின் அருள் பெற்ற தலைவனுக்குத் திருமகள் அருள் பாலிக்கவில்லை. எனவே தலைவியின் பெற்றோர் தாம் முன்பு தூண்டிவிட்ட அன்பின் தொடர்பினைத் துண்டிக்க முற்பட்டனர். தலைவிக்குச் செல்வந்தன் ஒருவன் நிச்சயிக்கப்பட்டான். அதனை அறிந்த காதலன் தன் காதலிக்கு அவள் மனநிலையை அறிந்துவர தத்தையைத் தூது விடுகிறான்*" (தத்தை விடு தூது, இலங்கைக் கலாசாரப் பேரவையின் தமிழ் இலக்கிய விழா மலர், 1972). இவ்வாறு நூற்பொருளைப் பாட்டியல் நூல்களுக்கான உரைமரபிற் பூலோக சிங்கம் அவர்கள் கூறியுள்ள காரணமாக நூலினுட் பொலிந்துகிடக்கும் சமுதாய எதிர்ப்புணர்வையும்

பெண் விடுதலையுணர்வையும் நாம் குறைத்து மதிப்பிட்டு விடுதல் கூடாது.

ஓர் இரவு அன்று, ஓர் பகலன்று, உயிருள்ள நாளளவும்
காரிகையாருடன் வாழ்வார் கணவரே ஆமாயின்
ஓர் இறையும் அவ்விருவர் உள்ளமதை வினாவாதே
பாரிலே மணம் புரிவர் பாதகர் காண் பைங்கிளியே.

தி.த.சரவணமுத்துப் பிள்ளையின் இப்பாடலை ஈழத்து இலக்கியமாகக் கொள்ளலாமோ என்பது பிரச்சினைக்குரியது எனின், ஈழத்துப் புலவர்கள் பலரது ஆக்கங்கள் (இன்றுபோல்) அன்று (ம்) தமிழகத்தில் வெளியாகின என்பதை மனதிருத்தல் வேண்டும். மேலும் ஈழத்துப் புலவர் ஒருவர் தன் வாழ்க்கையின டியாக வந்தது அல்லது தம் அநுபவ வட்டத்துள் வந்தது என்பதை மறைக்காமற் பெண்விடுதலையை வேண்டி நிற்கும் சமூகநிலை ஈழத்துச் சிந்தனை மரபில் நவீனத்துவத்தை நோக்கிய பயணம் தொடங்கிவிட்டதென்பதைக் குறிக்கின்றதெனலாம்.

மூன்றாவதாகக் குறிப்பிடப்பட வேண்டியவர் பாவலர் துரையப்பாப்பிள்ளை (1872-1929). இவரது எழுத்துக்களில் முக்கியமானவை 'சிந்தனைச் சோலை'என்ற தொகுதியாக (தெல்லிப்பளை-1960) வெளிவந்துள்ளன. 'யாழ்ப்பாணச் சுவதேசக் கும்மி,' 'ஈதோபதேச கீதரச மஞ்சரி' என்பன முக்கிய ஆக்கங்கள். துரையப்பாப்பிள்ளை பற்றிய ஆய்வுகள் பல வெளிவந்துள்ளன. (பாவலர் துரையப்பாப்பிள்ளை நூற்றாண்டு விழா மலர் பார்க்க, தெல்லிப்பளை, 1972). ஈழத்துத் தமிழ்க் கவிதை மரபிற் சமூகப் பிரச்சினைகளைக் கவிதைப் பொருளாக்கும் பண்பு இவரிடத்திற் துல்லியமாகக் காணப்படுகிறது. தமது பாடல்களை மக்களை நோக்கிப் பரப்பிய முறைமை, கையாண்டுள்ள யாப்பு (கும்மி, பதம், கீர்த்தனை) ஆகியவை யாவற்றையும் ஒற்றிணைத்து நோக்கும் பொழுது இவரது முக்கியத்துவம் புலனாகிறது. கிறிஸ்தவராக இருந்து சைவராக மாறிய இவர் திலகர், கோகலே காலத்தில் பம்பாயில் ஆசிரியராகவுமிருந்தபடியினால் நவீனத்துவ நோக்கத்தைப் பிரக்ஞை பூர்வமாக ஈழத்துக் கவிதையுலகினுட் கொண்டு வந்தார் என்று கூடக் கொள்ளலாம். (ஆயினும் இவரது சமூகக் கொள்கைகள் பாரம்பரிய நிலைப்பட்டனதாகவே இருந்தன)

இவர் சாதியமைப்பை எதிர்த்தமைக்கோ, பெண்ணுரிமைக்காகப் பேசியமைக்கோ சான்று எதுவுமில்லை.

ஆனால் இந்த நவீனத்துவம் பாரதி தமிழுக்கு அறிமுகஞ் செய்த நவீனத்துவம் போன்றது ஆகிவிடாது. ஆனால் இத்தகைய முயற்சிகளின் பின்னர், மதக்குழு நிலை சார்ந்த இலக்கியங்களை இக்கால கட்டத்தினதும், அதற்குப் பின்னரும் வரும் இலக்கியங்களுக்கான 'பிரதிநிதி'களாகக் கொள்ளும் முறைமை கைவிடப் படலாயிற்று. சமகாலச் சமூகப் பிரச்சினைகள் இலக்கியப் பொருளாகின. "எளிய பதங்கள், எளிய நடை, எளிதில் அறிந்து கொள்ளக்கூடிய சந்தம், பொது ஜனங்கள் விரும்பும் மெட்டு" எனப் பாரதி நவீன தமிழ் இலக்கியத்துக்கு விதித்த நெறிகள் ஈழத்திலும் மேற்கொள்ளப் படுவது இலக்கியச் செல்வாக்குடைய கவிதையாக்கத்தில் தவிர்க்க முடியாததாயிற்று.

இந்த மரபு மாற்றம் திடீரென ஏற்பட்ட ஒன்றன்று. முற்றிலும் சைவத் தமிழ் மரபு வட்டத்துள்ளேயே நின்ற வல்வை வைத்தியலிங்கம்பிள்ளை (1843-1900) போன்றோர் மது ஒழிப்புப் பாடல்களைப் பாடியுள்ளனர் என்பது குறிப்பிடத்தக்கது.

'நவீன கவிதை இலக்கியம்' எனச் சந்தேகமறக் குறிப்பிடத் தக்க ஈழத்தின் தமிழ்க் கவிதைகள் 'மறுமலர்ச்சி' என்னும் சஞ்சிகையோடு சம்பந்தப்பட்ட கவிஞர் குழாத்தினால் எழுதப்பட்டனவேயாகும். அவ்விலக்கிய நிகழ்வு 1940களிலேயே தொடங்குகின்றதெனலாம். ஈழத்தின் நவீன கவிதையின் முக்கிய பங்களிப்பாளர் யார் என்பது பற்றியும், அவர்களது கவிதைகளின் அழகியல் அடிப்படைகள் பற்றியும் ஆராய்வது தனிப்பட்ட ஆய்வாக மேற்கொள்ளப்பட வேண்டுவது.

***

அக் கவிதை இலக்கியத்தையும், அதன் கவிஞர்களையும் பற்றி ஆராய்வதற்கு முன்னர், நவீன தமிழ்க் கவிஞர்களென்று கொள்ளப்பட முடியாதவர்களாகவும், அதே வேளையில் பதினெட்டாம், பத்தொன்பதாம் நூற்றாண்டின் மதக்குழுவாதக் கவிஞர்களோடு வைத்து எண்ணப்பட முடியாதவர்களாகவும் தமிழ்ப்புலமையாளர் என்று கணிக்கப்படுபவர்களாகவும்,

கணிசமான செய்யுளாக்கத்தில் ஈடுபட்டிருந்தவர்களுமான பின்வருவோர் பற்றி நோக்குதல் அவசியமாகும்.

நவாலியூர் சோமசுந்தரப்புலவர்   (1878-1953)

சுவாமி விபுலானந்தர்   (1892-1947)

முதுதமிழ்ப்புலவர் மு.நல்லதம்பி   (1896-1951)

புலவர்மணி பெரியதம்பிப்பிள்ளை

இவர்களுட் சோமசுந்தரப் புலவர் தாம் இயற்றிய கவர்ச்சி மிக்க குழந்தைப் பாடல்கள் மூலம் ஈழத்துத் தமிழ்க் கவிதை வரலாற்றின் முக்கியமான இடத்தைப் பெறுபவராவர். இக்கட்டுரையின் முற்பகுதியில் குறிப்பிட்டுள்ளவாறு சோமசுந்தரப்புலவர் குழந்தைப் பாடல்களை விட வேறுவகையான பாடல்களைப் பாடியுள்ளாரெனினும் இவரது செய்யுளாக்கத் திறன் குழந்தைப் பாடல்களிலேயே முனைப்பாகத் தெரிகின்றதென்பர். ஈழத்துத் தமிழ்க் குழந்தைப் பாடல் மரபிற் பிரதேச வாழ்க்கை முறைகளைத் தமது பாடல்களில் இடம்பெறச் செய்தவர்.

முதுதமிழ்ப் புலவர் மு.நல்லதம்பி அவர்களையும் குழந்தைப் பாடல் மரபினுள் வைத்து நோக்கும் பொழுதே அவரது கவிதைத் திறனை அறியலாம். இளைஞர் விருந்து (1958) என்னும் தொகுதியில் இவரது சிறார்களுக்கான பாடல்களுள்ளன.

இலங்கையில் 1930-களில் பாடசாலைக் கல்வித் தேவைகளுக்காகக் குழந்தைப் பாடல்கள் எழுதப்படலாயிற்று. 1940-இல் இதற்கெனப் போட்டிகள் நடைபெற்றன. சோமசுந்தரப் புலவர் இப்போட்டியிற் பங்குகாற்றியுள்ளார்.

சுவாமி விபுலானந்தரும், பேராசிரியர் கணபதிப் பிள்ளையும், தொழிலாற் பல்கலைக்கழகப் பேராசிரியர்கள்; பன்மொழி அறிவு படைத்தவர்கள்; பாரம்பரிய யாப்புப் பயிற்சியும், தேர்ச்சியும் படைத்தவர்கள்; மேனாட்டு ஆய்வு முறைகளிற் பாண்டித்தியம் பெற்றவர்கள். இவர்கள் இருவரும் தமது தமிழ்ப் பாரம்பரிய ஈடுபாட்டினதும் அதுபற்றிய சிரத்தையினதும் சின்னமாகச் செய்யுளியற்றலைக் கொண்டவரெனலாம். பல்வேறு பாட்டியல் வடிவங்களையும், யாப்பமைதிகளையும் பரிசோதித்தனர். இவர்களுட் பேராசிரியர்

கணபதிப்பிள்ளை கிராம வாழ்க்கையைப் புனைவியல் நோக்கிற் (Romanticism) பார்த்தவர். அதனாற் கிராமிய வாழ்க்கையின் பல அம்சங்களை உயர் செய்யுளிலக்கியப் பொருளாக்கியவர்.

மேனாட்டு கவிதையினை மொழிபெயர்க்கும் நெறியினை இவர்கள் இருவரும் ஈழத்துக் கவிதைப் பாரம்பரியத்தின் முக்கிய பண்புகளாக்கினர்.

புலவர்மணி பெரியதம்பிப்பிள்ளை வாழ்ந்த காலத்தும் அதற்குப் பின்னரும் கிழக்கிலங்கையின் தமிழ்ப் புலமையின் சின்னமாகப் போற்றப்பட்டவர். பகவத்கீதையை வெண்பா வடிவில் மொழிபெயர்த்தவர்.

ஆசுகவி கல்லடி வேலுப்பிள்ளை (1860-1944) பற்றிய குறிப்பு இல்லாவிடின், ஈழத்துத் தமிழ்க் கவிதைப் பாரம்பரியத்தின் ஒரு முக்கியமான அமிசத்தை மறந்தவர்களாவோம். சமூகத்தின் பிரச்சினைகளையே கவிதைப் பொருளாகக் கொண்டு ஆசுகவிகள் பாடிப் பலரைத் தாக்கியும், சிலரைப் புகழ்ந்தும் பாரம்பரிய சமூக அமைப்பிற் பொதுசன அபிப்பிராயத்தை உருவாக்குவதிற் புலவர்கள் முக்கிய இடம் பெறுவர். தனிப் பாடற்றிரட்டில் இத்தகைய புலவர்கள் பலரைச் சந்திக்கலாம். செய்யுட் பொருள் பற்றி நிலவிய இலக்கியக் கோட்பாடுகள் காரணமாக எமது சமூக அமைப்பில் தமிழ்ப் புலவர்களின் பொதுசன அபிப்பிராய உருவாக்கப்பணி மறக்கப்பட்டுள்ளது.

இத்துறையிற் பத்தொன்பதாம் நூற்றாண்டின் பிற் கூற்றிலும், இருபதாம் நூற்றாண்டின் முதல் மூன்று சகாப்தங்களிலும் முக்கிய இடம் பெறுபவர் கல்லடி வேலன் எனப்படும் வேலுப்பிள்ளை அவர்கள். பேணப்பட்டுள்ள அவரது பாடல்களைவிட பேணப்படாதும், பேணப்பட்டு அச்சிடப்படாதும் இருப்பவையே முக்கியமானவையாகும். அவற்றில்தான் அங்கதச் சுவை மேலோங்கி நிற்கும். சமூக வரலாற்றுத் தேவைகளை உணர்ந்தாவது இப்பாடல்களை வெளிக்கொணரப்படுவது அவசியம்.

வேலுப்பிள்ளை அவர்கள் சுதேச நாட்டியம் என்னும் பத்திரிகையையும் நடத்தினார். அப்பத்திரிகையும் அவரது சமூக விமர்சனக் கடப்பாட்டினைக் காட்டுவதாகும்.

ஈழத்தின் நவீன கவிதை 'மறுமலர்ச்சி இயக்க'த்துடன் தொடங்குகின்றதென்பர். மறுமலர்ச்சி இயக்கம் 1942இல் தொடங்குகின்றது. இந்த இயக்கத்தினர் மறுமலர்ச்சி என்ற சஞ்சிகையை நடத்தினர். இது 1946 வரை சிறப்பாக நடந்து பின்னர் 1948இல் புதுமலர்ச்சி பெற்றுப் பின்னர் மடிந்தது.

மறுமலர்ச்சி இயக்கத்துக்கும், ஈழத்தின் நவீன தமிழ்க் கவிதைக்குமுள்ள தொடர்பு, அந்த இயக்கத்தின் தோற்றம் பற்றி அதன் ஆரம்பக் கால உந்துசக்தியாக இருந்த அ.செ.முரு கானந்தம் கூறுவதிலிருந்து தெரியவருகிறது.

மகாகவி சுப்பிரமணிய பாரதியார் சாதித்த கவிதைப் புரட்சியுடனே, செந்தமிழ் நாடெங்கும் உண்டாயிருந்த விழிப்புணர்ச்சி தமிழ் எழுச்சியானது நாளுக்கு நாள் வளர்ந்து பாரதியின் அடிச்சுவட்டில் பாரதி பரம்பரையாகக் கவிஞர்களும், எழுத்தாளர்களும், இலக்கிய கர்த்தாக்களும், தோன்றினர். பத்திரிகைகள் பல தோன்றின. நூல்கள் பல உருவாகின. இதனால் எல்லாம் மக்கள் மத்தியில் மொழி புதிய ஜீவசக்தி பெறலாயிற்று. புதிய தமிழில் வானவில் அழகு பிறந்தது. இந்தப் புதிய தமிழின் கவர்ச்சியும், அதன் காட்டாற்று வளர்ச்சியின் உத்வேகமும் ஈழத்திலும் பரவிற்று. 1942ஆம் ஆண்டளவில் யாழ்ப்பாணத்தின் பல பகுதிகளிலு மிருந்தவர்களை சுன்னாகம் திசையாக முதலிழுத்து, அதன் பின் யாழ்நகரில் இலக்கிய நண்பர்கள் சங்கமாகப் பரிணமித்து இலக்கியக் கலந்துரையாடல், கிராமங்கள் தோறும் இலக்கிய விழாக்கள், நூல் நிலையம், கையெழுத்துப் பத்திரிகை முடிவில், 'மறுமலர்ச்சி' என்ற பெயரில் ஒரு மாத சஞ்சிகையாகவே அந்த எழுத்திலக்கிய வளர்ச்சி வெளிப்பட்ட பொழுது, அந்நாள் மட்டில் ஈழகேசரி வாயிலாக அவர்களது எல்லாவித இலக்கியப் பரிசோதனைகளுக்கு ஆதரவளித்துக் கொண்டிருந்த யானும் அதன்பின் அவர்களில் ஒருவனாகி புதியதொரு களத்தில் குதித்தேன்.. (மறுமலர்ச்சிக் காலம், இலக்கியச் சிறப்பிதழ், தெல்லிப்பளை, 1973).

பாரதியின் தாக்கத்தினை மறுமலர்ச்சி இயக்கத்திலிருந்த கவிஞர்கள் எவ்வாறு கண்டு கொண்டனர் என்பதைத் தடித்த எழுத்துக்களிலுள்ள பகுதி காட்டுகின்றது

கவிதையாக்கத்தைப் பிரதானமாகச் செய்யுளியற்றல் என்னும் அடிப்படையிலிருந்தே நோக்கி கவிதைப் பொலிவுக்குக் கொடுபட வேண்டிய முக்கியத்துவத்திலும் பார்க்க அறிவுத் திறனுக்கே முக்கியத்துவம் கொடுத்த ஓர் இலக்கியப் பாரம் பரியத்தில் இக்குரல் புதியதே.

மறுமலர்ச்சி இயக்கத்தினரின் யார்-எவர் விவரங்கள் இவர்கள் பாரம்பரியத் தமிழ்ப் புலமையாளர் மரபின் வழி வந்தவர்களல்ல என்பதைக் காட்டும். இவர்களுட் பண்டிதர்கள் சிலர் இருந்திருப்பர். அவ்வாறாயின் அதனை ஒரு தகைமைச் சான்றாக மாத்திரம் கொண்டிருந்தனர். இன்றை பாரதியுகம் தோற்றுவித்த இலக்கிய ஜனநாயகத்தாற் கவரப்பட்டு, தமிழின் புதிய ஜீவசக்தியில் திளைக்க விரும்பியவர்கள் பல்வேறு சமூக மட்டத்தினர்.

இவர்களின் வருகை ஈழத்துத் தமிழ்க் கவிதைப் பாரம் பரியத்திற் புதியன பலவற்றைப் புகுத்துகின்றது.

கவிதை என்பது தன்வயப்படுத்தப்பட்ட சமூக உணர்வு களின், சமூகச் சிரத்தை பற்றிய கருத்துக்களின் வெளிப்பாடு என்பதையும் கவிதையொன்றின் மூலமாகவே தமது இலக்கிய ஆற்றல் பூரணமாக வெளிப்படுத்தப்படலாம் என்பதையும், தாரக மந்திரமாகக் கொண்ட குழுவினர் இவர்கள். இவர்களுள் அ.ந.கந்தசாமி ஒருவர் தான் கவிதையைவிட வேறு இலக்கிய வடிவங்களையும் (நாடகம், சிறுகதை, நாவல்) கையாண்டார். ஆனால் அவரும் தான் தானாக நின்று 'பேசுவ'தற்குக் கவிதையே சிறந்த வடிவமென்று கருதியவர். அவருடைய அரசியல் ஈடுபாடு பத்திரிகைத் துறை அனுபவம் ஆகியனவும் அவரைப் பல்துறைப் பயில்வாளராக்கிற்று.

தமிழகத்தின் நவீன இலக்கியத்துறை வளர்ச்சிகளை ஆக்கபூர்வமாக மாத்திரம் உள்வாங்கிக் கொள்ள வேண்டு மென்ற கோட்பாட்டையும் இவர்கள் நிறுவினர்.

மறுமலர்ச்சி இயக்கத்தினருள் கவிதைத் துறையினைத் தமது ஆக்க ஆளுமையின் வாய்க்கால்களாகக் கொண்டவர்கள் நாவற்குழியூர் நடராசன், சாரதா, மஹாகவி, அ.ந.கந்தசாமி ஆகியோராவர்.

கவிதைத் துறையிற் றோன்றிய புதிய உத்வேகம், வளர்ச்சி காரணமாக இக்காலகட்டம் முதல் ஈழத்துத் தமிழ்க் கவிதை வளர்ச்சியில் முக்கியமானவர்களென நாம் ஆராய வேண்டியவர்கள் தமக்கெனக் 'கவிதைத் தரிசனம்' ஒன்றைக் கொண்டவர்களேயாவர். ஏனெனில் மற்றையோர் தம்மிச்சை யாகவும், தமக்குத் தெரியாமலும், கவிஞர்களின் செல்வாக்கினை ஏதோ ஒரு வகையிற் பிரதிபலிப்பவர்களாகவே இருப்பர்.

மறுமலர்ச்சிக் குழுவிலிருந்து அத்தகைய ஒரு கவிதைத் தரிசனத்துடன் மேலெழும்பியவர் மஹாகவி (1927-1971) ஆவார். மஹாகவியின் ஆக்கங்கள் தொகுதிகளாகவும் (வள்ளி, குறும்பா, வீடும்வெளியும்), நெடும் பாடல்களாகவும் (கண்மணியாள் காதை, ஒரு சாதாரண மனிதன் சரித்திரம், கந்தப்ப சபதம்), கவிதை நாடகங்களாகவும் (கோடை, புதியதொரு வீடு) வெளிவந்துள்ளன. மஹாகவியின் கவிதை பற்றிய மதிப்பீட்டில் இரு முனைப்பாடான நிலைமையொன்று காணப்படுகின்றது. சண்முகம் சிவலிங்கம் கூறுவது ஒரு முனையாகும். அது பின்வருமாறு:

> மஹாகவி தேசிய மறுமலர்ச்சிக் காலத்து மத்தியதரவர்க்க முற்போக்குச் சிந்தனையைப் பிரதிபலித்தவர் என்பதும், அன்றாட நிகழ்ச்சிகளினதும், அனுபவங்களினதும், அடிப்படையில் யதார்த்த பூர்வமாய் அல்லது மெய்மை சார்ந்து செய்யப்பட்ட படைப்புகள் மூலம் அந்தச் சிந்தனையைப் புலப்படுத்தியவர் என்பதும் அந்த யதார்த்த பூர்வமான படைப்புக்குத் தேவையான முறையில் செய்யுள் நடையை ஒரு புதிய கட்டத்துக்கு வளர்த்தெடுத்தவர் என்பதும் தெளிவாகின்றது. (மஹாகவியின் கோடை 1970 நூலின் பின்னுரையாக வந்துள்ள 'மஹாகவியும் தமிழ்க் கவிதையும்' என்னும் கட்டுரையிலிருந்து பக்.71)

மறுமுனையாகவுள்ளது அவரது நண்பரும் சக கவிஞருமான முருகையன் கூறுவது. அக்கூற்று மஹாகவியின் வாழ்க்கை நோக்கையும், கவிதையாக்கப் பண்பையும், அவரது கவிதையின் இயல்பையும் எடுத்துக் கூறுவதாக உள்ளது.

> மகாகவியின் பாட்டுக்கள் எப்படிப்பட்டவை? அவை அமைதியானவை; ஆர்ப்பாட்டம் இல்லாதவை; சாதுவானவை.

இந்த அமைதியும், சாந்தமும் எப்படி ஏற்பட்டன? கவிஞரின் வாழ்க்கை நோக்கே இதற்கு அடிப்படை. முரண்பாடு களையும், இடர்ப்பாடுகளையும் கண்டாலும் காணாத மாதிரி விடுத்து- இதுதான் உலக இயல்பு. ஏதோ இயலுமான வரை சமாளிக்க முயல்வோம் என்ற பார்வைதான் அவரது பாட்டுக்கள் பலவற்றில் ஊடோடி நிற்பது. "எத்தனை கோடி இன்பம் வைத்தாய் இறைவா, இறைவா, இறைவா" என்று கும்மாளம்போடும் ஆர்வ வேகம் 'மஹாகவி'யிடம் இல்லை யென்றாலும் கிடைத்த வரையில் உலகியல் இன்பங்களைத் துய்த்து, நுகர்ந்து, ஈடுபட்டு, உறவாடி வாழவேண்டும் என்ற வாழ்க்கைப் பற்று அவரிடமிருந்தது. உலகத்தை உள்ளது உள்ளபடியே ஏற்றுக்கொண்டு அந்த உலகத்தில் இயலுமான வரை சுலபமான ஒரு பாதையிலே நடந்து செல்கையில் கைக்கெட்டும் சுகாநுபவங்களை நுகர்ந்து ஈடுபடும் ஒரு வாழ்க்கைத் தத்துவம் இவரது கவிதையின் பின்புலமாக அமைந்துள்ளது.

ஊர்ப்புறத்து மக்களின் எளிமையான வாழ்க்கையை இலட்சியப்படுத்திக் காணும் ஒரு தன்மையும் 'மஹாகவி'யின் கவிதைகளிலுண்டு. அவரது வாழ்க்கை நோக்கு இவ்வாறு இருந்தமையால் அவரது கவிதைகளும் சாதுவாக இருந்தன. ஒரு சராசரி வாசகன் பாடப் புத்தகங்களிலும், கதைப் புத்தகங்களிலும் கட்டுரைப் புத்தகங்களிலும் சந்திக்கக் கூடிய சொற்களும், வாக்கிய அமைப்புகளுமே அவரது கவிதைகளிற் காணப்படும். ஆனால் சொற்சேர்க்கைகளின் வரிசை மாற்றங்களினாலும், அவற்றை யாப்பில் அமைக்கும் சமயத்தில் எழும் வியப்பம்சத்தினாலும் அச்சொற்களிடையே மெல்ல, இழையோடிச் செல்லும் ஒரு வகையான இலேசான நகைச்சுவையாலும் அவர் ஒரு வகையான கவிதை மரபினை உருவாக்கினார். (இலங்கைக் கலாசாரப் பேரவையின் தமிழிலக்கிய விழா மலரில் (1972) வெளிவந்துள்ள "ஒரு கால்நூற்றாண்டுக் கால வரலாற்றில் தென்னகமும் ஈழமும்" என்ற கட்டுரையிலிருந்து)

சண்முகம் சிவலிங்கத்தின் கூற்றிலுள்ள 'யதார்த்தம்' என்பதற்குப் பதிலாக 'இயல்புநெறி' என்ற பதத்தைப் பயன் படுத்தினால் முருகையன் கூறுவதற்கும், சிவலிங்கம் கூறுவதற்கும்

அடிப்படை வேறுபாடு இருக்காது. முருகையனின் மதிப் பீட்டில், பாம்பின் கால் பாம்பறியும் என்னும் வகையில், மஹா கவியின் கவிதையாக்கத்தின் பண்புகள் துலக்கமாகின்றன.

மஹாகவி ஈழத்தின் மிக முக்கிய கவிஞர்களிலொருவர். ஆனால் இவரை முற்போக்குக் கவிஞரென்று கொண்டுவிட முடியாது. அவர் வாழ்க்கையை நோக்கிய முறையும், பிரச்சினை களை அணுகிய முறையும், அவர் சமூக முரண்பாடுகளின் வன்மையை அதிகம் உணர்ந்திராத ஒரு புனைவியல் (Romanticism) வாதியே என்பதை நிரூபிக்கின்றன. இதனை அவரது 'கந்தப்ப சபதம்', 'சடங்கு ஒரு சாதாரண மனிதனின் சரித்திரம்' ஆகிய அவரது நெடும் பாடல்களிற் காணலாம்.

மஹாகவியின் கவிதைகள் மிக நுண்ணிதான உணர் திறனுடைய, புலனுணர்வுக் களிப்பிலே திளைக்கும் அவாவுடைய, கிராம வாழ்க்கையை ஆதர்சமாகக் கருதுகின்ற ஒரு கவிதை நெஞ்சினை எடுத்துக்காட்டுகின்றன. கவிதை அவரிடத்துப் புலமை நோக்குடன் (Intellectual Vision) தொழிற்படவில்லை. முருகையனுக்கோ கவிதை முற்றிலும் புலமைவாதச் சாதன மாகவே அமைந்துள்ளது.

இன்று எம்மிடையேயுள்ள கவிஞர்களில் மிக முக்கிய மானவர் முருகையன் ஆவார்.

முருகையனது கவிதைகளிற் காணப்படும் ஒரு பண்பு இன்றைய பொதுவான தமிழ்க் கவிதை வளர்ச்சியில் எடுத்துக் கூறப்பட வேண்டியதாகும். தமது அரசியற் சித்தாந்தத்தினை (உலக நோக்கினை) பண்பாட்டுடன் நன்கிணைந்து விளங்கிக் கொண்டு அந்த விளக்கத் தெளிவுடனும், தமிழ் யாப்பு மரபினைக் கவிஞன் என்ற வகையில் அறிவுத் தொழிற்பாட் டாலும், உள்ளுணர்வுத் தொழிற்பாட்டாலும் வந்த மரபுத் தெளிவுடனும், அதே வேளை அடிநிலை மக்கள்பால் கொண்ட கொள்கை நிலைப்பட்ட நேசத்தால் வரும் கொள்கைக் கட்டுப்பாடுடனும் அகண்ட உலகப் பின்னணியில் தமிழையும், தமிழர் பிரச்சினைகளையும் வைத்து நோக்கும் திறனுடனும் கவிதை இயற்றுபவர்கள் இன்று தமிழில் மிக மிகச் சிலரே. முருகையன் ஒருவரைத் தான் இப்பண்புகளுக்கான முற்று முழுதான பிரதிநிதியாகக் கொள்ளலாம். முருகையன் பற்றிய

ஆய்வில் அவரது நெடும் பாடல்களும் (நெடும் பகல், ஆதிபகவன்), கவிதை நாடகங்களும் (செழியன் செங்கோல், நித்திலக் கோபுரம், அந்தகனே ஆனாலும், வந்து சேர்ந்தன, குற்றம் குற்றமே, எடுபாடு, அப்பரும் சுப்பரும்) முக்கிய இடம் பெறுதல் வேண்டும். மேற்கூறிய பண்புகளின் பூரண வெளிப் பாட்டினை இப்பாடல்களிற் காணலாம்.

ஈழத்தின் தமிழ்க் கவிதைப் பாரம்பரியத்தில் தமது கவிதை நோக்கினாலும், ஆக்கத்தினாலும் தாக்கத்தை ஏற்படுத்திய சமகாலக் கவிஞர்களுள் நவாலியூர் நடராசன், எம்.ஏ. நுஃமான், சில்லையூர் செல்வராஜன், புதுவை இரத்தினதுரை, பசுபதி, காசி ஆனந்தன் ஆகியோரைக் குறிப்பிடல் வேண்டும்.

ஈழத்தின் புதுக்கவிதைப் பாரம்பரியம், தமிழகத்தின் புதுக்கவிதை இலக்கிய அங்கீகாரம் பெற்ற பின்னரே தொடங்கு கின்றது. 'மரபுக்கவிதை' யின் சமூக இயைபினைத் தொடர்ந்து பேணத்தக்க ஆற்றல் வாய்ந்த கவிஞர்கள் முக்கியத்துவம் பெறும் சூழலில், புதுக்கவிதைக்கான சமூக நியாயப்பாடு மிகக் குறைவாகவே இருக்கும். ஆயினும் புதுக்கவிதைக்கான நியாயப்பாட்டை இன்னொரு சமூக அமிசத்திலே காணுதல் வேண்டுமென வற்புறுத்தப்படுகிறது (K.Sivathamby, Some Comments on contemporary Tamil Poetry, Afro-Asian Poetry Symposium, 1974, Erevon, U.S.S.R.) அது பின்வருமாறு: இன்று சமூக வாழ்க்கையின் 'கதி', அதன் ஓசையமைதி, மாறிவிட்டது. யாப்புக்கும் வாழ்க்கைக் கதிக்கும் தொடர்புண்டு. வாழ்க்கையிற் பெரும் பிளவுகள், மரபு மாற்றங்கள் ஏற்படின் யாப்பிலும் அது தெரியவரும். நவீன யுகத்தின் தேவைகளைக் கவிதைவடிவத்திற் பிரதிபலிப்பதற்குப் புதிய ஒலியமைதி வேண்டும். இந்தப் புதிய ஒலியமைதிகளை இரண்டாம் உலக யுத்தத்தின் பின்னர் மேனாடுகளிலும் காண்கின்றோம். இத்தகைய ஒரு 'பாரம்பரியப் பிறழ்வு' ஏற்பட்டதன் விளைவாகத்தான், செவிப்புலமாத்திரை யாகப் பயின்ற செய்யுள் கட்புல மாத்திரையாகப் பயிலும் புதுக்கவிதையாகிற்று. வாழ்க்கையின் சந்தம் மாற மாறக் கவிதையின் சந்தமும் மாறுவது இயல்பே. வாழ்க்கைச் சந்த மாற்றத்தின் உண்மையான கவிதைக்குரலாக அமைபவர்களே புதுக்கவிதையாளர்கள். அவர்கள் இருவகைப்பட்ட பின்னணி யிலிருந்து வந்துள்ளனர். ஒன்று முற்றிலும் நவீனமயப்படுத்தப்

பட்டதும், பாரம்பரிய இலக்கியச் செல்வாக்கற்றதுமான ஒரு சமூகப் பின்னணி; மற்றது இதுவரை இலக்கியக் குரலற்றுக் கிடந்த ஒரு பின்னணி. தமிழகத்தில் முதலாவதனை 'எழுத்து' வழி வந்த நவீன கவிஞர்களிலும் இரண்டாவதனை 'தாமரை' 'வானம்பாடி' வழியாக வந்த புதுமைக் கவிஞர்களிலும் காணலாம். இலங்கையின் புதுக் கவிதையில் முதலாவது குரல் இன்னும் கேட்கவில்லை. இரண்டாவது உண்டு (வ.ஐ.ச.ஜெய பாலன்). இலங்கையில் மேலதிகமான ஒரு பண்பு உண்டு. இது காலவரை உள்ள தமிழிலக்கியப் பாரம்பரியப் பரிச்சய வாய்ப்புகளில்லாதிருந்த தமிழ்பேசும் முஸ்லிம்களுட் சிலர் புதுக்கவிதையைத் தமது வலுவான இலக்கிய வாகனமாகக் கொண்டுள்ளனர். இது இலக்கிய ஜனநாயகத்தின் வெளிப்பாடு. தமிழுக்கு ஒரு புதிய தளம் (உ-ம்: மேமன் கவி).

ஆயினும் புதுக்கவிதையின் ஆற்றல்களை நன்குணர்ந்து எழுதியவர்களுள் முக்கியமாகக் குறிப்பிடத்தக்க ஈழத்துக் கவிஞர்கள் வ.ஐ.ச.ஜெயபாலன், ஆதவன், சேரன் ஆகியோராவர்.

புதுக்கவிதையின் பரப்பலுக்கு அண்மைக் காலத்து மொழிபெயர்ப்புக் கவிதைப் பாரம்பரியம் (வியட்நாமிய, பாலஸ்தீனக் கவிதைகளின் மொழிபெயர்ப்பு) உதவியுள்ளது.

❏

9

ஈழத்துத் தமிழ் நாடகங்கள் வகைகளும் வளர்ச்சியும்

நாடக வளர்ச்சியைப் பல்வேறு நோக்குகளிலிருந்து அணுகலாம். நாடகத்தின் உருவ அமைப்பு, நாடகப் பொருள்-கதை-அமைப்பு, நடிப்பு முறைகள், நாடகத்தின் சமூக முக்கியத்துவம், நாடகம் எவ்வாறு கருத்துப் பரிவர்த்தனை சாதனமாக விளங்குகின்றது என்னும் தன்மை ஆய்வு, எனப் பலப்பல கண்ணோட்டங்களில் ஆராயலாம்.

இலங்கையிற் பயிலப்படும் தமிழ் நாடக வகைகளின் வளர்ச்சி பற்றியறிய முனையும் நாம், முதன் முதலில் அவற்றை வகைப்படுத்தும் முறையினை அறிந்து கொள்ளல் வேண்டும்.

வகையின் தன்மை வகைப்படுத்துபவரின் தேவையையும் நோக்கையும் பொறுத்துள்ளது. இலங்கையிலுள்ள தமிழ் நாடகங்களைப் பொறுத்தமட்டில், வர்த்தமான ஆசிரியர்கள், விமரிசகர், பார்வையாளர் முதலியோர் நாட்டுக் கூத்து, தற்கால நாடகங்கள் என்ற பகுப்பினையே பெரிதும் கூறுவர்.

இவ்வாறு பிரிப்பதிலே சில இடர்ப்பாடுகள் உள்ளன. ஒன்று இப்பகுப்பு முறை, நாட்டுக் கூத்து மரபையும், முற்றிலும் தற்கால மரபையும் சாராத, பார்சி வழிவந்த ஸ்பெஷல் நாடக அரங்கினைப் புறக்கணித்து விடுகின்றது. இன்னொன்று தற்கால சமூகப் பிரச்சினைகளைக் கொண்டு அரங்கேற்றப்படும் நாட்டுக் கூத்து முறை நாடகத்தினை எவ்வகைக்குள்ளே கொண்டுவருவ தென்பதாகும். நாட்டுக்கூத்து, தற்கால நாடகம் என்னும்

இப்பிரிவு உண்மையில் ஆட்ட உத்தி பற்றியதாகவேயுள்ளது. நாடக அரங்கேற்ற உத்தி முறைகள் கொண்டு நாடகங்களை வகைப்படுத்த முயன்றால், வகையின் தொகை பெருகலாம். சிங்கள நாடக உலகில் நவீன நாடகங்கள் பல மரபு வழிவரும் ஆட்ட உத்திகளையே பயன்படுத்துகின்றன.

கீழைத்தேய நாடகங்களை வகைப்படுத்தி ஆராயும் ஆராய்ச்சியாளர் சிலர் சமயச் சடங்கான நாடகங்கள், அவை யல்லாத நாடகங்கள் என வகுப்பர். மேலும் சமயச் சடங்காக அரங்கேற்றப்படும் நாடகங்கள் சடங்கு என்ற பார்வை வட்டத்துள் மாத்திரம் வைத்து இரசிக்கப்படுவதில்லை யென்பதும் இன்றைய இலங்கைத் தமிழ்ச் சமுதாயத்தின் அக அமைப்பு, கலைவடிவங்களை அவற்றின் பூர்வீக நிலையான சமயக் காரணங்களாகக் கொள்ளும் நிலையினது அல்ல என்பதும் இத்தகைய வகைப்படுத்தலைப் பயனற்றதாக்கி விடுகின்றது.

கலைத்துறையைச் சேர்ந்தனவற்றை வகைப்படுத்தும் பொழுது அவ்வக்கலையின் வரலாற்று ரீதியான நிலைமை யாது என்பதை அறிதல் அவசியமாகின்றது. வரலாற்று நிலைப்பட்ட முறையில் வகைப்படுத்தினால், வளர்ச்சியை அறிவது சுலப மாகலாம். எனவே கருத்து நிலைமையைக் கணக்கெடுத்தே நாடகங்களை வகைப்படுத்தல் வேண்டும்.

நாடகங்களின் கதை இயைபு, ரசனை நெறிகள், தனித்துவம் ஆகிய பண்புகளை உரைகல்லாகக் கொண்டு பார்க்கையில் மரபுவழி நாடகங்கள், நவீன நெறி நாடகங்கள் என இரண்டு பெரும்பிரிவுகளாக வகுக்கலாம்.

எமது நாட்டின் வரலாறு காரணமாக இரு கிளைப்பட்ட வளர்ச்சி ஏற்பட்டுள்ளது. அந்நிய ஆட்சியும், ஏகாதிபத்திய ஆட்சி முறையினால் ஏற்பட்ட சமூகநிலைத் தாக்கமும் இதற்குக் காரணமாக அமைந்தன. நாடகம் பற்றிய உண்மையான மக்கள் மரபு, அம்மக்களின் பொருளாதார, அரசியல் பராதினம் காரணமாக கிராமியக் கலைகளாகத் தாழ்ந்தன. அந்நிய ஆட்சிக்காலத்துச் சுதேச வளர்ச்சி நெறி வர்க்க நிலைப்பட்டு நிற்பதைக் காண்கிறோம். ஆங்கிலப் பரிச்சயமுடைய மத்திய தரவர்க்கத்தின் வளர்ச்சி, அவ்வர்க்கம் போன்றே முற்றிலும் புதிய

கோட்பாடுகளைக் கலையிலாயினும் சரி, அரசியலிலும் சரி-கொண்டு வந்தது. பல்லாண்டு காலமாக நிலவிவந்த இவ்வேறு பாடு காரணமாகக் கிராமப்புறங்களிலும் (அதாவது புராதன பொருளாதார சமூக அமைப்புக்கள் உடையாத இடங்களிலும்) மேனாட்டுத் தொடர்புள்ள நகர்ப்புறங்களிலும் (அதாவது புதிய பொருளாதார அமைப்பும் சமூக உறவு முறையும் ஏற்பட்ட பகுதிகளிலும்) நாடகக் கலை தனித்தனி கோலத்துடன் வளர்ந்தது. நாட்டில் மாற்றத்தை ஏற்படுத்த வேண்டுமென்ற உணர்வு ஏற்பட்டபொழுது தோன்றிய கலை பற்றிய விழிப்புக்கூட புராதனக் கலை வடிவங்களை இருந்த நிலையில் வைத்தே பேண விரும்பின. இதனால் உருவ அமைப்பு நிலையிலும் சமூக ஏற்புடைமை நிலையிலும் வேறுபட்ட வகைகளாகவே இக்கலை உருவங்கள் போற்றப்பட்டன. எனவே மரபுவழி நாடகங்கள், நவீன நாடகங்கள் என்ற இரு பெரும் பிரிவுகளை வகுத்துக் கொள்வது பிழையாகாது.

மரபுவழி நாடகங்கள் என்னும்பொழுது அவை எத்தகைய சூழலிலே பயிலப்படுகின்றன என்பது தெரியவருகின்றன. அதாவது புராதன பொருளாதார சமூக அமைப்புக்கள் பூரணமாக உடைக்கப்படாத இடங்களிற் பயிலப்படுவன வற்றையே இங்குக் குறிப்பிடுகின்றோம்.

இத்தகைய மரபுநிலைச் சூழலிற் பயிலப்படும் நாடகங் களை மட்டக்களப்பு, யாழ்ப்பாணம், மன்னார், புத்தளம், சிலாபப்பகுதி, மலையகம் ஆகிய இடங்களிற் காணலாம். இப்பிரதேசங்கள் ஒவ்வொன்றிலும் பயிலப்படும் மரபுவழி நாடகங்களை ஆராய்ந்தால், மரபுவழி நாடகங்களுள் உள்ள வேறுபாடுகளையும் அறியலாம்.

மட்டக்களப்பு, யாழ்ப்பாணம், மன்னார், புத்தளம், சிலாபப்பகுதி ஆகிய இடங்களிலுள்ள மரபுவழி நாடகங்கள் பற்றிய விவரண ஆய்வுகள் பல எழுதப்பட்டுள்ளன. இத்துறை யில் மட்டக்களப்புக் கூத்துக்கள் பற்றிப் பலர் எழுதியுள்ளனர். நாடக நிலைப்பட்ட நோக்குடன் விரிவாக ஆராய்ந்துள்ளவர் பேராசிரியர் வித்தியானந்தன் அவர்களே. இவர் மன்னாரிலுள்ள மரபு வழி வரும் நாடகங்கள் பற்றியும் விரிவாக ஆராய்ந்துள்ளார். புத்தளம், சிலாபப் பகுதி நாடகங்கள் பற்றிச் சிறிது கூறியுள்ளார். யாழ்ப் பாணத்து மரபு வழி நாடக மரபுகள் பற்றிப் பூரணமாக

விளக்கம் அறிஞருலகில் இன்னும் ஏற்படவில்லை என்றே கூறல் வேண்டும். மலையகத்திலுள்ள மரபு வழி நாடகங்கள் பற்றி அறிமுக ஆய்வு கூட இன்னுஞ் செய்யப்படவில்லை.

இலங்கையில் பயிலப்படும் மரபுவழி நாடகங்களுள், புராதன சம்பிரதாயங்களுடன் நெறி பிறழாது போற்றப்பட்டு, வருபவை மட்டக்களப்பிலுள்ள மரபு வழி நாடகங்களே. இவை நாட்டுக் கூத்து என்னுஞ் சொல்கதை தழுவிவரும் ஆட்டத்தைக் குறிப்பது. 'நாட்டு' என்னுஞ் சொல் கிராமத்தைக் குறிப்பது. அதுவே புராதனத்தை எடுத்துணர்த்துவதாக உள்ளது. இது நவீன மயமாக்கற் சூழலில் நவீன நெறிக்குட்படாத ஒரு கலை வடிவத்துக்கு இடப்பட்ட அடைமொழியாகவே அமைந்துள்ளது எனலாம்.

மட்டக்களப்பிலுள்ள நாட்டுக் கூத்துக்கள், வடமோடி தென்மோடி என இருவகைப்படுத்திக் கூறப்படும். யாழ்ப் பாணத்திலுள்ள நாட்டுக்கூத்துக்களும் இவ்வாறு வகைப் படுத்திக் கூறப்படுவதுண்டெனினும், வேறுபாடுகளை மட்டக் களப்பு மரபிற் காண்பது போன்று யாழ்ப்பாணத்திற் காண முடியாது.

இவ்வுட் பிரிவுகள் பற்றி ஆராய்வதற்கு முன்னர் நாட்டுக் கூத்துக்கள் என வழங்கும் நாடகங்களுக்கு சங்க காலத்தில் அரங்கேறிய நாடகங்களுக்குள்ள ஒற்றுமைகள் சிலவற்றை அறிந்து கொள்ளல் நன்று. இந்த ஒரு அமிசமே தனியொரு கட்டுரையாக விரிக்கப்படக் கூடியது. அதனை மிகச் சுருக்கமாக நோக்குவோம். குரங்கு பலாப்பழத்தை வைத்திருக்கும் காட்சி யொன்றை விவரிக்கும் புலவர் ஒருவர் கோடியர் தமது முழவுடன் நிற்பதை உவமை கூறுகின்றார் (அகம்.852) இன்றும் அண்ணாவியார் மத்தளத்தை இடுப்பில் கட்டிக்கொண்டு வட்டக்களரியில், ஆட்டக்காரருக்கு (ஏறத்தாழ)ப் பின் பக்கத்திலே நின்று வாசிக்கின்றார். சங்க காலத்திலும் கூத்துக்கள் விழாக் காலத்தில் மன்றிலும்- பொது இடத்திலும் - தெருவிலும் நடைபெற்றன (பட்டினப் பாலை 252 புறம் 29). அகநானூறு 3ஆம் பாடலில் வரும் 'தொகுதிசொற்கோடியர்' என வரும் வரிகட்குத் தரப்பட்டிருக்கும் உரைகளும், கோடியர் பற்றிய ஆட்ட விவரக் குறிப்புகளும் இன்றைய நாட்டுக் கூத்துக்களில் வரும் கட்டியக்காரன் விருத்தம், சபைக்கவி ஆகியனவும் சங்க

கால மரபைச் சேர்ந்தவை என்பதை எடுத்துக் காட்டுகின்றன. மட்டக்களப்பு நாட்டுக்கூத்துக்கள் மரபுத் தொடர்ச்சியை நன்கு எடுத்துக் காட்டுகின்றன.

கதையமைப்பு, உடை, இசையமைப்பு ஆகிய ஒவ்வொரு துறையிலும் வடமோடி, தென்மோடிக் கூத்துக்கள் ஒன்றுக் கொன்று வேறுபடும். இவை பற்றி விரிவாக ஆராய்ந்த பேராசிரியர் வித்தியானந்தன் இவற்றின் வேறுபாட்டைப் பின்வருமாறு எடுத்துக் கூறுவார். வடமோடிக் கூத்துக்கள் போர் பற்றினவாக, இறுதியில் அவலச் சுவையுடன் முடிவனவாயி ருக்கும். தென்மோடி நாடகங்கள் காதல் பற்றியனவாய் மங்கல முடிவுடையன வாயிருக்கும். தென்மோடி இசை தமிழ் நாட்டின் இசையாகவுள்ளது. வடமோடியில் பின் இசை மரபுகளும் கலந்து வருகின்றன. தென்மோடி ஆட்டங்கள் நுண்ணியவை.

வடமோடி, தென்மோடி என்ற பதப்பிரயோகம் தமிழ் நாட்டின் மரபுவழி நாடக வரலாற்றிற் பயன்படுத்தப்படுவ தில்லை. வடமோடி, தென்மோடி என்னும் பகுப்பினை உணர்ந்து கொள்வதற்கு உதவியாக ஆந்திரத்து யட்சகானமும், மலையாளத்துக் கதகளியும் அமைந்துள்ளன. வடமோடி நாடகங்களுக்கும் யட்சகானங்களுக்குமுள்ள ஒற்றுமைகளையும் பேராசிரியர் வித்தியானந்தன் தொட்டுக் காட்டியுள்ளார். ரங்கநாத் என்பார் கூறும் விவரங்களை வைத்துக் கொண்டு பார்க்கும் பொழுது இவ்வொற்றுமைகள் ஆராயப்பட வேண்டியனவே. கதகளியிற் காணப்படும் ஒற்றுமைகளிலும் பார்க்க, யட்சகானத்திலுள்ள ஒற்றுமைகளே முக்கியமானவை யாகும். யட்ச கானங்கள் என்ற அப்பெயருடனே தமிழில் நாடகங்கள் இருந்ததாகப் பம்மல் சம்பந்த முதலியார் கூறுகின்றார்.

வடமோடி என்னும் சொற்றொடர் வடக்கேயுள்ள பாணி என்ற கருத்தினைத் தருவதாகும். தமிழ் கூறும் நல்லுலகத்திற்கு வடக்கேயுள்ள பாணி என இதனை விரித்துப் பொருள் கொள்ளலாம். கன்னட, தெலுங்குப் பிரதேசங்களில் வழங்கிய நாடக மரபினையொட்டிய நாடகங்கள் என்றே வடமோடி நாடகங்களைக் கொள்ள வேண்டும். யட்சகானம், பயலாட்டா (வயலாட்டம்) ஆகிய நாடக மரபுகளிற் காணப்படும் ஆடல்

மரபினையும், உடையமைப்பினையும் வடமோடி நாடகங்களிற் காணலாம்.

வடமோடி நாடகங்கள் வடஇந்தியக் கதைகளான இராமாயணம் மகாபாரதத்தைக் கதைப் பொருளாகக் கொண்டுள்ளன என்னும் விளக்கம் ஒன்றும் உள்ளது. இராமாயணம், மகாபாரதம் ஆகிய கதைகள் இந்தியாவின் வட புலத்துக்கேயுரியனவென்ற கருத்து இந்திய மக்களிடையே கிடையாது. இந்தியாவின் எப்பகுதியில் வாழ்பவர்களும் இவ்விரு கதைகளையும் தத்தம் பிரதேசத்துடன் இணைத்தே கூறுவர். தென்பகுதி மக்கள் கூறும் கதைகளே மகாபாரதத்தில் போர்களை விரித்துக் கூறுவனவாக உள்ளன என ஆராய்ச்சியாளர் கூறுவர். இந்தியாவை வடக்குத் தெற்காகப் பிரித்துப் பார்க்கும் வழக்குக் கிறித்தவப் பாதிரிகளின் தாக்குதலின் பின்னர் தோன்றிய திராவிட இனஉணர்வு வாதத்தினையடுத்தே தோன்றியது. எனவே இதனை நாம் பொதுவானவோர் இந்தியப் பண்பாட்டுணர்வாகக் கொள்ளக் கூடாது.

எனவே வடமோடியில் வரும் ‘வட’ என்னும் சொல்லை வடஇந்தியாவாகக் கொள்ளாது தமிழ்ப் பிரதேசத்துக்கு வடக்கேயுள்ள பகுதி அதாவது தெலுங்கு, கன்னடப் பகுதி என்று கொள்வதே பொருந்தும்.

இவ்வாறு நோக்கும் பொழுது தென்மோடி என்பது தமிழ்நாட்டின் தெற்குப்பகுதிகளிற் காணப்படும் மரபைக் குறிப்பதாகக் கொள்ளல் வேண்டும்.

மன்னாரிலும் இத்தகைய ஒரு பிரிவு காணப்படுகின்றது. அங்குள்ள மரபு வழி நாடகங்கள் மாதோட்டப் பங்கு, யாழ்ப்பாணப் பங்கு என இரு வகையாகப் பிரிக்கப்படுகின்றன. இப்பிரிவு பெரும்பாலும் கூத்தின் செய்யுளமைப்புப் பற்றியதாயிருக்கும். அங்கு வாசகப்பா என்ற ஒரு பிரிவும் உண்டு. நாடகங்களின் சுருக்கங்களாக அமைவனவே வாசகப்பாக்கள். உரையிடையிட்ட பாக்களையே அதாவது வசனம் கலந்த பாக்களையே இவ்வாறு குறிப்பிடுவர். வாசகப்பா கதைகூறும் உத்தியே. இதனைத் தொடர்நிலைச் செய்யுள் பற்றிய ஓர் உத்தியாகவே கொள்ளல் வேண்டும்.

மன்னார்ப் பகுதி நாடகங்கள் பெரும்பாலும் கத்தோலிக்க கிறித்துவ நாடகங்களே. இலங்கையின் கத்தோலிக்கக் கிறித்துவ நாடகங்களை ஆராய்ந்த எம்.எச்.குணதிலக்க மன்னார்ப்பகுதிக் கத்தோலிக்க நாடகங்களில் போர்த்துக்கேய மரபில் வரும் நாடக சம்பிரதாயங்கள் போற்றப்பட்டுள்ளன என்று கூறுகின்றார். கத்தோலிக்க நாடகங்களை ஆராயும் பொழுது அவற்றிற் காணப்படும் போர்த்துக்கேய மரபுகளைக் கண்டறிந்த பின்னரே அவற்றிலுள்ள தமிழ் நாடகப் பண்புகள் பற்றி எடுத்துக் கூறவேண்டும். தமது மதத்தைப் பரப்பிய கத்தோலிக்க மத குருமார், தம் நாட்டு மரபையும், தமிழ்நாட்டு மரபையும் இணைத்தே நாடகங்களை அரங்கேற்றினர். மன்னார் கத்தோலிக்க நாடக உருவங்களைக் கலப்புருவங்களாகவே கொள்ளுதல் வேண்டும்.

மலையகத் தொழிலாளரிடையே காணப்பெறும் காமன் கூத்து, இராமநாதபுரம் மாவட்டத்திலுள்ள ஒரு மரபுவழிக் கூத்தாகும். மனிதவியலாளர் கொள்கைப்படி இது கருவளச் சடங்கை அடிப்படையாகக் கொண்டது. தென்னிந்தியாவிலுள்ள லாவணி என்னும் பாரம்பரியக் கலைவடிவத்திலும் காம தகனம் பொருளாகப் பேசப்படுகின்றது. மலையகத் தொழிலாளர், 19ஆம் நூற்றாண்டில் இலங்கை வந்தடைந்த தமது மூதாதையர் தமது பிறப்பிடங்களிற் பயின்று வந்த காவடி, கரகம் போன்ற கலைவடிவங்களை இன்றும் போற்றி வருகின்றனர் என்பதும் குறிப்பிடத்தக்கது.

பாரம்பரிய நாடக வடிவங்களில் ஒன்று விலாசம் என்பதாகும். இதன் அமைப்பு முறை என்ன என்பது இன்னும் பூரணமாக ஆராயப்படவில்லை. விலாசம் என்ற பெயர் நூல் வடிவத்தில் எழுதப்பெற்ற நாடகங்களிலும் பயன்படுத்தப் பட்டுள்ளது. 'அரிச்சந்திர விலாசம்', 'பூதத் தம்பி விலாசம்' என்பன நூலாகவுள்ள நாடகங்களின் பெயராகும். தமிழில் முதன் முதலிற்றோன்றிய சமூக நாடகமும் விலாசம் என்றே கூறப்பட்டுள்ளது. காசி விஸ்வநாத முதலியார் டம்பாச்சாரியின் அழிவு பற்றிய நாடகத்தை 'டம்பாச்சாரி விலாசம்' என்றே குறிப்பிட்டார். எனவே விலாசம் என்ற பெயரை மாத்திரம் கொண்டு அதன் பண்புகளை மட்டிட முடியாதிருக்கின்றது, ஆனால் மரபுவழி வரும் விலாச நாடகங்களைப் பார்க்கும்

பொழுது இந் நாடகங்களில் சாஸ்திரீய கர்நாடக இசை முக்கியத்துவம் பெறுவதைக் காணலாம். விலாசம் என்பது நாடக நூலைக் குறிக்கும் எனத் தமிழ் லெக்சிகன் கூறும்.

மரபுவழி நாடக வகைகளின் பொதுப் பண்புகளையும் சிறப்புப் பண்புகளையும் பார்த்தமை, இனி அவை போற்றிப் பேணப்பட்டு வந்தமைக்கான காரணங்களை அறிதல் வேண்டும்.

இந்நாடகங்களைப் பேணி வந்தோர் தமது பொருளாதார சமூக நிலைகள் காரணமாக ஒதுக்கப்பட்டு வாழ்ந்தமைக்கு ஒரு முக்கிய காரணமாகும்.

மரபுவழி நாடகங்களுட் பெரும்பாலானவை சமய வழிபாட்டுச் சடங்குகளுடன் சம்பந்தப்பட்டவையாக விளங்கிய மையால் அவை தொடர்ந்து போற்றப்பட்டு வந்தன. மத நம்பிக்கைகளின் அறாத் தொடர்ச்சி நாடகங்களும் தொடர்ந்து நிலைப்பதற்கு உதவிற்று.

மரபு வழி நாடகங்களுட் பெரும்பாலானவை சமய வழிபாட்டுச் சடங்குகளுடன் சம்பந்தப்பட்டவையாக விளங்கிய மையால் அவை தொடர்ந்து போற்றப்பட்டு வந்தன. மத நம்பிக்கைகளின் அறாத் தொடர்ச்சி நாடகங்களும் தொடர்ந்து நிலைப்பதற்கு உதவிற்று.

மரபுவழி நாடகங்கள் ஒரே வேளைகளில் சாதியமைப் புடனும் இணைந்து நின்றமையாற் குறிப்பிட்ட குழுவின ராலேயே இந்நாடகங்கள் ஆடப்பட்டு வந்தன.

இலங்கைத் தமிழரிடையே நிலவுடைமைச் சமுதாய அமைப்பு விவசாய பிரதேசங்களில் தொடர்ந்து நிலவி வந்தமையால் இந்நாடகங்கள் நின்று நிலவின. அப்பொருளா தார அமைப்பு முற்றிலும் அழியாதிருக்கும் வரை அதன் கலைவடிவங்களும் தொடர்ந்து வாழும். அடிப்படையமைப்பு மாறிய பின்னரும் கூடக் கலைவடிவங்கள் தொடர்ந்து வாழும் என்பர். மரபுவழி நாடகங்கள் வன்மையுடன் காணப்படுவதற் கான காரணங்கள் தெளிவாகின்றன.

தேசிய உணர்வு ஏற்பட்ட பொழுதும், கடந்த காலப் புறக்கணிப்பால் அவற்றுக்கு ஏற்பட்ட தாழ்வினை நினைத்து அவற்றைப் பேணுவதற்குப் பிரக்ஞை பூர்வமான முயற்சிகள்

மேற்கொள்ளப்பட்டன. இதனாலும் மரபுவழி நாடகங்கள் முக்கிய கலைவடிவங்களாகத் தொடர்ந்து விளங்குகின்றன.

அடுத்து மரபுவழி நாடகங்களுக்கும், நவீன நாடகங் களுக்கும் வரலாற்று முறையிலும், கலைப்பண்பிலும் இடைப்பட்ட விளக்கமாகக் கூறுவதானால்- பாலம் போன்ற மைந்த நாடக வகை பற்றிப் பேசுதல் வேண்டும். அதுதான் பார்சி நாடக இயக்க வழி வந்த நாடகங்களாகும். பார்சி நாடக இயக்கம் தமிழகத்தில் ஏற்படுத்திய தாக்கத்தின் பயனாகத் தோன்றிய இது 'ஸ்பெஷல் நாடகங்கள்' என இவை தமிழ்நாட்டிலும் இலங்கையிலும் மேடையேற்றப்பட்டுவந்தன. இலங்கையில் இவை 'டிறாமா மோடி நாடகங்கள்' எனச் சமகாலத்தவரால் குறிப்பிடப்பெற்றன. அண்ணாவி மரபு நாடகங்கள் எனவும் குறிப்பிடப்படுகின்றன. கொட்டகைக் கூத்து என்ற பொருந்தாப் பெயரும் சிலரால் வழங்கப்பெற்று வருகிறது. இம்மரபு நாடகங்களை வளர்த்த பெருமை சங்கர தாஸ்சுவாமிகளுக்குண்டு. சங்கரதாஸ் சுவாமிகளே யாழ்ப் பாணத்திற் சிறிது காலம் தங்கியிருந்தார். இவ்வகை நாடகங்களின் சிறந்த நடிகர்களாகிய எம்.ஆர்.கோவிந்தசாமி, எஸ்.ஜி. கிட்டப்பா, வேலு நாயக்கர் முதலியோர் யாழ்ப் பாணத்தில் நடித்தனர். இந்நாடகங்கள் யாழ்ப்பாணத்தில் மேடையேற்றப்பட்ட பொழுது யாழ்ப்பாணத்தில் புதியதொரு நாடக விழிப்பு உண்டாயிற்று. யாழ்ப்பாணத்தவர் பலர் இம்மரபு நாடகங்களில் நடிக்கத் தொடங்கினர். நாட்டுக் கூத்து மரபிற் காணப்படாத காட்சியமைப்பு, விறுவிறுப்பான கதையோட்டம் இந்நாடகங்களிற் காணப்பட்டன. ஆனால் இந்திய நடிகர்களது நாடகங்களுக்குக் கிடை த்த வரவேற்பு உள்ளூர் நடிகர்களது நாடகங்களுக்குக் கிடைக்கவில்லையென்றே கூறவேண்டும். இதனாலேயே முதன் முதலில் நகர்ப்புறங்களிலும் மேடையிடப் பெற்ற இந்நாடகங்கள் படிப்படியாகக் கிராமியச் சூழலைச் சென்றடைந்தன. மத்தியதர நிலவுடைமை வர்க்கங்களினது ஆதரவு இல்லாது போகவே இதுவும் ஏறத்தாழக் கிராமிய நாடகமாகவே மாறியது. ஆனால் இந்நாடகங்களே வளர்ந்து வரும், ஆங்கிலந் தெரிந்த மத்திய வர்க்கத்தினருக்கு- புதிதாகத் தோன்றிய நகரவாசிகளுக்குத் தமிழ்நாடகம் பற்றிய ஆர்வத்தை ஏற்படுத்திற்று.

இம்மரபு இப்பொழுது தளர் நிலையை எய்தியுள்ளது. ஆயினும் காங்கேசன்துறை வி.வைரமுத்துவின் நடிப்புத் திறன் இசை ஆற்றல் காரணமாக ஓரளவு போற்றப்பட்டு வருகின்றது.

பார்சிச் செல்வாக்கால் தோன்றிய நாடகம் பற்றிய ஆய்வு எம்மை நவீன நாடக வளர்ச்சிக் காலத்துக்கு இட்டு வந்து விடுகின்றது.

நவீன நாடக வளர்ச்சி பற்றிய ஆய்வு, மரபுவழி பற்றிய நாடக ஆய்விலும் சிக்கலுடையதாக இருக்கின்றது. ஏனெனில் இங்கு நாம் உருவ அமைப்புக் கொண்டு, நாடகங்களை வகைப்படுத்த முடியாதிருக்கின்றது. நாடகப் பொருளை அடிப்படையாகக் கொண்டும், நாடக மொழி நடையை அடிப்படையாகக் கொண்டும் பலர் பலவகையாகப் பிரிப்பர். நாடக வரலாறு இல்லாததனாலேயே இத்தகைய தடுமாற்றம் ஏற்படுகின்றது.

நாடக வகைகளைப் பற்றி ஆராய்வதற்கு முன்னர் நவீன நெறிகள் ஈழத்துத் தமிழ் நாடகத் துறையில் வந்தடைந்த வரலாற்றுப் போக்கினை அறிந்து கொள்ளல் அவசியமாகும்.

ஈழத்தில் நவீன தமிழ் நாடக மரபு கலையரசு சொர்ண லிங்கத்துடனேயே ஆரம்பமாகின்றது. ஸ்பெஷல் நாடக மரபு என்னும் பார்சிச் செல்வாக்கு வழிவந்த நாடகங்களே தனது நாடக ஆர்வத்தினை வளர்த்ததாகக் கலையரசு அவர்கள் தமது நூலிற் குறிப்பிட்டுள்ளார். இவர் தமது குருவான பம்மல் சம்பந்த முதலியார் வழிச் சென்று இலங்கையில் அக்காலத்திற் பெருமதிப்புப் பெற்றிருந்த ஆங்கில நாடகக் கோட்பாடு களுக்கியைய குறைந்த நேரத்தில், பொருத்தமான அரங்க அமைப்பும், வேடப் புனைவும், நடிப்புத் துரிதமும் கொண்ட நாடகங்களை மேடையேற்றினார். தமிழ்நாட்டில் வழிவழியாக வந்த பௌராணிக இதிகாசக் கதைகளும், ஆங்கில நாடகங்களின் தமிழாக்கமுமே இவர்களது நாடகங்களின் கதைப் பொருளாக அமைந்தன. சம்பந்தமுதலியாரும் இத்தகைய நாடங்களையே மேடையேற்றினார்.

நாடகத்துறையில் வளரும் மத்தியதர வர்க்கத்துக்கேற்ற ஒழுக்க சீலர்களை இவர், தமது குருவைப் போன்று வற்புறுத்தினார். ஸ்பெஷல் நாடகங்களில் பெண்கள் பங்கு பற்றி வந்தனர். இவர்களிற் பலர் தேவதாசிக் குடும்பத் தொடர்பு

டையவர்கள். இதன் காரணமாக உயர்குடும்பத்தினர் நாடகத்தைப் பயில் தொழிலாக ஏற்றுக்கொள்ளவில்லை. சம்பந்த முதலியாரும் அவரைப் போன்று சொர்ணலிங்கமும், பெண்கள் வேடத்தில் ஆண்களை நடிக்கச் செய்தனர். இதனால் நாடகம் மத்தியதர வர்க்கத் தமிழர்க்கு ஏற்புடைத்தான ஒரு கலை வடிவமாயிற்று. ஆனால் கதையமைப்பிலோ, கருத்து முனைப்பிலோ புதிய மாற்றமெதுவுமிருக்கவில்லை. மனோகரா, வேதாள உலகம், சபாபதி போன்ற நாடகங்களை இவர்கள் மேடையேற்றினர். ஷேக்ஸ்பியரின் நாடகங்களையும் தமிழ்ப் படுத்தி மேடையிட்டனர். அமலாதித்தன், வெனிஸ் நகர வணிகன் போன்ற நாடகங்கள் மேடையிடப் படலாயின. சமூகப் பிரச்சினைகள், தேசியப் பிரச்சினைகள் இவர்களின் நாடகங் களில் இடம் பெறவில்லை.

பிற ஜனரஞ்சகக் காட்சிகள் இல்லாத அக்கால கட்டத்தில் நகர்ப்புறத் தமிழர் இந்நாடகங்களைப் பெரிதும் விரும்பிப் பார்த்தனர்.

ஆனால் மத்தியதர வர்க்க நிலைப்பட்ட தமிழ் நாடக வளர்ச்சி கலையரசு அவர்களுடன் நின்றுவிடவில்லை. இலங்கைப் பல்கலைக்கழகமும் அதன் விளைகளமாக அமைந்தது. பேராசிரியர் கணபதிப்பிள்ளையின் நாடகங்கள் பல்கலைக்கழக அரங்குக்காக எழுதப்பட்டு நடிக்கப்பட்டன. இவருடைய நாடகங்கள் முற்றிலும் சமூக உணர்வுடையனவாகக் காணப் பட்டன. யாழ்ப்பாண மத்தியதர வர்க்கத்துக் குடும்பப் பிரச்சினைகள், சமூகப் பிரச்சினைகள் யாவற்றையும் பேராசிரியர் கணபதிப்பிள்ளை தமது நாடகங்களில் அலசி ஆராய்ந்தார். பேராசிரியருடைய நாடகங்கள் 1936 முதல் மேடையேற்றப்பட்டு வந்தன.

பல்கலைக்கழக நிலையில் சுதேசச் சமூக உணர்வு நாடகத்தில் வளர்க்கப்பட்டு வந்த அதே காலகட்டத்தில் இன்னொரு முக்கிய மாற்றம் ஏற்படலாயிற்று. ஏறத்தாழ 1940க்குப் பின்னர் தமிழ்த் திரைப்படங்கள் ஜனரஞ்சகமாயின. 1948 முதல் வேலைக்காரி முதல் - தமிழ்த் திரைப்படங்கள் சமூக மாற்றத்திற்கான சாதனமாக மாற்றப்படவே திரைப்படங்களைப் பிரதி பண்ணும் நாடகங்கள் தோன்றலாயின. இந்தக்

காலகட்டத்தில் நாடகத்தைச் சுய திறனைக் காட்டுவதற்கான ஒரு வாயிலாகக் கொண்ட இளம் வயதினர் அந்நோக்குடன் நாடகத்தைப் பயன்படுத்தத் தொடங்கினர். சமூகத்தின் பிற ஆக்கியற்றுறைகளிலே ஈடுபடாது, ஈடுபட வாய்ப்பில்லாத, ஆனால் சுயதிறமை பற்றிய தன்னம்பிக்கை உள்ள இளைஞர்கள் நாடகம், சமூக மாற்றச் சாதனமாகத் தென்னிந்தியாவில் மாற்றப்பட்டதைக் கண்டு, இங்கும் அத்தகைய நெறியிற் செல்ல விரும்பினர். இத்தகையோருக்கு நாடகமும், நாடகத்திற்கான பூர்வாங்க முயற்சிகளும், நிறைவற்ற அன்றாட வாழ்க்கையினின்றும் தம்மை விடுவித்துத் தாம் வாழ விரும்பும் இலட்சிய உலகின் நெறிக்கேற்பக் கண நேரத்தானும் வாழ இடமளிப்பவையாய் அமைந்தன. இதனால் அத்தகையோர் நாடகங்கள் பல தயாரிக்கத் தொடங்கினர்.

இத்தகைய சூழ்நிலையிலேதான், 1956க்குப் பின்னர், சிங்கள நாடக உலகில் புதியதொரு விழிப்பு ஏற்பட்டது. தமிழ் நாடகத்துறையில் இப்புதிய விழிப்புணர்வினை இலங்கைப் பல்கலைக்கழகத் தமிழ்த்துறை ஏற்படுத்திற்று.

இப்புத்துலகம் காரணமாக மேனாட்டு நாடகப் பரிச்சயம், சமூகப் பிரச்சினையுணர்வு, தேசிய உணர்வுக் கடப்பாடு கொண்ட புத்தி ஜீவிகள் நாடக உலகிற்கு வந்தனர்.

இவ்வாறாக நவீன தமிழ்நாடகம் பன்முகப்பட்டு வளர்ந்தது. இவ்வளர்ச்சி நெறிகள் எத்தகைய நவீன நாடக வகைகளை அன்றேல் நாடக வடிவங்களைத் தோற்றுவித்துள்ளன என நோக்குவோம்.

நாடகத்தைத் தனியொரு கலைவடிவமாகக் கொண்டு பார்க்கும் பொழுது மேலே குறிப்பிட்ட வளர்ச்சியால் பின்வரும் மூன்று வகைப்பட்ட நவீன நாடகங்கள் தோன்றியுள்ளன என்பது தெரியவரும்:

அ) வரலாற்றுக் கதைகளையும் ஐதீகக் கதைகளையும் அடிப்படையாகக் கொண்ட நாடகங்கள்.

ஆ) யாழ்ப்பாண வாழ்க்கையைச் சித்திரிக்கும் பிரதேச மொழிவழக்கு நாடகங்கள். (சற்று விரிவான நிலையில் ஒரு குறிப்பிட்ட பிரதேசத்துச் சமூகப் பிரச்சினைகளைச்

சித்திரிக்கும் நாடகங்களையும் இதனுள் அடக்க வேண்டி வரும்.)

இ) பொதுவான சமூகப் பிரச்சினைகளைச் சித்திரிக்கும் பொதுத்தர மொழி வழக்கினைக் கொண்ட நாடகங்கள்.

இவை மூன்றும் நவீன அரங்க உத்தி நெறிகளைப் பயன்படுத்தி அரங்கேற்றப்படுகின்றனவெனினும், அரங்க நிர்மாணம், ஒலி, ஒளி அமைப்பு என்பனவற்றைப் பொறுத்த வரையில் முதலாவதே முக்கிய இடம் பெறுகின்றது. திரைப்படங்களின் பாதிப்பினை முதலாம், மூன்றாம் வகை நாடகங்களிற் பெரிதும் காணலாம். நடிப்பு, மேடையமைப்பு முதலியனவற்றில் இவை திரைப்படப் பாணிகளைப் பின்பற்றுவது கண்கூடு. இவ்விருவகை நாடகங்களிலுமே நாடக எழுத்துப் பிரதி பற்றிய பிரக்ஞை அதிகம் காணப்படுகின்றது. ஆயினும் பொதுவாக இவ்விருவகை நாடகங்களிலுமே பேச்சிலும் பார்க்கக் காட்சிக்கே முக்கியத்துவம் அதிகமாகக் கொடுக்கப் படுகின்றது. பாத்திரங்களின் உரையாடல் இலக்கிய வழிப்பட்ட உணர்ச்சி வெளிப்பாடாக அமையாது திரைப்பட பாணியைப் பின்பற்றுவதாகவே உள்ளது.

மேற்குறிப்பிட்ட நாடக வகைகளுள் இரண்டாவதாகவுள்ள யாழ்ப்பாண வழக்கு மொழி நாடகம் தனியே ஆராயப்பட வேண்டுவது. கொழும்பு நகர வாழ்க்கை, கிராம வாழ்க்கை யிலும் பார்க்கச் சிறந்தது என்ற ஏகாதிபத்திய தாசானுதாச உணர்வு மேலிட்டு நின்ற காலத்தில் கிராமப்புறத்துக் கதாபாத்திரங்களைக் கேலிக்கிடமாகச் சித்திரிக்கும் ஒரு பண்பு நிலவியது. பேராசிரியர் கணபதிப்பிள்ளையின் நாடகங்களில் வரும் கதாபாத்திரங்களின் சிந்தனா நெறியும், பேச்சு மொழியும், யாழ்ப்பாணச் சமூகத்தின் அடிப்படை முரண்பாடுகளை எடுத்துக்காட்டின. இப்பண்பு நாடகத்தை நகைச்சுவை யுடையதாக்கிற்று. மேலும் பார்சி மரபுவழி வந்த ஸ்பெஷல் நாடக மரபிலோ நாட்டுக்கூத்து மரபிலோ மொழி நடையைக் கொண்டு நடிகரிடையேயும், பார்ப்போரிடையேயும், ஓர் அந்நியோன்னிய உறவினை ஏற்படுத்த முடியவில்லை. நாடகத்தில் யாழ்ப்பாணப் பேச்சு மொழி கையாளப்பட்டதும் அந்த உணர்வு ஏற்பட்டது. ரசிகர்கள் தம்மை மறந்த நிலையில்

நாடகத்தில் ஈடுபாடு காட்டும்பொழுது ஏற்படும் கலகலப் புணர்வும் இந்நாடகங்களிலே காணப்பட்டன.

மேற்குறிப்பிட்ட பண்புகளின் தொழிற்பாட்டினைப் பூரணமாக விளங்கிக் கொள்ளாத சிலர், யாழ்ப்பாணப் பேச்சு வழக்கு என்பது சிரிப்பூட்டுதற்கானது என்ற தப்பபிப்பிராயத் துடன் பேச்சு மொழியுடன் அங்கசேஷ்டைகளையும், நையாண்டியையும் இணைத்துச் சிறப்பினை ஏற்படுத்தினர். இதனால் ஈழத்து வழக்கு மொழிப்பேச்சு நாடகத்தில் சிரிப்பூட்டுவதற்கான நிச்சயமான வழி என்னும் நிலை ஏற்பட்டது. இத்தகைய நாடகங்கள் தயாரிப்பு நிலையில் நவீன உத்திகளைப் பயன்படுத்தின எனக்கூறுதல் முடியாது. நாடக எழுத்துப் பிரதியும் இத்தகைய நாடகங்களில் முக்கிய இடம் பெறுவதில்லை.

நவீன நாடகங்களின் வளர்ச்சியை ஆராயும் பொழுது வானொலி என்னும் வெகுசனத் தொடர்பு சாதனத்தின் முக்கியத்துவத்தினையும் நாம் மனங் கொள்ளல் வேண்டும். செவிப் புலனுக்கேயுரியதும் தொழில்நுட்ப வழிவருவதுமான இச்சாதனம் நாடகங்களை ஒலிபரப்பத் தொடங்கிற்று. வானொலி வன்மையானதோர் சாதனமாக வளர வளர வானொலி நாடகங்களின் முக்கியத்துவம் வளரத் தொடங்கிற்று. வானொலியிலும் மேற்குறிப்பிட்ட மூன்று வகை நாடகங்களும் செவிப்புலனுகர்வுக்கேற்ற வகையில் தயாரித்தளிக்கப்பட்டன. முதலாம் மூன்றாம் வகை நாடகங்களின் இலக்கியத்தரத்தை உயர்த்திய அளவுக்கு வானொலி இரண்டாம் வகை நாடகத்தினை இழிநிலைக்குத் தள்ளியது. மேடை நாடகங்களில் பேராசிரியர் கணபதிப்பிள்ளையின் நாடகங்கள் தவறாக விளங்கப்பட்டுக் கேலி நாடகங்களுக்கு வழிவகுத்தது போன்று வானொலியில் ஒலிபரப்பப்பட்ட 'விதானையார் வீட்டில்', 'சிறாப்பர் குடும்பம்' ஆகிய தொடர் நாடகங்கள் நையாண்டி நாடகங்கள் பலவற்றுக்கு வழிகோலின.

ஆயினும் இந்நிலை இப்பொழுது படிப்படியாக மாறி வருகின்றது. கேலி மொழி வழக்கு நாடகங்கள் படிப்படியாகக் குறைந்து வருகின்றன.

நாடகங்களைக் காட்சிக் கலையும் இலக்கியமும் இணைந்த கலை வடிவங்களாகப் படைக்கும் பண்பு முளைவிடும் அதே நேரத்தில், நகைச்சுவை நாடகங்கள் சமூக முரண்பாடுகளை எடுத்துக்காட்டி முற்போக்கு வழியைக் கூறுவனவாகப் பரிணமிக்கத் தொடங்கியுள்ளன. முந்தியதற்கு உதாரணமாக 'கடூழியம்' 'வீடும் வெளியும்', 'காலங்கள் அழுவதில்லை' போன்றவற்றையும், பிந்தியதற்கு உதாரணமாக 'வெளிக்கிடடி விசுவமடுவுக்கு' போன்றவற்றையும் கூறலாம்.

இக்கட்டத்தில் கவிதை நாடகத்தின் நாடக முக்கியத் துவத்தைப் பற்றி ஆராய வேண்டுவதவசியமாகின்றது.

கவிதை நாடகம், வசன நாடகம் என்ற பிரிவு நாடக இலக்கியத்தின்பாற்பட்ட ஒரு பிரிவாகும். கவிதை நடையைக் கையாளும் பொழுது உணர்ச்சி முனைப்பும், எண்ணவெளிப் பாட்டுச் செறிவும், முரண்பாட்டுச் சித்திரிப்பில் தெளிவும், உணர்வுத் தாக்கமும் அதிகம் ஏற்படுகின்றன (ஏற்படல் வேண்டும்) ஆனால் அதே வேளையில் இது உயர்ந்த ரசனை மட்டத்தை வேண்டி நிற்கும்.

நவீன நாடகங்கள் நாடெங்கணும் வரவேற்கப்படு கின்றனவா என்னும் பிரச்சினையும், நாடகத்தை மக்கள் வெகுசனத் தொடர்புச் சாதனமாகப் பயன்படுத்துகின்றார்களா என்னும் பிரச்சினையும் எழுவது இயல்பே.

நாடகத்தைத் தொழில் முறையாகக் கொண்டுள்ளோர் தொகையை ஆராயின் மரபுவழி நாடகத்துறையிலுள்ளோர் தொகை கூடுதலாகவும், நவீன நாடகத் துறையிலுள்ளோர் தொகை குறைவாகவும் காணப்படும். தொழில் முறையாக இயங்காத நவீன நாடக இயக்கம் பெருவெற்றிகளை ஈட்ட முடியாது. எமது சமுதாய அமைப்பில் விருப்ப முயற்சிகள் வரையறுக்கப்பட்ட நன்மைகளையே தருவனவாகவுள்ளன.

கருத்து கடப்பாடும், ஆர்வ உத்வேகமும் இல்லாத தொழில் முறை நடிகர்களால் நாடகக்கலை நிலைகுலையுமே தவிர வளராது. இவ்விரு உண்மைகளையும் எடுத்து விளக்குவதற்கு ஈழத்துத் தமிழ் நாடக உலகிற் போதிய உதாரணங்கள் உள.

(மல்லிகை)

❑

பகுதி IV

இலங்கை முற்போக்கு எழுத்தாளர் சங்கமும் ஈழத்தின் தமிழிலக்கிய வளர்ச்சியும்

ஒரு வரலாற்று நோக்கு: 1954 - 1970

"பத்து ஆண்டுகட்கு முன் எட்டுப் பேருடன் தோன்றியது எமது ஸ்தாபனம். இன்று இருநூறுக்கும் அதிகமான உறுப்பினர்களையும் எட்டுக் கிளைகளையும் கொண்ட, இந்நாட்டு எழுத்தாளர்களின் விரிந்த கேந்திரமாகவும் எமது மக்களின் எதிர்கால இலக்கிய பாரம்பரியத்தை நிர்ணயிக்கும் சக்தியாகவும் வளர்ந்துள்ளது" என்று சென்ற 12ஆம் தேதி கொழும்பில் நடைபெற்ற இலங்கை முற்போக்கு எழுத்தாளர் சங்கத்தின் விரிவுபடுத்தப்பட்ட மத்திய குழுக் கூட்டத்திற்கு அறிக்கை சமர்ப்பித்த சங்கத்தின் பொதுச் செயலாளர் திரு.பிரேம்ஜி குறிப்பிட்டார்.

23.8.1956 அன்று 'ஈழகேசரி'யில் வெளியான செய்தி இது. 1946இல் தொடங்கிய இ.மு.எ.ச பத்து வருட கால எல்லைக்குட் பெற்றுக் கொண்ட வளர்ச்சியினை இது ஓரளவு சுட்டிக் காட்டுகின்றது. ஆயினும் 1946 முதல் 1956 வரைப்பட்ட காலகட்டத்துள்ளும் சில முக்கிய வளர்ச்சிப் படிகளை நாம் அவதானித்துக் கொள்ளலாம்.

1946 இல் இச்சங்கம் தோன்றுவதற்குக் காரணமாக இருந்தோர், அக்காலத்தில் இலங்கைக் கம்யூனிஸ்ட் கட்சியின் முக்கிய உறுப்பினர்களாகவிருந்த கே.இராமநாதன், கே.கணேஷ் ஆகியோரே. இந்தியக் கம்யூனிஸ்ட் கட்சியின் உந்துதலையும் ஆற்றுப்படுத்தலையும் அடிக்கல்லாகக் கொண்டு இந்தியாவில் கே.ஏ.அப்பாஸ் முதலியோரின் தலைமையில் தோன்றிய

முற்போக்கு எழுத்தாளர் சங்கம் போன்று இராமநாதனும், கணேஷும் இலங்கை முற்போக்கு எழுத்தாளர் சங்கத்தினைத் தோற்றுவித்தனர்.

மார்க்ஸீய அரசியல் இயக்கமே மக்களிடையே பெரிதும் விருத்தியடையாதிருந்த அந்நாட்களில், இவ்வெழுத்தாளர் சங்கம், புத்தி ஜீவிகளின் முயற்சியாகவே நின்றுபோனமை ஆச்சரியத்தைத் தருவதன்று.

1956இல் இலங்கையில் ஏற்பட்ட ஆட்சி பெருமாற்றத் துக்கும், ஆட்சியுரிமை விழிப்புக்கும், சமூக உணர்வு விழிப்புக்கும் காரணமாகவிருந்தது, 1953இல் இடதுசாரிக் கட்சிகளால் நடத்தப்பெற்ற ஹர்த்தாலேயாகும். இந்நாட்டின் அரசியல் விழிப்புணர்வில் 1954ஆம் வருடம் ஓரளவு முக்கியத்துவத்தைப் பெறுகின்றது. 1954இல் பீறிட்டுக் கிளம்பிய பொருளாதார அதிருப்திக்கு தேசிய உணர்வுக் கட்டுக்கோப்பு அளித்து 1956 இன் அரசியற் பெருமாற்றமாக்கியவர் பண்டாரநாயக்கா.

1946இல் தொடங்கப் பெற்ற இ.மு.எ.ச. 1954 முதல் காரிய வேகத்துடன் பணியாற்றத் தொடங்கிற்று. இ.மு.எ.ச. தனது குறிக்கோள்களையும் அமைப்பு விதிகளையும், சிறு கைந் நூலாக 25.10.1954 அன்று வெளியிட்டது. அவ்வெளியீட்டிற் காணப் படும் முதல் மூன்று பத்திகளையும் மீண்டும் பார்த்துக் கொள்வது பயன் தருவதாகும்.

"எல்லாரும் எல்லாப் பெருஞ் செல்வமும் எய்தலாலே இல்லாருமில்லை உடையாருமில்லை" என்றும், "எல்லோரும் இன்புற்றிருப்பதன்றி வேறொன்றறியேன்" என்றும், மனித வர்க்கம் யுக யுகாந்திரமாகக் கண்ட இலட்சியக் கனவைச் சாதனையிலாக்க, வர்க்க பேதமற்ற ஒப்பில்லாச் சமுதாயத்தை சிருஷ்டிக்க மனிதப் பெருங்குடி மக்கள் நடத்தும் போராட்டத்தையும் அதில் தோன்றும் புதிய சமுதாய அமைப்பையும் பிரதிபலிக்கும் சோஷலிஸ்ட் யதார்த்தவாதம் என்ற இலக்கியத் தத்துவத்தை இலங்கை முற்போக்கு எழுத்தாளர் சங்கம் தனது இறுதி இலட்சியமாக ஏற்றுக் கொள்கின்றது.

உடனடி இலட்சியம்

என்றாலும் இன்றைய கால கட்டத்தில் மக்களின் சகல பகுதிகளையும் பிரதிபலித்தது, நிரந்தர உலக சமாதானம், தேசிய விமோசனம், உண்மை ஜனநாயகம், உயர்ந்த வாழ்க்கைத்தரம், சிறந்த கலாசாரம், நாட்டின் அரசியல், பொருளாதார சமுதாய முன்னேற்றம், இவற்றிற்காக மக்கள் நடத்தும் போராட்டங்களைக் கருவூலமாகக் கொண்ட மக்கள் இலக்கியமே சங்கத்தின் உடனடியான இலட்சியமாக இருக்கும்.

நோக்கம்

முற்போக்கு எண்ணம் கொண்ட சகல எழுத்தாளர்களையும் ஓர் அணியில் திரட்டி மக்கள் கலாசாரத்திற்கும் உயர்ந்த மனித வர்க்கத்துக்குமான இலக்கியம் படைப்பதும், சம அடிப்படையில் சகல தேசிய இனங்களின் மொழி கலாசார முன்னேற்றத்துக்காக உழைப்பதும், எழுத்தாளர்களின் நலன்களுக்காகவும் உரிமைகளுக்காகவும் பாடுபடுவதும் சங்கத்தின் நோக்கமாக இருக்கும்.

சங்கத்தைப் பரவலாக்கும் முயற்சியும் எழுத்தாளர்கள் ஆதரவைப் பெறுவதற்கான முயற்சியும் பெருமளவில் மேற்கொள்ளப்பட்டன. 10.4.1995இல் வெளியிடப்பெற்ற 'எழுத்தாளர்களுக்கு ஒரு வார்த்தை' என்ற துண்டுப் பிரசுரம் சர்வதேசிய நிலையிலும் தேசிய நிலையிலும் அன்று நிலவிய 'அபாயகரமான', 'ஆபத்தான' கட்டங்களை விளக்கி இறுதியில்,

எனவேதான் உங்களை சகோதர பாவத்துடனும் பாசத்துடனும் நெருங்குகின்றோம். காலத்தின் பொறுப்பை உணர்ந்து கடமை உணர்வுடன் அணுகுகிறோம். இலங்கை முற்போக்கு எழுத்தாளர் சங்கத்தின் கொடியின் கீழ் அணிவகுத்து, எழுத்தாளர்களின் உரிமைகளைப் பாதுகாத்து, நலனுக்காகப் போராடுவதில், இந்த நாட்டில் உண்மையான ஜனநாயகத்தையும் இந்த வையகத்திலே நிரந்தர சமாதானத்தையும் நிலைநாட்டுவதில், நம் பழம்பெரும் இலக்கிய பாரம்பரியங்களை வளர்த்தெடுத்துப் புதுமை இலக்கியங்களைப் படைப்பதில் உங்களின் ஒப்பரிய

பொறுப்பை நிறைவேற்றுமாறு பணிவன்புடன் அழைக்கின்
றோம்.

என்ற அழைப்பு விடுக்கப்பட்டிருந்தது.

அக்காலத்திலே நிலவிய இலக்கிய ஆக்கச் சூழ்நிலையை அவதானிக்கும் பொழுது மேலே தரப்பட்டது போன்ற ஓர் அறைகூவல், முற்றிலும் புதியதும், முன்னர் காணப்படாத ஒழுங்கு நெறியும் கட்டமைப்பும் கொண்ட ஒரு நிறுவனத்தின் அழைப்பாகவும் அமைவதை நாம் காணலாம். 1942 முதல் நிறுவன ரீதியாக இயங்கிவந்த மறுமலர்ச்சிச் சங்கமும், அச் சங்கத்தால் வெளியிடப்பெற்று வந்த 'மறுமலர்ச்சி'ச் சஞ்சிகை யை வெளியிட்டுவந்த புத்திலக்கிய எழுத்தாளர்களும் இத்தகைய இலட்சியங்களை முன் வைத்து ஒன்று சேர்ந்தவர்களல்லர். நவீன இலக்கிய வகைகளினாற் கவரப்பட்ட அவர்கள், இலக்கிய இலட்சியங்கள் பற்றி ஆழமான மதிப்பீடு எதுவும் இல்லாது இணைந்து பணியாற்றி வந்தனர். அதற்கு முன்னர் தற்காலத் தமிழ் இலக்கியத்தின் ஈழத்துக் குரலாக விளங்கிய 'ஈழகேசரியும்' ஈழத்தின் நவீன இலக்கிய கர்த்தர்களாகத் தென்னிந்திய ஏற்புடைமையுடன் இயங்கி வந்த எழுத்தாளர்களும், இலக்கி யத்தைச் சமுதாய சக்தியாக உணர்ந்து அச் சக்தி வளர்ச்சிக்காகத் தொழிற்பட்டவர்களல்லர். ஆயினும் நவீன இலக்கிய வகை களான சிறுகதை, நாவல் போன்றவற்றை ஈழத்தில் ஜனரஞ்சகப் படுத்தி நின்றனர். பாரதியின் இலக்கிய மேன்மையையும் சமூக முக்கியத்துவத்தையும் எடுத்துக் கூறியிருந்தனர். இவை காரணமாக நவீன தமிழ் இலக்கியத்தின் ஏற்புடைமைக்கான ஒரு சூழலை ஏற்படுத்தியிருந்தனர். அந்த அடித்தளத்தின்மீது புதிதாக, இயக்க வேகத்துடன் முற்போக்கு எழுத்தாளர் சங்கம் ஓர் இலக்கியத்தினைத் தட்டியெழுப்பக் கூடியதாக இருந்தது.

இ.மு.எ.ச.வின் தோற்றமும், அமைப்பும் அதுகாலம் வரை இலைமறைகாயாக இருந்த ஒரு சமுதாய சக்தியை முன்னணிக்குக் கொணர்ந்தது.

மறுமலர்ச்சி இயக்கம் தொடங்குவதற்கு முன்னர், ஈழத்தின் நவீன தமிழ் இலக்கிய ஈடுபாடு ஆங்கிலம் தெரிந்த உயர் சமூகத் தொடர்பு கொண்ட மத்தியதர வர்க்கத்தினரிடையே காணப் பட்டது. தமிழை மாத்திரமே கற்று இலக்கிய உத்வேகமும்

ஆர்வமும் பெற்றவர்களின் குழுவாக மறுமலர்ச்சிக் குழு அமைந்தது.

ஈழகேசரியின் ஆரம்பகால வரலாற்றுடன் இணைத்துப் பார்க்கும் பொழுது இது பெரியதொரு முன்னேற்றமேயாகும். ஆனால் மறுமலர்ச்சிக் குழுவின் சமகாலத் தாக்கம் மிகச் சிறியதேயாகும். அவர்களின் இயக்கத்துக்கு ஈழகேசரியே பூரண பிரசுரக்களமாக அமைந்திருப்பின் மறுமலர்ச்சி என்ற சஞ்சிகை தோன்றியிருக்க வேண்டிய தேவை ஏற்பட்டிருக்காது. 20ஆம் நூற்றாண்டின் மூன்றாம் தசாப்தத்தில் முளையிடத் தொடங்கிய இவ்வமிசம் இலங்கையில் கல்வி, சமூக மாற்றங்களுடன் இணைந்த வொன்றாகும். நான்காம் ஐந்தாம் தசாப்தத்தில் தாய்மொழிக் கல்வி வளரத் தொடங்கிற்று. அத்துடன் இலவசக் கல்வி முறையினால் அது காலம் வரை கல்வி வாய்ப்பற்றிருந்த அடிநிலைச் சமுதாயத்தினர் பலர் கல்வி பெறும் வாய்ப்பினைப் பெற்றனர். புதிதாகத் தோன்றிய இச்சமூகத்தின் இலக்கியக் குரலாக 1954-55இல் முற்போக்கு எழுத்தாளர் சங்கம் கிளர்ந்தது.

இலக்கிய நிறுவனங்கள் சம்பந்தமான அமைப்பமிச மொன்றும் முற்போக்கு எழுத்தாளர் சங்கத்தின் வளர்ச்சிக்கும் வியாப்திக்கும் பெரிதும் உதவிற்று. அதுகாலவரை கொழும் பிலும், யாழ்ப்பாணத்திலும் தமிழ்க்கலை இலக்கிய முயற்சிக்குத் தலைமை தாங்கிய நிறுவனங்கள் அரசாங்கத்தில் முக்கிய பதவிகளை வகித்து வந்தவர்களின் நிழலிலேயே இயங்கி வந்தன. முற்போக்கு எழுத்தாளர் சங்கம் ஈழத்தின் தமிழ்க்கலை இலக்கியத்துக்கான தலைமையை உத்தியோகத்தர் முகாமி லிருந்து விடுவித்தது. எவரும் உத்தியோகத்தரின் கலை, இலக்கிய முகாமை காரணமாகத் தமிழ்க்கலை, இலக்கியத் துறைகளால் இலங்கைப் பல்கலைக்கழகத்துக்குத் தமிழ்த் துறையே ஒதுக்கப் பட்டு வந்தது என்னும் வரலாற்றுண்மையையும் நாம் அறிந்து கொள்ளுதல்வேண்டும். மேற்கூறிய பண்பு காரணமாகப் பெரிய உத்தியோகங்களினை வகித்துவராத தமிழ் அறிஞர்களும், எழுத்தாளர்களும் இ.மு.எ.ச.வுக்கு ஆதரவு நல்கத் தொடங்கினர்

இ.மு.எ.ச.வின் கலை இலக்கியத்துறைத் தலைமைக்கு உதவிய இன்னொரு முக்கிய பண்பு அது ஈழத்து இலக்கியத்தை சமய, இனப் பாகுபாடுகட்கு அப்பாலான ஒரு முயற்சியாகக் கருதியமையும் அவ்வாறு வளர்த்தமையுமாகும். பல்வேறு

இலக்கிய ஆசிரியர்களின் பணிகளை கிறித்தவர் தமிழுக்காற்றிய தொண்டு, முஸ்லிம்கள் தமிழுக்காற்றிய தொண்டு, மட்டக் களப்பு தமிழிலக்கியத்திற்கு ஆற்றிய தொண்டு, வன்னிப்பகுதி மக்கள் தமிழிலக்கியத்திற்கு ஆற்றிய தொண்டு, எனத் ‘தொண்டு’ அட்டைகள் கொண்டு கட்டி வந்த இலக்கிய உலகில், அரசியல் கோட்பாடு என்ற அடிப்படையில் ஒருங்கிணைந்த எழுத்தாளர் களின் ஆக்கங்களை அவ்வாறு பாகுபடுத்தாது தமிழிலக்கிய மாகப் போற்றும் பண்பு இ.மு.எ.ச.வின் தோற்றத்தின் பின்னரே இலங்கையில் தொடங்கிற்று.

இத்தகைய காரணங்களினால் இ.மு.எ.ச. ஈழத்துத் தமிழ் இலக்கிய உலகிற் பெரியதொரு புரட்சியை ஏற்படுத்திற்று என்று கூறலாம். இ.மு.எ.ச. தோற்றுவித்த இவ்விலக்கிய மாற்றங்களை, 1956-இல் முகிழ்த்துக் கிளம்பிய புதிய வரலாற்று சக்திகளின் பின்னணியில் வைத்துப் பார்க்கும் பொழுதுதான், இந்நாட்டில் ஏற்பட்ட சமூக மாற்றங்களின் முக்கியத்துவத்தையும் பூரணத்து வத்தையும் நாம் உணர்ந்து கொள்ளலாம்.

புதிய வேகத்துடன் செயற்படத் தொடங்கிய பொழுது, இ.மு.எ.ச. தனது உத்தியோக பூர்வ ஏடான ‘புதுமை இலக்கியம்’ என்னும் சஞ்சிகையையும் வெளியிடத் தொடங்கிற்று. 1956ஆம் வருட முதல் மாதத்தில் புதுமை இலக்கியத்தின் முதல் இதழ் வெளியாகிற்று.

இவ்வாறாக இ.மு.எ.ச. ஈழத்துத் தமிழ் இலக்கிய உலகில் முன்னெப்பொழுதுமில்லாத வகையில் உணர்ச்சி வேகத்துடனும் கருத்து ஈடுபாட்டுடனும் இயங்கத் தொடங்கிற்றெனினும், அதுதோன்றிய வேளையில், இலங்கையின் அரசியல் வாழ்க்கையில் முன்னர் காணப்படாத மொழிப் பிரச்சினை விசுவரூபம் எடுத்து நின்ற காலமாகும். மொழிப் பிரச்சினை சம்பந்தமாக இ.மு.எ.ச. எடுத்த தீர்மானம் இச்சங்கத்தின் அடிப்படை அரசியற் கோட் பாட்டினையும் உள்ளார்ந்த தேசிய நோக்கினையும் எடுத்துக் காட்டுவதாக அமைந்தது.

மொழிப் பிரச்சினை இரண்டு அடிப்படை அம்சங்கள் கொண்டுள்ளது. ஒன்று வரவேற்கத்தக்கது, வாழ்த்துக்குரியது, மற்றது ஆபத்தானது.

முதலாவது அமிசம் வளமிக்க தேசாபிமானத்தை பிரதி பலிப்பது. மக்களின் ஜனநாயக உணர்வைக் கருவூலமாகக் கொண்டது. பல நூற்றாண்டுகளாக அந்நிய ஏகாதிபத்தியத்தின் ஆதிக்கத்திற்கும், அதன் கலாசார ரீதியான-மொழி ரீதியான ஆதிபத்திற்கும், அடிமைபட்டுக் கிடந்த மக்கள் இன்று தேசிய விழிப்படைந்து விட்டார்கள். தம் தம் கலை, கலாசாரம் பற்றியும்- மொழி- இலக்கியம் பற்றியும் இன ரீதியான பண்பாடு பாரம்பரியம் பற்றியும் போதமடைய ஆரம்பித்துள்ளார்கள். ஏகாதிபத்திய எதிர்ப்பு தேசியப் பற்று நிறைந்த மக்களின் இந்த விழிப்பை இலங்கை முற்போக்கு எழுத்தாளர் சங்கம் பேரு வகையுடன் வரவேற்கிறது, வாழ்த்துகிறது. இந்த நல்ல திருப்பம் நம் கலைகளும் கலாசாரமும் வளர்வதற்கான நல்லதோர் எதிர்காலத்திற்குப் பாதையமைத்துக் கொடுக்கிறது என்று நாம் நம்புகிறோம்.

ஆனால் மக்களின் இந்த தேசிய விழிப்பு தவறான பாதையில் திருப்பிவிடப்பட்டுள்ளதை நாம் ஆழ்ந்த துக்கத்துடனும், கவலையுடனும் பார்க்கின்றோம். தேசத்தின் சுயாதீனத்தை வலுப்படுத்தியும், இனங்களினதும் மக்களினதும் ஐக்கியத்தையும் சினேக பாவத்தையும் ஸ்திரப்படுத்தியும், சகல மக்களினதும் சமத்துவத்தின் அடிப்படையில் ஒரு உயர்ந்த நாட்டை நிர்ணயிப் பதற்குப் பதிலாக நாட்டில் உருவாகியுள்ள ஒரு மொழிக் கோஷம் சுயாதீனத்தைச் சிதைத்து, இன ஒற்றுமையைக் குலைத்து, இனங்களின் உரிமைகளை ஒட்டறுப்பதிலும், மக்களிடை மோதுதல்களை மூட்டி விட்டு நாட்டை இரத்தக் களரியாக்குவதிலும் தான் இழுத்துச் செல்கின்றது...

> தனிச் சிங்களத்தால் பாதிக்கப்படும் தமிழ் மக்கள் தம் மொழியையும், கலை கலாசாரங்களையும், ஜனநாயக உரிமை களையும் காக்க விழிப்புணர்ச்சி பெற்று முன்வர வேண்டும் என்று அறைகூவுகின்றோம்...
>
> ஒவ்வொரு கட்சியும் தனது மூலக் கொள்கைகளை முண்டி முன்வையாது தமிழ் பேசும் சகல மக்களும் ஒரு முகப்பட்டு ஏற்றுக்கொள்ளக்கூடியதும், நாட்டிலுள்ள சகல ஜனநாயக சக்திகளும் அங்கீகரிக்கக் கூடியதுமான ஒரு கொள்கையை ஒன்றுகூடி வகுத்துக்கொள்ள வேண்டுமென்றும் நாம் வேண்டுகின்றோம்...

ஆனால் ஓர் எச்சரிக்கை. இந்த இயக்கம் கட்டுப்பாடு நிறைந்ததாக இருக்கவேண்டும். தமிழ் உரிமையை அடி அஸ்தி வாரமாகக்கொண்டு இது இருக்க வேண்டுமேயன்றி இன விரோதத்தைப் பரப்புவதாக இருக்கப்படாது...

மொழிப் பிரச்சினை உக்கிரமடைவதற்கு முன்னரே எடுக்கப்பட்ட இத்தீர்மானம், இன்று பின்னோக்காகப் பார்க்கும் பொழுது தூரதிருஷ்டியுடன் அமைந்துள்ள தன்மையினை உய்த்துணரும் அதேவேளையில், அன்றைய சூழ்நிலையில் நிலைமையை நன்குணர்ந்து எடுக்கப்பட்டதொன்று என்பது தெரிகின்றது.

இத்தீர்மானத்தின் அடிப்படையாக அமைந்துள்ள கருத்து நிலைப்பாடு, இ.மு.எ.ச. வேற்றுமையிடையே ஒற்றுமையைக் காணும் தேசியப் பொறுப்புணர்வின்பாற்பட்டது என்பது புலனாகின்றது. தேசிய ஒருமைப்பாட்டையும், தமிழ் பேசும் மக்களின் கலை இலக்கிய வளர்ச்சியையும், அதனால் தமிழ் பேசும் மக்களின் தனித்துவத்தையும் பேணுவதையே தனது நோக்கமாக இ.மு.எ.ச. கொண்டு இருந்தது என்பது நன்கு தெளிவாகின்றது.

இ.மு.எ.ச. வகுத்துக்கொண்ட வேலைத்திட்டம் இப்பணியை நன்கு நிறைவேற்றுவதாக அமைந்திருந்தது.

1956 முதல் இ.மு.எ.ச. செயற்படுத்திய இலக்கிய அபிவிருத்தி வேலைகளை இப் பின்னணியிலேயே வைத்து நோக்குதல் வேண்டும்.

இ.மு.எ.ச.வின் வேலைத் திட்டத்தையும் செயற்பாட்டி னையும் ஆராய்வதற்கு முன்னர் இ.மு.எ.ச. அங்கத்தவர்களின் அன்றைய கருத்து நிலைப்பாட்டினையும் கடமையுணர்ச்சி யையும் எடுத்துக் கூறவேண்டுவது அவசியமாகின்றது.

இ.மு.எ.ச.வின் அங்கத்தவர்கள் இலக்கியத்தைப் பொழுது போக்கு முயற்சியாகக் கொள்ளாது, இலக்கியம் மூலம் தாம் எண்ணித் துணிந்த தேசப்பணியொன்றினைச் செய்வதாகவே கருதினர். "நமக்குத் தொழில் இலக்கியம், நாட்டிற்குழைத்தல், இமைப்பொழுதும் சோராதிருத்தல்" என்னும் தாரக மந்திரத்தை யுடையராய் விளங்கினர் என்று கூறுவது மிகைப்பட்ட

கூற்றாகாது. இ.மு.எ.ச. அங்கத்தவர்கள் குறிப்பாக செயற்குழு, தேசிய சபை ஆகிய சங்க நிறுவன மட்டத்திற் கடமையாற்றி யோர் தமது பொதுக் கடமைகள், பணிகளில் இ.மு.எ.ச.வின் இலக்கிய நோக்கத்தினை நிறைவு செய்யும் வகையிற் கடமை யாற்றி வந்தனர்.

இ.மு.எ.ச. செயல்வேகத்துடன் கருமமாற்றத் தொடங்கிய பொழுது, முக்கிய இலக்கிய கோஷமாக அமைந்தது, 'ஈழத்துத் தமிழ் இலக்கியம்' என்னும் கோட்பாடேயாகும். ஈழத்தின் நவீன தமிழ் இலக்கியத்தின் பிரதியாக அமையாது 'ஈழத்தின் மண்வாசனை'யைப் பிரதிபலிப்பதாக இருத்தல் வேண்டுமென அறிவுறுத்தப்பட்டது.

'மண் வாசனை' என்னும் கோஷம் 'தேசிய இலக்கியம்' என்னும் கோஷத்துடனும் இந்தியத் தமிழ் இலக்கியம் பற்றிய நோக்குடனும் சம்பந்தப்பட்டு நின்றதாகும். ஆனால் அடிப்படையிற் பார்க்கும்பொழுது மண்வாசனை என்னும் கோஷமே முந்தியதாகும்.

ஈழத்திலே தோன்றும் தமிழ் இலக்கியம், ஈழத்து மக்களின் வாழ்க்கைப் பிரச்சினைகளை அடிப்படையாக வைத்து எழுதப்பட வேண்டுமென்ற கருத்து முன்வைக்கப்பட்டது. ஈழத்து வாழ்க்கைப் பிரச்சினை இலக்கியப் பொருளாகச் சிறுகதை நாவல்களில் இடம்பெற்றபொழுது, ஈழத்துப் பல்வேறு பிரதேசங்களின் வர்ணனை, வாழ்க்கை முறை விவரணம், பேச்சு வழக்கு ஆகியன இடம்பெற வேண்டுவது அத்தியாவசிய மாயிற்று.

இ.மு.எ.ச.வின் இவ்விலக்கிய இயக்கம் வலுவடைந்துவரும் நாட்களில் க.கைலாசபதி தினகரன் பத்திரிகையிற் சேர்ந்தார். சேர்ந்த சில நாட்களுள் அவர் தினகரன் வாரப் பதிப்பின் ஆசிரியராக நியமிக்கப்பட்டார். அவ்வாறு நியமனம் பெற்றதும் அவர் ஈழத்தினைக் களமாக, ஈழத்து வாழ்க்கைப் பிரச்சினை களை இலக்கியப் பொருளாகக் கொண்ட சிறுகதைகளை தினகரனில் பிரசுரித்தார். அவ்வாறு வெளியிடப் பெற்ற சிறு கதைகள் 'மண்வாசனை' என்ற இலக்கிய கோஷத்துக்கு உதாரணங்களாக விளங்கின. அவர் முழுப் பத்திரிகையின்

ஆசிரியர் பொறுப்பை ஏற்றதும் தினகரன் ஈழத்து தமிழ் இலக்கிய இயக்கத்தில் முதன்மைபெறத் தொடங்கிற்று.

இதனைத் தொடர்ந்து இ.மு.எ.ச.வின் ஆக்க இலக்கியக் கோட்பாடுகளை எடுத்து விளக்கும் வகையில் 'மரகதம்' என்னும் சஞ்சிகை அமைந்தது. மரகதம் சஞ்சிகையை ஈழத்தின் பிரபல நாவலாசிரியர் இளங்கீரன் பதிப்பித்தார். 'நீதியே நீ கேள்' என்ற அவரது நாவல், அப்பொழுது தினகரனில் தொடர் நாவலாக வெளிவந்தது.

இ.மு.எ.சவின் இவ் ஆக்க இலக்கியக் கோட்பாடு படிப்படியாக, அக்காலத்தில் வெளிவந்த பிற சஞ்சிகைகளிலும் முக்கிய இடம் பெறத் தொடங்கிற்று. 'சிற்பி' சரவணபவன் அவர்களால் பதிப்பிக்கப்பெற்ற 'கலைச்செல்வி' என்னும் சஞ்சிகையும் அத்தகைய சிறுகதைகளை வெளியிடத் தொடங்கிற்று.

இவ்வாறு ஈழத்தின் ஆக்க இலக்கியங்களின் பிரசுரக்களம் விரிவடையத் தொடங்கிற்று. பிரசுரகளவியாப்தியைப் பயன் படுத்திக் கொண்ட இ.மு.எ.ச. இப்புதிய இலக்கிய நெறியினை வளர்ப்பதற்குப் பல விமரிசன அரங்குகளை நடத்திற்று. இ.மு.எ.ச. வின் இதழான 'புதுமை இலக்கியத்தில்' 'சகோதர விமர்சனம்' என்னும் பகுதியில், ஈழத்து எழுத்தாளர்களின் ஆக்கங்கள் சகோதர எழுத்தாளர்களால் விமரிசிக்கப்பட்டன.

சகோதர விமர்சனம் என்னும் பகுதியைவிட, 'புத்தக விமர்சனம்' என்னும் ஒரு தனிப்பகுதியும் புதுமை இலக்கியத்தில் இடம் பெற்றது.

சஞ்சிகைகளில் வெளிவந்த சிறுகதை, கவிதைகளை விமர்சிப்பதற்கென்ற கூட்டங்களும் கூட்டப்பெற்றன.

அச்சேறாத இலக்கிய ஆக்கங்களை வாசித்து விமரிசிப்பதற் கெனவும் சிற்சில கூட்டங்கள் கூட்டப்பெற்றன.

இத்தகைய விமரிசன வளர்ச்சி தமிழின் நவீன ஆக்க இலக்கிய வளர்ச்சியிற் புதியதொரு நெறியினைத் தோற்று வித்ததெனலாம். அதாவது இலக்கிய ஆக்கமும் விமரிசனமும் இணைந்து செல்கின்ற ஒரு பண்பு இதனால் ஏற்பட்டது. இலக்கிய ஆக்கங்கள் இலட்சியத் தன்மையுடையனவாகவும்,

செம்மையான பொருள், உருவ அமைதியுடையனவாகவும் அமைவதற்கு விமரிசகர்கள் உதவினர். இலக்கிய விமரிசனம் வெறுமனே கோட்பாட்டு மீட்பாக அமையாது பிரயோக விமரிசனமாவதற்கும், விமரிசனத்தில் எழுத்தாளனும் அவனது ஆக்கமும் நுனித்தாராயப்படுவதற்கும் இவ்வியக்கம் பெரிதும் உதவிற்று. தமிழகத்தில், நவீன இலக்கியப் பரிசோதனைக் காலம் என்று விவரிக்கப்படும் மணிக்கொடிக் காலத்திற்கூட, ஆக்கமும் விமரிசனமும் இவ்வாறு இணைக்கப்படவில்லையெனலாம்.

'ஈழத்திலக்கியம்', 'மண்வாசனை' என்னும் கோஷங்கள் காரணமாகத் 'தேசிய இலக்கியம்' கோட்பாடு தோன்றலாயிற்று. ஈழத்து இலக்கியம் மக்கள் கடப்பாடுடைய இலக்கியமாக வளருவதற்கும், வளர்க்கப்படுவதற்கும் 'தேசிய இலக்கியம்' என்ற கோட்பாடு அவசியமாயிற்று. இளங்கீரன் தமது மரகதத்தில் தேசிய இலக்கியம் பற்றிப் பல கட்டுரைகளை வெளியிட்டார். இத்தொடரில் வெளிவந்த கட்டுரைகளில் ஏ.ஜே.கனகரட்ணா, அ.ந.கந்தசாமி, தருமு சிவராமு ஆகியோர் எழுதிய கட்டுரைகள் முக்கியமானவையாகும்.

இவ்விடத்தில் தேசிய இலக்கியம் பற்றி ஏ.ஜே.கனகரட்ணாவும் அ.ந.கந்தசாமியும் கொடுத்த விளக்கங்களை மீட்டுவது பயன் தருவதாகும்.

> .... அது ஒரு தேசியத் தனித்துவத்தை, தேசிய சுபாவத்தை, தேசிய வல்லபத்தைப் பிரதிபலிக்கத்தான் செய்யும். இதன் வழியே, ஒரு தேசிய இலக்கியம், வேற்று நாட் டு இலக்கியங்களுடன் தன்னை வேறுபடுத்தும் சில விசேடத் தனித் தன்மைகளைப் பெற்றுத்தானிருக்கும். வாழ்க்கைத் தனித்துவ அம்சங்கள், மரபுகள், உருவம் முதலியன இந்திய இலக்கியத்தை அமெரிக்க இலக்கியத்திலிருந்து வேறுபடுத்துகின்றன. வாசகரெல்லாரும் இருநாட்டு இலக்கியங்களினதும் முழு உணர்வையும் முற்றிலும் ஒப்புக்கொள்வார்கள்.
>
> *- ஏ.ஜே.கனகரட்ணா*

> ஒரு மொழிக்கு ஒரு இலக்கியம் என்பது மொழிகள் கடல் கடந்து பரவி நிலைபெற்ற இக்காலத்துக்கு ஒவ்வாது. கடந்த இருநூறு ஆண்டுகளாக வளர்ச்சி பெற்றுவரும் ஆங்கில மொழி பல தேசிய இலக்கியங்களைத் தன்னகத்தே

கொண்டிருக்கின்றது. இன்று நாம் வெறுமனே ஆங்கில இலக்கியம் என்று கூறினால் அது அமெரிக்க இலக்கியத்தையோ, ஆஸ்திரேலிய இலக்கியத்தையோ, கனேடிய இலக்கியத்தையோ குறிக்காது.

தேசிய இலக்கியம் என்ற நமது இயக்கம் சர்வதேசியத்துக்கு முரண்பட்ட ஒன்றல்ல. உயிருள்ள இலக்கியத்துக்கு தேசிய சமுதாயப் பின்னணி அவசியம். இவ்விதப் பின்னணியில் உருவாகும் தேசிய இலக்கியமே காலத்தையும் கடலையும் தாண்டி சர்வதேசங்களையும் ஈர்க்கும் வல்லமை பெற்றதாகும்.

- அ.ந.கந்தசாமி

தேசிய இலக்கியம் என்ற கோட்பாடு ஈழத்திலக்கிய வட்டாரங்களின் பல கருத்து முரண்பாடுகளை உண்டாக்கிற்று. தேசிய இலக்கியம் என்ற இக்கோட்பாட்டின் சம காலத்தாக்கம் பற்றியறிவதற்கு, இக்கட்டுரையாசிரியர் 'தேசிய இலக்கியம்' பற்றி எழுதிய கட்டுரையொன்று பெரிதும் உதவும்.

இவ்வாறு பார்க்கும்பொழுது தமிழகத்துடனுள்ள மொழியொருமை, மதவொருமை, பண்பாட்டொருமை முதலியனவற்றாலும், இலங்கையிலுள்ள சிறப்புப் பண்புகள் காரணமாகவும் தேசிய இலக்கியம் என்ற சொல் பலவித திரிபுவாதங்களுக்கு இடமாயமைந்தது.

ஆனால் ஈழத்தமிழிலக்கியம் தேசிய இலக்கியமாக மிளிர வேண்டுமென விரும்புபவர்கள் தேசிய இலக்கியமென்னும் பொழுது தாம் எதைக் கருதுகின்றனர் என்பதைத் திட்ட வட்டமாகக் கூறியுள்ளனர். தேசிய இலக்கியம், ஈழத்தமிழி லக்கியத்தில் மலரக் கூறியுள்ளனர். தேசிய இலக்கியம், ஈழத்தமிழிலக்கியத்தில் மலர வேண்டுமென்று இலங்கை முற்போக்கு எழுத்தாளர் சங்கத்தின் செயலாளர் தமது அறிக்கையில் தேசிய இலக்கியத்திற்கு வரைவிலக்கணங் கொடுத்து வெளியிட்ட அறிக்கையில் ஈழம் வாழ் மக்களிடையே தாம் ஒரு தேசத்தினர், ஒரு நாட்டினர் என்ற உணர்வையும் அவர்களிடையேயுள்ள ஒற்றுமையையும் வளர்ப்பது தேசிய இலக்கியத்தின் நோக்கமாக அமைய வேண்டுமென்று கூறியுள்ளார். தேசிய பிரச்சினைகளின் பின்னணியில் மக்களின் நிலையை வைத்து ஆராய்ந்து இலங்கையர் என்ற முறையில்

வழிகாண்பதன் அவசியத்தை உணர்த்துவது தேசிய இலக்கிய மாகும்.

ஈழத்து இலக்கியம் என்ற கோஷம் இதன் முன்னோடியாக அமைந்தது. ஈழத் தமிழ் மக்கள் இலக்கியம் படைக்க மாட்டாதவர்கள் என்றிருந்த நிலைமையை மாற்றுவதற்காக ஈழத் தமிழிலக்கிய இயக்கம் ஆரம்பிக்கப்பட்டது. தமிழில் ஈழத்தவருக்குள்ள திறமையை வற்புறுத்தி அவ்வழியில் முன்னோடிகளாக விளங்கிய நாவலர், விபுலானந்தர் முதலியோரைக் காட்டி, ஈழத்தில் தமிழிலக்கியம் வளர வேண்டுமென்று வேண்டிய பின்னர் அவ்வாறு வளரும் இலக்கியம் எத்தகையதாக இருக்க வேண்டுமென்பதை விளக்குவதே தேசிய இலக்கியம் என்ற இவ்வியக்கமாகும்.

ஈழத்து இலக்கியம் என்று சொன்னதும் ஒருங்கு திரண்ட சக்திகள் தேசிய இலக்கியம் என்றதும் ஒதுங்குதல் இயற்கையே. தேசியம் எது என்பதுபற்றிய கருத்து வேறுபாட்டினாலும் ஈழத்து இலக்கியம் கோஷமாகவிருந்த காலகட்டத்தில் தனிமனித வாதத்தற்கு இருந்த இடம் இப்பொழுது இல்லாதிருப்பதனாலும் பலர் மயங்கி நிற்கின்றனர்.

தேசிய இலக்கியம் வளர்வதற்கு உண்மை பூர்வமான கணிப்பு அத்தியாவசியம். இல்லாவிட்டால் வெளித் தோற்றத்தைக் கண்டு மயங்கும் நிலையே ஏற்படும். எனவேதான் யதார்த்தம் இக்கால இலக்கியத்தின் அச்சாணியாகின்றது. - தினகரன் 2.8.63.

தேசிய இலக்கியம் என்ற இக்கோட்பாடு பற்றிய சர்ச்சை வியாப்தியடையத் தொடங்கியபொழுது, வளரும் ஈழத்துத் தேசிய இலக்கியத்துக்கும் தென்னிந்தியத் தமிழிலக்கியத்துக்கும் எத்தகைய உறவுகள் இருத்தல் வேண்டுமென்பது பற்றிய சர்ச்சை உக்கிரமடையத் தொடங்கிற்று. ஈழத்தின் தேசியத் தமிழ் இலக்கியம் தமிழின் ஒருமையைப் பாதிக்கும் என்னும் கருத்து எடுத்துக் கூறப்படவே, தேசிய இலக்கியவாதிகள் அக்கருத்தினை எதிர்க்கத் தொடங்கினர்.

தமிழ்நாடு தாய்நாடு, ஈழம் சேய்நாடு என்ற பூசாரி மந்திரத்தைக் கிளிப்பிள்ளையாகச் சொல்பவர்கள் சேயால் எப்பொழுதுமே முடிச்சில் தொங்கிக் கொண்டிருக்க

முடியாது என்ற உண்மையை உணர வேண்டும். பக்குவ ஞானம் வளர, தான் இன்னமும், கொப்பூழ்க் கொடிமூலம் தாயின் உணவினைப் பங்கிட்டு வரமுடியாது என்கின்ற பிரக்ஞையின்பால், தன் சொந்த இலட்சிய அபிலாசை களுக்கேற்ப ஒரு தனித்துவச் சுதந்திர வாழ்க்கையை அமைத்துக் கொள்ள முனைய வேண்டும். ஆகையினால் தேசிய இலக்கியம் தேவை என்ற குரல், நமது தனித்துவ இலக்கியப் பாரம்பரியத்தினைக் கட்டி வளர்க்க வேண்டும் என்ற வேட்கை, மிக இயற்கையானதும், தவிர்க்க முடியாததுமான ஒன்றாகும்.

- ஏ.ஜே.கனகரட்ணா

இந்தியப் பத்திரிகைகளின் விஷய அடக்கம் சம்பந்தமாகத் தோன்றிய இப்பிரச்சினை அக்காலத்தில், முற்றிலும் எழுத்தாளர் கண்ணோட்டத்தில் வைத்தே பார்க்கப்பட்டது.

இந்தப் பிரச்சினை ஏன் எழுந்தது? இந்தியப் பத்திரிகைகள் பல இலங்கை மார்க்கெட்டில் செல்வாக்குப் பெற்றுள்ளன. இங்கிருந்து லாபத்தைப் பெறும் அவை, இந்த நாட்டு எழுத்தாளர்களுக்கு ஏன் ஆதரவு தரக்கூடாது? என்ற எண்ணமே அடிப்படைக் காரணம்,

- தேவன்- யாழ்ப்பாணம், புதுமை இலக்கியம்- 5

அக்டோபர் 1958 புதுமை இலக்கிய இதழில், இப்பிரச்சினை பற்றிப் பிரேம்ஜி, இ.மு.எ.ச. பொதுச் செயலாளர் என்ற முறையில் 'நமக்கிடையில்' என்னும் பகுதியில், 'இந்தியப் பத்திரிகைகளும் இலங்கை எழுத்தாளர்களும்' என்ற தலைப்பில் எழுதும்பொழுது, இ.மு.எ.ச. இப்பிரச்சினை பற்றி நடாத்திய ஒரு கருத்தரங்கத்தில் எடுத்துக் கூறப்பட்ட விடயங்களைப் பத்து அமிசங்களாகத் தொகுத்துக் கூறியிருந்தார். அவற்றில் முக்கியமானவை பின்வருமாறு:

1. இந்தியப் பத்திரிகைகளில் இடம் பெற்றவன்தான் எழுத்தாளன் என்ற தப்பிதமான கண்ணோட்டம்.
2. இரு நாடுகளிலும் ஒரு சிறிய கூட்டமே தர்பார் நடத்துகிறது. புதிய எழுத்தார்களை வளர்த்தல் வேண்டும்.

3. தமிழகப் பத்திரிகைகளின் போட்டியால் நமது நாட்டில் சொந்த சஞ்சிகைகள் தலைதூக்க முடிவதில்லை,

4. இலங்கை மண்ணில் காலூன்றி நமது மக்களை இதய பூர்வமாக பிரதிபலிக்க வேண்டும். இலக்கிய தாகத்தை, கலாசாரத் தேவைகளைப் பூர்த்தி செய்யத் தமிழகத்தைப் பார்த்து நிற்கும் போக்கு ஒழிய வேண்டும்.

1970இல் இப்பிரச்சினை மீண்டும் தலை தூக்கிய பொழுது கடைசி இரண்டு அமிசங்களுமே தலைதூக்கி நின்றன.

1958 அளவில் தொடங்கிய இப்பிரச்சினைக்குத் தூபமிடு வதாக அமைந்தது 1960இல் நடந்தவொரு நிகழ்ச்சி.

1960 அக்டோபர்- நவம்பரில் இலங்கை வந்திருந்த 'கங்கை' ஆசிரியர் பகீரதன் என்பவர், 1.11.60இல் தினகரனில் வெளியாகிய பேட்டியொன்றில், "தமிழ்நாட்டுச் சிறுகதை எழுத்தாளர்களை விட ஈழத்துச் சிறுகதை எழுத்தாளர்கள் பத்து வருடம் பின்தங்கிய நிலையில்தான் இருக்கின்றார்கள்" என்று கூறியிருந் தார். பகீரதனுக்குப் பதிலளிக்குமுகமாக எழுதப்பட்ட கடிதங்கள் பல தினகரனில் வெளியாகின. நவாலியூர் சோ.நடராசன், எம்.எஸ்.கனகரத்தினம், கா.சிவத்தம்பி ஆகியோர் இதற்குப் பதில் எழுதினர்.

பகீரதன் கிளப்பிய வாதம் வளர்ந்து வரும் ஈழத்திலக்கிய வேட்கையினை மேலும் வளர்ப்பதாக அமைந்தது. பகீரதன் குறிப்பிட்டதை வைத்துக்கொண்டு, இந்தியத் தமிழ்ச் சிறுகதை பற்றிய ஆய்வே நடைபெறத் தொடங்கிற்று.

> இந்தியத் தமிழ்ச் சிறுகதைகளையும் ஈழத் தமிழ்ச் சிறுகதைகளையும் ஒப்பிட்டுப் பார்க்கும் பொழுது இந்தியத் தமிழ் எழுத்துலகத்தில் மணிக்கொடிக் குழுவிற்குப் பின்னர், சமீப காலத்தில் சிறுகதை வளர்ச்சி இந்த ஆரம்பத்திற்கேற்ற வளர்ச்சியுடையதாக அமையவில்லை என்பதை எல்லோரும் ஒப்புக் கொள்கின்றனர். சுந்தரராமசாமி, ஜெய காந்தன் போன்ற ஓரிரு சிறுகதையாசிரியர்களே சமீப காலத்தில் தோன்றியுள்ள தலைசிறந்த சிறுகதை எழுத்தாளர்களாவர்.

இவர்களைத் தவிர சிறுகதையுலகில் பெரியதொரு தேக்க மேற்பட்டிருப்பதை நாம் காணலாம். 1960 ஆம் ஆண்டுத் தீபாவளி மலர்ப் படைப்புக்கள் அங்குள்ள சிறுகதை வறட்சிக்கு நல்ல உதாரணங்கள்.

-சிவத்தம்பி, 7.11.1960

தென்னிந்தியத் தமிழ்ச் சிறுகதை வறட்சி பற்றிக் குறிப்பிடப் பட்டதைப் பற்றி சி.சு.செல்லப்பா தமது 'எழுத்து' சஞ்சிகையிற் குறிப்பிட்டு எழுதினார்.

பகீரதன் இலங்கையிலிருந்த காலத்தில் இலங்கையில் தங்கிநின்ற 'சரஸ்வதி' ஆசிரியர் விஜயபாஸ்கரன், பின்னர் இது பற்றிப் பின்வருமாறு எழுதினார்:

.... திரு.பகீரதன் எந்த அளவுகோலைக் கொண்டு இந்த முடிவுக்கு வந்தார் என்பதைத் தெளிவுபடுத்தவுமில்லை. மனம்போன போக்கில் இவர் கூறிய இக்கருத்து ஈழத்து எழுத்தாளர் மத்தியில் சலசலப்பை எற்படுத்தியது. தினகரன் பத்திரிகையில் பல எழுத்தாளர்கள் இது பற்றித் தம் கருத்தைக் காரசாரமாக எழுதினர். தமிழ்நாட்டில் சிறுகதைகள் எவ்வாறு இருக்கிறது என்பதைப் பற்றித் தம் கருத்தைச் சொன்னார்கள். பகீரதன் போன்றோர் எழுதியுள்ள சிறுகதைகள் எவ்வளவு தரம் குறைந்தன என்பதை எடுத்துக்காட்டினர்.

தமிழ்நாட்டு எழுத்தாளர்களின் எழுத்தைப் படிக்க இலங்கை எழுத்தாளருக்கு நிறைய வாய்ப்பு இருக்கிறது. இந்நிலையில் உள்ள அவர்கள் இங்குள்ள ஒவ்வொரு எழுத்தாளரின் படைப்புக்களையும் சரிவர எடை போட்டுவைக்க முடிகிறது. அதனால்தான் பகீரதனை மட்டுமல்லாமல் இங்குள்ள ஏனைய எழுத்தாளர்களையும் தரங் கண்டு அவர்களால் விமரிசிக்க முடிகிறது. இதைப் புரிந்துகொள்ளத் திறமையற்ற நமது எழுத்தாள நண்பர்களைக் கண்டு நாம் பரிதாபப்பட வேண்டியிருக்கிறது.

- சரஸ்வதி, பெப், 1961

பகீரதன் இந்தியத் தமிழ் இலக்கிய உலகில் சிறிதும் முக்கியத்துவம் பெறாதவரெனினும், அவர் இலங்கையில் தங்கியிருந்த பொழுது, இந்திய வர்த்தகப் பத்திரிகைகளில்

பிரதிநிதியாகத் தம்மைக் கருதிக் கூறியவை அக்கால கட்டத்தின் ஈழத்திலக்கியத் தேவை ஒன்றைப் பூர்த்தி செய்வதாக அமைந்தது.

ஈழத்துத் தேசிய இலக்கியம் என்னும் கோட்பாட்டினை இ.மு.எ.ச. எவ்வாறு படிப்படியாக வளர்த்தது என்பதனை அறிந்து கொள்வது அவசியமாகின்றது.

ஈழத்துத் தமிழியக்கியத்தில் புதுமையையும் தேசியக் கட்டுப்பாட்டினையும் வளர்க்க முனைந்த இ.மு.எ.ச. தனது உத்தியோகபூர்வமான வெளியீடான புதுமை இலக்கியத்தில் 'நமது பரம்பரை' என்னும் பகுதியினை நடாத்திற்று. அத்தொடரில் இந்நூலாசிரியர் எழுதிய ஆறுமுகநாவலர் என்னும் கட்டுரை நவம்பர் 1961 இதழிலும், சித்திலெவ்வையைப் பற்றி முகம்மது சமீம் எழுதிய கட்டுரை பிப்ரவரி 1962 இதழிலும், இந் நூலாசிரியர் பாரதியாரின் ஞான குருவான யாழ்ப்பாணத்துச் சாமியார் பற்றியெழுதிய கட்டுரை ஏப்ரல் 1963 இதழிலும் வெளியாகின. நமது பரம்பரைத் தொடரின் முதற் கட்டுரைக்கு முகவுரையாக எழுதப்பட்ட குறிப்பு அக்காலத்தில் நிலவிய இலக்கிய உணர்வாழத்தை எடுத்துக்காட்டுவதாகும்.

வளர்ந்து வரும் இன்றைய எமது இலக்கிய ஆக்கத்தின் பாரம்பரியத்தையும் தோற்றத்தையும் வளர்ச்சியையும் அறிய வேண்டுவது அவசியம். ஈழத்து எழுத்தாளராகிய நாம் நமக்கென ஓர் இலக்கிய வழியை எவ்வாறு வகுக்க வேண்டும் என்று கர்ச்சிக்கும் இவ்வேளையில், நாம் வந்த வழியைப் பார்த்தல் நல்லது. பழைமையின் அடிப்படையில் தோன்றி மிளிரும் புதுமைதான் வளர்ச்சியின் சின்னம். எனவே இக்கட்டுரைத் தொடர், இன்று பலர் கண்டு திடுக்கிடும் புதுமையின் பழைமையைக் காட்டுவதுடன் இன்று பல எரிச்சல் குரல்களுக்கிடையேயும் இலக்கிய வேலையில் ஈடுபட்டிருக்கும் ஈழத்து எழுத்தாளன் இலக்கிய அனாதை யல்லன் என்பதையும் உணர்த்துவதற்கே எழுதப்படுகின்றது.

இவ்வேளையில், பாரதி தன் சுய சரிதையில் தனது ஞானகுருவெனக் குறிப்பிடும் யாழ்ப்பாணச் சாமியார் யாவர் என அறியப்பட்ட தன்மையினையும் எடுத்துக் கூறல் வேண்டும். இப்பிரச்சினையை முதன் முதலிற் கிளப்பியவர் திரு.அ.ந.கந்த சாமியாவர். சாமியாரது அன்பரும் அவரது வாழ்க்கை

ஐயந்திரிபற அறிந்தவருமாகிய மேலைப்புலோலிச் சபாபதிப் பிள்ளையவர்கள் தக்க ஆதாரங்காட்டி பருத்தித்துறை வியாபாரி மூலையைச் சேர்ந்த அருளம்பலச் சுவாமியாரே பாரதியார் குறிப்பிடும் யாழ்ப்பாணத்துச் சாமியாரென நிறுவினார். 1963 மே மாதம், 7, 8ஆம் தேதிகளில் நடைபெற்ற இ.மு.எ.ச. இரண்டாவது மாநாட்டில் முதல்நாள், நிகழ்ச்சியாக, சாமியார் சமாதி கொண்டுள்ள அல்வாய் முத்துமாரியம்மன் கோயிலருகிலுள்ள அவர் சமாதியில் யாழ்ப்பாணத்துச் சாமியாருக்கு நினைவுச் சின்னம் நிறுவப்பட்டது.

ஈழத்திலக்கியத்தின் பாரம்பரியத்தினை நிறுவும் முயற்சி களிலொன்றாக ஈழத்தின் கடந்தகால இலக்கியக்காரர்களுக்கு விழாக்கள் பல எடுக்கப்பட்டன. அத்தகைய விழாக்களில் முக்கியமானது ஆறுமுகநாவலர் நினைவாக எடுக்கப்பட்ட விழாக்களாகும்.

இ.மு.எ.ச. நாவலருக்கு விழா எடுக்கப்படுவதற்கு முன்னரும், அவர் நினைவாக விழாக்கள் பல எடுக்கப்பட்டன. ஆனால் அவையாவும் அவரை இந்துசமயக் குரவராகவே போற்றின. நாவலர் தினத்தன்று குரு பூசை நடத்துவது வழக்கமாகவிருந்தது. இ.மு.எ.ச. வினர் 1960 முதல் நாவலருக்கு விழா எடுக்கத் தொடங்கினர். இவ்விழாக்களில் ஆறுமுக நாவலரைத் தேசிய விடுதலை இயக்கத்தின் வீரராகப் போற்றும் பண்பு காணப்பட்டது. நாவலருடைய சைவப் பணியும், தமிழ்ப் பணியும் தேசிய, ஏகாதிபத்திய விரோத இயக்கத்தில் எத்தகைய இடத்தினைப் பெற்றன என்பது வற்புறுத்தப்பட்டது. நாவலரைத் தேசிய இயக்க வீரராக எடுத்து விளக்கும் பண்பு இ.மு.எ.ச.வின் முயற்சியினாலேயே ஏற்பட்டது. இத்துடன் நாவலரது இலக்கியப் பணியினைத் தற்கால இலக்கிய விமரிசனப் பின்னணியில் வைத்து நோக்கும் பண்பும் இவ்விழாக்களிலே காணப்பட்டது.

நாவலரைத் தேசியவாதியாக எடுத்துணர்த்தியமையாலேயே 1971இல் நாவலர் படமுள்ள தபால் முத்திரை வெளியிடப் பெற்றதெனலாம். நாவலர் முத்திரை வெளியீட்டின் பொழுது கொழும்புக் கலாபவனத்தில் நடந்த கூட்டத்தில், நாவலர் வாழ்ந்த இல்லத்தைத் தேசியச் சொத்தாகப் பேணவேண்டுமென்ற கோரிக்கை முன்வைக்கப்பட்டது. கலாசார அலுவல்கள்

அமைச்சர் எஸ்.எஸ்.குலதிலகவின் முயற்சியினாலும், தபால் தந்திப் போக்குவரத்து அமைச்சர் திரு.செ.குமாரசூரியரது விடா உழைப்பினாலும் நாவலர் வாழ்ந்த இல்லமிருந்த காணி நிலம் அரசினால் சுவீகரிக்கப்பட்டுத் தேசிய தொல்சீர் இடமாகப் பேணப்பட்டது.

இ.மு.எ.ச.வின் முயற்சினாலேயே நாவலர் தேசிய வீரராகப் போற்றப்படும் தன்மை ஏற்பட்டது என்று துணிந்து கூறலாம்.

நாவலரைத் தேசிய வீரராகப் பரிணமிக்கச் செய்தது போன்று ஈழத்தின் முஸ்லிம் சீர்திருத்த இயக்க வீரரான சித்திலெவ்வையின் இலக்கிய சமூகப் பணிகளை முன்வைக்க முயன்றதும் இ.மு.எ.ச. வே. சித்திலெவ்வையின் முக்கியத்துவத்தை முதன் முதலில் எடுத்துணர்த்திய பெருமை ஸாகிராக் கல்லூரியின் முன்னைநாள் அதிபர், காலஞ் சென்ற ஏ.எம்.ஏ. அஸீஸையே சாரும். ஆனால் தமிழ் எழுத்தாளரிடையே சித்திலெவ்வையின் முக்கியத்துவத்தைப் பரப்பிய பெருமை இ.மு.எ.வையே சாரும். சித்திலெவ்வையைப் பற்றி விரிவான நூலொன்றினை எழுதிய பெருமை, முற்போக்கு எழுத்தாளர் ஏ.இக்பால் அவர்களையே சாரும். அந்நூலில் அவர் சித்திலெவ் வையைத் தேசியவீரராக எடுத்துக் காட்டியுள்ளமை போற்றுதற் குரியதாகும்.

சித்திலெவ்வையின் புகழ் வியாப்தியில் 1963 ஆண்டில் மட்டக்களப்பு தெற்கு முற்போக்கு எழுத்தாளர் சங்கம் நடத்திய அறிஞர் சித்திலெவ்வை நினைவு விழா முக்கிய இடம் பெறு கின்றது.

இ.மு.எ.ச. எடுத்த இலக்கிய வீரர் விழாக்களுள் சோமசுந்தரப் புலவர் நினைவு விழாவும் முக்கியமானதாகும். 1961-ஜுலையில் நடந்த இவ்விழாவுக்கென கவிதைப் போட்டியொன்று நடத்தப்பெற்று, வி.கந்தவனம் அவர்கட்கு முதற் பரிசிலாகத் தங்கப்பதக்கம் ஒன்று பரிசளிக்கப்பட்டது.

தொல்காப்பியத்துக்கு உரையெழுதி அழியாப் புகழ்பெற்ற ஈழத்தறிஞர் சி.கணேசையர் அவர்கள் மறைந்தார்கள். மறைந்த பொழுது இரங்கற் கூட்டங்களினை இ.மு.எ.ச. நடாத்திற்று. 1960 இல் அவர் சிரார்த்த தினத்தன்றும் இ.மு.எ.ச. விழாவெடுத்தது. 1969இல் பம்பாயில் நடந்த தமிழ் எழுத்தாளர் மகாநாட்டில்

இலங்கையின் பிரதிநிதியாகக் கலந்துகொண்ட சில்லையூர் செல்வராசன் எடுத்துக்கொண்ட முயற்சியின் காரணமாக, அம்மகாநாட்டில் சி.கணேசையரின் மறைவுக்கு அநுதாபம் தெரிவிக்கும் ஒரு தீர்மானமும் நிறைவேற்றப்பட்டது.

இவ்வாறாக ஈழத்திலக்கியப் பாரம்பரியத்தினை நிறுவிய இ.மு.எ.ச. ஈழத்து இலக்கியங்களை வெளியிடும் முயற்சியிலும் முன்னின்று உழைத்தது. அக் காலகட்டத்தில் ஈழத்திலக்கிய ஆக்கங்கள் அச்சேற்றப்படுவது மிக அருகியே காணப்பட்டன. எனவே வெளியிடப் பெற்ற நூல்களுக்கு வெளியீட்டு விழாக்கள் நடத்துவதிலும் விமரிசனக் கூட்டங்கள் நடத்துவதிலும் இ.மு.எ.ச. பெருங் கவனம் செலுத்திற்று. இ.மு.எ.ச. நடத்திய வெளியீட்டு விமரிசனக் கூட்டங்களுக்கு உதாரணமாகப் பின்வருவனவற்றை எடுத்துக் கூறலாம்:

நூல்	வெளியீட்டு விழா தினம்	இடம்
காவலூர் இராசதுரையின் 'குழந்தை ஒரு தெய்வம்' (அறிமுக விழா)	- 6.12.1961	கொழும்பு
நீர்வை பொன்னையனின் 'மேடும் பள்ளமும்' இளங்கீரனின் 'நீதியே நீ கேள்' (அறிமுக விழா)	7.1.1962	கொழும்பு
என்.கே.ரகுநாதனின் 'நிலவிலே பேசுவோம்' (அறிமுக விழா)	15.12.1963	கொழும்பு
பெனடிக்ற் பாலனின் 'குட்டி' (வெளியீட்டு விழா)	25.12.1963	யாழ்ப்பாணம்

நூலாசிரியர்களின் சொந்த முயற்சியினால் வெளியாகிய நூல்களுக்கு வெளியீட்டு விழாக்கள் நடத்துவதனால் மாத்திரம் ஈழத்திலக்கிய வளர்ச்சியினை ஏற்படுத்த முடியாதென்பதை நன்குணர்ந்திருந்த இ.மு.எ.ச. முற்போக்கு எழுத்தாளர்களின்

நூல்களை வெளியிடுவதற்கு எழுத்தாளர் கூட்டுறவுப் பதிப்பகத் தினைத் தொடங்கிற்று. இது சம்பந்தமாக 'புதுமை இலக்கியம்' ஆறாவது இதழில் வெளியான பின்வரும் குறிப்பு முக்கியமான தாகும்:

இலங்கை எழுத்தாளர்களின் சிருஷ்டிகள் நிரந்தரத்துவம் பெற்று, தமிழ், இலக்கியப் பொக்கிஷத்தை அணி செய்ய வேண்டுமானால் அவை புத்தக வடிவம் பெற வேண்டும்.

இலங்கையில் பிரசுரத் தொழில் வளராததினால் எழுத்தாளர் களின் படைப்புகள் அவை வெளியாகும் பத்திரிகை இதழின் ஆயுசுடன் பிராப்தி ஆகிவிடுகின்றன. இந்நிலைமாறி எழுத்தாளர்களின் சிருஷ்டிகளுக்கு சிரஞ்சீவித்துவம் அளிக்கப்பட வேண்டும். இதை இன்றைய நிலையில் கூட்டான முயற்சி மூலமும் பொதுத் தியாகத்தின் மூலமும் தான் செய்ய முடியும்.

இலங்கை எழுத்தாளர்களின் சிறந்த படைப்புக்களைப் புத்தக வடிவில் வெளியிடுவதென்று இ.மு.எ.சங்கம் தீர்மானித் துள்ளது. இந்த வரிசையில் நண்பர் டானியலின் சிறுகதைத் தொகுப்பை முதலில் வெளியிடுவதெனத் தீர்மானித்துள் ளோம்...

இந்த மகத்தான தேசியப் பணியை நிறைவேற்ற நிதி தந்துதவுமாறு எழுத்தாளர்களையும் இலக்கிய அன்பர் களையும் வேண்டிக் கொள்கிறோம்.

- புதுமை இலக்கியம் 1.11.1959

எழுத்தாளர் கூட்டுறவுப் பதிப்பகம் சில நூல்களை வெளியிட்டது. அவற்றுட் சில பின்வருமாறு:

டானியல் கதைகள்- கே.டானியல்
சாலையின் திருப்பம்- டொமினிக் ஜீவா
குட்டி- பெனடிக்ற் பாலன்

முற்போக்கு எழுத்தாளரின் பிரசுர முயற்சி பற்றிக் குறிப்பிடும் இவ்வேளையில் ஈழத்தின் ஆக்க இலக்கியங்கள் பல அவ்வாரம்ப கட்டத்தில் சென்னையிலேயே அச்சிடப் பெற்றன என்ற உண்மையை மனத்திருத்தல்வேண்டும். இப்பணியில்

ஈழத்து எழுத்தாளர்களுக்குதவியோர், சரஸ்வதி விஜயபாஸ்கரன், தமிழ்ப் புத்தகாலய அதிபர் கண.முத்தையா ஆகியோராவர். இவ்வாரம்ப கால நூல் வெளியீடுகளுக்குப் பாலம் அமைத்துக் கொடுத்த பெருமை செ.கணேசலிங்கத்தைச் சாரும்.

மேற்குறிப்பிட்ட பண்பு காரணமாக ஈழத்து முற்போக்கு எழுத்தாளர்களின் இலக்கிய ஆற்றல் தமிழகத்தில் நன்கு தெரிய வந்தது. புத்தக வெளியீட்டில் மாத்திரமல்லாது, சிறுகதைப் பிரசுரத்தில் 'தாமரை' 'சரஸ்வதி' ஆகிய சஞ்சிகைகளின் சேவை மிக முக்கியமானதாகும். சரஸ்வதி சஞ்சிகையின் அட்டையில் ஈழத்து எழுத்தாளர்கள் பலரின் புகைப்படங்கள் பிரசுரிக்கப் பட்டன.

இ.மு.எ.ச.வின் இம்முயற்சிகள் காரணமாக முற்போக்கு எழுத்தாளரணியைச் சாராதவர்களும் நூல் வெளியீட்டில் பெருங்கவனஞ் செலுத்தத் தொடங்கினர். எழுத்தாளரணியைச் சாராத இலக்கியப் பிரசுரக்களங்களில் முக்கியமாக விளங்கியது எம்.ஏ.ரஹ்மான் நடாத்திய 'அரசு வெளியீடு' என்னும் நிறுவன மாகும்.

இக்காலகட்டத்தில் வெளியான சிறுகதைத் தொகுதிகள், நாவல்களின் புள்ளி விவரம் இப்பிரசுர முயற்சிகளின் தாக்கத்தினை நன்கு விளக்குவதாக உள்ளது.

சிறுகதைத் தொகுதிகள்:	1948-55 = 01
	1956 -65 = 40
	1966 -70 = 16
நாவல்கள் :	1948 55-10
	1956-65 = 35
	1966-70= 26

இப்பிரசுர முயற்சிகள் ஏற்படுத்திய உந்துதலினால் 'நூல்' என்னும் சஞ்சிகையொன்றும் வெளியிடப் பெற்றது. இதனை வெளியிட்டவர் அக்காலத்தில் இ.மு.எ.ச.ஆதரவாளராகவிருந்த 'நந்தி' செ.சிவஞானசுந்தரம் அவர்களாவர்.

இக்கால கட்டத்திலேதான் கலாசார அமைச்சின் கீழ் இயங்கிய சாகித்திய மண்டலம் ஒவ்வொரு வருடமும் வெளியிடப் பெறும் சிறந்த நூல்களுக்குப் பரிசில் வழங்கியது. 1961-ஆம் வருடத்துச் சிறந்த தமிழ் நூல்களுள் முற்போக்கு எழுத்தாளர் டொமினிக் ஜீவாவின் 'தண்ணீரும் கண்ணீரும்' முற்போக்கு, ஆதரவாளர் திரு.கி.லஷ்மணனின் 'இந்திய தத்துவ ஞானம்' ஆகிய நூல்கள் இடம் பெற்றமையும் இப்புதிய இயக்கத்துக்குப் பேருக்கத்தினை அளித்தது எனலாம்.

ஈழத்துத் தமிழ் இலக்கிய வளர்ச்சியின் முக்கிய கட்டமாக அமைந்தது இ.மு.எ.ச. நடத்திய அகில இலங்கைத் தமிழ் எழுத்தாளர் மகாநாடு ஆகும். இலங்கையின் வரலாற்றில் இலங்கைத் தமிழ் எழுத்தாளர்கள் யாவரும் ஒருங்கு கூடிய முதல் மகாநாடு இதுவேயாகும். இம் மகாநாடு 1962 ஏப்ரல் 28, 29ஆம் திகதிகளில் கொழும்பு சாகிராக் கல்லூரி மண்டபத்திலே கூடியது. 1959 முதலே இத்தகைய ஒரு மகாநாட்டை நடத்துவதற் கான முயற்சிகள் மேற்கொள்ளப்பட்ட போதும், இறுதியில் 1962-லேயே மகாநாடு நடைபெற்றது. மகாநாட்டினை வரவேற்று எழுத்தாளர்கள் பலர் விடுத்த செய்திகள் இம் மகாநாட்டின் முக்கியத்துவத்தை உணர்த்துவதாக அமைந்தன. உதாரணமாகப் பின்வருவனவற்றைக் கூறலாம்:

> நெல்லிக்காய் மூட்டையை அவிழ்த்துச் சிதறியது போலக் கிடக்கும் ஈழத்து எழுத்தாளரைச் சீமெந்து மூடைபோல ஒன்று திரட்டும் முயற்சிதான் இந்த இலங்கைத் தமிழ் எழுத்தாளர் மகாநாடு. முதல் முயற்சிதான். ஆனால் முதன்மையான முயற்சி என்றும் ஒத்துக்கொள்ளத்தான் வேண்டும்.
>
> தலைப்பாக்கட்டிகளின் சொந்தப் பொருளாய் விளங்கி வந்த மாநாடுகள் உணர்ச்சி உத்வேகங் கொண்ட இளைஞர்களின் எழுத்தாளர்களின் கைகளுக்கு மாறுவதை எண்ணினால் மனம் நிறைகிறது. மாநாடு வெல்க.
>
> \- சொக்கன்
>
> வனாந்தரத்தின் குரலொலிபோல் மூலைக்கொருவராக நின்று இலக்கியம் படைக்கும் நாம் எப்பொழுதாவது ஒன்று சேர்ந்து இதுவரை சாதித்தவற்றைக் கணக்கெடுக்கவும், இனிமேல்

சாதிக்க வேண்டியன எவை என்பது பற்றிய திட்டம் ஒன்றை உருவாக்கவும் வேண்டியது அவசியம் என்பதை உணர்ந்து விட்டோம். இந்த வகையில் மகாநாடு அவசியமே.

- காவலூர் இராசதுரை

தமிழ் எழுத்தாளர்கள் தமது நாட்டு இலக்கியப் பாரம்பரியத்தைத் தெளிவாக உணர்ந்துகொள்ளவும், எழுத்தாளர்கள் மத்தியில் நிலவக்கூடிய கருத்து வேறுபாடுகளை இனங்கண்டு கொள்ளவும் மகாநாடு வழி கோலும் என்று நம்புகிறேன். எழுத்தாளர்களை சமூகத்தின் ஒரு முக்கிய அங்கமாகக் காட்டவும் பரந்துபட்ட முறையில் நடைபெறும் இம்மகாநாடு பெரிதும் உதவும்.

-க.கைலாசபதி

1962இல் இம் மகாநாடு கூடியபொழுது நிலவிய இலக்கியச் சூழ்நிலையைப் பின்வரும் புதுமை இலக்கிய ஆசிரியத் தலையங்கம் நன்கு எடுத்துக் காட்டுகின்றது:

தமிழ் இலக்கியப் பரப்பினதும், உலக இலக்கியப் பரப்பினதும் பொதுவான பண்புகளையும் பாரம்பரியங்களையும் பயன்களையும் கையேற்று நமதாக்கிக் கொள்ளவும் இதே வேளையில், நமது மக்களின் வாழ்வோடும், வாழ்க்கைப் பிரச்சினைகளோடும் நமது தேசத்தோடும், தேசியப் பிரச்சினைகளோடும் ஐக்கியப்பட்ட ஈழத்தின் மரபுவழிவரும் நமது தேசிய இலக்கியத்தை உருவாக்க வேண்டும் என்ற எழுச்சி எழுத்தாளர்கள் மத்தியிலே தோன்றியிருக்கின்றது...

வரலாற்றின் தவிர்க்கப்பட முடியாத தேவைகளை ஒட்டி எழுந்த இக்கோஷங்களும் இவை பிரதிபலித்து நிற்கும் இலக்கியச் சித்தாந்தங்களும் இலக்கிய உலகில் பலத்த காரசாரமான வாதத்தையும் கருத்துப் போராட்டத்தையும் தொட்டுள்ளன.

இலக்கியம் பற்றிய எவ்வித பிரக்ஞையும் சிந்தனையும் சித்தாந்தமும் இன்றியிருந்த நிலைக்கு முற்றுப் புள்ளி வைத்து இலக்கியத்தைப் பற்றிச் சிந்திக்கவும் கருத்துப் பரிமாறவும் எழுத்தாளர்களுக்கு உதவியுள்ளது...

இலக்கியத்துறையில் ஏற்பட்டுள்ள விழிப்பின், எழுச்சியின் பிரக்ஞைபூர்வமான கருத்தோட்டங்களில் ஓர் இயல்பான, தர்க்கரீதியான முடிவாகவும் பிரகடனமாகவும் எழுத்தாளர் பொது மகாநாடு அமையும் என்று துணிந்து கூறலாம்...

இலக்கியத் துறையில் தோன்றியுள்ள கருத்துப் போராட்டம் பல நற்பயன்களைத் தந்துள்ளபோதிலும் சில எதிர்மறை விளைவுகளை ஏற்படுத்தாமலுமில்லை. கருத்துப் போராட்டத்தையும் கருத்தை அடிநாதமாகக் கொண்ட ஸ்தாபன வெளிப்பாடுகளையும் சிலர் தவறுதலாகப் புரிந்துகொண்டிருக்கிறார்கள். இவற்றைக் கோஷ்டிச் சண்டைகளாகவும் பிரிவினை முயற்சிகளாகவும் இந்தச் சிலர் தப்பாக விளங்கிக்கொள்கிறார்கள். அல்லது வேண்டுமென்றே விஷமத்தனமாகப் பிரசாரம் செய்கிறார்கள்.

கருத்துப் போராட்டமும் கருத்தை அடிப்படையாகக் கொண்ட ஸ்தாபன வடிவங்களும் இருக்கும் அதே வேளையில் சகல எழுத்தாளர்கள் மத்தியிலும் உறுதியான ஒருமைப் பாடும் நெருங்கிய நட்புறவும் இருப்பது அவசியம்...

இந்த லட்சிய வேட்கையுடன்தான் எழுத்தாளர் பொது மகாநாட்டைக் கூட்ட இது (இ.மு.எ.ச) தீர்மானித்தது.

- *புதுமை இலக்கியம், மார்ச், 1962*

மகாநாட்டினையொட்டிப் புத்தகக் கண்காட்சி, எழுத்தாளர் புகைப்படக் கண்காட்சி ஆகியன நடைபெற்றன. புத்தகக் கண்காட்சியில் ஏறத்தாழ ஒரு நூற்றாண்டு காலமாக ஈழத்தில் வெளியிப்பெற்ற நூல்கள், சஞ்சிகைகள் காட்சிக்கு வைக்கப் பட்டன. புகைப்படக் கண்காட்சியில் சுமார் நூற்றைம்பது எழுத்தாளர்களின் படங்கள் இடம்பெற்றிருந்தன. இளம் எழுத்தாளர்கள் பலரின் படங்களும் காட்சியில் வைக்கப்பட்டிருந்ததைக் கண்டு வீரகேசரி விமர்சகர், 'பள்ளிக்கூட வியாசம் எழுதுபவர்கள் எழுத்தாளர்களா' என்று கிண்டலாகக் குறிப்பிட்டிருந்தார். புதிய தலைமுறையின் எழுச்சியும் எழுத்துலகப் பிரக்ஞையும் ஒரு சில வட்டாரங்களில் கிண்டல் செய்யப் பட்டன.

மகாநாட்டையொட்டி வெளியிடப்பெற்ற 'புதுமை இலக்கியம்' மகாநாட்டு மலராக அமைந்தது. 120 பக்கங்களைக்

கொண்ட அம்மலர், இதுகாலவரை வெளிவந்த ஈழத்து இலக்கியத்தின் கணிப்பீட்டு மலராக அமைந்தது.

மகாநாட்டில் பண்டிதமணி சி.கணபதிப்பிள்ளை அவர் களும், வண.ஹிஸ்ஸல்லே தம்மரத்தின தேரரும் கௌரவிக்கப் பட்டனர்.

விழா நிகழ்ச்சிகளைத் தினகரன், வீரகேசரி ஆகிய புதினப் பத்திரிகைகள் தலைப்புச் செய்திகளாகப் பிரசுரஞ் செய்தன.

விழாவின் கலை நிகழ்ச்சிகளாக 'குற்றம் குற்றமே' என்ற கவிதை நாடகமும் (முருகையன் எழுதியது), 'நாற்றம் நாற்றமே' என்ற நகைச்சுவை நாடகமும் இடம் பெற்றன.

மகாநாட்டின் முக்கிய இலக்கிய நிகழ்ச்சிகளாக அமைந்தவை கவியரங்கு, கருத்தரங்கு, தீர்மான நிறைவேற்றம் ஆகியனவே.

இதுகாலம் வரை இலைமறை காயாகக் காணப்பட்டுவந்த கருத்து ரீதியான எதிர்ப்புக்கள் தீர்மானங்கள் நிறைவேற்றும் பொழுது வெட்ட வெளிச்சமாகப் பேசப்பட்டன. அவ்வாறு பேசியோருள் முக்கியமானவர் எப்.எக்ஸ்.சி.நடராசாவே ஆவர். (கனக செந்திநாதன் அவர்களது பெயரில் வந்துள்ள 'ஈழத்து இலக்கிய வளர்ச்சி' என்னும் நூலில் அம்மகாநாட்டில் எதிர்க்கருத்துப் பரிவர்த்தனைக்கு இடமளிக்கப்படவில்லை என வரும் கூற்று உண்மையன்று.)

மகாநாட்டு நிகழ்ச்சிகளின் நெறிப்பாடு இ.மு.எ.ச.வின் தேசியப் பொறுப்புணர்ச்சியை எடுத்துக் காட்டுவதாக அமைந்திருந்தது.

கருத்து வேறுபாடுகள் எடுத்துப் பேசப்பட்டனவெனினும் மகாநாடு எவ்விதக் குழப்பமுமின்றி நடைபெற்றது.

முன்னர் எதிர்பார்த்தது போன்றே, இம் மகாநாடு ஈழத் திலக்கிய வளர்ச்சியில் ஒரு முக்கிய படிநிலையாக அமைந்தது. இ.மு.எ.ச.வின் இலக்கிய, அரசியற், சமூகக் கோட்பாடுகளில் நம்பிக்கையற்றிருந்தோர் தத்தம் ஸ்தாபனங்களை வலுப்படுத்த வேண்டியதன் அவசியத்தை இம்மாநாட்டின் மூலம் உணர்ந்து கொண்டனர் எனலாம்.

ஈழத்தில் தமிழ் இலக்கியத்துக்குப் புத்தூக்கம் ஏற்படுத்திய இ.மு.எ.ச. இந்தியாவில் நடந்த சில எழுத்தாளர் மகாநாடுகளில் இலங்கைத் தமிழ் எழுத்தாளர்களைப் பிரதிநிதித்துவப்படுத்திற்று. பம்பாயில் நடந்த தமிழ் எழுத்தாளர் மாநாட்டுக்கு சில்லையூர் செல்வராசனும், கல்கத்தாவில் நடந்த தமிழ் எழுத்தாளர் மாநாட்டுக்கு க.கைலாசபதியும் இலங்கையினதும் இ.மு.எ.ச. வினதும் பிரதிநிதியாகச் சென்றனர். 1958இல் தாஷ்கந்தில் நடந்த ஆசிய ஆப்பிரிக்க எழுத்தாளர் மகாநாட்டுக்கு இ.மு.எ.ச.வின் சார்பில் சங்கச் செயலாளர் பிரேம்ஜி சென்றார். வேறு சில சர்வதேச எழுத்தாளர் அரங்குகளுக்கு இ.மு.எ.ச.வின் பிரதிநிதியாக எச்.எம்.பி.முஹிதீன் சென்றார்.

இவ்வாறாக ஈழத்து தமிழிலக்கிய வளர்ச்சியைச் சொந்த நாட்டுத் தமிழ் பேசும் மக்களிடையேயும், இந்தியாவிலும், சர்வதேச அரங்குகளிலும் எடுத்துணர்த்திய இ.மு.எ.ச.1963இல் இவ் வளர்ச்சியின் முக்கியத்துவத்தைச் சிங்கள மக்களிடையேயும் எழுத்தாளரிடையேயும் பரப்பும் முயற்சியை மேற்கொண்டது. சிங்கள எழுத்தாளர்களைக் கொண்ட கண்டி இளம் கவிஞர் சங்கமும் (தருணகவி சமாஜய) இ.மு.எ.ச.வும் தமிழ் சிங்கள எழுத்தாளர் ஒற்றுமை மகாநாட்டினை 1963ஆம் ஆண்டு செப்டம்பர் 22ஆம் திகதி ஞாயிற்றுக் கிழமையன்று கண்டி புஷ்பதான மகளிர் மகாவித்தியாலய மண்டபத்திற் கூட்டினர்.

இலங்கை மொழிப்பிரச்சினை அதன் பூரண விசுவ ரூபத்தை முற்றிலும் அடக்கிவிடாது நின்ற அக்கால கட்டத்தில் இத்தகைய மாநாடு புதுமையானவொரு நிகழ்ச்சியாக அமைந்தது. தேசிய ஐக்கியத்தின் அடிப்படையிலேயே தேசிய முன்னேற்றம் ஏற்படலாமென்ற கொள்கையை இம்மகாநாடு வற்புறுத்திற்று.

இம்மகாநாட்டினிறுதியில் சிங்கள தமிழ் எழுத்தாளர்களின் கூட்டு அறிக்கையொன்று வெளியிடப்பெற்றது.

.... எழுத்தாளர்களாகிய நாங்கள் தேசத்தின் பாதுகாவலர்களாவோம். எங்கள் நாட்டின் தேசிய சுதந்திரத்தைப் பாதுகாப்பதிலும் நாட்டை முன்னேற்றிச் செல்வதிலும் எம்மை ஈடுபடுத்துவோம். அதற்காக எழுப்பப்படும் சகல முயற்சிகளையும் பொறுப்புணர்ச்சியுடனும், மனப்பூர்வமாகவும் முன்னெடுத்துச் செல்வோம். மனித குலத்தின்

சுபிட்சத்துக்காகவும், சுரண்டல், துன்பத்துயர்கள் போன்ற மக்கள் முன்னேற்றத்திற்கு இடையூறு விளைவிக்கும் நிலைமைகளை இல்லாதொழித்து சோஷலிச நிர்மாணத்தில் மக்களின் வாழ்க்கை நிலையை ஸ்தாபிக்க நாம் எமது ஐக்கியத்தின் வாயிலாக இலக்கியத்தையும் எழுத்துக் கலைகளையும் பயன்படுத்துவோம். வகுப்புவாதம், பரஸ்பர விரோதம் போன்ற குறுகிய எண்ணங்களினால் பிளவுறாமல் தேசியக் கடமைகளை நிறைவேற்ற நாம் முன்னேறிச் செல்வோம்...

சிங்கள-தமிழ் எழுத்தாளரின் ஒற்றுமைக் கூட்டமாக அமைந்த இம் மகாநாட்டைப் பாராட்டித் தமிழ், சிங்களப் பத்திரிகைகள் எழுதின. 'லங்காதீப' என்னும் சிங்களப் பத்திரிகை 'சிங்கள-தமிழ் எழுத்தாளர் சந்திப்பு' என்னும் தலைப்பில் 1963 செப்டம்பர் 27ஆம் திகதியன்று ஆசிரியத் தலையங்கம் எழுதிற்று. இம் மகாநாட்டைப் பற்றிய தினகரன் விவரணக் கட்டுரையினிறுதியில் பின்வருமாறு குறிப்பிட்டி ருந்தது:

இனத்தாலும் மொழியாலும் வேறுபாடிருந்தாலும் இந்நாட்டு மக்கள் அனைவரும் இலங்கை மாதாவின் புதல்வர்கள். அவர்கள் பரஸ்பரம் கலந்து பழகி ஒருவரை யொருவர் புரிந்துகொண்டு விட்டால் எந்தப் பூசலையும் ஒற்றுமையாகத் தீர்த்துக்கொள்ள முடியும். இந்த நிலையை ஏற்படுத்துவதற்கு முன் முயற்சியாக முதல் நிகழ்ச்சியாக சிங்கள- தமிழ் எழுத்தாளர் மகாநாடு அமைந்தது. ஆகவே இந்த மகாநாடு வரலாற்றில் நிகழ்ந்த புதுமை மட்டுமல்ல; சரித்திரத்தைத் திருப்பப் போகின்ற நிகழ்ச்சியுமாகும்.

இலக்கிய மகாநாடுகள் பலவற்றை நடத்திய இ.மு.எ.ச. தனது சங்கத்தின் மகாநாடுகளை இரு தடவைகள் நடத்தி உள்ளது. முதலாவது மகாநாடு 1957 ஜூன் 16ஆம் திகதியன்று நடைபெற்றது. இரண்டாவது மகாநாடு 1963 மே, 7 ஆம், 8 ஆம் தினங்களில் பருத்தித்துறை வியாபாரி மூலையிலும் (யாழ்ப் பாணத்துச் சாமியார் சமாதியருகில்) யாழ்ப்பாண நகர மண்டபத்திலும் நடைபெற்றது. இம் மகாநாட்டின் முக்கிய நிகழ்ச்சிகளாக அமைந்தவை யாழ்ப்பாணத்துச் சாமியாருக்கு

நினைவுச் சின்னத் திறப்பு விழாவும், 'பத்தாண்டுகளில் ஈழத்தின் தமிழ் இலக்கியம்' என்ற உரைக்கோவையுமாகும்.

இ.மு.எ.ச.வின் இலக்கிய நடவடிக்கைகளால் ஏற்பட்ட எதிர் விளைவுகளையும் அவற்றினை எதிர்க்க இ.மு.எ.ச. எடுத்துக் கொண்ட முயற்சிகளையும் பற்றி ஆராய்வதற்கு முன்னர், 1963 ஆம் ஆண்டளவில் இ.மு.எ.ச.வின் நடவடிக்கைகள் எத்தகைய இலக்கியச் சூழ்நிலையை ஏற்படுத்தியிருந்தன என்பதை அறிந்து கொள்ளுதல் அவசியமாகும்.

இ.மு.எ.ச.வின் இலக்கியப்பணி வளர வளர, நாட்டின் பல்வேறு பாகங்களிலும் இ.மு.எ.ச. கிளைகள் தோன்றலாயின. இவற்றுள் முக்கியமானவை யாழ்ப்பாணம், திருகோணமலை, மட்டக்களப்பு தெற்கு (அக்கரைப்பற்று) கண்டி ஆகிய இடங்களில் நிறுவப்பட்ட கிளைகளாகும்.

இ.மு.எ.ச. வன்மையாகக் கருமமாற்றிக் கொண்டிருந்தமை யால், இந்நிறுவனமே ஈழத்திலக்கியத்தினை பிரதிநிதித்துவப் படுத்தும் முதன்மையான நிறுவனமாக விளங்கிற்று என்பதையும் நாம் காணலாம். 1956-1965 காலப்பிரிவில் இ.மு.எ.ச. எவ்வாறு இலக்கிய முதன்மை பெற்றிருந்தது என்பதனை, அதன் அடிப்படைக் கருத்துக்களை ஆதரிக்காத 'சுதந்திரன்' பத்திரிகை 1960இல் (இலங்கைத் தமிழரசுக் கட்சியின் 10ஆவது தேசிய மாநாட்டுச் சிறப்பிதழில்) பிரசுரித்த கட்டுரையொன்றிற் காணலாம்.

இ.மு.எ.ச.வின் செயற்றிறன் காரணமாக, இக்கால கட்டத்தில் இச்சங்கம் சில எழுத்தாளர் சங்கங்கள் தோன்று வதற்கும் வேறுசில எழுத்தாளர் சங்கங்கள் சொல்வேகத்துடன் இயங்குவதற்கும், தலையாகவிருந்தது. இளம் எழுத்தாளர் சங்கம், குழந்தை எழுத்தாளர் சங்கத்தின் தோற்றத்துக்கும், யாழ். எழுத்தாளர் சங்கம், மட்டக்களப்பு எழுத்தாளர் சங்கம் போன்றவை நன்கு இயங்குவதற்கும் இ.மு.எ.ச. உந்து சக்தியாக விளங்கிற்று.

இ.மு.எ.ச. தனது நடவடிக்கைகள் காரணமாகத் தமிழகத்து இலக்கியப் போக்கின்மீதும் குறிப்பிட்ட அளவு தாக்கத்தினை ஏற்படுத்திற்று என்று கூறலாம். இதற்கு இரு முக்கிய காரணிகள் அடித்தளமாயமைந்தன. முதலாவது, முற்போக்கு எழுத்தாளர்

பலரின் இலக்கிய ஆக்கங்கள் சென்னையிலே வெளியிடப் பெற்றமையாகும். இரண்டாவது, முற்போக்கு எழுத்தாளர் களினது ஆக்கங்களும் கட்டுரைகளும் இ.மு.எ.ச. சங்கச் செய்திகளும் 'சரஸ்வதி', 'தாமரை' ஆகிய சஞ்சிகைகளில் வெளி யாகின. முற்போக்கு இலக்கியக் கோட்பாட்டினை எதிர்த்த 'எழுத்து'ச் சஞ்சிகை கூட இ.மு.எ.ச.வை சார்ந்த எழுத்தாளர் பலரது கட்டுரைகளைப் பிரசுரம் செய்தது. 'கலைச்செல்வி' என்னும் இலங்கைச் சஞ்சிகையில் க.கைலாசபதி எழுதிய 'பொருள் மரபும் விமரிசனக் குரல்களும்' என்னும் கட்டுரையைப் பிரசுரித்து அதனையும், தி.க.சிவசங்கரனது 'இப்படியும் ஒரு கருத்து' என்னும் கட்டுரையினையும் தாக்கி எழுதினார் சி.சு.செல் லப்பா. அக்கட்டுரைப் பொருளை எதிர்த்து இக்கட்டுரை ஆசிரியர் பெப்ரவரி 1962இல் 'புதுமை இலக்கியம்' இதழில் எழுதிய 'எழுத்துக்குப் பதில்' என்ற கட்டுரையை மீண்டும் பிரசுரித்தமையை இங்கு உதாரணமாகக் கூறலாம்.

அக்காலகட்டத்தில் இ.மு.எ.ச. தமிழகத்து முற்போக்கு வாதிகளிடையே முற்போக்கு இலக்கியத்தின் நம்பிக்கை ஒளியாக விளங்கிற்று என பாலதண்டாயுதம் 1973இல் மல்லிகைச் சஞ்சிகைக்கு அளித்த பேட்டியொன்றிற் கூறியிருந்தார்.

இதுவரை கூறப்பட்டது இ.மு.எ.ச. வின் தன்னிலையான வளர்ச்சி, அது மேற்கொண்ட நடவடிக்கைகளின் வளர்ச்சியின் தாக்கம் பற்றியுமேயாகும்.

இ.மு.எ.ச.வின் நடவடிக்கைகள் காலத்தின் தேவையைப் பூர்த்தி செய்தனவெனினும் அவை காரணமாக அது எழுத்தாளர்கள், அறிஞர்களது ஆதரவைப் பெற்றதெனினும், அதனை எல்லோரும் ஆதரித்தனர் என்று கூறிவிட முடியாது.

இ.மு.எ.ச.வின் எதிரணியைப் பற்றிக் குறிப்பிடுவதற்கு முன்னர் இ.மு.எ.ச.வின் அரசியலடிப்படை பற்றியும், அது இயங்கி வந்த நெறிமுறை பற்றியும் குறிப்பிடுதல் அவசியம். இ.மு.எ.ச. தொடங்கிய நாள் முதல் அது பிரதானமாக, மார்க்சிய அரசியல் கோட்பாட்டினை ஏற்றுக்கொண்டவர்களது இலக்கிய நிறுவனமாகவே அமைந்தது. ஆரம்பத்திலிருந்தே இலங்கைக் கம்யூனிஸ்ட் கட்சியினைச் சேர்ந்த எழுத்தாளர்களின் இலக்கிய முன்னணியாகவே இயங்கி வந்தது. இதன் பொதுச்

செயலாளரும் முக்கிய செயலவை உறுப்பினர் சிலரும் இலங்கைக் கம்யூனிஸ்ட் கட்சியின் அங்கத்தவர்களாகவே இருந்து வந்தனர். பிரேம்ஜி, எச்.எம்.பி. முஹிதீன், நீர்வை பொன்னையன், டொமினிக் ஜீவா, டானியல் முதலியோர் கட்சி அங்கத்தவர் களாகவே இருந்தனர். ஆயினும் இ.மு.எ.ச.அங்கத் தவர்கள் எல்லோரும் கட்சி அங்கத்தவர்களல்லர். பொதுவான இடது சாரிகளும், மார்க்சிய சித்தாந்தத்தினைப் பொதுப்படை யாக ஏற்றுக்கொண்டவர்களும் இ.மு.எ.ச.வின் அங்கத்தவர் களாகிச் செயலாற்றி வந்தனர். இத்தகையோர் கட்சியின் அங்கத்தவர்களாகாவிடினும், இ.மு.எ.ச.கம்யூனிசவாதிகளின் இலக்கிய அணியாக மாத்திரம் இயங்காது, அரசியற் சார்பற்ற ஆனால் முற்போக்கு வாதத்தை, புத்திஜீவிகள் என்ற முறையில் ஏற்றுக்கொண்டவர்களின் கருத்துகளையும் பிரதிபலிக்கும் பரவலான இயக்கமாகவே இது இயங்கி வந்தது. இதன் பயனாக அரசியற் சார்பற்ற பல அறிஞர்கள் அதன் வளர்ச்சிக் கட்டமொவ்வொன்றிலும் அதனை ஆதரித்து வந்தனர். கட்சி ஸ்தாபனமாக மாத்திரம் அமைந்துவிடாது, கலை, இலக்கியத் துறையின் பொதுவான முற்போக்கு நிலைப்பட்ட வளர்ச்சியில் ஆர்வங்கொண்ட யாவரினதும் நிறுவனமாகவே இ.மு.எ.ச.ச அமைய வேண்டும் என்ற எண்ணத்துணிவுடனேயே அது இயங்கியும் இயக்கப்பட்டும் வந்தது. இதன் காரணமாக அது பொதுவான ஒரு நிறுவனமாகவும் அதே வேளையில் கட்டமைப்பும் கட்டுப்பாடுமுள்ள ஒரு நிறுவனமாகவும் இயங்கி வந்தது.

இ.மு.எ.ச.வின் வளர்ச்சிக் கட்டங்களை நுணுகி ஆராயும் பொழுது, ஒவ்வொரு கட்டத்திலும் அது, அவ்வக்கால வரலாற்று இலக்கியத் தேவைகளைப் பூர்த்திசெய்ய முனையும் கோஷங் களை முன் வைத்து இயங்கி வந்தது என்பது தெரியவரும். முதலில் ஈழத்திலக்கியம் என்ற கோஷத்தையும் 'மண்வாசனை' என்ற கோஷத்தையும் முன் வைத்து நின்ற இ.மு.எ.ச. ஈழத்திலக்கிய வளர்ச்சி எழுத்தாளர்கள், எழுத்தாளர் நிறுவனங்களால் ஏற்றுக்கொள்ளப்பட்டபொழுது, அடுத்தபடியாக 'தேசிய இலக்கியம்' என்ற கோஷத்தை முன்வைத்தது. தேசிய வாதத்தினை வற்புறுத்திய பின்னர் தேசிய இலக்கியத்துக்கு அச்சாணியாக அமையவேண்டிய யதார்த்தவாதத்தை வற்புறுத்தத்

தொடங்கிற்று. 1963 ஆம் ஆண்டளவில் யதார்த்தவாதமே அதன் முக்கிய இலக்கிய கோஷமாக விருந்தது.

இலக்கியத்தில் 'முற்போக்கு' வாதமென்பது மார்க்சிய வளர்ச்சியினை வற்புறுத்தும் வாதமென்பது எல்லோராலும் ஏற்றுக்கொள்ளப்பட்ட உண்மையாகும்.

இலங்கையில் முற்போக்கு இலக்கிய வாதத்தையும், அதன் நிறுவன அமைப்பான இ.மு.எ.ச.வையும் எதிர்த்தோரை இருவகையினராகப் பிரித்தறிவதவசியமாகின்றது.

அ) முற்போக்கு வாதத்தினை எதிர்த்த நவீன இலக்கிய ஆக்க எழுத்தாளர்கள், விமரிசகர்கள்.

ஆ) மற்றையோர் தமிழ் மொழியின் இலக்கண, இலக்கியத் தூய்மைவாதிகள்- இவர்களைப் பழைமைவாதிகள் எனலாம். இலக்கிய- இலக்கணங்களின் 'பழைமை' போற்றப்பட வேண்டுமென்பதும் புதுமை, பழைமையைப் புறக்கணிக்கின்றது என்பதும் இவர்கள் வாதமாகும். நவீன இலக்கிய சிருஷ்டியாளர்களாகவும் விமரிசகர்களாகவும் விளங்கிய எழுத்தாளர்களுள் முற்போக்கு வாதத்தினை ஏற்காது நின்ற எழுத்தாளர்களை மேலும் இரு பிரிவினராக வகுக்கலாம்.

(அ-1) இலக்கியத்தில் எவ்விதத்திலும் அரசியல் கலக்கக்கூடாது, இலக்கியம் அரசியலுக்கு அப்பாற்பட்டது என்ற கலை, இலக்கியத்தூய்மை வாதிகள்.

(அ-2) முற்போக்கு இலக்கியவாதிகள் அச்சாணியாக அரசியற் கோட்பாட்டை எதிர்த்தவர்கள். அதாவது பொது வுடைமை எதிர்ப்புவாதிகள்.

ஈழத்தில் தமிழிலக்கிய வளர்ச்சிநெறி அன்றிருந்த நிலையில், அ-2 பிரிவினர் தம்முடைய சொந்த அரசியல் நோக்குகளினை வெட்ட வெளிச்சமாக எடுத்துக்கூற முடியாத ஒரு நிலைமை யிருந்தமையால், அவர்களும் அ-1 பிரிவினரின் கூற்றுக்களையும் இ.மு.எ.ச.வுக்கெதிராகப் பயன்படுத்தினர் எனலாம்.

வரலாற்று ரீதியாகப் பார்க்கும்பொழுது ஈழத்திலக்கியம் என்னும் கோஷம் மாத்திரமே முன் வைக்கப்பட்ட பொழுது

அதனை ஒவ்வொரு பிரிவினரும் வரவேற்றனர் எனலாம். அ-1 பிரிவுக்குள்ளடங்கக் கூடியவர்களான வ.அ.இராசரத்தினம், அருள் செல்வநாயகம், அ.லோகநாதன், சோ.நடராசா, ரி.பாக்கியநாயகம், நாகராஜன் முதலியோரும், 'அ-2' என்ற பிரிவுக்குள் வரக்கூடியவர்களான கா.பொ.இரத்தினம், மகாகவி போன்றோரும், 'ஆ' பிரிவுக்கே உரியவர்களான இளமுருகனார், எப்.எக்ஸ்,ஸி. நடராசா ஆகியோரும் இ.மு.எ.ச.கூட்டிய இலங்கைத் தமிழ் எழுத்தாளர்களின் பொது மாநாட்டை வரவேற்று விடுத்த செய்திகள் இதற்குப் போதிய சான்றாகும். ஆனால் அச்செய்திகள் மூலமே அவர்களது அடிப்படை நிலைப்பாட்டினையும் அறிந்து கொள்ளக்கூடியதாக இருந்தது என்பதனையும் எடுத்துக்கூறல் அவசியமாகும்.

முற்போக்கு இலக்கியத்தினை ஆரம்ப காலத்தில் எதிர்த்த நவீன இலக்கிய எழுத்தாளர்களின் கருத்துக்களினை ஓரளவு பூரணமாகப் பிரதிபலிப்பது 'தமிழோசை' என்னும் சஞ்சிகையில் வந்த கட்டுரையாகும்.

> இன்று இலக்கியத்தில் சிறப்பாக சிறுகதைத் துறையில், முற்போக்கு இலக்கியம், முற்போக்கு இலக்கியம் என்று முழக்கியடிக்கப்படுகின்றதே, இது எந்த அளவுக்கு உண்மை? உண்மையில் அவை முற்போக்கு இலக்கியம்தானா? அந்த 'லேபல்'- முற்போக்கு இலக்கியம் என்ற முத்திரைதான்- ஒட்டப்படாமல் வெளியாகும் படைப்புக்கள் யாவும் பிற்போக்கு ரகத்தைச் சேர்ந்தவையா? கோஷ்டி மனப் பான்மை அரசியலில் மட்டுமல்ல, இலக்கியத்திலும் இன்று நுழைந்துவிட்டது! அதன் காரணம்தான் முற்போக்கு இலக்கியம் என்ற புதிய சலசலப்பு. முற்போக்கு இலக்கிய கர்த்தாக்கள் எனத் தம்மை விளம்பரப்படுத்திக் கொள்வோர் தம்முள் கருதுகின்ற 'முற்போக்குத்தனத்தை' மற்ற எழுத்தாளர்களது சிருஷ்டிகளில் காணமுடியாவிட்டாலும் சமுதாயத்துக்கு வேண்டிய முற்போக்குக் கருத்துக்கள் உண்டு. ஆமாம், கரு இன்றி எப்படி உரு தோன்ற முடியும்? முற்போக்கு என முத்திரை பதித்துக் கொள்வோர்களது 'நினைப்பு' இலக்கிய ரசிகர்களது சிரிப்புக்கிடமாகின்றது.

- தமிழோசை, 15.6.1959

இத்தகைய எதிர்ப்புக்களைவிட, வேறு சில நிறைவு நெறிப்பட்ட எதிர்ப்புகளும் நடத்தப்பெற்றன. 'கலைச்செல்வி' சஞ்சிகையின் ஆசிரியர் சிற்பி அவர்கள் முற்போக்கு இலக்கியம் பற்றி ஒரு விவாத மேடையினை நடாத்தினார். 'கலைச்செல்வி'யின் 1961 பொங்கல் இதழில் முதற்கட்டுரையாக, 'முற்போக்கு இலக்கியம் என்றால் என்ன?' என்ற இக்கட்டுரையாசிரியரது கட்டுரை வெளியாகிற்று. அதற்குப் பதிலிறுக்குமுகமாக சோ.நடராஜாவும், மு.தளையசிங்கமும் எழுதினர். இதில் சோ.நடராஜாவின் கட்டுரை அங்கதம் சார்ந்ததாகவும், மு.தளைய சிங்கத்தின் கட்டுரை ஆழமான நோக்குடையதாகவும் அமைந்திருந்தது.

'அ-1' பிரிவினர் கருத்து ரீதியாக எதிர்ப்பினைத் தொடர்ந்து நடத்திய அதே வேளையில் தமது ஆக்கங்களிலும் கவனஞ் செலுத்தி வந்தனர். இதனால் ஈழத்திலக்கியம் ஆழத்திலும் வளர்ந்ததெனக் கூறலாம்.

இலக்கியத்தில் பழைமைவாதத்தினை முன் வைத்தவர்கள் தம் எதிர்ப்பினை இரு துறைகளிலே தெரிவித்தனர்.

முதலாவதாக அவர்கள் நவீன இலக்கிய வகைகளான சிறுகதை, நாவல் ஆகியனவற்றையே எதிர்த்தனர். சோ.நடராஜா அவர்கள் ஒருமுறை சிறுகதை எழுத்தாளர்களைச் 'சிறுகத்தை' எழுத்தாளர்களென விவரித்தார்.

இரண்டாவதாக அவர்கள் பேச்சு மொழி இலக்கியத்தில் இடம் பெறக் கூடாதென வாதித்தனர். ஈழத்தின் நவீன இலக்கியங்களில் ஈழத்தின் பேச்சுமொழி சிறுகதை நாவல்களில் இடம்பெறக் கூடாதென வாதித்தனர். கொடுந்தமிழ் வழக்கு 'இழிசினர்' வழக்கு என்றும், அவ்வாறு கொடுந்தமிழ் வழக்கில் எழுதி வந்தால், தமிழ் படிப்படியாக மாறி மலையாளம் போன்று பிறிதொரு மொழி தோன்றி விடுமென்றும் வாதிட்டனர். பேச்சு மொழியினைப் பேண வேண்டுமெனில், அதனை நாடக வாயிலாகப் பாதுகாக்கலாம் என்றும் கூறினர். நவீன தமிழ் இலக்கிய ஆக்கங்களை எழுதுவோர் பண்டைய தமிழ் இலக்கண இலக்கிய அறிவு நிரம்பப்பெற்றவராக இருத்தல் வேண்டுமென்பதும் இவர்கள் வாதமாகும்.

இலக்கியத்தின் பழைமை வாதத்தைப் பேண விரும்புவோர் அக்காலகட்டத்தில் சாகித்திய மண்டலத்தின் தமிழ் இலக்கியக் குழுவில் முதன்மை பெற்றிருந்தனர்.

'இழிசினர் வழக்கு' என்னும் வாதமும், தமிழ் இலக்கண இலக்கிய அறிவின்மை என்னும் வாதமும் நவீன தமிழ் இலக்கிய ஆக்க எழுத்தாளர்களுள் பலரின் சமூகப் பின்னணியைத் தாக்குவதாகவும் அமைந்தபடியால், இவ்வாதத்திற்கு இலக்கிய வரலாற்று அடிப்படையிலும், சமுதாய அடிப்படையிலும் இ.மு.எ.ச.பலத்த எதிர்ப்பினைத் தெரிவித்தது.

இத்தகைய சூழ்நிலையிலேதான் 'மரபுப்போர்' என்னும் மிக முக்கியமான இலக்கிய வாதம் ஆரம்பமாயிற்று.

இலக்கியப் பழைமை வாதத்தினை முன் வைத்துச் செயலாற்றி வந்த நவாலியூர் சோ.இளமுருகனார் அவர்கள் இலக்கியக் கூட்டமொன்றிற் பேசும்பொழுது தற்காலத் தமிழிலக்கியத்தில் தமிழ் மரபு காணப்படவில்லை என்றும் தமிழ் மொழியின் இலக்கண வரம்பு மீறப்படுவது தமிழ் மரபிற்கு எதிரானது என்றும் குறிப்பிட்டார்.

இக்கருத்தினை எதிர்க்கும் முகமாக இக் கட்டுரையாசிரியர் 1.12.62 தினகரனில் 'அசையாத குட்டைநீரல்ல மரபு' என்ற கட்டுரையொன்றினை எழுதினார். 'தற்காலத் தமிழ் இலக்கியம் தமிழ் மரபுக்குப் புறம்பானதா' என்ற மேற்றலைப்புடன் இக்கட்டுரை வெளிவந்தது. இதனைத் தொடர்ந்து அக்கருத்தினை முதலிலே தெரிவித்த திரு.இளமுருகனார் பதிலிறுத்தார். எதிர்த்தெழுதப்பட்ட கட்டுரையிற் காணப்பட்ட இலக்கண வழுக்களை எடுத்துக் காட்டியும், கட்டுரையின் பொருளை எதிர்த்தும் எழுதினார். இளமுருகனாரின் பதில் ஆக்க இலக்கிய எழுத்தாளர் பலரை அவரவர் கருத்துக்களை எழுதுமாறு தூண்டிற்று. இளங்கீரன் (19.1.63 தினகரன்,) சொக்கன் முதலியோரும் வேறு பல எழுத்தாளர்களும் இவ்விவாதத்திற் பங்கு கொண்டனர். சிருஷ்டி இலக்கிய கர்த்தாக்களுக்கும் பழைமையை மாத்திரம் பேண விரும்புபவர்களுக்கும் ஏற்பட்ட போராட்டமாகவே இவ்விவாதம் அமைந்தது.

தமது கருத்துக்களைத் 'தமிழ்ப் பாதுகாப்புக் கழகம்' என்னும் நிறுவனத்தின் கொள்கையென எடுத்துக் கூறிய திரு.இளமுருகனார் அவர்கள்,

தமிழ்ப் பாதுகாப்புக் கழகத்தார், அவர் (சிவத்தம்பியின்) பொருந்தாமைகளையும் போலி முடிபுகளையும் நிரல்பட நிறுத்திச் சொற்றொடர் தோறும் நுழைந்து ஆராய்ந்து எழுதிய வச்சிர குடாரம் அனைய மறுப்புரைகளிற் பலவற்றைத் தினகரன் வெளியிடவில்லை. திரு.சிவத்தம்பியின் பக்கல் நின்று அவர்தங் 'கொடுந்தமிழ்' வழக்கை நிலைநாட்ட முயன்றோர் பலருடைய கட்டுரைகளை அத்தினகரன் இடையீடின்றி வெளியிட்டு வந்தது.

எனக் குற்றஞ்சாட்டித் தமது கருத்துக்கள் யாவற்றையும் சுபக்கம், பரபக்கம் என்ற முறைமைக்கேற்ப எழுதிச் 'செந்தமிழ் வழக்கு' என்னும் நூலாக (1962) வெளியிட்டார். இவ்விவாதம் ஏறத்தாழ ஏழு, எட்டு மாதங்கள் தொடர்ந்து நடைபெற்றது.

அறிவுப் போராட்டமாகவே நடைபெற்று வந்த இவ்விவாதம் தனி மனித வாதத்தினை வற்புறுத்திய சில சிருஷ்டியெழுத்தாளர்களின் எழுத்துக்களினால், இ.மு.எ.ச. அங்கத்தவர்களைத் தாக்கும் போராட்டமாகவும் ஒரே வேளைகளில் மாறிற்று. அவ்வாறு மாறும் தன்மையினைக் கலாநிதி சு.வித்தியானந்தன் வன்மையாகக் கண்டித்தார்.

இவ்விவாதம் நடைபெற்ற பொழுது தினகரன் பத்திரிகையின் இலக்கியப் பகுதிப் பொறுப்பினை திரு.சி.தில்லைநாதன் ஏற்றிருந்தார்.

மரபுப் போராட்டம் ஒருபுறமும், ஆக்க இலக்கிய எழுத்தாளர்களிடையேயான பிரிவு மறுபுறமுமாக ஈழத்து இலக்கியக் களம் போர்க்களமாக விளங்கிய கட்டத்தில் 1963இல், 1962 ஆம் ஆண்டுக்கான சிறந்த நூற்றெரிவு நடைபெற்றது. சாகித்திய மண்டல ஆட்சியிலிருந்தோர் தமிழ் இலக்கியம் பற்றித் தெரிந்த கருத்துபற்றிப் பலத்த சர்ச்சை எழுந்தது. இந்நிலையில் 1962ஆம் ஆண்டின் சாகித்திய மண்டலம் நடத்திய தமிழ் இலக்கிய விழா 5.10.1963 அன்று யாழ்ப்பாணத்தில் நடைபெற்றது. இக்கூட்டத்தில் விழாத் தலைவராக தமிழறிஞர் திரு.சு.நடேச பிள்ளை பங்கு பற்றினார். கூட்டத்தின் தொடக்கத்திலே இ.மு.எ.ச. பொதுச் செயலாளர் பிரேம்ஜி அவர்கள் நூற்றேர்வு எவ்வாறு நடைபெற்றதென்று வினவினார். அதனைத் தொடர்ந்து கூட்டத்திற் குழப்பமேற்பட்டது. குழப்பத்தினிடையே

ஆவேசங்கொண்ட சிலர், கூழ் முட்டைகளை எறிந்தனர். தலைமை தாங்கிய திரு.நடேசபிள்ளையையும் மேடையை விட்டு இறங்குமாறு நிர்ப்பந்தித்தனர்.

இக்கூட்டத்திலே ஏற்பட்ட இப்பிரச்சினை நிகழ்வு இ.மு.எ.ச.வைப் பெரிதும் பாதித்தது என்பதுண்மை ஆகும். சுதந்திரன் பத்திரிகை அதனைச் செய்தது இ.மு.எ.ச.வின் முக்கிய அங்கத்தவர்களே என்று வாதிட்டது.

சாகித்திய தின விழாவில் ஏற்பட்ட இச்சம்பவம் காரணமாக எழுத்தாளரிடையே மாத்திரம் காணப்பட்ட இலக்கிய விவாதம் நாடு முழுவதும் தெரியவந்தது. இச் சம்பவத்தைக் காரணமாக வைத்துக்கொண்டு இ.மு.எ.ச.வின் இலக்கிய கோட்பாடுகளைத் தாக்கும் முயற்சி மேற்கொள்ளப்பட்டது.

> தேசிய இலக்கியம், சிருஷ்டியிலக்கியம், யதார்த்த இலக்கியம் என்று என்னென்னவோ அர்த்தமற்ற அவசியமில்லாத சர்ச்சைகளையெல்லாம் கிளப்பிவிட்டுக் குழப்பியடிப்பதைச் சில தமிழ் எழுத்தாளர்கள் தொழிலாகக் கொண்டு கட்சிக் கண்ணோட்டத்துடன் பிரசார இலக்கியங்கள் படைக்கப் படுவது அருவருக்கத்தக்கதென்று திரு.நாவேந்தன் சுட்டிக் காட்டியிருப்பதை இங்கு நாம் குறிப்பிட வேண்டியிருக்கிறது. இலக்கியப் படைப்பில் குறுகிய மனப்பான்மையும் சுயநலமும் கட்சிக் கண்ணோட்டமும் தலைவிரித்தாடும் பொழுதுதான் போட்டியும் பொறாமையும் துவேஷமும் தலையெடுக் கின்றன. இதனால் தமிழ் மரபுக்கே விரோத துவேஷமும் தலையெடுக்கின்றன. இது தமிழ் மரபுக்கே விரோதமானது. இது தாிழ்ப் பண்புக்கு முற்றிலும் மாறானது, தமிழ்ப் பண்புக்கு மாறானவர்களிடம் தமிழ் இலக்கியத்தை எப்படி எதிர்பார்க்க முடியும்?

சாகித்திய விழாச் சம்பவங்களின் பின்னர் இ.மு.எ.ச.தனது இலக்கியப் பணியினை முந்திய வேகத்துடன் தொடர்ந்து செய்ய முடியாத அரசியல் நிலைமையொன்று ஏற்பட்டது. இலங்கை கம்யூனிஸ்ட் கட்சியினுள் 1963ஆம் ஆண்டு சில கருத்துப் போராட்டங்கள் நிகழ்ந்தன. சீனக் கம்யூனிஸ்ட் கட்சி, ரஷ்யக் கம்யூனிஸ்ட் கட்சிகளிடையே தோன்றிய கருத்து வேறுபாடு இலங்கைக் கம்யூனிஸ்ட் கட்சியைப் பாதித்தது. சீனக் கம்யூனிஸ்ட் கட்சிக் கொள்கைகளை எடுத்தோதிவந்த திரு.என்.சண்முகதாசன் கட்சியிலிருந்து விலக்கப்பட்டார்.

அவரை விலக்கும் தீர்மானம் 1963 அக்டோபர் 25, 27ஆம் திகதிகளில் நடந்த மத்தியக் கமிட்டிக் கூட்டத்தில் நிறைவேற்றப் பட்டது.

நீண்ட காலமாகக் கட்சியின் அகப் போராட்டமாக இருந்து வந்த இப்பிரச்சினை முற்போக்கு இலக்கிய அணியினைப் பெரிதும் தாக்கவில்லை. ஆனால் சண்முகதாசன் அவர்கள் விலக்கப்பட்டு அவர் இன்னொரு கட்சியை (இலங்கைக் கம்யூனிஸ்ட் கட்சி என்ற அதே பெயருடன்) தொடங்கினார். அக்கட்சி தனது உத்தியோகபூர்வமான ஏடாகத் 'தொழிலாளி' என்ற பத்திரிகையை நடத்தத் தொடங்கிய பொழுது, இ.மு.எ.ச.வின் ஒருமைப்பாடு பாதிக்கப்பட்டது. இ.மு.எ.ச.வின் இயக்க உத்வேகம் குறையத் தொடங்கிற்று. இதனால் முற்போக்கு இயக்கத்தின் தாக்கமும் குறையத் தொடங்கிற்று.

இ.மு.எ.ச.வினுள் ஏற்பட்ட இப்பெரும் பிரச்சினை சாகித்திய தின விழாச் சம்பவத்தையொட்டி நிகழவே இ.மு.எ.ச. வின் இயக்கமின்மைக்குக் காரணம் விழாச் சம்பவமே என்று அதனை எதிர்த்தோரால் எடுத்துக் கூறப்பட்டது.

முற்போக்கு இலக்கியக் கோட்பாட்டினையும் சங்க அமைப்பினையும் பொறுத்தவரையில் பிளவு எதுவும் ஏற்படாது தவிர்க்கப்பட்டது. ஆயினும் சீனச் சார்புடைய முற்போக்கு எழுத்தாளர்கள் தமது இலக்கியக் கோட்பாடுகளை 'வசந்தம்' என்னும் சஞ்சிகை மூலம் வளர்த்து வந்தனர்.

இ.மு.எ.ச.வின் இயக்க வேகம் குறைந்த வேளையில், முற்போக்கு இலக்கியப் பணியினைத் தொடர்ந்து செய்வதற் கென டொமினிக் ஜீவா 'மல்லிகை' என்னும் சஞ்சிகையை 1964இல் ஆரம்பித்தார். இச்சஞ்சிகை தொடர்ந்து முற்போக்கு இலக்கியக் கொள்கைகளைப் பரவலான முறையிற் பரப்பும் பணியினை மேற்கொண்டது.

இந்நிலையில் 1965-இல் ஆட்சி மாற்றமொன்று ஏற்பட்டது. யு.என்.பியின் தலைமையில் தமிழரசுக் கட்சி உட்பட ஏழு கட்சிகள் ஒன்றிணைந்து 'தேசிய அரசாங்கம்' என்று குறிப்பிடப்பெற்ற ஆட்சியினை நடத்தத் தொடங்கின. தேசிய இலக்கிய வாதத்தினைக் கோட்பாட்டு ரீதியாக எதிர்த்து வந்த தமிழரசுக் கட்சி எழுத்தாளர்கள் தேசிய அரசாங்கத்தினை ஆதரிக்கும் அதே

வேளையில் தேசிய இலக்கியம் என்னும் கோட்பாட்டினை எதிர்க்கும் நிலை நிலவத் தொடங்கிற்று. இதன் காரணமாக ஈழத்தின் இலக்கிய நிலைமை பற்றி அவர்கள் புனர் ஆய்வு நடத்த வேண்டிய ஒரு நிலைமை ஏற்பட்டது. இச் சிந்தனையின் வெளிப்பாடாக அமைவதே, இலங்கைத் தமிழரசுக் கட்சியின் 10வது தேசிய மாநாட்டுச் சிறப்பிதழாக வெளிவந்த, சுதந்திரனில் வெளியான 'இயக்கமும் இலக்கியமும்' என்ற கட்டுரையாகும். அக்கட்டுரையின் இறுதிப் பத்தி முக்கியமான ஒரு கருத்தை எடுத்துக் கூறுவதை அவதானித்தல் வேண்டும்.

1956-இல் இருந்த சூழ்நிலையல்ல 1966இல் இருப்பது. போராட்டக் கருவிகள் கீழே வைக்கப்பட்டுள்ளன. சகசமான நிலையும் உருவாகியுள்ளது. சிந்திக்கும் அவகாசம் கிடைத்துள்ளது. அந்த அவகாசத்தைப் பயன்படுத்தி இலக்கிய இயக்கத்தையும் தம்முடன் (தமிழரசுக் கட்சியுடன்) இணைப்பதற்கான நடவடிக்கையை மேற்கொள்ள வேண்டும். இச் செயலால் அரசியல் ஆதாயம் கிடைத்ததுடன் உண்மையாகவே ஈழத்துத் தமிழ் இலக்கிய வளர்ச்சிக்கும் பயனுள்ள தொண்டும் இயற்றலாம்.

இ.மு.எ.ச.வின் இயக்க வேகம் குறைந்து நின்ற வேளையில் தோன்றிய 'நற்போக்கு இலக்கிய வாதம்' பற்றி இக்கட்டத்தில் நோக்குதல் அவசியம். இக்கோட்பாட்டினை முன்வைத்தவர் எஸ்.பொன்னுத்துரை என்பவராவர். இவர் ஆரம்பத்தில் இ.மு.எ.ச.வுடன் இணைந்து இயங்கி வந்தவர். இலக்கியத்தில் தனிமனித வாதத்தின் முக்கியத்துவத்தை வற்புறுத்திவந்த பொன்னுத்துரை அவர்கள் ஈழநாட்டின் தலைசிறந்த நாவல் சிறுகதை ஆசிரியர்களுள் ஒருவர். வசனநடை கைவந்த வல்லாளர். ஆனால் இவரது தனிமனித வாதநோக்குக் காரணமாக இயக்க நெறியில் கூட்டுக் கட்டுப்பாட்டுடன் இயங்கிவந்த இ.மு.எ.ச. இயக்கத்தினருடன் இவரால் இணைந்து செயற்பட முடியாது போயிற்று. அவர் தனக்கெனத் தனியானவோர் இலக்கியக் கோட்பாட்டினை முன்வைக்க முயன்றார். இ.மு.எ.ச. நடாத்திய விழாவொன்றில் சு.நடேசபிள்ளை உரையாற்றிய பொழுது கூறிய 'இலக்கியம் நற்போக்கினையுடையதாகவிருத்தல் வேண்டும்' என்ற தொடரை அடிப்படையாகக் கொண்டு இவர் 'நற்போக்கு வாதம்' என்னும் இலக்கியக் கோட்பாட்டினை முன்வைத்தார். நற்போக்குவாதத்தின்

இலக்கிய அடிப்படைகள் பற்றி அவர் எடுத்துக் கூறியன கருத்து மயக்கங்களையுடையதாகவிருந்தன. இவரது இ.மு.எ.ச.எதிர்ப் புணர்வினை முற்போக்கு இலக்கிய எதிர்ப்பாளர்கள் நன்கு பயன்படுத்தினர். இவரது விமரிசனம் எழுத்துக்களின் பிரசுரக் களமாக ''இளம்பிறை என்னும் சஞ்சிகை விளங்கியது.

இ.மு.எ.ச.வின் இயக்க வேகம் குறையக் குறைய, இ.மு.எ.ச.வை எதிர்த்தோரின் இயக்க வேகமும் குறைந்தது. 1965-க்குப் பின்வரும் இக்காலகட்டத்தில் புதிய ஒரு எழுத்தாளர் தலைமுறை தோன்றத் தொடங்கிற்று. இலக்கிய இயக்கங்கள் தேக்கமுற்று நின்றமையால், இவர்களது எழுத்துக்களும் சிந்தனைகளும் பெறவேண்டிய தாக்கத்தினைப் பெற முடியாது போயிற்று. ஆயினும் அவர்களும் படிப்படியாக இலக்கியத்தின் சமூகப் பொறுப்பினை உணர்ந்தோர், அல்லாதோர் என்ற அடிப்படையிற் பிரியத் தொடங்கினர். 1966-க்குப் பின்னர் மு.தளையசிங்கத்தினால் தொடங்கப் பெற்ற "மார்க்சியத்துக்கு அப்பாலான" இலக்கிய நெறி சிலரைக் கவர்ந்தது.

1970இல் நாட்டிலேற்பட்ட புதிய அரசியல் மாற்றம் காரணமாக அரசியலரங்கில் முற்போக்கு வாதம் வலுப்பெற்றது. இதனையொட்டி முற்போக்கு எழுத்தாளர் சங்கமும் மீண்டும் இயங்க ஆரம்பித்தது.

1970இன் பின்னர் நாட்டிலேற்பட்ட இன செளஜன்யத்தைப் பிரதிபலிப்பதாக அச்சிநேகபாவத்தை முழுத் தேசத்தினதும் முன்னேற்றத்துக்காய் பயன்படுத்துவதாகவும் அமைகின்றது இ.மு.எ.ச. காட்டும் தேசிய ஒருமைப்பாடு மகாநாடு.

1970இன் பின்னர் இ.மு.எ.ச.வின் இயக்கப் பலாபலன் 1956-1965 முதல் அது முன்வைத்த கோரிக்கைகள் சிலவற்றை நடைமுறைக்குக் கொண்டு வந்தமையேயாகும். தென்னிந்தியத் தமிழ்ச் சஞ்சிகைகளின் இறக்குமதித் தொகைக் கட்டுப்பாடு, நாவலர் இல்லம் தேசியச் சொத்தாகப் பிரகடனப்படுத்தப் பட்டமை ஆகியனவற்றை முக்கியமாகக் குறிப்பிடல் வேண்டும். இவற்றினை நிறைவேற்றுவதற்குக் கூட்டணி அரசின் தபால், தந்தித் தொடர்பு அமைச்சர் திரு.செ. குமாரசூரியர் ஆற்றிய பணி மிக முக்கியமானதாகும். சஞ்சிகை இறக்குமதிக் கட்டுப் பாட்டினால், ஈழத்திலுள்ள மல்லிகை, சிரித்திரன் போன்ற

சஞ்சிகைகள் விற்பனை அதிகரித்தது மாத்திரமல்லாது, வீரகேசரி நிறுவனம் புத்தகப் பிரசுரத்தையும் மேற்கொள்ளத் தொடங்கிற்று. வீரகேசரியின் நூற்பிரசுர முயற்சியின் வெற்றி இ.மு.எ.ச.வின் தேசிய இலக்கியக் கோஷத்தின் வெற்றியேயாகும்.

இ.மு.எ.ச.வின் எதிர்கால நோக்கங்கள் நடவடிக்கைகள் பற்றி ஆராயாது விடுத்து அதன் கடந்தகாலச் சாதனைகளை மாத்திரம் மனதிற்கொண்டு பார்க்கும்பொழுது இலங்கையின் இலக்கிய வரலாற்றில் அது வகித்துள்ள இடம் தெளிவாகும். அவை பின்வருமாறு:

1) வகுப்புவாதக் கோஷங்களினால் இலங்கை பிளவுற்றும், தமிழ் பேசும் மக்கள் தனிப்பட்டும் நின்ற வேளையில் இ.மு.எ.ச. தனது தேசிய இலக்கியக் கோட்பாட்டினால் ஈழத்துத் தமிழ்பேசும் மக்களை இலங்கையின் இன்றிய மையாத அங்கமாக்கியமை.

2) இப்பணியினை அது நிறைவேற்றிய முறைமைச் சிறப்புக் காரணமாகச் சிங்கள எழுத்தாளர்களும் புத்திஜீவிகளும் ஈழத்துத் தமிழ் இலக்கியத்தைத் தேசத்தின் இலக்கியத்தின் ஓர் அங்கமாக ஏற்றுக்கொண்டுள்ளமை.

3) ஈழத்துத் தமிழ் மக்களின் பண்பாட்டுத் துறையில் முதற் குரலாக விளங்கி சாதி, சமய, பேதமற்ற வகையில் தமிழ் பேசும் மக்களை இணைக்க முயன்றமை.

(இலங்கை முற்போக்கு எழுத்தாளர் சங்கத்தின் தேசிய ஒருமைப்பாட்டு மாநாட்டு மலர், 1974.)

❏

11

ஈழத் தமிழிலக்கியத்தில் முற்போக்குவாதத் தொழிற்பாடுகள்

நடந்தவை, நடக்கவேண்டியவை பற்றிய ஒரு குறிப்பு

இந்நூற்றாண்டு முடிவுறும் இன்றைய காலகட்டத்தி லிருந்து பின்னோக்கிப் பார்க்கும் பொழுது ஈழத்தமிழ் நவீன இலக்கிய வளர்ச்சியில் முற்போக்கு வாதம் குறிப்பாக 1950களின் பின்னர் முக்கியமான ஓர் இடத்தைப் பெறுகின்றது என்பது பற்றிக் கருத்தொருமைப்பாடே உண்டு. அந்த இடம் எத்தகையது என்பது பற்றிய வாதப் பிரதிவாதங்கள் அன்று தொடக்கம் இன்று வரை காணப்பட்டுள்ளனவெனினும், 1950க்குப் பிந்திய குறிப்பாக 1950-1980க்கால இலக்கிய வளர்ச்சியில் இந்த இலக்கியக் கருத்து நிலை மிக முக்கியமான ஓர் இடத்தினை வகித்தது என்பதில் ஐயப்பாட்டுக்கு இடமில்லை.

முற்போக்கு இலக்கியத்தின் பிரதான பயன்பாட்டினை அது இலக்கியம் பற்றி முன்வைத்த "கோட்பாட்டிலே கண்டு கொள்ளலாம். சமூக மாற்றத்துக்கான செயற்பாடுகளில் இலக்கியத்துக்கு முக்கியமான ஓர் இடம் உண்டு, சமூகத்தின் மேற்செல்கைக்கு இலக்கியம் வழிகாட்ட வேண்டும். அதனைச் சாதிப்பதற்கான அதன் அணுகுமுறை வாழ்க்கைப் பிரச்சினை களைத் தெளிவுபடுத்துவதாக அமைய வேண்டும்" என்பவை இந்தக் கோட்பாட்டின் தளமாக அமைந்தன. இந்த இலக்கியக் கோட்பாட்டுக்கு ஓர் இடதுசாரி அரசியல் இயல்பு இருந்தது.

இந்தக் கோட்பாடு முன்வைக்கப்பட்டு இயக்க நிலைப் படுத்தப்பட்ட காலப் பின்னணி மிக முக்கியமானதாகும்.

இலங்கையில், ஐம்பதுகளில் இலவசக்கல்வி காரணமாகக் கல்வி அதற்கு முன்னர் பரவாத அடிநிலைச் சமூகங்களுக்குப் பரவி இருந்தது. அந்த அளவுக்கு அடிநிலை மக்களின் சமூக, அரசியல் அபிலாசைகள் அதிகரித்திருந்தன. அதே வேளையில் சுயமொழிக் கல்வியும் வளரத்தொடங்கிற்று.

இவ்வேளையிலே கொண்டுவரப்பட்ட தனிச்சிங்களச் சட்டம் (1956) தமிழ் மொழி பயில்வாளரிடையே தமது தனித்துவம் பற்றிய பிரக்ஞையை ஏற்படுத்திற்று அன்றைய இடதுசாரிச் சிந்தனை சிங்கள, தமிழ் ஒருமைப்பாட்டினை வளர்க்கலாம் என்பதில் நம்பிக்கை கொண்டிருந்தது.

இந்தப் பின்புலத்தில் முன்வைக்கப்பட்ட முற்போக்கு இலக்கியவாதம் சிங்களத்திலும் பார்க்கத் தமிழிலேயே முனைப் புடன் தொழிற்பட்டது. உண்மையில் அக்கால கட்டத்திலே சிங்களத்தில் இடதுசாரி இலக்கிய முனைப்புத் தமிழில் ஏற்பட்டதன் பின்னரே ஏற்பட்டதென்ற வரலாற்றுண்மையை மனங்கொள்ளல் வேண்டும்.

தமிழைப் பொறுத்தவரையில் அக்கால கட்டத்தில் தேசிய இலக்கியம் என்பதற்கு முக்கியமான இரண்டு பரிமாணங்கள் இருந்தன. ஒன்று இங்கு எழுதப்படும் இலக்கியங்கள். இந்த நாட்டில் வாழும் பிரச்சினைகளை இனங்காண்பதாகவும் முகம் கொடுப்பதாகவும் அமைய வேண்டும் என்பது (அதாவது இந்தியாவின் வணிக சஞ்சிகைகளின் செல்வாக்கிலிருந்து விடுபட்டு ஒரு சுதேச, ஈழத்து ஆக்க மரபினை வளர்ப்பது, மற்றது இந்த நாட்டுமக்களிடையே சுமுகமான உறவை வளர்ப்பது) இக்கால கட்டத்தில் தேசிய பூர்ஷ்வாவை வளர்ப்பதில் ஆர்வம் கொண்டிருந்த பத்திரிகை உலகின் ஒரு தேவையை இந்தக் கருத்துக்கள் பூர்த்தி செய்வனவாகவும் அமைந்தன.

இந்த இலக்கிய இயக்கம், இதுகாலவரை இயங்கிவந்த இலக்கிய நடவடிக்கை ஒழுங்கமைப்பிலிருந்து வேறுபட்ட தாகும். இது ஒரே கருத்து நிலையுடையோரின் ஒழுங்கமைப்பாக இருந்தது. மேலும் அரசியல் இயக்கம் ஒன்றின் பண்பாட்டு முன்னணியாகத் தொழிற்பட்டது. மிக முக்கியமாக இதுகால வரை ஈழத்துத் தமிழிலக்கியத்தின் பிரதான பயில்வாளர்களின்

சமூக மட்டத்தினின்றும் வேறுபட்ட சமூக மட்டத்தினரை இது முக்கிய ஆக்க இலக்கியப் படைப்பாளிகளைக் கொண்டிருந்தது.

முற்போக்கு இலக்கியம் ஒரு புறத்தில் ஈழத்துத் தமிழிலக்கியம் என்ற குரலையும் அதே வேளையில் பாரம்பரியமான ஈழத்துத் தமிழிலக்கியத்தினின்றும் வேறுபட்ட இலக்கிய உட்கிடக்கை வேண்டும் என்ற கோஷத்தையும் முன்வைத்து நாவலரைத் தேசிய வீரராக்கிற்று. அதே வேளையில் சமூகமாற்றத்தையும் வேண்டிநின்றது.

ஈழத்துத் தமிழிலக்கியத்தில் முற்போக்கு இயக்கம் இவ்வாறு தொழிற்படத் தொடங்கியதனால் ஒரே வேளையில் இரண்டு சக்திகளிடமிருந்து எதிர்ப்பினைப் பெற்றது.

1. மரபு வாதம்

2. இடதுசாரி எதிர்ப்பு வாதம்.

முதலாவது மரபுப்போராட்டத்துக்காளாயிற்று. இரண்டாவது இலக்கித்தின் சமூக உட்கிடக்கை, அழகியல் என்பன பற்றிய விவாதங்கட்கு இடம் கொடுத்தது.

ஈழத்துத் தமிழிலக்கியத்தில் முற்போக்குவாதத்தின் தாக்கம் பற்றி நோக்கும் பொழுது ஒரு மிக முக்கியமான உண்மையை மனத்திருத்திக் கொள்ளல் வேண்டும். அதாவது முற்போக்கு வாதத் தொழிற்பாட்டின் தாக்கம் ஈழத்தமிழிலக்கியத்திலே பிரதேசத்துக்குப் பிரதேசம் வேறுபட்டதாக அமைந்தமை யாகும்.

யாழ்ப்பாணம் சமூகப்பாரபட்சமும் சாதிப்பிரச்சினையும் மிகுதியாகவுள்ள ஓர் அடக்குமுறைச் சமூகமாகையால் அங்கு, புதிதாகக் கல்வியறிவு பரவிய அடிநிலைக் குழுவினர் தத்துவத்துக் கான தமது அபிலாசைகளையும் தம்மைக் கீழ்நிலைப்படுத்திய அநுபவங்களையும் பற்றி எழுதினர். சாதிப்பிரச்சினை பற்றிய ஆக்க இலக்கியப் படைப்புக்கள் யாழ்ப்பாணத்திலே அதிகமாக வெளிவந்தன. அதனால் அங்கு இந்த இலக்கியத் தொழிற்பாடு ஒரு சமூகப் போராட்டப் பரிமாணத்தையும் பெற்றிருந்தது.

ஆனால் மட்டக்களப்பில் முற்போக்கு வாதம் பிறிதொரு வகையான தாக்கத்தை ஏற்படுத்திற்று. தமிழ்-முஸ்லிம்

எழுத்தாளரிடையே நல்லுறவு, சமூக எழுச்சிக்கான உந்துதல் ஆகியன அங்கு முக்கியத்துவம் பெற்றன, மட்டக்களப்பில் முற்போக்குத் தொழிற்பாடு கவிதைத்துறையில் மிக முக்கியமான முன்னேற்றங்களைக்கண்டது. ஒரு புதிய கவிஞர் தலைமுறை அங்குத் தோன்றிற்று.

மலையகத்து இலக்கிய வளர்ச்சிக்கும் முற்போக்கு வாதம் பெரிதும் உதவிற்று. மலையகத்துச் சமூகத்தை அலசும் புனை கதைகள் வெளிவரத் தொடங்கின.

1960களில் பரவிய இந்த முற்போக்கு அலை, திக்வெல்லை போன்ற இடங்களில் புதிய ஓர் இலக்கியத்தலைமுறை தோன்று வதற்குக் காரணமாகவிருந்தது.

முற்போக்கு இலக்கியவாதத்தின் சமூகப் பரிமாணங்கள் இலக்கியத் தெளிவுறத் தெரியத் தொடங்கியதும் இந்த இலக்கியத்தைத் தமிழகத்து முற்போக்கு இலக்கிய சக்திகள் பெரிதும் வரவேற்கத் தொடங்கின.

இந்தப் பரஸ்பர நல்லுறவு வளர்ச்சியில் ஈழத்தின் முற் போக்கு இலக்கிய விமர்சன முறைமை முக்கிய இடம் பெற்றது. தமிழகத்தின் உடனடிச் சமூக அரசியல் தொழிற்பாடுகளுக்கு அப்பால் நியாயமான முற்போக்கு நிலைநின்று விமர்சனம் மேற்கொள்ளப்பட்ட பொழுது தமிழகத்து இலக்கிய வளர்ச்சிகள் பற்றிய ஒரு புதிய சாதனம் கிடைத்தது. இதனை அங்குள்ள கல்வி நிறுவனங்களும் பயன்படுத்தத் தொடங்கின.

முற்போக்கு இலக்கிய இயக்கத்தின் தாக்கம் இவ்வாறு படியத் தொடங்கிய வேளையில் இக்காலத்தில் வளர்ந்து வந்த இலக்கியப் பயில்வாளர் சிலர் இந்த இலக்கிய முற்போக்கு வாதத்தை முற்றாக மறுதலித்தனர் என்ற உண்மையையும் நாம் மறக்கக் கூடாது. இது சிந்தனை நிலையிலும், ஆக்கங்களைப் பற்றிய விமர்சன நிலையிலும் செய்யப்பட்டன. ஆனால் இந்த மறுதலிப்புப் படைப்புக்களின் அமைப்பு, அழகியல் என்பன பற்றியதாக இருந்ததேயொழிய இலக்கியத்துக்கும் சமூகத்துக்கு முள்ள ஊடாட்டம் பற்றியதாகவோ, இலக்கியம் சமூகத்தைத் தளமாகக் கொண்டிருக்க வேண்டும் என்பதை மறுப்பதாகவோ அமையவில்லை.

இந்த மறுதலிப்புக்கள் 1970களில் உச்சநிலையை எய்தின எனலாம்.

ஆனால் பின்னோக்கிப் பார்க்கும் பொழுது ஈழத்து முற்போக்கு இலக்கிய இயக்கம், ஈழத்திலக்கியத்தின் சமூகமயப் பாட்டுக்கும் சனநாயக மயப்பாட்டுக்கும் பெரும்பணி ஆற்றியுள்ளது என்பது நிச்சயமாக உண்மையாகும்.

கோட்பாட்டு ரீதியாகப் பார்க்கும் பொழுது ஈழத்தில் முற்போக்கு இலக்கிய இயக்கம் 1970களிலிருந்து இலக்கிய அணுகுமுறைக்கும், பயில்வுக்கும் என முன்மொழிவுகளை வைக்கவில்லை என்றே கூற வேண்டும். 1650-1970களில் ஏற்படுத்திய தாக்கத்தின் செழுமையும் அந்தச் செழுமையின் தொடர்ச்சியுமே இன்றும் முற்போக்கு இலக்கிய இயக்கத்தை முதன்மைப்படுத்துகின்றன எனலாம்.

1980களிலிருந்து இலங்கையின் வரலாற்றில் மிக முக்கியமான மாற்றங்கள் ஏற்பட்டுவிட்டன. சிறுபான்மைப் பிரச்சினை இனத்துவப் பிரச்சினையாக மாறி, தேசியப் பிரச்சினையின் தன்மையையும் அளவையும் மாற்றியுள்ளது.

தமிழ் மக்களைப் பொறுத்தவரையில் மிக முனைப்பான செயற்பாடுகளுக்கும் அந்தளவுகளுக்கும் ஆட்பட வேண்டிய நிலை ஏற்பட்டுள்ளது.

இன்றைய நிலையில் தேசியம் என்பதற்கு ஒரு மீள் வரைவிலக்கணம் அவசியமாகிறது.

மார்க்ஸீயத்தின் அடிப்படை எடுகோளான "சமூக இருக்கை பிரக்ஞையைத் தீர்மானிக்கின்றது" என்னும் உண்மையை நோக்கினோமானால், இன்று தமது இருக்கையிலே பல மாற்றங்கள் ஏற்பட்டு விட்டன என்ற உண்மை புலனாகும்.

இன்று நாம் வகுக்கும் இலக்கிய நோக்கு என்பது இந்த இருக்கையைக் கணக்கெடுத்துக் கொள்வதாகவும், அந்த அடிப்படையில் 'இலக்கிய உற்பத்தி' எவ்வாறு அமைதல் வேண்டும் என்பது பற்றிச் சிந்திப்பதாகவும் அமைதல் வேண்டும்.

இவ்வேளையில் நாம் இன்னொரு முக்கியமான விடயத்தையும் கவனத்திற் கொள்ளல் வேண்டும். சமதர்ம முதலாளித்துவ

அரசுச் சமநிலை போய், இன்று உலகம் ஏகதுருவப்பட்டு நிற்கிறது. உலக முதலாளித்துவம் இன்று தொழிநுட்பமய மாக்கம், பூகோளவாக்கம் ஆகியனவற்றை உள்வாங்கிப் புதிய பரிமாணத்துடன் தொழிற்படுகின்றது. இதிலுள்ள முக்கியத்துவம் யாதெனில், சுரண்டல் முறைமை முற்றிலும் மாறியிருப்பதாகும்.

இந்த மாற்றங்களைப் பிரதிபலிக்கும் கருத்துப் புரட்சிகள் இரண்டு ஏற்பட்டுள்ளன. ஒன்று 1960களில் ஏற்பட்ட 'அமைப் பியல்வாத'ச் சிந்தனையாகும். இந்த அமைப்பியல்வாதச் சிந்தனை முறைமை மார்க்ஸீயத்தையே உள்வாங்கிற்று. அல்தூஸர் 'அமைப்பியல்வாத மார்க்ஸியம்' பற்றிப் பேசினார். இந்த அமைப்பியல்வாத அணுகுமுறையில் (அதாவது உலகின் 'அமைப்புக்கள்' இயங்குகின்ற முறையில்) மனித நடவடிக்கை முதன்மைப்படுத்தப்பட முடியாது போயிற்று.

அமைப்பியல்வாதத்தின் போதாமைகளும் பிற உலகச் சிந்தனைப் போக்கின் தன்மைகளும் 'பின் அமைப்பியல்' வாதத்தினை ஏற்படுத்தின. அந்தச் சிந்தனையோட்டத்தின்படி இன்று உலகம் நவீனத்துக்கு அப்பால் சென்று பின் நவீனத்துவ நிலையை எய்தியுள்ளது என்று கூறப்படுகிறது. இந்த நோக்கில் மிக முக்கியமாக அமைவது 'மையநோக்'கிலிருந்து (அதாவது உலக இயங்குகை சில மையப்புள்ளிகளில் அவற்றைச் சுற்றி நடப்பது என்ற கருத்திலிருந்து) விடுபட்டுச் செல்லும் தன்மையாகும்.

இந்த வளர்ச்சிகளினூடே இன்று பெண்ணிலைவாதம் ஒரு முக்கிய இடத்தைப் பெற்றுள்ளது. பால் வேறுபாட்டின் சமூகப் பரிமாணங்கள் பெண்களுக்கு ஏற்படுத்தி வந்துள்ள குறைபாடு களை இவ்வாதம் முன் வைக்கின்றது.

இந்தப் பார்வைகள் எமது மரபை மீளவாசிப்புச் செய்து அதனுடைய உள் அந்தரங்கமான தன்மையை வெளிக் கொணரச் செய்கின்றன.

மார்க்ஸீயத்தின், அரசுக்ள் வரலாற்றில் ஏற்பட்ட மாற்றத்தையும் மனதில் கொள்ளல் அவசியம். மார்க்ஸியத்தின் அரசியல் வீழ்ச்சி காரணமாக, மார்க்ஸியம் ஓர் அரசியற் சக்தி என்ற நிலைமையை இழந்துள்ளது. இதனால் பல பார்வை மயக்கங்கள், நோக்குத் தடுமாறல்கள் ஏற்பட்டுள்ளன.

இத்தகைய இருக்கை- சிந்தனை மாற்றச் சூழலில் நாம் நமது சூழலில் இலக்கியத்துக்கு வைக்கக்கூடிய குறிக்கோள்கள் யாவை எனச் சிந்திப்பது முக்கியமாகின்றது.

இக்கட்டத்தில் நாம் ஒரு கருத்தினை வன்மையாக முன் வைத்தல் அவசியமாகின்றது.

முற்போக்குவாதத்தின் தர்க்கரீதியான வளர்ச்சியான மார்க்ஸியத்தை நமது ஆதார சுருதியாகக்கொள்வது அவசிய மாகும்.

நாட்டின் நிலைமையையும் மக்களின் நிலைமையையும், கருத்துநிலைகளின் தொழிற்பாடுகளையும் ஒருங்கு சேர வைத்து நோக்கி, எவ்விதச் சுரண்டலுமற்ற மனிதத்துவத்தை இலக்காகக் கொள்வோமாக.

❑

பகுதி V

12

ஈழத்தில் தமிழ் இலக்கிய விமர்சனம்

தற்காலத்தமிழ் இலக்கியத்தின் பன்முகப்பட்ட பல்தேச நிலைப்பட்ட சமகால வளர்ச்சியில், இலங்கை- விமரிசனத் துறையில் முன்னணியில் நிற்கின்றமை யாவராலும் ஏற்றுக் கொள்ளப்படும் ஓர் உண்மையாகும்.

இலங்கையினது விமரிசனத்துறை முதன்மையும், விமரிசனத் துறைக்கு இலங்கையில் வழங்கப் பெறும் முக்கியத்துவமும் எவ்வாறு ஏற்பட்டுள்ளன என்பதை நோக்கல் வேண்டும். உயர்தமிழ் இலக்கியக் கல்விக்கும் ஆராய்ச்சிக்கும் ஆதாரமாக அமையும் விமரிசன நூல்கள் இலங்கையரால் எழுதப்பட்டு வரும் பண்பு கனகசபைப் பிள்ளையின் '1800 வருடங்களுக்கு முற்பட்ட தமிழர்' என்ற நூல் முதல் நின்று நிலவி வருகின்ற தென்பது கண்கூடு.

இதைவிட முக்கியமானது, விமரிசன நூல்கள், ஆராய்ச்சிகள் இலங்கையில் தோன்றுவதற்குக் காரணமாக உள்ள இலக்கியப் பயில்நிலைப் பின்னணியாகும். இங்குள்ள இலக்கியப் பயில் வாளர்கள் (எழுத்தாளர்கள், ஆசிரியர்,. மாணவர், அறிவு நிலைப்பட்ட வாசகர்கள்) யாவரும் இலக்கிய ஆக்கத்தையும் மதிப்பீட்டையும் இணைத்து நோக்கும் பண்பாகும். ஆக்க இலக்கியங்களை யாதேனுமொரு இலக்கியக் கோட்பாட்டுக்கு- அன்றேல் கண்ணோட்டத்துக்கிடையே எழுத முனைவதிலும், வாசிக்கும் இலக்கியங்கள் முழுமையான ஒரு வாழ்க்கை நோக்கினை- அன்றேல் கண்ணோட்டத்தினை ஏற்படுத்து கின்றனவா என்று பார்ப்பதிலும் எழுத்தாளர்களும் வாசகர் களும் கவனஞ் செலுத்தி வந்துள்ளமை ஒரு முக்கிய அமிசமாகும்.

பொதுப்படையான வாசகர்களை உள்ளடக்காத இலக்கிய சர்ச்சை எதுவும் இலங்கையில் இதுவரை நடந்ததில்லை யெனலாம். மேலும் ஆக்க இலக்கிய கர்த்தர் எனத் தம்மைக் கருதிக்கொண்ட யாவருமே விமரிசனத் துறையிலும் ஈடுபாடு செலுத்தி வந்துள்ளனர்.

இந்நிலையில் எழுத்தாளர்கள்- வாசகர் நிலையில் இலக்கிய விமரிசனத்தின் பயன்பாட்டினை அறிந்துகொள்வது அவசிய மாகின்றது.

இலக்கியம் ஆற்றல் மிக்க தொடர்பு முறைமை என்னும் உணர்வு, அறிவு ரீதியாக ஏற்பட்டுத் தொழிற்படுகின்ற பொழுது தான், இலக்கியத்தின் தன்மை, அதன் நோக்கம், அது ஏற்படுத்தக்கூடிய தாக்கம் ஆகியன பற்றிய அறிவு நிலைநின்ற தேடுதல் ஆரம்பமாகின்றது. இத்தேடுதல் முயற்சியே இலக்கிய விமரிசனமாகும். இது ஒரு முனையில் இலக்கியக் கோட்பாட்டு ஆய்வாகவும் மறுமுனையில் அக்கோட்பாடுகளைப் பிரயோகித்துத் தனிப்பட்ட அன்றேல் ஒரு தொகுதியான ஆக்கங்களை ஆராயும் ஆய்வாகவும் அமையும். இவ்விரண்டும் ஒரு நாணயத்தின் இருபுறங்கள் போன்றனவே.

இலக்கியத்தின் தொடர்பு முக்கியத்துவம் விளங்கிக் கொள்ளப்படும் பொழுது, அதாவது எழுத வேண்டியன பற்றிய எண்ணத்துணிவும் உணர்ச்சித் தெளிவும் ஏற்படுகின்ற பொழுது, அதற்கு முன்னர் தோன்றிய ஆக்கங்கள் பற்றியும், சமகால சிந்தனைகள் பற்றியும், 'பாரம்பரியம்', 'மரபு' பற்றியும் ஆய்வுகள் தோன்றும். இலக்கிய விமரிசனம் கோட்பாட்டு நிலையிலும் பிரயோக ஆய்வு நிலையிலும் பாரம்பரியத்துக்கும் சமகால இலக்கிய நிகழ்வுகளுக்கும் எதிர்கால இலக்கியத் தேவைகளுக்கும் இணைப்பினையும் இயைபினையும் ஏற்படுத்து கின்றது- அன்றேல் ஏற்படுத்த முனைகின்றது எனலாம். மூன்று காலங்களையும் உள்ளடக்காத இலக்கிய விமரிசன உணர்வு உண்மையான இலக்கிய விமரிசன ஆக்கங்களுக்கு இடமளிக்க முடியாது. இலக்கியக் கோட்பாடுகள் விமரிசன நிலைப்பட்ட ஆய்வுகளிடையே தோன்றுபவை. பிரயோக விமரிசனங்கள் இலக்கியக் கோட்பாடுகள் வழி நின்று செய்யப்படும் நுண்ணிய தான ஆய்வுகளேயாகும்.

இத்தகைய இலக்கிய போதம் சிறப்பாக இலங்கையில் ஏற்பட்ட தன்மையினையும் முறைமையினையும் இருநிலைப் படுத்தி ஆராயலாம்.

அ. இந்நிலைமை ஏற்படுவதற்கான அடிப்படை வரலாற்றுக் கல்விக் காரணிகள்.

ஆ. இலக்கிய விமரிசன மரபின்படி நிலையான ஆழ அகல வளர்ச்சி. இவ்வளர்ச்சிப் படிகள், கடந்த காலத்து விமரிசன மரபுத் தோட்டங்களைப் பயன்படுத்திக் கொண்ட முறைமை.

முதலில் வரலாற்றுக் காரணிகளை நோக்குவோம். இலங்கையில் தனிப்பட்ட இலக்கிய ஆர்வமும் தனிப்பட்ட இலக்கிய முயற்சிகளும் தோன்றிய காலந்தொட்டே, இலக்கியங் களை இலங்கையின் சமூக, பண்பாட்டுக் கோலத்துடன் இணைத்துப் பார்ப்பதில் ஆர்வம் காட்டப்பெற்று வந்துள்ளது.

ஆங்கிலேயர் ஆட்சியின் ஆரம்ப காலத்தில் நிலவிய கல்வியமைப்பில், சிறப்பாக யாழ்ப்பாணத்தில் அமெரிக்க மிசனரிமார் தோற்றுவித்த கல்விப் பாரம்பரியத்தில் இப்பண்பை நாம் காணலாம். ஆங்கில வழி வந்த நவீன அறிவியற்றுறைகளை இலங்கையின்பால் ஆற்றுப்படுத்துவதற்கான மொழிபெயர்ப்பு முயற்சிகளை அமெரிக்க மிசனரிமார் மேற்கொண்டிருந்தனர். மேலும் அப்புதிய கல்வித் துறைகளை அடிப்படையாகக் கொண்டு தமிழிலும் அவ்வத் துறைகளை வளர்ப்பதற்கான முயற்சிகள் மேற்கொள்ளப்பட்டன. இது பிரயோக விவேக முள்ள அறிவாளர் பரம்பரையொன்றினைத் தோற்றுவிக்க உதவிற்று.

இதைவிட ஈழத்தின் பாரம்பரிய 'சைவத்தமிழ்' அறிஞர் களைப் பொருத்தவரையில், சைவ சித்தாந்தப் பாரம்பரியத்தில் வரும் இலக்கியங்களை இனங்கண்டறிந்து போற்றுவதிலும், சைவ சித்தாந்தக் கலாசாரத்தினைப் பேணுவதிலும் அவர்கள் அதிக கவனஞ்செலுத்தி வந்தனர். யாழ்ப்பாணத் தமிழ்ப் பாரம் பரியத்தில் கந்தபுராணம், பெரியபுராணத்துக்கு வழங்கப்பட்ட முதன்மைக்கு எடுத்துக் கூறப்பட்ட இலக்கிய, தத்துவ காரணங்களை மனங்கொள்ளல் அவசியமாகும். சிலப்பதிகாரம் போன்ற இலக்கியங்களை, அவை 'நரஸ்துதி' செய்கின்றன என்பதாய்ப் பெரிதுங்கொண்டாடாது விட்டமையை

இந்நோக்கிற்கு உதாரணமாகக் கொள்ளலாம். அதாவது, தமிழகத்து இலக்கியங்களைத் தமதாக்கிக் கொள்ளும் பொழுது தமது பண்பாட்டுத் தேவைகளுக்கேற்றவையையும், தமது தனித்துவத்துக்கு உரமூட்டுவனவற்றையுமே இவர்கள் ஏற்றுக் கொண்டனர் என்னும் உண்மை இதனால் புலப்படுகின்றது. இந்நோக்கு இலக்கியம் ஏற்புடைமைக்கு அடிப்படையான ஒரு திறனாய்வு நோக்கினை அஸ்திவாரமாக்கிக் கொள்கின்றது. நடைமுறைத் தூய்மையும், கண்ணோட்ட இலட்சிய நேர்மை யுள்ள வகையிலேயே மதமும் இலக்கியமும் இணைக்கப்பட வேண்டுமென்றும் போற்றப்பட வேண்டுமென்றும் இவ்வியக்கம் வற்புறுத்திற்று. இவ்வாதார சுருதியான விமரிசன நோக்கு ஆறுமுகநாவலர் காலத்துக்கு முன்னரே நிலவியிருப்பினும் அவர் காலம் முதலே முனைப்புடன் போற்றப்பட்டு வந்ததெனலாம்.

மேற்கூறிய பண்பின் தொடர்ச்சி முற்றிலும் வேறுபட்ட ஒரு வரலாற்றுக் கால கட்டத்தில், தேசிய இலக்கியக் கோஷமாக முகிழ்த்தது ஆச்சரியமன்று.

அடுத்தது, இலக்கியத் தமிழ் இலக்கியப் பயில்வாளர்கள் இந்தியத் தமிழிலக்கியப் பயில்வாளரிலும் பார்க்க பிற தேச, பிற பண்பாட்டுப் பாரம்பரியங்களை அறிவதற்கும் தழுவி அமைத்துக் கொள்வதற்கும் இருந்த வாய்ப்புக்களாகும்.

இதற்கான ஊற்று இலங்கையில் ஆங்கில ஆட்சியமைக்கப் பட்டிருந்த முறைமையே ஆகும். மேலே கூறிய கிறித்துவமிசனரிக் கல்வியமைப்பு இப்பண்பினை வளர்த்தது. மேனாட்டார் வருகையும் அதன் வழியாக வரும் அவர்களது இலக்கியப் பரிச்சயமும் ஒப்பியல் நோக்கினை இலங்கைத் தமிழ் இலக்கியத்தின் இன்றியமையாத பண்பாக நிறுவிற்று எனலாம். ஆறுமுக நாவலரது இலக்கிய முயற்சிகளுக்கு இப்பரிச்சயங்கள் பெரிதும் உதவியுள்ளன என்பது வரலாறு நிறுவும் உண்மையாகும். மிசனரிமார்களின் மொழிபெயர்ப்புப் பணி இதற்குப் பசளை யாக அமைந்ததெனலாம்.

இலங்கையின் இலக்கியக் கல்வியமைப்பு- போதனை முறைமை இலக்கிய விமரிசன உணர்வினை வளர்ப்பதற்கு வாய்ப்பாக இருந்தது. பாரம்பரியக் கல்வி நிலையில் இப்பண்பு தொழிற்பட்ட முறைமையினையும், மிசனரிமார்களது கல்வி

நிலையங்களில் இது நிறுவப்பட்ட முறையினையும் ஏற்கனவே பார்த்தோம்.

இலக்கிய விமரிசன ஆய்வுநோக்கு வளர்வதற்கு, 1942 முதல் தனிப்பட்ட பல்கலைக்கழகமாக இயங்கி வந்த இலங்கைப் பல்கலைக்கழகத்தின் தமிழ்த்துறை, நடைமுறைப்படுத்தி வந்த பாடவிதான அமைப்பு முக்கிய பங்காற்றுகின்றது. இலங்கைப் பல்கலைக்கழகத்துத் தமிழ்த்துறையின் இப்பணி 1950, 60களிலே அதிமுக்கியத்துவம் பெறுகின்றது.

இலங்கைப் பல்கலைக்கழகத்தின் முதல் தமிழ்ப் பேராசிரியராக விளங்கியவர் சுவாமி விபுலானந்தர் ஆவர். இவர் தமது முக்கிய ஆராய்ச்சி நூலான 'யாழ் நூல்' இல் பௌதிக விஞ்ஞானத்தையும் தமிழறிவையும் இணைத்த ஆய்வுமுறை பின்பற்றப்படுவதைக் காண்கிறோம்.

விபுலானந்தரின் தனிப்பட்ட ஆய்வு நெறியிலும் பார்க்க முக்கிய இடம் வகிப்பது 'தமிழ் இலக்கிய வரலாறு' என்னும் பாட நிர்ணயமே.

இலக்கியத்தை முழுமையாகப் பார்க்கும் பண்பு விமரிசனத்துக்கு அச்சாணியாகும். தமிழ் இலக்கியத்தினை முழுமையாக எடுத்துக்காட்டி அம் முழுமையின் செல்நெறிகளையும் பாங்குகளையும் உணர்த்துவது இலக்கிய வரலாறு என்னும் பாடமேயாகும். தமிழ் இலக்கிய வரலாற்றை முதன் முறையாக, வரன்முறையான பாடமாகப் போதித்தது இலங்கைப் பல்கலைக் கழகமே ஆகும். இது, பேராசிரியர் க.கணபதிப்பிள்ளையின் தீட்சண்ய நோக்கினால் ஏற்படுத்தப் பெற்ற புரட்சிகர மாற்றமாகும்.

அடுத்து, இலக்கிய விமரிசனத்தையும் முதன் முதலில் ஒரு பாடமாக, சிறப்புத் தமிழ் மாணவர்களுக்கு மாத்திரமல்லாது, தமிழை ஒரு பாடமாகப் பயின்ற பொதுக்கலை மாணவர்களுக்கும் பயிற்றிய பெருமையும் இலங்கைப் பல்கலைக் கழகத்துக்குண்டு. தமிழக அறிஞர்கள் விமரிசன நூல்களென கண்ணோட்டத் தெளிவற்ற ஆங்கில மேற்கோட் கலவைகளை வெளியிட்டு வந்த காலத்தில் ஐ.ஏ.றிச்சர்ட்டின் இலக்கிய விமரிசனக் கோட்பாடுகளுக்கு இயையத் தமது விரிவுரைகளை அமைத்து மாணவரின் இலக்கியக் கண்ணோட்டத்தினை

செம்மைப்படுத்தியவர் பேராசிரியர் வி.செல்வநாயகம் ஆவர். இவரே முதன் முதலில் வரலாற்று நோக்கில் எழுதப் பெற்றதும், பின்னர் பலராலும் கடப்பாட்டுத் தெரிவிப்புடனும் அல்லாமலும் பின்பற்றப்பட்டதுமான தமிழ் இலக்கிய வரலாற்று நூலை எழுதியவர்.

மேலும், இலக்கிய வெளிப்பாடு என்பது உயர் இலக்கிய வகைகள் பற்றிய வரையறைப்பட்ட ஆய்வாக மாத்திரம் இருத்தல் முடியாது. அது நாட்டுப்பாடல், நாட்டுக் கூத்து முதலியனவற்றையும் உள்ளடக்குமென்பதைத் தனது ஆய்வுகளின் மூலம் தெளிவாக்கியவர் பேராசிரியர் சு.வித்தியானந்தன் ஆவர். யாவற்றுக்கும் மேலாக, முதன் முதலில் நவீன தமிழ் இலக்கியங்களைச் சிறப்புத் தமிழ்த் தேர்வுக்குப் பாட நூல்களாக்கிய பெருமையும் இலங்கைப் பல்கலைக்கழகத்தையே சாரும். இலங்கைப் பல்கலைக்கழகத்தின் இம்முன்னோடிச் சாதனை பற்றி மறைமலையடிகள் தமது 'சிந்தனைக் கட்டுரைகள்' நூல் முன்னுரையில் குறிப்பிட்டுள்ளார். 1950களிலேயே 'புதுமைப் பித்தன்' கதைகள் பாட புத்தகமாக விதிக்கப் பெற்றிருந்தது. இதனால் தற்காலத் தமிழ் இலக்கிய ஆக்க எழுத்தாளர்கள் பரீட்சைத் தேவைகளுக்காக வரன் முறையாக ஆராயப்படும் ஒரு நிலைமை ஏற்பட்டது.

இலங்கைப் பல்கலைக்கழகம் வேறு தனித்தனிப் பல்கலைக் கழகங்களின் தோற்றத்துக்கு இடமளித்த பொழுது (1971இன் பின்னர்) இவை தனியொரு பல்கலைக்கழகத்தின் பல்வேறு வளாகங்களாக ஆக்கப் பெற்றன. அத்தகைய பல்கலைக்கழகம் ஒவ்வொன்றிலும் பட்டதாரி மாணவநிலையில் தமிழிலக்கியம் பல்வேறு கோணங்களிலிருந்து ஆராயப்பட்டது. உதாரணமாகக் கொழும்புப் பல்கலைக்கழகத்திற் கைலாசபதி 'பாடந்தரத் திறனாய்வு' (Textual Criticism), 'இலக்கியக் கோட்பாடுகள்' (Literary Concept) என்னும் பாடங்களையும் பூலோகசிங்கம் 'ஈழத்தின் இலக்கிய வரலாறு' என்னும் துறையையும் பயிற்றி வந்தனர். பேராதனைப் பல்கலைக்கழகத்தில் தில்லைநாதனும் வித்தியாநந்தனும் நாடக வரலாற்றினைப் போதித்தனர். வித்தியோதயப் பல்கலைக்கழகத்தில் இலக்கிய வரலாறு என்னும் பாடம் 'சமூக சிந்தனையும் இலக்கிய வளர்ச்சியும்' என்ற பெயரின் கீழ் இந்நூலாசிரியராற் புதிதாக அமைக்கப்பெற்று

பயிற்றுவிக்கப்பட்டது. அத்துடன் அங்கு மொழி பெயர்ப்பு முறைகளும் பயிற்சியும் பொதுத் தேர்வுக்கான உப பாடமாக்கப் பெற்றது.

இத்தகைய பாடவிதான அமைப்புக்களின் முன்னணி வழியாக வந்த மாணவர்கள் விமரிசனத்துறையில் முன்னணி இடத்தினைப் பெறத் தொடங்கினர். பெரும்பாலான பட்ட தாரிகள் ஆசிரியர்களாகத் தொழில் மேற்கொண்டமையால் இவ்வணுகுமுறைகள் தேசப் பொதுவாக்கப்பட்டன.

இவற்றுடன், நவீன இலக்கியமும் விமரிசனமும் ஆசிரியப் பயிற்சிக் கலாசாலை நிலையிலும் பாடசாலைகளில் உயர் வகுப்புக்களிலும் மிக முக்கியமான துறைகளாக அமைக்கப் பெற்றன. இவை காரணமாக ஆசிரியர்கள் மட்டத்திலும் வாசகர்கள் மட்டத்திலும் நவீன இலக்கியக் கோட்பாடுகள், விமரிசன மரபுகள் பற்றிய அறிவு பரப்பப் பெற்றது.

இலங்கையிற் கல்வியும் இலக்கியமும் ஜனநாயகப் படுத்தப் பட்ட முறைமையும் வேகமும் தமிழகத்திலிருந்து வேறுபட்ட தென்பதையும் இலங்கைத் தமிழ் மக்களின் எழுத்தறிவு விகிதமும் (70%க்கு மேல்) தமிழ்நாட்டின் எழுத்தறிவு விகிதமும் (39.9%) வேறுபட்டனவென்பதையும் மனத்திருத்தி நோக்கும் பொழுது மேற்கூறிய பண்புகளின் பொது நிலைப்பட்ட தாக்கத்தினை நன்கு விளங்கிக் கொள்ளலாம்.

இவற்றால், இலக்கிய விமரிசனம் முனைப்படைவதற்கான கல்விப் பின்னணியொன்று இலங்கையில் நிலவிற்று என்பதும் தெளிவாகின்றது.

ஆக்க இலக்கிய கர்த்தர்களின் மட்டத்திலும், ஆக்க இலக்கிய பிரசுர மட்டத்திலும் நிலவிய பண்புகளும் விமரிசன உணர்வு முனைப்புக்கு உதவிற்று எனலாம். முதலாவதாக எடுத்துக் கூறப்பட வேண்டியது, மிக்க அண்மைக் காலம் வரை இலக்கியப் பிரசுரம் வர்த்தகமயப்படுத்தப்படாதிருந்தமையாகும். இதன் காரணமாக இலக்கிய ஆக்கம் என்பது கருத்து நிலைப் பட்ட ஒரு முயற்சியாகக் கொள்ளப்பட்டது. இந்நிலை வாசக வரையறைகளை ஏற்படுத்தியது உண்மையே. ஆனால் எழுத்தாளர்களிடையே மிகக் கூரிய விமரிசனப் பிரக்ஞையை ஏற்படுத்திற்று.

இத்தகைய விமரிசனப் பிரக்ஞை காரணமாக ஆக்க இலக்கிய கர்த்தர்களுக்கும் விமரிசகர்களுக்குமிடையே ஒருவர் கருத்துரைகளினால் மற்றவர் நன்மையடைய ஒரு பரஸ்பர நல்லுறவு நிலை நிலவிற்று. இது ஒவ்வொரு கருத்துக் குழுவையும் சார்ந்த இலக்கிய கர்த்தர்களிடையேயும் விமரிசகர்களிடையேயும் காணப்பட்டது. எதிர்க் கருத்துக் கொண்டோருடன் வன்மையான கருத்து மோதல்கள் இருந்தவிடத்தும் விமரிசகன் கூறுவதை ஆக்க இலக்கிய கர்த்தன் எதிர்நோக்கி நிற்கும் பண்பு வளரத் தொடங்கிற்று.

இவ்வாறு பல காரணிகளினால் முனைப்புப் பெற்ற இலக்கிய விமரிசன நோக்கின் பிரத்தியட்ச தொழிற்பாட்டினைக் கீழ்க்காணும் இரு அமிசங்களிலும் காணக்கூடியதாக இருந்ததெனலாம்:

அ. விமரிசனம் இலக்கிய ஆக்க நெறிகளுக்கு வளமூட்டும் தன்மை.

ஆ. தமிழகத்து இலக்கியங்களின் இயைபை நிர்ணயித்துக் கொள்வதிலுள்ள சிரத்தையும் கவனமும்.

இலக்கியம் தொடர்பு முறைமையாக இயங்கும் முறைமையை உணர்ந்தோர் நிலையில் இலக்கிய விமரிசனம் முக்கிய இடம் பெறுவது இயல்பே, ஆனால் அது 'வெகுசன'த் தொடர்பு முறைமையாக மாறிச் சந்தை விதிகளுக்கு ஆட்படும் பொழுது இலக்கிய விமரிசனம் தரநிர்ணய சக்தியாகத் தொழிற்பட முடியாது.

இலக்கிய விமரிசன முனைப்புக்கான காரணிகளைப் பார்த்த நாம் அடுத்து, எம்முறையில் வளர்க்கப்பட்ட தென்பதனைப் பார்ப்போம். இங்கு ஈழத்தின் இலக்கிய விமரிசன மரபில் முக்கிய இடம் பெறுபவர்களின் பெயர்களே- அதாவது குறிப்பிட்ட செயல் நெறிகளின் பிரதிநிதிகளாக விளங்குபவர்களின் பெயர்களே குறிப்பிடப்படும்.

வரலாற்று நிலைப்படுத்திப் பார்க்கும்பொழுது பின்வரும் குழுவினர் ஈழத்தின் இலக்கிய விமரிசன மரபு வளர்ச்சியில் முக்கிய இடம் பெறுகின்றனர் எனலாம்:

1. ஈழத்து இலக்கிய உரைகாரர்கள்.

2. ஆசிரியப் பரம்பரை முக்கியஸ்தர்கள்.

3. பத்திரிகைத் தொடர்புடைய அழகியல் வாத விமரிசகர்கள்.

4. அ. மறுமலர்ச்சிக் குழுவினரிடையே தோன்றிய சமூக நோக்குடைய, இலக்கிய விமரிசனத் திறன் வாய்ந்த ஆக்க இலக்கிய கர்த்தர்கள்.

   ஆ. முற்போக்கு இலக்கியவாதத்தின் முன்னோடிகள்.

5. அ. பல்கலைக்கழக வழி வந்த முற்போக்கு விமரிசகர்கள்.

   ஆ. முற்போக்கு இலக்கியத் தாக்கம் காரணமாக அதனை ஆதரித்தும் எதிர்த்தும் நின்ற ஆக்க இலக்கிய கர்த்தர்களாகிய விமரிசகர்கள்.

6. கல்விப் பயிற்சி வழியாக இலக்கிய விமரிசனத்தைத் தமது ஆய்வுத் துறையாகக் கொண்டுள்ள விமரிசன ஆய்வாளர்கள்.

இவர்களின் முதலாவது பிரிவினரே காலத்தால் முந்தியவர்களாவர். பத்தொன்பதாம் நூற்றாண்டில் பிற்பகுதியிலும் இருபதாம் நூற்றாண்டின் ஆரம்ப தசாப்தங்களிலும் இவர்களின் பணி முக்கியத்துவம் பெற்றன. இக்குழுவினருள் முக்கிய இடம் பெறுவோர்களுள், சிறப்பாகக் குறிப்பிடப்பட வேண்டியவர்கள், புராணபடன மரபு, கம்பராமாயண விளக்க மரபில் முக்கிய இடம் பெற்றவரான வித்துவ சிரோன்மணி பொன்னம்பலப் பிள்ளை, கந்தபுராண உரையாசிரியர்களான உடுப்பிட்டிச் சிவசம்புப் புலவர், வல்வை வயித்தியலிங்கம்பிள்ளை ஆகியோராவர். இப்பெருமரபின் இறுதி மலர்களாகத் தொல்காப்பிய உரையாசிரியர் கணேசையர், திருவாசக விளக்க உரையாசிரியர் நவநீதிகிருஷ்ணபாரதியார், பதிற்றுப்பத்து உரையாசிரியர் அருளம்பலவாணர் ஆகியோரைக் கொள்ளல் வேண்டும்.

அடுத்து முக்கிய இடம் பெறுபவர்கள் நிறுவன அமைப்புடன் நிலவிய உயர்கல்வி நிலையங்களில் சிறப்பாக ஆசிரிய கலாசாலைகளிலும் பல்கலைக்கழகத்திலும் கடமையாற்றிய ஆசிரியப் பெருமக்களாவர். இவர்களுள் முக்கிய இடம் பெறுவோர் பண்டிதமணி, சி.கணபதிப்பிள்ளை, பொ.கிருஷ்ண பிள்ளை, ச.மகாலிங்கசிவம், சுவாமி விபுலானந்தர், வி.செல்வநாயகம் முதலியோராவர்.

1930களில் துளிர்விடத் தொடங்கிய மணிக்கொடியின் சமகால ஆக்க எழுத்தாளர்களுள் விமரிசன உணர்வுடன் தொழிற்பட்டு விமரிசனத்தை இலக்கிய ஆக்கத்தின் அடிநாத மாக்கிய முக்கியமானோராக அ.செ.முருகானந்தத்தையும் அ.ந.கந்தசாமியையும் குறிப்பிடல் வேண்டும். இதே காலப் பிரிவில் முற்போக்கு இலக்கியவாதத்தின் முன்னோடியாக விளங்கிய 'பாரதி' என்னும் சஞ்சிகையை நடத்திவந்த ஆக்க இலக்கிய கர்த்தரான கே.கணேஷ் முக்கிய இடத்தைப் பெறுபவராவார்.

பல்கலைக்கழக வழி வந்த விமரிசகர்களின் முக்கிய இலக்கியப் பணி பண்டைய காலம் முதல் தற்காலம் வரை உள்ள தமிழ் இலக்கியத்தின் தொடர்ச்சியை வற்புறுத்தியமையே. இவர்கள் நவீன சமூக, பொருளியற் கோட்பாடுகளிடையில் தமிழ் இலக்கியத்தை விளக்கும் பணியில் முதலிடம் பெற்ற அதே வேளையில் முற்போக்கு இலக்கிய இயக்கத்துடன் இணைந்து நின்று தொழிற்பட்டனர். இவர்கள் தமிழகத்து விமரிசகர் களுடன் (ரகுநாதன், எஸ்.ராமகிருஷ்ணன், அ.சீனிவாசராகவன் போன்றோருடன்) தொடர்பு கொண்டு தம் பணியினை ஆற்றி வந்தனர். இவர்களுள் முக்கியமாகக் குறிப்பிடப்பட வேண்டி யவர்கள் க.கைலாசபதி, கா.சிவத்தம்பி, இ.முருகையன், சி.தில்லைநாதன் ஆகியோராவர். எம்.எம்.மஃரூப் முற்போக்கு இயக்கத்தைச் சார்ந்து நிற்கவில்லையெனினும் அவரது விமரிசனக் கட்டுரைகள் முற்போக்குக் கண்ணோட்ட வளர்ச்சிக்கு உதவின. 1960களில் முற்போக்கு நெறிச் செல்லாத சில விமரிசகர்கள் தோன்றினர். இவர்களுள் முக்கியமானவர் மு.தளையசிங்கமாவார்.

முற்போக்கு வாதத்தை விமரிசன ரீதியாக எடுத்து விளக்கிய ஆக்க இலக்கியகர்த்தர்களுள் இளங்கீரனார், நீர்வை பொன் னையன், டொமினிக் ஜீவா, ரகுநாதன் போன்றோர் முக்கிய மானோராவர். முற்போக்கு வாதத்தை முனைப்புடன் எதிர்த்த ஆக்க இலக்கிய விமரிசகர்களுள் முக்கியமானவர் எஸ்.பொன்னுத் துரையாவர்.

ஆறாவதாகக் குறிப்பிடப் பெற்றுள்ள விமரிசக ஆய்வாளர் களுள் முக்கியமாகக் குறிப்பிடப்பட வேண்டியவர்கள், கவிதை

வரலாற்றில் ஈடுபாடுடைய யோகராசா, புதுக் கவிதை வரலாற்றினை எழுதிய எம்.சிறீபதி, நாவலிலக்கிய ஆய்வாளர்கள் சிவநேசச் செல்வன், சுப்பிரமணிய ஐயர், சண்முகலிங்கம், நாடகத்துறை ஆய்வாளர் மௌனகுரு, பொது இலக்கிய வரலாற்றாய்வாளர் சித்திரலேகா மௌனகுரு, அழகியற் கோட்பாட்டின் விளக்கவாதி யோகராசா முதலியோராவர். இவர்களுடன் தமிழிலக்கிய வளர்ச்சி நெறிகளை ஆங்கில மொழி வாசகர்களுக்கு எடுத்துக் கூறும் முக்கிய பணிகளைச் செய்து வரும் கே.எஸ்.சிவகுமாரன் பெயர் சேர்க்கப்படுதல் அவசியமாகும்.

❏

13

புதிய சவால்கள், புதிய பிரக்ஞைகள், புதிய எழுத்துக்கள்

இலங்கைத் தமிழிலக்கியம் இன்று ஒரு புதிய திருப்பு முனையிலுள்ளது என்பதைச் சுட்டிக் காட்டுவதும், அத்திருப்பு முனை இலங்கையின் இன்றைய சமூக, பொருளாதார, அரசியற் போராட்டங்களுடன் தொடர்புடையது என்பதைச் சுட்டிக் காட்டுவதும் இக் கட்டுரையின் பிரதான நோக்கமாகும்.

இலங்கையின் இன்றைய சமூக- அரசியல் நிலைமைகள் எவ்வகையில், முன்னர் முனைப்புடன் காணப்படாத சில பிரக்ஞைகளை (பிரச்சினைகள் பற்றி உணர்வு நிலையினை) ஏற்படுத்தியுள்ளனவென்பதும், இன்று இலங்கையின் தமிழ் பேசும் மக்களை எதிர்நோக்கி நிற்கும் சமூக பொருளாதாரச் சூழலும், அரசியற் சூழலும் 1950, 60களில் நிலவிய சமூக, பொருளாதார, அரசியற் சூழலிலிருந்து வேறுபட்டன வென்பதும், இவை காரணமாக இவர்களின் இலக்கியத்தின் கணிசமான மாற்றம் நிகழ்வது தவிர்க்க முடியாததே என்பதும், இக்கட்டுரையில் விவரிக்கப்படவுள்ளன.

இந்தப் புதிய நிலைமைகள் பற்றி இலக்கியப் படைப் பாளிகளும் விமர்சகர்களும் ஆழமாகவும், நுண்ணியதாகவும் பகுப்பாய்வு செய்வது, இவர்கள் இருசாரரும் தத்தம் பணியினை நிறைவுறச் செய்ய உதவும் என்ற எண்ணக்கிடைக்கையின் பேரிலேயே இம்முயற்சி மேற்கொள்ளப்படுகின்றது.

இவ்வாறு மேற்கொள்ளப்படும் இம் முயற்சி இலக்கியம் பற்றி எண்ணத் துணிந்த ஒரு எண்ணக் கருவின் அடியாகவும்,

வரலாற்று அநுபவம் ஒன்றின் அடியாகவுமே மேற்கொள்ளப் படுகிறது என்பதை முதலில் தெளிவுபடுத்திக் கொள்ளுதல் அவசியமாகும்.

முதலில் இக்கட்டுரைக்கு அடித்தளமாக, கருத்து நிலையாக, அமையும் இலக்கியம் பற்றிய விளக்கத்தினை நோக்குவோம்.

இலக்கியம் என்பது சமூகப் பிரக்ஞையில் தென்படும் விடயங்களை, மனித உறவு என்ற களத்தில் அந்த உறவுகளின் ஊடாட்டத்தின் அசைவியக்கத்தில் சொற்கள் மூலம் எடுத்துக் காட்டும் முயற்சியாகும். இந்த எடுத்துக்காட்டுகை அதனைச் செய்யும் இலக்கியப் படைப்பாளியின் உலக நோக்குக்கும், அந்த நோக்குப் பற்றிய தெளிவுக்குமேற்ப அமைந்திருக்கும்.

இவ்வாறு தோன்றுகின்ற- எழுதப்படுகின்ற- இலக்கியம் சமூகத்தின் கண்ணாடியாக அமைகின்றது என்பது ஒரு நிலைப்பட்ட உண்மையே. இன்னொரு நிலையில் நின்று நோக்கும் பொழுது, ஒரு சமூகத்தை உருவாக்குவதில் இலக்கியத்துக்கும் பங்கு உண்டு என்பதும், இலக்கிய ஆக்கமில்லாது சமூக உருவாக்கம் பூரணமாகாது என்பதும் புலனாகும். ஒரு கால கட்டத்தின் பிரச்சினைகளைத் தெளிவுற எடுத்துக் கூறுவதில், அக்காலகட்டத்தின் மனித உறவுப் பிரச்சினைகளின் மையத்தைக் கண்டு கொள்வதில், இலக்கியத்துக்கு மிக முக்கியமான ஓர் இடமுண்டு. ஒரு குறிப்பிட்ட உற்பத்தி முறைமையும் அம்முறை மையால் வரும் பலன்களைத் துய்க்கும் வட்டத்தினரின் அதிகார முறைமையான அரச அமைப்பும் மற்றவர்களிடையே தம்மை நியாயப்படுத்திக் கொள்ள இலக்கியத்தைப் பயன்படுத்துவது வழக்கம். அவ்வாறு நியாயப்படுத்தும் முயற்சிகளுக்கான எதிர்ப்பும் இலக்கியத்தின் மூலமாகவே வரும்.

இலக்கியப் படைப்பிற் காணப்படும் பாத்திரங்களின் 'இலட்சியங்கள்', 'போராட்டங்கள்' என்பன மூலம் இந்தத் தெளிவுகள் ஏற்படுத்தப்படும். இலக்கியம் காலத்தின் பிரக்ஞை களையும் சவால்களையும் உணர்கின்றது என்பதிலேயே அதன் முக்கியத்துவம் தங்கி நிற்கிறது.

மேலும் ஒரு காலகட்டத்தில் நிலவுகின்ற 'இலக்கிய உற்பத்தி முறைமை' அக்காலத்தில், குறிப்பிட்ட பகுதியில் மேலாதிக்கத்துடன் தொழிற்படும் (பொருளாதார) உற்பத்தி

முறைமையுடன் தொடர்புடையது என்பதும் இக்கட்டுரையின் ஓர் எடுகோளாகும்.

அத்துடன், படைப்பும், விமரிசனமும் இலக்கியத்தின் பிரிக்க முடியாத இரு அம்சங்கள் என்பது இக்கட்டுரையின் அடிப்படைக் கருத்து நிலையாகும். படைப்பும், விமரிசனமும் இலக்கிய நாணயத்தின் இரு புறங்களாகும். இவற்றின் இயைபிலேயே இலக்கியத்தின் நாணயம் அதாவது பெறுமதி-தங்கியுள்ளது. இலக்கிய விமரிசனம் மகப்பேற்று மருத்துவிச்சியாக இருக்க வேண்டுமே தவிர மரண விசாரணை அதிகாரியாக இருத்தல் கூடாது.

படைப்பாளியும் விமர்சகனும் இலக்கியத்தின் செல்நெறி பற்றித் தெளிவுடையோராய், ஒருவருக்கொருவர் பயனடையும் வகையில் தத்தம் பணியினைச் செய்வோராய்த் தொழிற்படும் பொழுது இலக்கிய நடைமுறை, ஓர் இயக்கமாகப் பரிணமிக்க முடியுமென்ற ஒரு வரலாற்று அனுபவமும் இக்கட்டுரையை எழுதத் தூண்டுகின்றது. 1958, 60களில் இலங்கையில் முனைப்புடன் தொழிற்பட்ட இலக்கிய இயக்கத்தில், இலக்கியப் படைப்பும் விமரிசனமும் ஒரு நாணயத்தின் இரு புறங்களாக நின்று தொழிற்பட்டமையை இங்கு நினைவு கூருதல் தகும். அந்தத் தொழிற்பாடு தான் அந்த இயக்கத்தினடியாகத் தோன்றிய இலக்கியங்களுக்கு மதிப்புமிக்க ஒரு தரிசனத்தையும், விமரிசனத்துக்கு ஒரு புதிய ஆற்றலையும் வழங்கியது. அன்றைய இலங்கைத் தமிழிலக்கிய இயக்கம் இன்றைய, மதிப்புள்ள வரலாறாகப் போற்றப்படுவதற்குக் காரணமும் அதுவே.

இதுவரை கூறப்பட்ட கருத்து நிலை எண்ணத் துணிபுகள், இலக்கியத்தின் செல்நெறி பற்றிய உசாவலை ஒரு புலமைக் கடமையாக்குகின்றன.

***

இலக்கியத்தின் செல்நெறியிற் காணப்படும் மாற்றத்தை உய்த்துணர முனையும் பொழுது முதலில், மேலாதிக்கத்துடன் காணப்படும் அல்லது பெரும்பான்மையுடன் காணப்படும் 'பண்புகளை'த் தெளிவுபடுத்திக் கொள்ளுதல் அவசியமாகும்.

படைப்பிலக்கியத்தினைப் பொறுத்தவரையில், இலங்கையில் இன்று வெகுசனப் பண்பாட்டின்பாற்பட்ட இலக்கியச் செல்முறையொன்று படிப்படியாக மேலோங்கி வருவதை அவதானிக்கலாம். இது தமிழிலக்கியத்தின் பொதுவான வளர்ச்சியின் ஓரம்சமெனினும், இலங்கையில் அது தனக்கெனச் சில பண்புகளை உடையதாகவுள்ளது. இதிலிருந்து பிரித்தறியக் கூடியதான 'காத்திரமான இலக்கியப்படைப்பு' நோக்கு முதன்மையுடன் தொழிற்படுவதைக் காணலாம். இலங்கைத் தமிழிலக்கியம் காத்திரமான சமூகப் பணியுடன் தொடர்பு கொண்டதாகையால், உண்மையான காத்திரமான எழுத்தாளர் களும், காத்திரமான எழுத்தாளர்களைப் போலத் தங்களைக் காட்டிக் கொள்பவர்களும், இலக்கியத்தின் சமூகப் பணி பற்றிப் பேசுவது இயல்பாகிவிட்டது.

இலக்கிய ஆக்கம் (படைப்பு) என்பது சமூகத்தின் காத்திரமான பணிகளில் ஒன்று என்பது இப்பொழுது பொதுவில் ஏற்றுக்கொள்ளப்படுகிறது. அதனால் எழுத்தாளனுக்கு சமூக அந்தஸ்து நாகரிகமாயுள்ளது.

இன்றைய இலக்கிய உற்பத்தி முறைமையை நோக்கும் பொழுது, தனியே 'எழுத்தையே நம்பிய சீவியம்' என்று வாழ்பவர்கள் மிக மிகக் குறைவு என்றாலும் 'எழுத்தை நம்பிய சீவியம்' என்பது சாத்தியமான ஒன்றாகவே கருதப்படுகின்றது. வெகுசனத் தொடர்புச் சாதனங்களின், வளர்ச்சி இதனைச் சாத்தியமாக்கியுள்ளது.

தினசரிப் பத்திரிகைகளின் வாரப்பதிப்புக்கள் இலக்கிய வாசிப்பிற்கான பொருட்களைப் பிரசுரிக்கின்றனவெனினும் முன்னர் வாரப் பதிப்புகளுக்குக் காத்திரமான இலக்கிய முயற்சிகளுக்குமுள்ள மிகுந்த உறவு இப்பொழுது பெரிதும் போற்றப்படுவதில்லையென்பது உண்மையாகிவிட்டது. இதனால் பிரபல எழுத்தாளர்கள் வாரப் பதிப்புகளில் எழுதுவதில்லை என்பதன்று; எழுதுவதுண்டு. ஆனால், வாரப்பதிப்புகளில் எழுதுவதால் மாத்திரம் ஒருவர் காத்திரமான எழுத்தாளராகக் கருதப்படுவதில்லை. கனதியான இலக்கிய சஞ்சிகையொன்றில் எழுதாத அல்லது அத்தகைய சஞ்சிகை யொன்றுடன் சம்பந்தப்படாத ஒருவர், அல்லது அத்தகைய

சஞ்சிகையைத் தோற்றுவிக்க முயலாத ஒருவர் காத்திரமான எழுத்தாளராகக் கணிக்கப்படுவதில்லை.

இது 1950, 60களிலிருந்த நிலைமைக்கு முற்றிலும் மாறுபட்டதாகும். இப்பொழுது வளர்ந்து வரும் வெகுசனப் பண்பாடு 'வெகுசன இலக்கியம்' என்று குறிப்பிடத்தக்க ஒரு இலக்கிய ஆக்க முறைமையைத் தோற்றுவிக்கின்றது. தேசிய முதலாளித்துவத்தின் பிரதிநிதிகளாகவுள்ள பெரும் பத்திரிகைகள் இந்த நிலைமையில் உள்ளன. முன்னர் (1950-60களில்) தேசிய முதலாளித்துவம், கனதியுடைய ஒரு தேசிய நோக்கை வளர்க்க விரும்பியபொழுது நடந்துகொண்ட முறைமைக்கும், இப்பொழுது, சர்வதேசிய நாணய முதலின் முகவராகத் தொழிற்படும் தேசிய முதலாளித்துவம் வெகுசனப் பண்பாட்டை முன்னிறுத்தும் முறைமைக்கும் சில வேறுபாடுகள் உள்ளன. ஆனால் அச்சுப் பழக்கமும் வாசக வட்டமும் விரிவடைந்துள்ள இன்றைய நிலையில் எழுத்தாளர்கள் வாரப்பத்திரிகைகள் வழங்கும் விரிந்த வாசகர் வட்டத்தைப் பயன்படுத்திக் கொண்டும், அதே நேரத்தில் தமது ஆக்கங்களைப் புத்தகங்களாக வெளியிட்டுக் கொண்டும் இலக்கியத் தொழிற்பாட்டை வளர்த்துக் கொள்கின்றனர்.

இலக்கிய உற்பத்தி முறைமையின் இப்பொதுவான பண்பை மனத்திலிருத்திக் கொண்டு இலக்கியப் படைப்பாளிகளின் தன்மையை நோக்குவோம்.

இன்று தொழிற்படும் இலக்கியப் படைப்பாளிகளிடையே வன்மையான செயற்பாடுடையோராக மூன்று 'வயது' மட்டத்தினரைக் காட்டலாம் 1950, 60களில் முன்னணிக்கு வந்த படைப்பிலக்கிய கர்த்தர்கள், எழுபதுகளின் பிற்கூற்றில் முன்னணிக்கு வந்த படைப்பிலக்கிய கர்த்தர்கள், எழுபதுகளின் பிற்கூற்றில் முன்னணிக்கு வந்த படைப்பிலக்கிய கர்த்தர்கள் என மூன்று 'வயது நிலை'ப்பட்டோரைக் காணலாம். இவர்களை இரு மடிப்பட்ட பகுப்புக்கு ஆட்படுத்த வேண்டும். முதலாவது மடி வேறுபாடு, காத்திரமான இலக்கியத் தொழிற்பாடுடை யோர் (அதாவது கருத்துநிலை நின்ற இலக்கியத் தொழிற் பாட்டினை உடையோர்) காத்திரமான கருத்து நிலை பற்றிய சிரத்தையற்றோர் என்பதாகும். இதில் இரண்டாவது வகையினர் இலக்கிய உலகில் அதிக வன்மையற்றவர்கள். இதன் மேல்

இரண்டாவது மடி வேறுபாடு ஒன்றுண்டு. இந்த இரண்டாவது மடி வேறுபாட்டில் இரண்டு நிலைகளைக் காணலாம்.

1950, 60களில் முற்போக்கு இலக்கிய இயக்கம் வழி வந்தோர் ஒரு நிலையாகவும் இந்த இயக்கத்தின் வழிவராதவர்கள் இன்னொரு நிலையாகவும் உள்ளனர். இதில் கவனிக்கப்பட வேண்டிய முக்கிய அமிசம் யாதெனில், இன்று, காத்திரமான எழுத்தாளர் எவரும் (அல்லது தம்மைக் காத்திரமான எழுத்தாளர்களாகக் கருதிக் கொள்பவர்கள் எவரும்) தம்மை மார்க்ஸிய எதிர்ப்பாளர்களாகக் காட்டிக் கொள்வதில்லை. மார்க்ஸிய நிறுவனங்களுள் ஏதோ ஒன்றுடன் தம்மைச் சம்பந்தப்படுத்திக் கொண்டிருப்பர். 1950, 60களில் தொழிற்பட்டோர், இன்று தம்மிடையே கருத்து நிலை வேறுபாடு கொண்டிருப்பினும் இலங்கை முற்போக்கு எழுத்தாளர் சங்கத்தின் ஒருமைப்பாட்டைக் காத்து வருகின்றதைக் காணலாம். மார்க்ஸியக் கண்ணோட்டத்தில் வேறுபடும் குழுக்கள் தமக்குத் தமக்கென வெவ்வேறு இலக்கிய நிறுவனங்களை வைத்திருந்தாலும், முற்போக்கு எழுத்தாளர் சங்கத்தில் ஒன்றுபட்டுழைப்பர். 1950, 60களில் நடந்த இலக்கிய இயக்கத்தில் அச்சங்கம் வகித்த இடமே இதற்குக் காரணமாகும். முற்போக்கு எழுத்தாளர் சங்கத் தொழிற்பாடு சிலருக்கு இலக்கிய அந்தஸ்தாக மாறியுள்ளது என்பதையும் ஏற்றுக்கொள்ளவே வேண்டும்.

ஸ்தாபன ரீதியாக இத்தகைய உடன்போக்குகளும், கற்பு நிலைகளும், விவாகங்களும், விவாகரத்துகளும் நிகழுகின்றன வெனினும், இவற்றுக்கும் படைப்பிலக்கிய வெளிப்பாடுகளுக்கும் கருத்து நிலையில் வன்மையான தொடர்பிருப்பதாகத் தெரியவில்லை.

1950, 60களில் முற்போக்கு இலக்கிய இயக்கத்திலே தொழிற்பட்டோர், அக்கால கட்டத்திலே தாம் படைத்த இலக்கிய ஆக்கங்களை விஞ்சத்தக்க படைப்பெதனையும் அண்மைக் காலத்தில் தோற்றுவித்ததாகத் தெரியவில்லை. அதாவது 1956-1965, 1970 காலகட்டம் வரை வெளிப்படாதிருந்த ஒரு புதிய இலக்கியப் பரிணாமத்தை 1970க்குப் பின் இவர்கள் வெளிப்படுத்தி விட்டதாகக் கூறிவிட முடியாது. 1950, 60களில்

எழுதிய பலர் உண்மையில் பயன் தரும் ஆக்க முயற்சிகளில் ஈடுபடாது விட்டுவிட்டனர். மிகச் சிலரே தொடர்ச்சியான வளர்ச்சியைக் காட்டுகின்றனர்.

1960களில் முன்னணிக்கு வந்தோர், முற்போக்கு இலக்கிய இயக்கம் முன்வைத்த தேசிய யதார்த்தக்களத்தையும் தளத்தையும் ஆழப்படுத்தியுள்ளனர். மிக நுண்ணியதாகவும் நோக்கியுள்ளனர். ஆனால் இவர்கள் இலங்கையின் தமிழிலக்கியத்தின் அனுபவ வட்டத்தையும் உணர்வுச் சித்திரிப்புக் கட்டமைப்பையும் அகலப்படுத்தியவர்கள் என்றோ அல்லது அவற்றுக்கு முன்னர் காணப்படாத ஒரு புதிய பரிமாணத்தை ஏற்படுத்தியவர்கள் என்றோ கூறிவிட முடியாது. 1950, 60களின் இயக்க வெற்றியை நிச்சயப்படுத்தியது இவர்களின் சாதனையே. புதுப்புலம் தேடல் நடைபெறவுமில்லை, அது தேவைப்படவுமில்லை. இவர்கள் எழுத்தாளர்களாகத் தோன்றிய காலத்து நிலவிய சமூக- அரசியற் சூழல் இவர்களின் இப்பண்பைத் தீர்மானித்தது எனலாம்.

எழுபதுகளில் வந்தவர்கள், புதிய சூழலிலே எழுத்தாளர்களானவர்கள். இவர்களிடையேயிருந்ததுதான் புதிய செல்நெறி உருவாகிறது. இது காலத்தின் தேவையுமாகிறது.

எனவே படைப்பிலக்கியத்தைப் பொறுத்தவரையில், மேற்குறிப்பிட்ட இந்தப் புதிய செல்நெறியின் முளை நிலையைத் தவிர பெரும்பாலும் 1950, 60 களின் ஆழ அகல வளர்ச்சியே காணப்படுகிறது.

விமர்சனத் துறையின் நிலையும் முக்கியமான ஒன்றாகும். 1950,60 களின் பின்னர், 1950, 60 களில் காணப்பட்ட இலக்கியப் பழைமைவாதம் முற்றிலும் தகர்ந்தது எனலாம். 1950, 60 களில் மேற்கிளம்பிய விமரிசகர்கள் கல்வித்துறையின் சகல மட்டங்களிலும் தொழிற்படவே 'ஈழத்து நவீன இலக்கியம்' என்ற கோட்பாடு கலைப்பேறுடையதாகிற்று.

அடுத்த கட்டத்தில் ஈழத்து நவீன இலக்கியத்தின் மார்க்ஸிய எதிர்ப்பு நிலை வலி குன்றியதெனலாம். இது முற்றாக மறையவில்லை. வலிமை குன்றிநின்றது. அறுபதுகளின் பின் கூற்றிலும், எழுபதுகளின் முதற் பாதியிலும் நிலவிய அரசியற் சூழ்நிலை இதற்கு உதவிற்று. இக் காலகட்டத்தில் மார்க்ஸிய நோக்கு,

இலங்கைத் தமிழிலக்கியத்தின் பண்பாட்டு வேர்களை இனங்கண்டு கொள்வதிலும் கவனஞ்செலுத்திற்று. மார்க்ஸியத்தின் சர்வதேச ஒருமைப்பாட்டின் சீர்குலைவு இலக்கிய விமரிசனப் போக்கைப் பெரிதும் பாதித்ததாகக் கொள்ள முடியாது. அரசியல் நிலைப்பட்ட பிளவு இலங்கையிலும் ஏற்பட்டதுண்மையே. ஆனால் அப்பிளவுக்கான இலக்கியக் கருத்து நிலை பெரிதும் தொழிற்படவில்லை. (ஆனால் அது இல்லாமலும் இல்லை, சிறிது இருந்தது)

எழுபதுகளின் இறுதியிலும் எண்பதின் தொடக்கத்திலும் விமரிசனத்துறையில் சுவாரசியமான விவாதங்கள் ஏற்படலாயின. புதிதாக முன்னணிக்கு வந்த ஓர் எழுத்தாளர் குழு 1960, 70களின் விமரிசனக் குரல்கள் போதுமான அளவு மார்க்ஸிய நிலைப்பட்டனவாக இருக்கவில்லை என்றது. மார்க்ஸிய கலைத்துவம் என்னும் கோட்பாடு பற்றி மேனாடுகளில் காணப் பட்ட வாத விவாதங்களை இலங்கைத் தமிழிலக்கியத்துக்குக் கொண்டு வந்து சேர்த்தது. இது பற்றிய கருத்து வேறுபாடு தேசிய மட்டத்தில் வைத்துக் காணப்பட்டது. மார்க்ஸியத்தின் அரசியல் முன்னேற்றம் பற்றிப் பேசாது அதன் கலைத்துவம் பற்றியே பேசப்பட்டது என்பது முக்கியமான ஓர் உண்மை யாகும்.

இந்த விவாதத்தின் பின்னர், இப்பொழுது, முற்போக் காளர்கள் என்று கருதப்படுபவர்களுக்கிடையே ஒரு 'இலக்கிய விவாதம்' நடைபெற்று வருகின்றது. 1950, 60 களின் இலக்கியப் போராட்டத்தில் சாதியுணர்வு பெற்றிருந்த இடத்தை இது மதிப்பிட முயல்கிறது. தமிழ் மக்களின் அரசியற் சூழல் இன்றிருக்கும் நிலையில் சாதிப்பிரச்சினை பெற வேண்டிய இடம் பற்றித் தோன்றியுள்ள ஒரு சிரத்தையே இந்த விவாதத்துக்குக் காரணமாக அமைந்துள்ளதெனலாம்.

எவ்வாறாயிலும், விமரிசன நிலையில் யாவரும் மார்க்ஸி யத்தை ஏற்றுக்கொண்டிருப்பினும் அவர்களிடையே அழுத்த வேறுபாடுகள் இருப்பதை அவதானிக்கலாம்.

ஆனால் இந்த விமர்சனச் சர்ச்சைகளில் ஒன்றாவது சமகாலப் படைப்பிலக்கியத்தின் பிரச்சினைகளை, நிறைகுறைகளை ஆராய்வதாக அமையவில்லை என்னும் உண்மையை

ஏற்றுக்கொள்ளவேண்டும். இந்த இரண்டு விவாதங்களுமே இலக்கிய வரலாறு பற்றிய விவாதங்களே தவிர, சமகால இலக்கியப் படைப்புகள் பற்றிய படைப்பியற் பிரச்சினைகளைத் தெளிவுபடுத்தும் நடைமுறை விவாதங்களாகவில்லை.

படைப்புக்கும் விமரிசனத்துக்குமுள்ள நடைமுறை இயைபின்மையை இது எடுத்துக்காட்டுவதாக அமைகின்றது. இந்த விவாதங்கள் 1950, 60களிற் பெய்த மழையின் தூறல்களாகவே உள்ளன.

ஆனால் இப்பொழுது வரும் சில படைப்புக்களைப் பார்க்கும் பொழுது, ஒரு புதிய மழைக்கான மேகச் சூழலையும், புதிய மழையின் முன் எறிவுகளாக வரும் துணிகளையும் காண முடிகிறது.

இப்புதிய இலக்கியப் படைப்பு நெறியின் தன்மையையும் அதற்குப் பின்னணியாக அமையும் பிரச்சினை மையங்களையும் தெளிவுபடுத்துவதற்கு முன்னர், 1950, 60 களில் நடந்த இலக்கிய இயக்கம் ஈட்டிய வெற்றிகளையும், அந்த வெற்றிகள் எவ்வாறு புதிதாகத் தோன்றியுள்ள இலக்கியச் சவால்களின் உற்பவிப்புக்கு உதவியுள்ளன என்பதையும் பார்ப்போம். ஏனெனில் புதிதாகத் தோன்றியுள்ள இலக்கிய நிலைமைகள் அவற்றின் வழியாக வருவனவே.

***

புதிய செல்நெறியை விளங்கிக் கொள்வதற்கு அது எத்தளத்திலிருந்து உருவாகின்றது என்பதை அறிதல் வேண்டும். அவ்வாறு நோக்கும் பொழுது தான் 1950, 65 இலக்கிய இயக்கத்தின் சாதனைகளை அறிந்துகொள்வது அத்தியாவசிய மாகின்றது. இதனைப் பற்றி இன்று கணிசமான ஆராய்ச்சிகள் செய்யப்பட்டுள்ளன. இங்கு மிகச் சுருக்கமான வகையிலேயே அச்சாதனைகள் குறிப்பிடப்படுகின்றன.

1950, 65 இல் இயக்க வேகத்துடன் தொழிற்பட்ட இலக்கிய இயக்கம், இலங்கையில் தோன்றும் தமிழிலக்கியம், இலங்கையை, இலங்கையின் பிரச்சினைகளை அவற்றுக்குரிய 'மண்வாசனை' யுடன் வெளிக் கொணருவனவாக இருத்தல் வேண்டுமென்

பதையும், அதற்குக் குந்தகமாக அமையும் தென்னிந்தியச் செல்வாக்குகளை முறியடித்தல் வேண்டுமென்பதையும் வற்புறுத்திற்று. அக்கால கட்டத்தில் இதனை இலங்கைத் தமிழர் களின் கட்சிகளாக விளங்கியவை எதிர்த்தன. சில பத்திரிகை களும் எதிர்த்தன. இலங்கைக்கெனத் தனிச்சிறப்புடைய ஓர் இலக்கியம் என்னும் தொடர் ஜனரஞ்சகப்படுத்தப்பட்டது. இந்தச் சுயாதீனமான இலக்கியப் பாரம்பரியத்துக்கும் ஆறுமுக நாவலருக்கும் தொடர்பு உண்டு என்பதைக் காட்டிய சமயக் குரவராக மாத்திரம் போற்றப்பட்டு வந்த நாவலரைத் 'தேசியவாதி'யாக்கிற்று.

'தேசிய இலக்கியம்' என்ற கோட்பாடு வளர்த்தெடுக்கப் படுவதற்கு இவ்வியக்கம் காரணமாக அமைந்தது. 'தேசிய இலக்கியம்', மண்வாசனை, உடையதாக, 'யதார்த்த' அடிப்படையிலானதாக விருத்தல் வேண்டும் என்பது பல்வேறு விவாதங்கள் மூலம் நிலை நிறுத்தப்பட்டது.

தேசிய இலக்கியத்துக்கான வரலாற்றுப் பாரம்பரியத்தை நிலைநிறுத்த ஆறுமுகநாவலரை முன்வைத்த அதே இயக்கம், இனவாதத்தை எதிர்த்தது மாத்திரமல்லாது, எழுதப்படும் 'ஈழத்து இலக்கியம்', அடிநிலை மக்களின் வாழ்க்கைப் பிரச்சினைகளை முன்வைத்துத் தோற்றுவிக்கப்படல் வேண்டும் என்றது. அந்த அடிநிலைக் கூட்டத்தைச் சார்ந்தவர்களும், அவர்களின் விமோசனத்தைத் தமது அரசியற் கோட்பாடாகக் கொண்டவர்களும் அந்த இயக்கத்தில் இடம் பெற்றனர். தாழ்த்தப்பட்டவர்களே தமது தாழ்வு நிலையினை எடுத்துக் கூறினர், ஒடுக்கப்பட்டவர்களே ஒடுக்குமுறைகளை விவரித்தனர். இது முழுத் தமிழிலக்கியத்திலும் அதுவரை நடைபெறாத ஒன்றாகும். இந்தப் புதிய ஆக்க இலக்கியக் குரல் காரணமாகவும், அந்த ஆக்க இலக்கியக் குரல்களின் அத்தியாவசியத்தை வற்புறுத்திய விமரிசன முறைமையின் வன்மையும் புதுமையும் காரணமாகவும் 'ஈழத்து இலக்கியமும்' ஈழத்து விமரிசனமும் தமிழகத்திலே முக்கிய இடத்தைப் பெற்றன.

இந்த இலக்கிய இயக்கம் நடைபெற்றுக் கொண்டிருந்த அதேவேளையில், ஈழத்துத் தமிழ்க் கூத்துக் கலையின் தனித்துவத்தைப் பேணுவதற்கான ஓரியக்கமும் தொழிற்பட்டது.

இலக்கிய இயக்கமும் நாடக இயக்கமும் அடிநிலை மக்கள் பற்றிய சிரத்தையுடனேயே தொழிற்பட்டன.

அக்காலத்திலே அரசியலிலே தமிழுக்கு இடம் மறுக்கப் பட்டு வந்ததெனினும், கலை, இலக்கியத்துறையிலே ஏற்பட்ட இவ்விழிப்பு, அரசியலிற் பேசப்படாத கோட்பாடுகள் இலக்கியத்திற் பேசப்பட்ட புதுமை, இன்று பின்னோக்காகப் பார்க்கும் பொழுது, தமிழ் பேசும் மக்களின் தேசிய இனத் தனித்துவத்துக்கு வழிகோலுவதாகவே இருந்தது. அக்கால அரசியலில் குழுமம், இனம் என்பன பேசப்பட்டனவேயன்றி தேசிய இனம் என்பன பற்றிப் பேசவில்லை.

"இலங்கைத் தமிழரின் அரசியல் தனித்துவத்துக்கான போராட்டத்தை ஏற்றுக்கொள்ளாத சிங்கள புத்திஜீவிகளும் அரசாங்கத்தினரும், இலங்கைத் தமிழரின் பண்பாட்டுத் தனித்துவத்தை, இலக்கியத் தனித்துவத்தை ஏற்றுக்கொண்டனர். இந்தக் கலை, இலக்கிய இயக்கத்தின் மகத்தான சாதனை இதுவேயாகும்."

இன்று பின்னோக்கிப் பார்க்கும் பொழுது இலங்கைத் தமிழ்ப் பிரச்சினை ஒரு தேசிய இனப் பிரச்சினையாகக் கொள்ளப்படுவதற்கான சமூக- பண்பாட்டு அக அமைப்புக் களை இந்த இயக்கமும் வழங்கிற்று எனலாம். இந்தக் காலகட்டத்தில் இலங்கைத் தமிழின் தனித்துவத்துக்கான அரசியல் இயக்கமும், இலக்கிய இயக்கமும் ஒன்றுக்கொன்று முரண்பட்டு நின்றனவெனினும், இன்று பின்னோக்கிப் பார்க்கும் பொழுது தேசிய இனப் பிரக்ஞையின் வளர்ச்சியில் இவை ஒன்றுக்கொன்று இணைக்கூட்டான சக்திகளாகத் தொழிற் பட்டுள்ளமை தெரிய வருகின்றது. வரலாற்றில் இத்தகைய முரண் நிலைகள் தோன்றுவது வழக்கம். இது இயங்கியலின் தன்மைகளில் ஒன்று.

"கலை, இலக்கியத்தில் தேசியக் கோட்பாட்டை ஏற்புடைய தாக்கிய இவ்வியக்கம், சமூக- அரசியற் போராட்டங்களில் இலக்கியம் பெறும் இடத்தையும் வலியுறுத்திற்று. இலக்கியத் துக்கும் அரசியலுக்கும் தொடர்பில்லை என்ற காலம் போய், சமூக அரசியற் போராட்டங்களுக்கு இலக்கியம் ஆயுதமாக அமையும்" என்ற கொள்கையை நிலைநிறுத்திற்று.

இந்த இலக்கிய இயக்கம் தோன்றுவதற்கு முன்னர், பல்வேறு வரலாற்றுக் காரணிகள் காரணமாக, ஈழத்திலக்கியம் என்னும் எண்ணக்கரு, பிரதானமாக யாழ்ப்பாணத்து இலக்கிய நடவடிக்கைகளையே முன்வைத்தது. ஆனால் 1950-60களில் இயக்கம் சோமசுந்தரப்புலவர் முதல் சித்திலெவ்வை வரை,விபுலாநந்தர், பண்டிதமணி, பெரியதம்பிப்பிள்ளை முதல் கே.கணேஷ் வரை இலங்கையிலுள்ள தமிழ் பேசும் மக்கள் சகலரினதும் இலக்கியப் பங்களிப்புக்கும் முக்கிய இடம் கொடுத்தது. முற்போக்கு இலக்கிய இயக்கம் ஒரு பிரதேசத்தின் இலக்கிய இயக்கமாக இருக்காது முழுத் தேசத்தையும் உள்ளடக்கியதாகவேயிருந்தது. ஆனால் பிரதான சமூக முரண்பாடுகளும் கருத்துநிலை முரண்பாடுகளும் யாழ்ப் பாணத்தையே களமாகக் கொண்டிருந்தன. ஆயினும் முற்போக்கு இயக்கம் ஒரு பிரதேச இன வட்டத்தினுள் அமைந்து விடவில்லை. நடவடிக்கைகளில் கி.லட்சுமண ஐயரும், எம்.எம். உவைஸூம் பங்கு கொண்டனர். இவ்வியக்கத்தின் உறுப்பினர் கள் அரசியல் தோழமையையே இணைப்புச் சக்தியாகக் கொண்டவர்கள்.

கிழக்கிலங்கையினர், மலையகத்தினர், முஸ்லிம்கள், வன்னிப் பகுதியினர் எனப் பல்வேறு தமிழ் பேசும் குழுக்கள், பல்வேறு வளர்ச்சிக் கட்டங்களிலிருந்தனர். இக்குழுக்களின் இலக்கியப் பிரக்ஞை வெவ்வேறான கால கட்டங்களில் முகிழ்த்துள்ளது உண்மையே. ஆனால் இலங்கைத் தமிழ் பேசும் மக்களிடையே சமூக முன்னேற்றத்துக்கு இலக்கியப் பிரக்ஞை வேண்டுமென்ற உணர்வினை ஏற்படுத்தியது இவ்வியக்கமே.

தேசிய இலக்கியக் கோட்பாட்டின் தொழிற்பாட்டில் வெற்றி கண்ட இவ்வியக்கம், தனது அரசியல் நிலைப்பாட்டுக் கியைய இலக்கியம் மூலம் தேசிய ஒருமைப்பாட்டினை நிறுவுவதற்கு முன்வந்தது. இதன் காரணமாகச் சிங்கள முற்போக்குவாதிகளுடனே இது ஓர் இணைப்பினை ஏற்படுத்தி, மொழிபெயர்ப்புக்கள் மூலம் இலக்கியப் பாலத்தை இட்டது. எனினும் சிங்கள மக்களிடையே வலுவுடனிருந்த இனவாதச் சக்திகளை இத்தேசிய ஒருமைப்பாட்டு இயக்கத்தினுட் கொண்டு வர முடியவில்லை. ஆனால் இவ்வியக்கம் இலங்கையில் தமிழ் பேசும் மக்களின் கலை, இலக்கிய வளத்தையும், இலக்கியம்

மூலம் நடத்தப்பெறும் சமூகப் போராட்டங்களையும் சிங்களப் புத்தி ஜீவிகள் அறிந்துகொள்ள இடமளித்தது.

இந்த வளர்ச்சிகளின் பின்னணியிலேதான் தமிழ் மக்களின் தேசியஇனத் தனித்துவப் போராட்டம் சில மாறுதல்களை அடைந்தது.

இலங்கையில் தேசியமட்டத்தில் தமிழினத்தில் அரசியல் அந்தஸ்து பற்றிய பிரச்சினை முதன் முதலில் மொழிப் பிரச்சினையாக எடுத்து மொழியப் பெற்று மோதல்கள் ஏற்பட்ட பொழுது, 1950, 60களில் முற்போக்கு எழுத்தாளர் சங்கத்தினால் நடத்தப் பெற்ற இயக்கம், இலங்கைத் தமிழிலக்கியத்தின் தேசியப் பரிமாணத்தை வற்புறுத்தியதன் மூலம் இலங்கை வாழ் தமிழ் மக்களின் தேசிய இனத் தனித்துவத்தின் அழுத்தப் பாட்டிற்கு உதவிற்று. அதேவேளையில், அடிநிலை மக்களின் வாழ்க்கைப் பிரச்சினைகளையும், அம்மட்டத்து மனித உறவுகளையும் யதார்த்தமாகச் சித்திரிப்பதனை வற்புறுத்திய தினால் இத்தேசிய இனத்தினுள்ளே காணப்பட்ட அக முரண்பாடுகளை அறிந்து கொள்வதற்கு உதவிற்று எனலாம்.

1960 இன் முற்கூற்றில் தொடங்கி நடுக்கூற்றில் ஏற்பட்ட கருத்துநிலை வேறுபாடுகள் காரணமாக இவ்விலக்கிய இயக்கம் தளர்வுற்றது. ஏறத்தாழ 1965க்குப் பின் இதன் சாதனைகளைத் திடமாக்குவதற்கான முயற்சிகளே எழுத்துத் துறையில் மேற்கொள்ளப்பட்டன.

1965-77காலகட்டத்தில் இலங்கையின் தமிழ்ப் பிரச்சினை பல்வேறு கூட்டரசியல் முயற்சிகளால் தீர்க்கப்படுவதாகச் சொல்லப்பட்டுக் கொண்டு தீர்க்கப்படாது இழுத்துச் செல்லப் பட்டது. எழுபதின் நடுக்கூற்றில் இப்பிரச்சினையின் பரிணமிப்பு முறைமாறத் தொடங்கிற்று. அதாவது அதுவரை ஒரு குறிப்பிட்ட வகையான அரசியற் பிரக்ஞை நிலையிலிருந்து இப்பிரச்சினை மேற்குறிப்பிட்ட காலப்பகுதியில் அதன் பிரக்ஞை வெளிப் பாட்டு முறையில் மாறத் தொடங்கிற்று. இந்த அரசியற் பிரக்ஞை மாற்றம் சமூகப் பிரக்ஞை மாற்றத்துடன் தொடர்பு கொண்டதாகும். இம்மாற்றம் வெறும் கோஷ மாற்றமாக அமையவில்லை வரலாற்று இலக்கியம் நடைமுறைகளினாலே தீர்மானிக்கப்பட்ட 'தர' நிலைமாற்றமுமாகும்.

இந்தப் புதிய தரநிலை மாற்றத்தையும், மாற்றத்தினால் ஏற்பட்ட புதிய பிரச்சினை மையங்களையும் கவனித்தல் அவசியமாகின்றது. ஏனெனில் இலக்கிய இயக்கம் ஒன்று தோன்றுவதற்குப் பிரச்சினை மையங்கள் பற்றிய பிரக்ஞைத் தெளிவு அவசியமாகும். இது பற்றிப் பின்வரும் கருத்து மிக மிக முக்கியமானதாகும்.

"ஒரு சமுதாயத்தில் வாழும் மக்களிடையே முக்கியத்துவ முடைய மாற்றங்கள் ஏற்படும்பொழுதும், அத்தகைய மாற்றங்கள் அத்தியாவசியமானவையென (அச்சமூகத்தின்) முற்போக்காளர் சிந்தனையில் தெளிவு ஏற்படும் பொழுதுமே உண்மையான புதிய இலக்கிய இயக்கம் தோன்றும். அந்தப் புதிய இலக்கிய இயக்கம் மனித அநுபவத்தின் ஆழ்ந்தகன்ற இலக்கியச் சித்திரிப்புக்கு வழிகோலுவதன் மூலம் சமூகப் பிரக்ஞையின் முனைப்புக்கு வழிகோலும்." தேசிய இனப்பிரச் சினையில் ஏற்பட்ட மாற்றம் யாது? அது எத்துணை முக்கிய மான மாற்றம்? இந்த மாற்றங்களுக்கும் மக்களின் சமூகப் பிரக்ஞைக்குமுள்ள உறவு யாது? ஆகிய வினாக்களுக்கு விடை காணுவதன் மூலம் இப்பிரச்சினை ஒரு புதிய இலக்கியப் பிரக்ஞைக்கு நம்மை இட்டுச் செல்கின்றதா என்பதைப் பார்ப்போம்.

***

இலங்கையின் 'தமிழ்ப் பிரச்சினை' இன்று நோக்கப்படும் முறையிலும், எடுத்துக் கூறப்படும் முறையிலும், உணரப்படும் முறையிலும், உள்ளடக்கி நிற்கும் விடயங்களிலும், 1956, 60இல் இப்பிரச்சினை நோக்கப்பட்ட, எடுத்துக் கூறப்பட்ட, உணரப்பட்ட முறையிலிருந்தும் விடய உள்ளடக்கத்திலிருந்தும் முற்றாக மாறுபட்டு நிற்கின்றது என்பதனை விளங்கிக் கொள்வது மிக மிக முக்கியமான ஒன்றாகும். இந்த உள்ளடக்க மாற்றங்கள் பிரச்சினையின் 'தர'த்தையும் மாற்றியுள்ளன.

இப்பொழுது இது இலங்கையின் 'வகுப்புவாத பிரச்சினை' யாக எடுத்து மொழியப்படுவதில்லை. இது ஆங்கிலத்தில் 'நாஷனல் குவேற்ஷன்' (தேசியப் பிரச்சினை) எனக் குறிப்பிடப் படுகின்றது. இந்தத் தொடர் பொதுவுடைமைச்

சித்தாந்தங்களால் பயன்படுத்தப்படுவது. சமதர்மப் புரட்சி நடந்த உலகுகளில் தேசிய இனங்களின் உறவு பற்றி விளக்கும் பொழுது பயன்படுத்தப்படுவது. லெனினிசத்தின் வழியாக வருவது.

இப்பிரச்சினையை அந்நாளில் முன்னின்று நடத்திய சக்திகள் தங்களைத் தாங்களே "மாற்றி"க் கொண்டுள்ளன. இந்த மாற்றம் குணமாற்றமா இல்லையா என்பதைப் பற்றி உசாவுவதற்கு முன்னர், முந்திய பெயரமைப்புடன் புதிய போராட்டத்தை நடத்த முடியாது போனமையே இந்தப் பெயர் மாற்றத்துக்குக் காரணம் என்பதை அறிந்துகொள்ளல் வேண்டும். இதன் இன்றைய பெயர் 'ஒருமைப்பட்ட தமிழர் விடுதலைக் கூட்டணி' என்பது. ஏகாதிபத்திய எதிர்ப்புக் கருத்துச் சாயைகளை உள்ளடக்கியே காலஞ்சென்ற திருச்செல்வத்தால் வைக்கப்பட்டது. அவர் பாலஸ்தீன விடுதலை இயக்கம் (பி.எல்.ஓ.) போன்ற ரி.எல்.ஓ. என்றே வைக்க விரும்பினாராம்.

மேலும், இன்று இதற்குத் தலைமை தாங்கும் சக்தி சோஷலிஸத்தைத் தமது இலட்சியமாகப் பிரகடனப்படுத்தியுள்ளது. சோஷலிச நாடுகளின் உதவி இல்லாது இத்தகைய இயக்கங்கள் செல்ல முடியாது என்பதை உணர்ந்து எடுத்துக் கூறியும் வருகின்றது.

'ஈழம்' என்ற சொல்லுக்கு இன்று பொருள் மாறிவிட்டது. முழு இலங்கையின் தமிழிலக்கியத்தையும் இன்று அச்சொற்றொடர் (ஈழத்திலக்கியம்) அர்த்தபூர்வமாகப் புலப்படுத்தக் கூடியதாகவில்லை.

யாவற்றிற்கும் மேலாக, தமிழ்ப் பிரச்சினையின் இந்தப் புதிய வடிவத்தில் அதன் போராட்ட மட்டங்களும் போராட்ட முறைகளும் மாறியுள்ளன. இளைஞர் இயக்கங்கள் நடைமுறைச் சட்டவட்டத்துக்கு அப்பாலான முறைகளில் தமது போராட்டத்தை நடத்துகின்றன. இதனால் அரசு எடுத்துக் கொண்ட புதிய நடவடிக்கைகள் குடியுரிமைக் கோஷத்துக்கும் மனித உரிமைக் கோஷத்துக்கும் இடம் கொடுத்துள்ளன.

இந்த மனித உரிமை மீறல்களும், குடியுரிமை மறுப்புக் களும் புதிய மனிதாயக் கோஷங்களை எழுப்பியுள்ளன. இதனால், முற்றிலும் இலங்கைப் பிரச்சினையாகக் கருதப்பட்ட

இப்பிரச்சினை இப்பொழுது ஒரு சர்வதேசப் பிரச்சினையாக மாறியுள்ளது. இலங்கையிலுள்ள பிறநாட்டுத் தூதரக அதிகாரியைத் திருப்பியனுப்பும் அளவுக்கு இப்பிரச்சினை ஒரு சர்வதேச சமயப் பாட்டினைப் பெற்றுள்ளது.

இன்று 'தமிழ்ப் பிரச்சினை'யின் மையம் என்று எடுத்துக் கூறப்படத்தக்கது 'சுய நிர்ணய உரிமை' என்னும் எண்ணக் கருவாகும். அமெரிக்க ஜனாதிபதி ஆட்றோவில்சனால் முன்னர் பயன்படுத்தப்பட்டுள்ளதெனினும், ஒரு நாட்டு அரசினுள் அந்த நாட்டில் வாழும் தேசிய இனங்களுக்குள்ள அரசியல் அந்தஸ்து, உரிமை யாது என்பதனை விளக்கும் கருதுகோளாக இது வளர்ந்தது. ஒக்டோபர் புரட்சிக்குப் பிந்திய ரஷ்யாவிலே ஆட்றோவில்சன் இதனை ஒரு சாம்ராச்சியத்தினுள்ளிருந்த நாடுகளைக் குறிப்பதற்கே சுட்டினார். இது முற்று முழுதாக ஒரு லெனினிச எண்ணக்கரு. தேசியப் பிரச்சினை பற்றி லெனினுக்கும் றோசா லக்ஸம்பர்க்குக்கும் நடந்த விவாதத்தை அறிந்தவர்க்கு, 'சுயநிர்ணய உரிமை' என்னும் இவ்வெண்ணக்கரு, சோஷலிச ஆட்சியிற் பெறும் முக்கியத்துவம் தெரியும்.

'தமிழர் பிரச்சினை'யின் அரசியல் மயப்பாடு இவ்வாறு முற்றிலும் புதிய ஒரு தன்மையைப்பெற்றுள்ள ஒரு நிலையின் பின்னணியில் தமிழரின் பொருளாதார நிலை மாற்றங்களையும் அறிந்துகொள்ளல் வேண்டும். ஏனெனில் தமிழரை இன்று எதிர்நோக்கும் பொருளாதாரப் பிரச்சினைகள், 1950- 60 இலிருந்து பொருளாதாரப் பிரச்சினைகளல்ல. இந்தப் பொருளாதாரப் பிரச்சினைகளை நன்கு விளங்கிக் கொண்டால் தான் தமிழருக்கிடையே காணப்படும் பொருளாதார அசமத்துவங்களையும் புதிய சுரண்டல் முறைகளையும் பழைய சுரண்டல் முறைகளின் புதிய வடிவங்களையும் நன்கு விளங்கிக் கொள்ளலாம்.

அரசு நிலைப்பட்ட கல்வி, உத்தியோக வாய்ப்புக்களைப் பொறுத்தவரையில் சாதிவேறுபாடின்றிச் சகல தமிழர்களும், அவர்கள் தமிழர்கள் என்பதால் பாரபட்சத்துக்கு ஆளாக்கப் படுகிறார்கள். இதனாலேதான் தமிழ்ப்பிரச்சினைக் கோஷ முன்வைப்பில் சகல சாதியினரும் உள்ளனர்.

1970களில் ஏற்பட்ட வட இலங்கையின் புதிய வெங்காயம், மிளகாய் உற்பத்தி விருத்தி, சாதியமைப்பில் தாழ்த்தப்பட்ட மக்கள் சுரண்டப்படும் வகைமுறையில் புதிய பரிமாணங்களை ஏற்படுத்தியுள்ளது. இவர்கள் இப்பொழுது ஊதியத் தொழிலாளிகளாக மாற்றப்படுவதன் மூலம் முதலாளித்துவ முறைச் சுரண்டலுக்கு ஆளாகின்றனர். ஏற்கனவே நிலமானிய அமைப்புச் சுரண்டலுக்காளானவர்கள் இப்பொழுது மேலும் சுரண்டப்படுகின்றனர். இவர்களிடையே பெண் தொழிலாளர் தொகை பெருகியுள்ளது. இது மிக உக்கிரமான சில சமூக இன்னல்களைத் தோற்றுவித்துள்ளது.

1977-க்குப் பின் ஏற்பட்ட மாற்றங்கள் காரணமாக மூளையுழைப்பாளிகள் மாத்திரமல்லாது உடலுழைப்பாளி களும் பிற நாடுகளுக்குச் செல்லும் நிலை ஏற்பட்டுள்ளது. இது செல்வப்பகிர்வில் கணிசமான சமூக வித்தியாசங்களை ஏற்படுத்தியுள்ளது. படிப்புக்கும் உழைப்பூதியத் தொகைக்கும் தொடர்பு அறும் நிலை ஏற்படுகிறது. திறந்த பொருளாதாரக் கொள்கை நுகர்ச்சிப் பொருள் பிரயோக மனப்பான்மையை அதிகரித்துள்ளது. இது தமிழர்களை மாத்திரம் எதிர்நோக்கும் பிரச்சினையன்று. சிங்கள மக்களும் இதனை எதிர்நோக்கு கின்றனர்.

சாதிப்பிரச்சினை புதிய வடிவங்களை எடுத்துள்ளது. சாதிப் பிரச்சினையை வெறும் சீர்திருத்தப் பிரச்சினையாகக் கொள்ளும் மனநிலை மாறிவிட்டது. அது ஒரு அரசியற் பிரச்சினையாகவே மாறியுள்ளது. இளைஞர் இயக்கங்களுக்குள்ளேயே அது கருத்து வேறுபாடுகளுக்கு இடமளிக்கும் சக்தியாக மாறியுள்ளது.

"தமிழ்ப் பிரச்சினையின் புதிய பரிமாணத்தின் ஓரமிசமாக அமைவது சமூகத்தில் பெண்களின் பங்கு பற்றிய சிரத்தையாகும். இது இன்னும் ஒரு பிரச்சினையாக உருவாகவில்லையெனினும் தமிழ் மக்களிடையே இன்று உயர்கல்வி பெறுவோரின் தொகையினைப் பார்க்கும் பொழுதும் கிராம மட்டங்களில் ஊதியத் தொழிலாளிகளாகக் கடமையாற்றுவோரையும் பார்க்கும் பொழுதும் இத்துறைகளில் பெண்கள் முக்கிய இடம் பெறுவது தெரியும். இம் மாற்றம் குடும்ப உறவுகளில் சமூக உறவுகளில் மாற்றங்களை ஏற்படுத்துவது நிச்சயம்.

இவை மாத்திரமல்லாது பண்பாட்டுத் துறையிலும் பல மாற்றங்கள் ஏற்படுவதைக் காணலாம். கோயில்கள் பற்றிய ஒரு சிரத்தை புதிய பணக்காரர்கள் பாரம்பரியச் சமூக அந்தஸ்தைப் பெறுவதற்கான ஒரு வெளிப்பாடே வெகுசனத்தொடர்புச் சாதனங்கள், மனோபாவங்களில் மாற்றங்களை உண்டாக்கு கின்றன. கசெற்றின் ஆக்கிரமிப்பு, ரெலிவிஷனின் வருகை, வீடியோவின் வளர்ந்து செல்லும் ஆதிக்கம் என்பன பண் பாட்டுத் துறையில் முக்கியமான மாற்றங்களை ஏற்படுத்து கின்றன.

தமிழ்ப் பிரச்சினையின் புதிய முனைப்பு ‘தமிழ் பேசும் மக்கள்’ என்ற கோட்பாட்டினைத் தாக்கும் முறைமை மிக முக்கியமான ஒன்றாகும். மலையக மக்களின் முக்கியத்துவம் உணரப்படுதலும் ஏற்றுக்கொள்ளப்படுதலும் இந்தப் பிரச்சி னைக்குப் புதிய ஒரு பரிமாணத்தை வழங்கியுள்ளது. அத்துடன் இனத் தீர்வுக்கான வழிகாட்டுதலில் புதிய நிலைமைகளை விளங்கிக்கொள்ள வேண்டிய அத்தியாவசியத்தை ஏற்படுத்தி யுள்ளது. முஸ்லிம்களின் நிலைமை பற்றிய சரித்திட்டதான தெளிவும் அத்தியாவசியமாகிறது.

எனவே இது சொல்லளவில் பழைய பிரச்சினையின் தொடர்ச்சியாகவிருந்தாலும் பொருளளவில் முற்றிலும் புதியது. புதிய பரிமாணங்களைக் கொண்டது என்பது தெட்டத் தெளிவாகின்றது. இப்புதிய மாற்றங்கள் முற்றிலும் புதிய ஒரு சூழலை, புதிய ஒரு உணர்வு நிலையை உண்டாக்கியுள்ளன.

இந்தக் கட்டத்தில் இலக்கியத்தின் பணி யாது? இன்று பிரத்தியட்சமாகவுள்ள அரசியல் நிகழ்வுகளையும் அவை ஏற்படுத்தும் உணர்வு நிலைகளையும் உள்ளது உள்ளவாறே ஏற்றுக்கொள்வதா? அன்றேல் அவற்றின் தோற்றம் வளர்ச்சிக் கான காரணங்களை ஆராய்வதா? இப்பிரச்சினைகள் இல்லை யென்பது போல் அவற்றைப் புறக்கணிப்பதா? இந்த நடவடிக்கைகளில் ‘மனித நிலை வேர்கள்’ யாவை? இவை இன்று பெற்றுள்ள உருவும் பொருளும் எந்த அளவுக்கு இயைபானவை? இந்த நடவடிக்கைகள் எவ்வாறு அத்துணைப் பிரபல்யத்தைப் பெறுகின்றன? இந்த நடவடிக்கைகள் இருக்கும் சில அநீதிகளை இல்லாமல் ஆக்குவதற்கான போராட்டமா அல்லது புதிய ஒரு சமுதாய முறைமைக்கான போராட்டமா?

அதாவது இந்நடவடிக்கைககளை எதிர்நிலை நடவடிக்கை களாகக் கொள்வதா? அன்றேல் ஆக்கபூர்வமான ஒரு புதிய நிலைக்கான நடவடிக்கையாகக் கொள்வதா? இவை பற்றிக் குறிப்பிடும் இலக்கியங்கள் இப்புதிய சூழ்நிலைகளைத் தோற்றுவிக்கும் சக்திகளைச் சரிவர இனங்கண்டு கொண்டுள்ள னவா?

இவையும் இவை போன்ற பிரச்சினைகளும் மனித உறவு நிலைப்பட ஆராயப்பட வேண்டுமேல், முற்போக்கு இலக்கிய நோக்கு இதன்மீது பாய்ச்சப்படல் அவசியமாகும். இலங்கையில் இன்று உடனடியாகத் தீர்க்கப்பட வேண்டிய பிரச்சினை இது என்பதும் இலங்கையின் அடிப்படையான பிரச்சினைகள் பற்றி நோக்குவதற்கு வழிவகுப்பதற்கு இப்பிரச்சினை முதலில் தீர்க்கப்பட வேண்டும் என்பதும் இலங்கையின் அரசாங்கத்தி னாலேயே ஏற்றுக்கொள்ளப்பட்டுள்ள நிலைப்பாடாகும்.

விடயத்தின் காத்திரத்துக்கும் கனதிக்குமேற்ற வகையிற் காத்திரமாகவும் கனதியாகவும் இப்பிரச்சினையை, இப்பிரச்சி னையின் மனித உறவு நிலைகளை, சமூக வளர்ச்சிப் பின்னணியில் வைத்து நோக்குவது அத்தியாவசியமாகும்.

இலக்கியத்தின் பணி நிலைமையைப் பிரதிபலிப்பதுடன் நின்றுவிடுவதன்று. நிலைமையைத் தெளிவுபடுத்தவும் வேண்டும். மனித நேசம், விஞ்ஞான அடிப்படையிலான சமூக முன்னேற்றம் ஆகியவற்றை அடிப்படையாகக் கொண்ட ஓர் உலக நோக்கின் அடிப்படையிலே பிரச்சினைகள் தெளிவுபடுத்தப்படல் வேண்டும். தோற்றப்பாடுகள் உண்மைகளாகா, உணர்ச்சிகள் எல்லாம் மெய்யானவையல்ல.

முற்போக்கு இலக்கியத்தின் பொறுப்புகளில் இந்தச் சமூகத் தெளிவாக்கம் மிக மிக முக்கியமானதாகும்.

இப்புதிய நிலைமையினை விளங்கிக் கொள்வதற்கும் தெளிவுபடுத்துவதற்கும் 1950-60களில் முன்வைக்கப்பட்டு, 1970-75 இல் திடமாக்கப் பெற்ற அமிசங்கள் போதுமானவையா என்பதை நோக்குதல் வேண்டும். புதிதாகக் கிளம்பியுள்ள சமூக நிகழ்வுகள் யாவற்றையும் ஒருசேர விளங்கிக் கொள்வதற்கு வேண்டிய விமரிசனக் கருவிகள் இன்று நம்மிடத்துண்டா என்பதை நோக்குதல் வேண்டும். நமது சமூக வரலாற்றின் ஒரு

வளர்ச்சிக் கட்டத்தில் பயன்பட்ட அதே எண்ணக் கருக்களைக் கொண்டு புதிய வளர்ச்சிகளையும் மதிப்பிட முடியுமா? அது உண்மையான முற்போக்கு ஆகுமா?

இக்கட்டத்தில் முற்போக்குவாதம் பற்றியும், முற்போக்கு இலக்கியம் பற்றியும் எடுத்துக் கூறப்படும் மிக முக்கியமான உண்மைகளை மனத்திருத்திக் கொள்ளல் அவசியமாகும்.

1. "சமூகத்தின் அல்லது சமூக நிலைமையின் அல்லது சமூக வளர்ச்சிப்படியின் ஒரு நிலையிலிருந்து இன்னொரு படிநிலைக்குச் செல்வதனையே நாம் முற்போக்குவாதம் எனக் கொள்கிறோம். இவ்வாறு செல்லும் பொழுது முற்போக்கு வாதம் இருக்கும் நிலையின் தொடர்ச்சியை அன்றேல், தேக்க நிலையை ஏற்றுக்கொள்வதில்லை... அது மாத்திரமல்லாது கால அடிப்படையில் முன்னர் நிலவிய ஒரு இருக்கை நிலைக்கு மீண்டும் போவதை, அந்நிலையை மீண்டும் நிலைநிறுத்துவதை முற்போக்குவாதம் ஏற்றுக் கொள்வதில்லை என்பதும் வளர்ச்சியினடியாக ஏற்படும் ஒரு புதிய கட்டத்திற்குச் செல்வதையே இவ்வாதம் குறிக்கின்ற தென்பதும் தெளிவாகின்றது."

2. "மனித அனுபவச் சித்திரிப்பு முன்னரிருந்ததிலும் பார்க்க அகட்டி ஆழமாக்கப்படுவதற்கு மனித அனுபவத்தின் சமூகப் பின்னணி பற்றிய தெளிவுடைய ஆக்க இலக்கிய கர்த்தா அவசியமாகின்றான். முற்போக்கின் தன்மை, குறிப்பிட்ட சமூக, பொருளாதாரக் கட்டமைவினாலே தீர்மானிக்கப்படுமொன்றாகையால், ஒவ்வொரு கட்டத் திலும் இந்த அகற்சி ஆழத்தினை இலக்கியத்திலே சாதிப்பவன் இலக்கியத்தின் முற்போக்கான வியாப்திக்கு வழிவகுப்பவனாகின்றான்.

எனவே இப்புதிய நிலைமைகளைக் கணக்கெடுத்து, புதிய வளர்ச்சிக் கட்டத்தை அறிந்து, அதன் பல்வேறு அமிசங்களை விளங்கி, அந்த அமிசங்களுக்கும் மனித உறவுகளுக்குமுள்ள தொடர்பைக் கண்டு, இந்தத் தெளிவுகளின் வழியாக இலக்கியத்தைப் படைக்கும் பொழுதுதான், அது முற்போக்கு இலக்கியமாகும். முற்போக்கு இலக்கியத்துக்கு இருக்க வேண்டிய முதல் தகைமையும் கனதித்தகைமையும் கருத்து

நிலைத் தெளிவும் படைப்புத் திறனுமே. இவை நாணயத்தின் இருபுறங்கள்.

இன்றைய நிலையில் தமிழ்த் தேசிய இனப்பிரச்சினைக் குள்ளேயே, இம் மக்களிடையே சோஷலிஸம் வளர்வது பற்றிய பிரச்சினைகளும் தொக்கி நிற்கின்றன என்பது புலனாகின்றது. எனவே இந்த நிலைமையை அதன் பன்முகப்பாட்டில் விளங்கிக் கொண்டு இலக்கியத் தொழிற்பாடு அவசியமாகின்றது. இந்தப் புதிய நிலைமைகளை ஒருங்குசேர உள்வாங்கி, அவற்றை ஒருமைப்பட்ட ஓர் உணர்வுக் கட்டமைப்புள் வைத்து நோக்கிப் புதிய மனித நிலைப்பாடுகளைக் காண்பதிலே தான் படைப்பிலக்கியக்காரனின் திறனும் வெற்றியும் தங்கியுள்ளது. அதே போன்று இவ்வமிசங்களின் கருத்துநிலை அமிசங்களை விளக்கி, உணர்ச்சிக் கட்டமைப்பில் இவை எவ்வாறு இடம் பெறுகின்றன என்பதைத் தெளிவுபடுத்தி இலக்கியத்தின் மேற்செல்கைக்கு வழிவகுப்பதிலேயே விமரிசகனின் பங்களிப்புத் தங்கியுள்ளது. இவை ஒரே இலக்கியப் போராட்டத்தின் இரண்டு பணிகள், ஆகும். ஒன்றுக்கொன்று ஆதாரமான பணிகள் ஆகும்.

தேசிய இனப் பிரச்சினையின் புதிய வளர்ச்சிக் கட்டத்தில் வெவ்வேறு சக்திகள் புதிய உறவுகளை ஏற்படுத்திக் கொண்டது போன்று, முற்போக்கு இலக்கிய இயக்கத்தின் இப்புதிய கட்டத்திலும் தொடர்ந்து வரும் சக்திகளின் புதிய உறவுகளை ஏற்படுத்துவதும், புதிய சக்திகளை நியாயபூர்வமாக உள்வாங்கிக் கொள்வதும் அத்தியாவசியமாகும். ஏனெனில் தமிழர் பிரச்சினை இன்றுள்ள நிலைமையில் தமிழரின் எதிர்காலம் மாத்திரமல்லாது, இலங்கையில் சோஷலிஸத்தின் எதிர்காலப் போராட்டத் தன்மைகளும், சிங்கள-தமிழ் உறவு பற்றிய புதிய தெளிவுகளும் அதனுள்ளே உள்ளுறையாக நிற்கின்றன. இந்த நிலைப்பட்ட தெளிவுதான் மலையகத் தமிழ் மக்களின் புதிய நிலைமையையும், முஸ்லிம்களின் நிலைமையையும் விளங்கவும், அந்த நிலைமைகளையும் தேசிய இனப் பிரச்சினையின் அங்கமாக இணைத்து நோக்கவும் உதவும்.

இதனை ஒரு பிரதேச நிலைப்பட்ட பிரச்சினையாக மாத்திரம் பார்த்தல் கூடாது. சகல அமிசங்களையும் அடக்கிய ஒரு முழுமையான நோக்கினை வளர்த்தெடுக்க இலக்கியம் உதவ

வேண்டும். இலக்கியம் என்பது சமூகத்தைப் பிரதிபலிப்பதற்கு மாத்திரமல்ல, சமூகத்தின் பிரச்சினைகளைத் தெளிவுபடுத்து வதற்கும் உதவுதல் வேண்டும். உண்மையில், சமூகப் பிரச்சினை களைத் தெளிவுபடுத்துவதன் மூலம் செய்யப்படும் பிரதிபலிப்பே உண்மையான பிரதிபலிப்பாகும். மற்றது வெறும் பிரதி செய்தலாகும். எனவே இக்கட்டத்தில் எழுதப்படும் இலக்கியங்கள், இலக்கியத்தின் சமூக உருவாக்கப் பணியினை மனங்கொண்டு எழுதப்பெறுவனவாக இருத்தல் வேண்டும்.

***

இந்த மாற்றக் கட்டத்தில் நமக்கு உதவக்கூடிய முற்போக்கு இலக்கியக் கோட்பாடு யாது என்பதையும், மேற்கூறிய புதிய மாற்றங்களைச் சுட்டுகின்ற இலக்கியப் படைப்புக்கள், தோன்றிவிட்டனவா என்பதையும் நோக்குதல் வேண்டும்.

முதலில் இந்தப் புதிய உணர்வுகளின் புலப்பாடு தெரிகின்ற ஆக்கங்களை நோக்குவோம். இது பற்றிச் சிந்திக்கின்ற பொழுது சிந்தனை வளர்ச்சி பற்றிய ஓர் உண்மையை மனத்திருத்திக் கொள்ளல் வேண்டும். முந்திய ஒரு வரலாற்றுச் சூழலில், அச்சூழலின் தேவைக்கென வளர்த்தெடுக்கப் பெற்ற கருத்து நிலைச் சொற்றொடர்கள் மூலம் புதிய எண்ணக் கருக்களை வெளியிடுவது எப்பொழுதும் விளக்கச் சிக்கலை ஏற்படுத்தும் ஒன்றாகும். பல மெய்யியற் சிந்தனையாளர் இப்பிரச்சினையை எதிர்நோக்கியுள்ளனர். எனவே இப்புதிய 'உணர்நிலை'யை பழைய எழுத்தாளர்கள் எப்படிக் கண்டுள்ளனர், எவ்வாறு எடுத்துக் கூறியுள்ளனர் என்பது முக்கியமான ஒரு பிரச்சினை யாகும். முந்திய ஒரு உணர்நிலையில் வளர்த்தெடுக்கப் பட்டவர்கள் தங்கள் கருத்துநிலை விஸ்தரிப்பின் மூலம் எடுத்துக் கூறுவதற்கும் இந்தப் புதிய உணர்நிலையின் சிசுக்களாக உள்ளவர்கள் இந்தப் புதிய உணர்நிலைகளை எடுத்துக் கூறுவதற்கும் வேறுபாடு உண்டு. எனவே 'முந்திய' எழுத்தாளர் கள் இப்புதிய உணர்நிலைகளை எடுத்துக் காட்டுவதைக் குறிப்பிடுவதை முனைப்புறுத்தாது, புதிய உணர்நிலையின் சிசுக்களாகவிருந்துகொண்டு இப்புதிய உணர்நிலையைப் புதிய சொற்புலப்பாடுகளினால் சித்திரிக்கும் எழுத்தாளர்களை நோக்குவது முக்கியமாகும். இவ்வாறு நோக்கும் பொழுது

கவிதையிற் சேரனைக் குறிப்பிடலாமென எண்ணுகிறேன். முந்திய இலக்கியப் பரிச்சயமுடையவர்களாய் ஆனால் புதிய உணர்நிலைக் காலத்திலேயே தமது படைப்பில் முதிர்ச்சி பெற்றோர்களாக சட்டநாதன் (சிறுகதை) புதுவை இரத்தின துரை, ஆதவன், ஜெயபாலன் (கவிதை) ஆகியோரைக் குறிப்பிடலாமெனக் கருதுகின்றேன். இவர்களுட் சேரன் மிக முக்கியமானவர். அவரின் வளர்ச்சி உன்னிப்புடன் கவனிக்கப்பட வேண்டியது. இவர்களின் படைப்புக்களின், ஆக்கப் புதுமையை அவர்களது 'நவமான' புலனுணர்வு வெளிப்பாட்டிற்கண்டு கொள்ளக்கூடியதாகவுள்ளது. 'முந்தின' எழுத்தாளர்களுள் இந்தப் புதிய உணர்நிலையை விளங்க முயல்வருள் தெணியானையும் ஒருவராகக் கருதுகின்றேன். யோகநாதன், செங்கை ஆழியான் ஆகியோரின் கள அகற்சி கவனிக்கப்பட வேண்டியது.

புதிய கட்டத்தினை உணர்த்தும் எழுத்துக்களின் உதயம் மறுதலிக்கப்பட முடியாத உண்மையாகும். ஆனால் இக்கட்டத்தில் இவ்விலக்கிய உணர்நிலை தனது சமூகப் பொறுப்பினைச் சரிவரச் செய்வதற்கு எந்த எண்ணக் கருவினைப் பயன்படுத்த வேண்டுமென்பது பற்றிய தெளிவு முக்கியமாகிறது.

இவ்விலக்கிய மாற்றத்தையும், அதன் புதிய வளர்ச்சி நிலைமையும், வளர்ச்சிக் கட்டத்தையும் முற்போக்கு இலக்கியக் கோட்பாட்டு நிலை நின்று நோக்கும் பொழுது இக்கட்டத்தில், விமரிசன யதார்த்தமே இயைபுடைய ஒன்றாக அமையக் கூடியது என்பது தெளிவாகும்.

யதார்த்தம் என்னும் கோட்பாடு 1950-60களில் முன் வைக்கப்பட்டதெனினும் அக் காலகட்டத்தில் அது இயல்பு வாதத்திலிருந்து தன்னைத் திட்டவட்டமாகப் பிரித்துக் கொள்ளவில்லையென்பதும், அவ்வாறு பிரித்து நோக்கிய விடங்களிற் சில வேளைகளில் மிக இயக்க நிலைப்பட்ட ஒரு விளக்கத்துக்கும் உட்படுத்தப்பட்டது என்பதும் நமக்குத் தெரிந்ததே. யதார்த்தக் கோட்பாட்டின், முழுமையான தரிசனத்தையும் கண்டு, உண்மையான, நிலையான, சாத்தியமான வழிகளைச் சுட்டுவதற்கு விமரிசன யதார்த்தம் பயன்படுத்தப் படல் வேண்டும்.

1950-60களில் யதார்த்தம் பற்றி நிலவிய மூட நம்பிக்கைகளும் தப்புக் கணக்குகளும் இப்பொழுது இருக்க முடியாதென்றே கருதுகின்றேன். யதார்த்தம் பற்றிய பின்வரும் உண்மைகளைக் கூறி, இறுதியில் விமரிசன யதார்த்தம் பற்றிய விளக்கத்தையும் கூறி இக்கட்டுரையை நிறைவு செய்யலாமென எண்ணுகிறேன்.

1. *அ) "சமூக உறவின் ஒழுங்கமைவு நுட்பத்தின் தொழிற் பாட்டைத் தீர்மானிக்கின்றவையாக அமைகின்ற, மறைக்கப் பட்டுக் கிடக்கின்ற அடிப்படைச் சக்திகளைச் சரிவரப் புரிந்துகொள்ள வேண்டிய கடமைப் பொறுப்பு ஏற்படு கின்ற பொழுது, யதார்த்த முறை கலை இலக்கியத்தில் தோன்றிற்று.*

   ஆ) "யதார்த்தத்தின் சாரம் சமூகப் பகுப்பாய்வு ஆகும். சமூகத்தில் மனிதன் இயங்குவதையும் சமூக வரவுகளையும், தனிமனிதனுக்கும் சமூகத்துக்குமுள்ள உறவையும் சமூகத்தின் கட்டமைப்பையும் ஆராய்வதும் சித்திரிப்பதும் இதன் பணியாகும்.

   இ) "யதார்த்தம் எழுத்தாளனின் நடைத் தனித்துவத்தைப் பாதிப்பதில்லை."- 'சுக்கோவ்'

2. *"நமது காலகட்டத்தில் போலியான பிரக்ஞைகளை ஊடறுத்து உண்மையான காரணகாரிய மையத்தை இனங்கண்டு கொள்வதிலேயே விமரிசன யதார்த்தத்தின் செயற்பாடு தங்கியுள்ளது. இது இக்காலகட்டத்தின் முக்கியமான ஆனால் சிக்கல் நிறைந்த பணியாகும்."*

(1983)

❑

14

'தலித்', 'தலித் இலக்கியம்' என்ற வகைப்பாடு இலங்கைக்குப் பொருந்துமா?

தமிழகத்திலுள்ள தலித்துகள் பற்றிய சில பிரச்சினைகளும் இலங்கையில் இப்பிரச்சினையை எவ்வாறு நோக்கவேண்டுமென்ற கருத்தினையும் இங்கு நான் கூற விரும்புகின்றேன். தலித் பிரச்சினையை நான் அணுகுகின்ற போது ஓர் இலக்கிய வரலாற்று மாணவனாகவே இப்பிரச்சினையை அணுகுகின்றேன். அதாவது, இலக்கியமும் வரலாறும் இணைந்து செல்பவை; ஒன்றுக்கு ஒன்று ஊடாட்டமாய் இருப்பவை; ஒன்றுக்கொன்று ஆதாரமாய் இருப்பவை என்ற அடிப்படையில் தலித் பற்றிய பிரக்ஞை 1980களில் தான் தமிழகத்தில் ஒரு முக்கிய வடிவத்தினை எடுத்தது.

இது 80களில் தமிழகத்தில் ஒரு முக்கிய வடிவத்தினை எடுப்பதற்கு முன்பு மகாராஷ்டிரத்தில் இதற்கு ஒரு முக்கிய தளம் அமைக்கப்பட்டு விட்டது. கர்நாடகத்திலும் இது ஒரு முக்கிய இயக்கமாக பரிணமித்து வந்தது. பாலகிருஷ்ண ஷெட்டி போன்றவர்களெல்லாம் மார்க்ஸியத்தின் எடுகோள்களை இந்த இயக்கத்தின் பின்புலத்தில் வைத்து 80களிற் செய்த விமர்சனங்களில் இந்திய சமுதாயத்தினுடைய Class க்கும் Caste க்குமுள்ள பிரச்சினையை மிக ஆழமாக ஆராய்ந்துள்ளனர். அவ் விமர்சனங்களை ஒரு மார்க்ஸிஸ கண்ணோட்டத்தில் பார்க்கும் போது சில ஒவ்வாமைகளும் காணப்படுகிறது. இதனை நான் ஏன் இங்குக் குறிப்பிடுகின்றேன் என்றால் தலித் பற்றிய ஆழமான ஆய்வுகள் அங்குதான் செய்யப்பட்டுள்ளன.

தமிழ்நாட்டில் ராஜ்கௌதமன், மார்க்ஸ் போன்றவர்கள் நன்கு ஆராய்ந்துள்ளனர்.

தமிழகத்தில் ஏறத்தாழ தலித் பற்றிய அல்லது மண்டல் கமிஷன் போன்ற பெரிய பிரச்சினைகள் ஒரு பிரதானமான அரசியல் பிரச்சினையாகவோ, அரசியல் களமாகவோ மாறுவதற்கான வாய்ப்பு, இருந்ததாகக் கருதப்படவில்லை. இதற்குக் காரணம் என்னவென்றால், 'திராவிட போராட்ட இயக்கங்கள்' அங்கிருந்ததன் காரணமாகத் தமிழ்நாட்டில் அல்லது தென்னிந்தியாவில் இது சற்றுப் பிந்தித்தான் மற்ற இடங்களை விட வந்து சேருமென்று மண்டல் கமிஷன் அறிக்கையிலே சொல்லப்பட்டுள்ளது.

இந்தப் பின்புலத்தில் தான் தமிழகத்தில் தலித் இயக்கம் ஒரு முக்கிய அரசியல் இயக்கமாக, சமூக இலக்கிய இயக்கமாக மாறி அதற்கான ஓர் அரசியல் தளமும் பெற்றது. கணிசமான காலத்தின் பின்னர் அனைத்து இந்திய மட்டத்தில் ஒரு பெரும் பிரச்சினையாகக் கொள்ளப்படுகின்ற ஒரு பிரச்சினை தமிழகத்தில் அந்த அனைத்திந்தியப் பெயருடனேயே எடுத்து ஆராயப்படுகின்றது. இவ்வளவிற்கும் திராவிடக் கட்சியும் இதைத்தான் பேசிக்கொண்டு வந்தன. இருந்தும்கூட 'தலித்' என்ற சொல் கூட தமிழ்ச் சொல் அல்ல. இதற்கான காரணங ்களை நாம் விளங்கிக் கொள்ள வேண்டும்.

முதலாவது தலித் என்று சொல்லப்படுகிறவர்கள் யார்? மிகவும் குறைந்த Schedule Castes என்று சொல்லப்படு கின்றவர்கள் தான் தலித்துக்கள். இதனை மேலும் விளங்கிக் கொள்வதற்கு நாம் இந்திய சமூக அமைப்பைப் புரிந்துகொள்ள வேண்டும். குறிப்பாக, தமிழகத்தில் சாதி சட்டரீதியாக ஓர் அங்கீகரிக்கப்பட்ட நிறுவனம் ஆகும். அதாவது அரச உத்தியோகங்களுக்கு எல்லாம் எந்தெந்தச் சாதியிலிருந்து எத்தனை பேர் சேர்த்துக்கொள்ளப்படல் வேண்டுமென்ற விகிதப் பட்டியல் வருடாவருடம் வர்த்தமானியில் பிரசுரிக்கப் படும். பின்தங்கியவர்கள் பட்டியலில் தாங்கள் சேர்த்துக் கொள்ளப்படவில்லை என்ற காரணத்திற்காகச் சில சாதிகளைச் சேர்ந்தவர்கள் போராட்டங்களில் ஈடுபடுவதுமுண்டு. அங்கு சாதி ஒரு நிரந்தர நிறுவனம். இது திராவிட அரசியல் வந்த

காலத்திலிருந்தே, பெரியாருடைய கோஷம் முன்வைக்கப்பட்டு வந்துள்ளது.

தமிழகச் சமூக அமைப்பில் முன்னணியில் நிற்கும் இரு சாதிகள் உண்டு. ஒன்று பிராமணர்கள். மற்றது வேளாளர்கள் அல்லது சைவ முதலிமார். இவர்களுக்குக் கீழே பின்தங்கிய சாதிகள் (Backward Castes) அடுத்ததாக Other Backward Castes அடுத்ததாக Most Backward Castes. இதற்குக் கீழ்தான் Schedule Castes. அதற்குப் பிறகு Tribes.

திராவிட இயக்க வரலாற்றையும், கிறிஸ்தவ மயமாக் கலையும் எடுத்துப் பார்த்தால் தமிழ்நாட்டின் சமூக மாற்ற மானது மேல்நாட்டார் வருகையுடன் கிறிஸ்தவ தாக்கத்தினால் Backwared Castes எனச் சொல்லப்படுகின்றவர்கள் மட்டத்திலும் Most BackWard Castes என்று சொல்லப்படுகின்றவர்கள் மட்டத்திலும் படிப்படியாக ஏற்பட்ட ஜனநாயக மயவாக்கத்தி லிருந்து தொடங்குவதை அவதானிக்கலாம். இதிலுள்ள துரதிர்ஷ்ட நிகழ்வு என்னவென்றால் சுதந்திரத்திற்குப் போராடிய காங்கிரஸ் இயக்கம் கோயில் நுழைவு போன்ற சடங்காசார விடயங்களில் முக்கியத்துவம் காட்டியதே தவிர, சாதி ஒழிப்பை, சமூக உயர் நிலையாக்கத்தை முக்கிய பணியாகக் கருதவில்லை. அதற்கான காரணம் காங்கிரஸில் அப்போதிருந்த பிராமண தலைமைத்துவமே. காங்கிரஸ் வலுவிழந்த பின்னரும் காங்கிர ஸினுள் பிராமணர்கள் வலுவிழந்த பின்னருமே இது முன்னுக்கு வந்தது.

இதில் மிக முக்கியமான பிரச்சினை என்னவென்றால் தலித் என்று சொல்லப்படுகின்ற அப்பிரிவு மக்களுக்கு(பள்ளர்கள், பறையர்கள் போன்றவர்களும் இவர்களுக்குச் சேவை செய்கின்ற வர்களும்) சுதந்திரம் கிடைத்ததன் பின்னர் கூட கணிசமான அளவினர் நாட்டினுடைய சமத்துவ நிலையைப் பெற்றுவிட வில்லை. அவர்கள் வெறும் வாக்கு வங்கிகளாக இருந்தார்களே தவிர, மற்றவர்கள் போல் நடத்தப்படவில்லை. இன்னும் கூட சில கிராமங்களுக்குள் அவர்கள் செருப்பு அணிந்து செல்லக் கூடாது. இதற்கு மேலாக சில கிராமங்களின் வீதிகளில் வெறும் காலுடனும் கூட அவர்கள் செல்ல முடியாது. இதனை சென்னைப் பல்கலைக்கழகத்தில் எம்.ஏ.கற்கும் ஒரு மாணவன் எனக்குச் சொன்னான். இதுதான் தலித்துகளின் சமூக நிலை.

துரதிரஷ்டவசமாக திராவிட இயக்கத்தின் பார்வை இந்த அசமத்துவத்தை அகற்றுவதில் அதிக அக்கறை காட்டவில்லை. திராவிட இயக்கத்தினுடைய செல்வாக்குக் காரணமாக இந்த அசமத்துவத்தையும் இதற்குக் காரணமாகவிருந்த பிராமணியத்தையும் மார்க்ஸிஸ கட்சிகள் முதன்மைப்படுத்தாது 'வர்க்க' அமைப்புப் பற்றியே பேசினர். வர்க்கம், சாதி என்ற ஓர் இரு இணைப்பாடு நிலவியது. சாதியை விளங்கிக் கொள்ளாமல் இந்தியாவின் வர்க்க அமைப்பை விளங்கிக் கொள்ள முடியாது என்று சிலர் வாதிட்டனர். இவர்கள் நோக்கில் மார்க்ஸிஸத்துக்கு இத்துறையில் ஒரு போதாமை இருந்தது. சுதந்திர காலத்துக்குப் பின்னரும் தமிழ்நாட்டில் திராவிடக் கருத்து நிலையின் ஆட்சி வந்து நீண்ட காலத்தின் பின்னரும் இந்த உணர்வு கைகூடவில்லை. தமிழ்நாட்டில் பஸ் கம்பெனிகளுக்கு பெயர் பல்லவனிலிருந்து ஆரம்பித்து சேரன், பாண்டியன், திருவள்ளுவர் என வந்து ஜீவானந்தம் என்றும் பின்னர் கீழ்மட்ட சாதி பள்ளத்தமிழர் ஒருவரின் பெயரும் இடம் பெற்றது. அந்தப் பெயர் போட்ட பஸ்ஸிலே ஏறமாட்டோம் என்றார்கள். இப்படி மறுத்தவர்கள் உண்மையில் இடைநிலைச் சாதியினர். திடீரெனப் பெரியார், அண்ணாதுரை தொழிற்பட்ட பிரதேசத்தில், கருணாநிதி, எம்.ஜி.ஆர். அரசியல் செய்த இடத்தில் இப்படியொரு அரசியல் முரண்பாடு இருக்கிறது என்பது அகில இந்தியாவுக்கும் தெரிய வந்தது. தலித் இயக்கம் தமிழகத்தில் அரசியல் ரீதியாகப் பெரும் பிரச்சினையாக வெடித்தது இப்படித்தான்.

இந்தியாவின் வரலாற்றை சமூகவியல் கண்ணோட்டத்தில் பார்ப்போமானால், இந்திய சமூகம் படிப்படியாக பிரித்தானிய ஆட்சியின் பின்னர் மேல்நாட்டுத் தாக்கத்தின் பின்னர் சுதந்திரம், சமத்துவம் வரத் தொடங்கியதன் பின்னர் படிப்படியாக மாறிக் கொண்டு வருவதையும் இந்த மாற்றம் மேலிருந்து கீழ்நோக்கி வருவதையும் நாங்கள் காணலாம். சாதிகள் தங்களுடைய சுதந்திரத்திற்காகவும் தங்கள் சுய கௌரவத்தைப் பேணிக் கொள்ளும் நடவடிக்கைக்காகவும் போராட்டங்கள் நிகழ்த்து வதையும், 1930களில் தமிழகத்தில் காணலாம். கேரளத்தில் இது முதல் தடவையல்ல. இந்தியாவின் ஜனநாயக மயப்பாடு இப்போது தான் அடிநிலை மக்களுக்கு வரத் தொடங்கியுள்ளது.

20, 30 களில் சில இடங்களில் நாடார் வகுப்பைச் சேர்ந்த பெண்கள் தாவணி, மேலாடை போடுவதற்கு எதிராக ஒரு பெரிய கலவரமே நடந்தது. இன்று நாடார் சமூகம் ஒரு பலமிக்க அரசியல் வகுப்பாக மாறியுள்ளது. ஆனால் 20, 30 களில் இதுதான் நிலைமை. படிப்படியாக இவர்களுக்கு இருந்த கல்வி, வியாபாரம் காரணமாக இவர்கள் நிலைமை மாறி வந்தது. அதேபோலத் திராவிடர் கழகத்தின் செயற்பாட்டின் காரணமாக முக்குலத்தோரின் (கள்ளர், மறவர், அகம்படியார்) சமூக அசைவியக்கம் அதிகரித்தது.

தலித் இலக்கியம் என்பது இந்த வரலாற்றுப் பின்புலத்தில் வந்த இமையத்தின் 'கோவேறு கழுதைகள்' என்ற நாவலில் சொல்லப்படுகின்ற அந்த வாழ்க்கையின் பதிவு இதற்கொரு உதாரணமாகும். தலித் பண்பாடு பற்றிய சில முக்கியமான நூல்களும் வெளிவந்துள்ளன. இது எந்தளவிற்கு இலங்கைக்குப் பொருந்தும் அல்லது எந்தளவிற்கு இலங்கையைப் பொறுத்தது என்ற வினா இங்கு முக்கியமாகும்.

இலங்கைத் தமிழ்ச் சூழலில், இலங்கைத் தமிழ் இலக்கியத்தின் முக்கிய கூறுகள் என எடுத்துச் சொல்லத்தக்க விடயத்தில் மலையகத் தமிழர்களிடையே, இந்திய வம்சாவளி மக்களிடையே சாதியத்தின் கூறுகள் இருந்தாலும் கூட தலித் என்று பார்க்கின்ற தன்மை குறைவு. அதற்கான பிரதான காரணம் அவர்கள் அனைவரும் தொழிலாளர்களாக இருப்பது. முஸ்லிம் களிடையே சமூகத் தள நிலை வேறுபாடுகள் நிறைய இருப்பினும், சமூக வேறுபாடுகள் காணப்படினும் முஸ்லிம்கள் என்று வரும் போது அது பிரச்சினையே இல்லை. மட்டக்களப்பில் ராதியொரு சமூக யதார்த்தமாக இருப்பினும் ஒரு பண்பாட்டுப் பிரச்சினையல்ல.

வடக்குப் பகுதியில்தான் இதுவொரு சமூக, பண்பாட்டு, அரசியல் பிரச்சினையாக உள்ளது. ஆனால் முதலாவது கேள்வி என்னவென்றால் தமிழகத்தில் உள்ளது போன்றதொரு சாதி அமைப்பு இலங்கையில் குறிப்பாக யாழ்ப்பாணம், மட்டக் களப்பு பிரதேசத்தில் உண்டா என்பதே. பதில், இல்லை என்பது தான். இங்கு பிராமண ஆதிக்கம் இல்லை. சூத்திரர் ஆதிக்கம் தான். சூத்திரர்களின் ஆதிக்கம் வெள்ளாளர்களின் ஆதிக்கமாக

இருக்க வேண்டும் என்பதற்காகத்தான் நாவலர் சற்சூத்திரர்கள் பற்றிப் பேசவேண்டி வந்தது.

சூத்திரர் ஆதிக்கத்தில் உள்ள மிகப் பெரும் சிக்கல் என்னவென்றால், இந்த உயர்வு, தாழ்வுக்கான சடங்காசாரமான அங்கீகாரத்தைக் கொடுக்கின்ற பிராமணர்களுக்கு முக்கியத்துவ மில்லை. சில வேளைகளில் ஒருவன் இரண்டு தலைமுறை களுடன் வெள்ளாளன் ஆகிவிடுவான். யாழ்ப்பாணத்தில் குறிப்பாக மானிப்பாய் பகுதியில் சின்ன வெள்ளாளர் என்று சிலர் குறிப்பிடப்படுவர். இந்த நடைமுறை வேறு விதத்தில் தமிழ்நாட்டிலும் இருந்ததுதான். கள்ளர் மறவர் மெள்ள மெள்ள வெள்ளாளராக மாறுவது.

எங்களுடைய வரலாற்றை எடுத்துப் பார்த்தால் தெரியும். கிறிஸ்தவ மத செல்வாக்குக் காரணமாகவும், நிர்வாகப் படிமாற்றம் காரணமாகவும் எல்லாக் காலங்களிலும் எல்லாச் சாதியினரையும் மேல்நிலை மாற்றங்களிலிருந்து ஒதுக்கி விடுவதற்கான வாய்ப்பு உயர் சாதியினருக்கு இருக்கவில்லை. உயர் சாதியினர் செய்தது என்னவென்றால் ஆளுகின்ற ஆட்சியுடன் சேர்ந்து இருந்து கொண்டு அவர்கள் வழங்குகின்ற சலுகைகளைப் பெற்றுக் கொண்டு தங்களுடைய நிலைமையைக் கீழே உள்ள மக்களுக்குப் போகாமல் பார்க்கின்ற ஒரு நிலைமையைப் போற்றியதுதான். நாவலர் காலத்திலிருந்தே இப்பண்பு இருந்து வந்திருக்கிறது. ஆனால் எல்லாக் காலத்திலேயும் இதனைச் செயற்படுத்த முடியவில்லை. மானிப்பாய் பகுதியிலுள்ள பல தாழ்த்தப்பட்ட மக்கள் மேலுக்கு வந்ததற்கான காரணம் கிறிஸ்துவத்தைத் தழுவியதே.

யாழ்ப்பாணத்தில் புகையிரதத்தின் வருகை, அதனால் ஏற்பட்ட தொழில் மாற்றங்கள் இதனால் ஏற்பட்ட பெரிய சமூக மாற்றம், அடிநிலை மக்களைச் சுயபலம் கொண்டவர்களாக ஆக்கிற்று. இந்தப் படிப்படியான மாற்றங்களின் காரணமாக ஏறத்தாழ துரும்பர் என்ற சாதியைத்தவிர மற்ற சாதிகள் எல்லாமே விரைவில் நவீனத்திற்கு வராமல் போகவில்லை. 'இந்தக் கிராமத்தில் அதிகம்', 'அந்தக் கிராமத்தில் குறைவு', 'அந்தக் கிராமத்தில் தொடர்ந்து இருக்கிறது', 'இந்தக் கிராமத்தில் தொடர்ந்தும் இருக்கவில்லை' என்பது வேறு.

ஆனால் ஒட்டு மொத்தமாக மாற்றம் இல்லை என்று சொல்ல முடியாது. துரும்பரிடையே கூட நிறைய மாற்றம் ஏற்பட்டு விட்டது.

இன்று நாம் இடதுசாரி இயக்கத்தின் தாக்கத்தைப் பற்றிப் பேசுவதோ, உணர்வதோ குறைவு. யாழ்ப்பாணத்தின் இடதுசாரி இயக்கத்தின் மிகப் பெரும் சாதனை சாதி எதிர்ப்பை மார்க்ஸியர்கள் உள்வாங்கிப் போராடியதே. இளைஞர் காங்கிரஸ் காலத்திலிருந்தே இது மிகவும் முக்கியமானது. சாதி எதிர்ப்புப் போராட்டத்தில் அடி நிலையில் உள்ள சாதிகள், உதாரணமாக இதனை மனம் திறந்து பேச வேண்டும். சேர் பொன்னம்பலம் இராமநாதனுக்குப் பெருத்த சவாலாக இருந்த 'பவுல்' எனப்படுபவர் பறையர் சமூகத்தைச் சேர்ந்தவர் ஆங்கிலக் கல்வி கற்றவர். இவர்களின் எழுச்சியை மேல்சாதிக்காரர்களால் தடுத்து நிறுத்த முடியவில்லை. அவர்களிலிருந்து கல்வியில் மேம்பட்டவர்கள் உருவாகினர். இவர்களுக்குள் இருந்து ஒரு பகுதி கொஞ்சம் கொஞ்சமாக மேலே எழும்பிக் கொண்டு வந்தது. யாழ்ப்பாணத்தில் இடைநிலைச் சாதியினர் தங்கள் சாதித் தொழிலைக் கைவிட்டு மேனிலைப்பட்ட பொழுது 'மேலோங்கிகள்' என்று குறிப்பிடப்பட்டனர்.

சாதி எதிர்ப்புப் போராட்டம் யாழ்ப்பாணத்தின் ஒரு பண்பாட்டுப் போராட்டத்தின் உண்மை வடிவத்தை இரண்டு கட்டங்களில் முளைவிடுகிறது. ஒன்று, சமாசனம், சமபோசனம் என்ற பஸ் வந்த காலகட்டத்தில் ஏற்பட்ட போராட்டம், பாடசாலைகளில் சமபோசனப் போராட்டம். இப்போராட்டத்தை கால நீட்சியில் வைத்துப் பார்க்கும் போது அக்காலத்தில் பஸ்களில் தாழ்த்தப்பட்டவர்கள் நின்று செல்லவும் முடியாது. தரையில் அமரவே வேண்டும். இக்காலத்தில் சாதி பேசுபவர்கள் பஸ்களில் சென்று வந்து குளிக்க மட்டுமே முடியும்.

அடுத்தது முற்போக்கு இலக்கிய இயக்கம் வந்தவுடன் ஒரு முக்கியமான விடயம் நடக்கிறது. ஈழத்துக்கு நவீன தமிழ் இலக்கிய வடிவங்கள் 30, 40களில் வந்த போது அதனை வரவேற்றவர்களுள் பண்டிதர்களும் இருந்தார்கள். பண்டித மணி கணபதிப்பிள்ளை, கிருஷ்ணப்பிள்ளை, பஞ்சாட்சரம் உட்படப் பலரைக் கூறலாம். ஆனால் முற்போக்கு இலக்கியம் வந்தவுடன் சாதி எழுச்சியும் சேர்ந்தே வருகிறது. அந்தந்த

சாதியில் இருந்த எழுத்தாளர்களும் வந்தார்கள். அந்தக் கால கட்டத்தில் எழுந்த போராட்டம் தலித்துக்கான போராட்டமல்ல, இதுதான் இங்கு முக்கியம். ஏனென்றால் எழுத்தாளர்களைச் சமூகப் பொதுவானவர்களாக நோக்குகின்ற ஒரு குணம் இலங்கையில் இருந்தது. உண்மையில் அவர்கள் Caste இல்லாதவர்கள். இது நமது சமூகவியலில் ஒன்று. தமிழ்நாட்டில் இப்போதுதான் இந்த நிலைமை வருகிறது. குறிப்பாக யாழ்ப்பாணத்தில் நடைபெற்று வந்த சாதிப்போராட்டம் என்பது எதனைக் குறிவைத்தது? உத்தியோக, பொருளாதார சமத்துவத்திற்காக வேண்டியல்ல, அந்தஸ்து சமத்துவத்திற்காகவே, இது அடிப்படையில் ஒரு பொருளாதார விடுதலைப் போராட்டம் அல்ல, பொருளாதார வளர்ச்சி படிப்படியாகப் பல சாதிகளுக்குள் ஏற்பட்டு வந்தது. தமிழ்நாட்டுடன் ஒப்பிடும் போது இங்குச் சமூக அசைவியக்கம் அதிகமாகும்.

இச்சூழலில் முற்போக்கு இலக்கிய இயக்கம் முக்கியத்துவம் பெற்றதற்கான காரணங்களைச் சொல்ல வேண்டும். தமிழ் மொழிக் கல்வி மூலம் கல்விப் பரவல் காரணமாக அது காலவரை ஆங்கில மொழிப் பாடசாலை, ஆங்கிலப் பாடசாலை இடம் கொடாத ஒரு பிரிவு மேலுக்கு வந்தது. பல்கலைக்கழகம் சென்றது. 60களில் ஏற்பட்ட மிகப்பெரும் ஜனநாயக மயமாக்கல் இது. ஆனால் அவர்கள் எல்லாக் கால கட்டங்களிலும் தங்களுடைய பிரச்சினையை மட்டும் சொல்லவில்லை. உதாரணமாக ஒரு காலகட்டத்தில் அல்லையூர் செல்லையா அவர்கள் எல்லோராலும் கவிஞர் என ஏற்றுக்கொள்ளப்பட்டவர்.

இவற்றுடன் இலங்கையின் அரசியல் சூழ்நிலை காரணமாக தமிழர்கள் வந்து ஒன்று சேரும் மையமாக 'தமிழன்' என்ற நிலை உள்ளது. சிங்கள ஆட்சியாளர்கள் எங்களுக்குச் செய்த மிகப் பெரும் கைம்மாறு என்னவென்றால், தமிழர்களுக்கு இடையே இருந்த மிகப் பெரும் அக முரண்பாடுகளை மிகப் பெரிதளவில் குறைத்ததுதான். 70களில் பல்கலைக்கழகத்திற்கு பிரதேச வாரியாக அனுமதிக்கும் ஒரு பண்பு இருந்தது. அப்பிரதேசவாத முறையை மாற்ற வேண்டுமென யாழ்ப்பாணத்தில் கொடி தூக்கிய போது மாற்ற வேண்டாம் என வன்னிப் பகுதியில் கொடி தூக்கப்பட்டது. தமிழர்களிடையே இருந்த அக முரண்பாடுகளைக் கருத்திற்கொள்ளாது அரசு ஒட்டுமொத்தமாக

தமிழர் என்றே ஒதுக்கி வைத்தது. இத்தகைய நடவடிக்கை களால் இன்று வடக்கு, கிழக்கு தனித்துவங்கள் முரண்கள் மறக்கப்பட்டுப் பொதுப்படையான தமிழன் என்ற எண்ணக் கரு நடைமுறையில் உள்ளது.

இயக்கங்களின் தலைமையில் பல சாதிகளையும் சேர்ந்த தலைவர்கள் உள்ளார்கள். சமூக ரீதியாக சில சிக்கல்களும் முரண்பாடுகளும் இன்று இருப்பினும் கூட அரசியல் ரீதியாக யார் தலைவராக வந்தாலும் ஏற்றுக்கொள்ளும் சூழ்நிலை காணப்படுகிறது. அந்த நிலைமைக்கு இலங்கையில் தமிழர் சமுதாயம் வந்துவிட்டது. இலங்கைத் தமிழர்களின் சாதிப் போராட்டம் இன்னொரு தளத்தில் உள்ளது என்பதைத்தான் நான் சொல்ல வருகின்றேன்.

உண்மையில் இலங்கைச் சாதிகளை எடுத்துக் கொண்டால், எந்தவிதமான இலக்கியச் சான்றுகளும் இலக்கியப் படைப்பு களும் இல்லாத சமூகமொன்று உள்ளது என்றால் அது துரும்பர் சமூகம் தான். அது டானியலுடைய சமூகம். டானியல் 'பஞ்சமர்' என்று சொல்லி மற்றவர்களைப் பற்றி எழுதினாரே தவிர, தன் சமூகத்தைப் பற்றி எழுதவில்லை. அதில் மிகவும் சுவாரசியமான விசயம், அச்சாதிக்குள் அனைவரும் கத்தோலிக்கர்கள். ஒரு இந்துகூட இல்லை. நான் சொல்ல வருவதெல்லாம் இலங்கையில் சாதிப் பிரச்சினை பார்க்கப்படும் முறைமை வேறு. தமிழ் நாட்டில் சாதிப்பிரச்சினை பார்க்கப்படும் முறைமை வேறு.

அங்கு தலித்துகள் செய்யும் கோஷங்களையும் அவர்கள் பிரச்சினைகளையும் இங்கு பிரதி செய்ய முடியாது. இங்குச் சில விசேடமான பிரச்சினைகள் உள்ளன. எம்மிடையே சாதி வேறுபாட்டின் மிக மிக நாசுக்கான பிரச்சினைகளைப் புரிந்து கொள்வதற்கு ரகுநாதனை வாசித்துப் பார்க்க வேண்டும். 'நிலவினிலே பேசுவோம்' அதற்குத் தக்க சான்று. வீட்டுக்கு வருகின்றவன் வசதியானவன். ஆனால் சாதியில் குறைந்தவன் என்றால் 'காற்றாட இருப்போம், வா தம்பி' என வெளியே அழைத்து வந்து விடுவார்கள். அவன் போன பிறகு கதிரையைக் கழுவிப் போடுவார்கள். அந்த நிலைமை இப்போது பெருமளவு இங்கு மாறிவிட்டது என்றுதான் சொல்ல வேண்டும்.

ஆனால் தமிழ்நாட்டில் பள்ள, பறைய சமூகத்தைச் சார்ந்த ஒருவர் பிராமணிய பண்பாட்டைப் பயன்படுத்துவதால் ஆளாகின்ற கஷ்டங்களுக்கெல்லாம் இங்குள்ள தாழ்த்தப் பட்டவர்கள் ஆளாகுவதில்லை. தலித் என்ற சொல்லை இலங்கையில் மிக நிதானமாகப் பயன்படுத்த வேண்டும். அங்கு தலித்துகள் மேலுக்கு வருகின்றபோது தங்களுடைய தனித்துவத்தோடு மேலுக்கு வரவேண்டும் என்ற குரல் உண்டு அது அடையாளம் தொடர்பானது. அத்தலித்துக்களிடையே மேலுக்கு வந்தவர்கள் அல்லது மேலுக்கு வருகின்றவர்கள் தங்களைப் படிப்படியாக ஓர் உயர் நிலையாக்கமாக மாற்றிக் கொள்கின்றனர். உதாரணமாக, அண்மையில் இளைய ராஜாவின் மனைவியினுடைய நேர்காணல் தினமணிக் கதிரில் வந்தது. இளையராஜா ஒரு தலித் நிலையினர். அவர் மனைவி குறிப்பிடுகின்ற வழிபாட்டு முறைகள் யாவும் சமஸ்கிருத நெறிப்பட்டவையே. தலித்துகளால் சமஸ்கிருதமயமாக்கத்தை எதிர்க்க முடியுமா? அதனைத் திராவிட இயக்கத்தினாலும் எதிர்க்க முடியவில்லை. அதனால்தான் கறுத்த சால்வை இன்று மஞ்சள் சால்வையாகிவிட்டது என்று கிண்டலாகச் சொல் கிறார்கள். இவ்வாறு திராவிட இயக்கத்தாலும், சமஸ்கிருத மயமாக்கலுக்கு முகங்கொடுக்க முடியவில்லை. தலித் பண்பாட்டின் அடையாளத்தை நாம் கவனமாகப் பார்க்க வேண்டியிருக்கிறது. பண்பாடு என்றால் அது எல்லாக் கால கட்டங்களிலும் மாறுகின்ற ஒன்றாக இருந்து வந்திருக்கின்றது.

இலங்கையில் ரகுநாதனையோ, எஸ்.பொன்னுத்துரை யையோ ஒரு தலித்தாகப் பார்ப்பதில்லை. டானியல், ஜீவா, தெணியான் போன்றவர்கள் எங்களுடைய தமிழ்ப் புலமை மரபில் முக்கியமானவர்கள். இங்கு அவர்கள் தலித் போராட்டத்தி னூடாக அந்த அங்கீகாரத்தைப் பெறவில்லை. இதுதான் தமிழ்நாட்டுக்கும் இலங்கைக்குமான வித்தியாசம்.

வெறும் வாய்ப்பாட்டு ரீதியாக தமிழ்நாட்டில் ஒரு தலித் இயக்கம், தலித் இயக்கம் வளர்ந்தால் இங்கும் ஒரு தலித் இயக்கம் வளர வேண்டும் என்பது வெறும் கோஷமே. ஒரு வேளை தலித் போராட்டத்திற்கான சூழல் மலையகத்தில் தோன்றக்கூடும். ஏனெனில் 'மலையகம்' என்ற வார்த்தையைப் பயன்படுத்து பவர்கள் உயர், நடுமட்ட சாதிகள் தான். யாழ்ப்பாணத்தில் சாதி

முறைமை ஒழிந்துவிட்டது என்று கூற நான் வரவில்லை. அடிபட்டு அகதிகளாக வந்த அடுத்த நாள் பார்த்தால் சாதிகளாகப் பிரிந்து பிரிந்து இருப்பதைக் காணலாம். அகதி முகாம் கிணற்றில் தண்ணீர் அள்ளுவதில் கூட பிரச்சினைகள். சாதிகள் இன்றும் உண்டு. ஆனால் இந்தியாவில் தலித்துகள் இருக்கும் நிலை போல இங்கு இல்லை.

(ஒலி நாடாவில் பதிவு செய்யப்பட்டு பின்னர் கட்டுரை வடிவத்திற்குக் கொண்டுவரப்பட்டது.)

(2000)

❏

15

ஈழத்தில் மார்க்ஸிய விமரிசனச் செல்நெறிகள்

அழகியல் மார்க்ஸியமும் மார்க்ஸிய அழகியலும்

சமகாலத் தமிழ் இலக்கிய விமரிசனச் செல் நெறிகளுள் முக்கியமாக விதந்து கூறப்படத்தக்கவை இரண்டு- ஒன்று, ஜனரஞ்சக இலக்கியமும் அது காத்திரமான இலக்கியத்தைப் பாதிக்கும் வகையும். மற்றது, சமூக நோக்குடன் எழுதப்படும் ஆக்க இலக்கியங்களின் அழகியல் அமிசங்கள் பற்றிய சிரத்தை.

இரண்டாவது விடயம் பற்றி எழுதுபவர்களைப் பெரும் பாலும் இருவகையாக வகுக்கலாம். முதலாவது பிரிவினர் மார்க்ஸிய எதிர்ப்புவாதிகள். இரண்டாவது பிரிவினர் மார்க்ஸிய நிலைப்பாட்டினை ஏற்றுக்கொள்பவர்களாகக் காட்டிக் கொண்டு மேற்குறித்த சமூக நோக்கமுடைய எழுத்தாளரின் (இவ்வெழுத்தாளர்களும் மார்க்ஸிய நிலைப்பாடுகளை உடையவர்கள்) ஆக்கங்களின் அழகியற் போதாமைகளை எடுத்துக் காட்டுபவர்கள்.

இக்கட்டுரை இந்த இரண்டாவது பிரிவினரின் பணி பற்றிய ஒரு குறிப்பேயாகும்.

அழகியற் போதாமைக் குறைபாடு (சில விடயங்களில் மார்க்ஸிய நோக்குத் தெளிவின்மையும்) உடையவர்கள் எனக் குற்றஞ் சாட்டப்படுபவர்கள், தமிழ்நாட்டிலும் இலங்கையிலு முள்ள பொதுவுடைமைக் கட்சிகளுடனும், முற்போக்கு இலக்கிய இயக்கத்துடனும் தொடர்பும், இவ்விரு நிறுவனங்களினதும்

இலக்கிய நிலைப்பாடுகளைப் பிரதிபலிக்கும் ஆக்கங்களைப் படைத்தவர்கள் என்ற பெயரையும் உடையவர்களான எழுத்தாளர்களேயாவர். இவர்களிற் பெரும்பாலானோர் 1950ஆம், 1960ஆம் தசாப்தங்களில் எழுதியோராவர். இவர்களும், இவர்களின் எழுத்துக்கு முக்கித்துவம் கொடுத்த விமரிசகர்களும் தாக்கப்படுவதுண்டு. சில வேளைகளில் அந்த ஆக்க இலக்கியக் காரரிலும் பார்க்க விமரிசகர்களே பெரிதும் தாக்கப்படுவது முண்டு. குறிப்பிட்ட படைப்பிலக்கியக்காரரைத் தவறாக வழி நடத்தியும், வேறு சில படைப்பிலக்கிய எழுத்தாளர்களுக்கு வேண்டிய முக்கியத்துவத்தைக் கொடாதும் தமிழிலக்கிய விமர்சனத்தைத் தகாதவழியிற் செலுத்தினர் என்ற குற்றச்சாட்டுகளின் பேரில் தாக்குதல் நடைபெறுதல் வழக்கு.

இவ்வெழுத்தாளர்கள் மீது சுமத்தப் பெறும் குற்றச் சாட்டுகள் யாவை? அவை எழுத்தாளருக்கெழுத்தாளர் வேறுபாடுடையன வெனினும் பொதுவாக நோக்கும் பொழுது பின்வரும் குறைபாடுகள் எடுத்துக் கூறப்படுகின்றன:

அ) கொள்கைப் பிடிவாதப் போக்குடைய, நெகிழ்வற்ற கோட்பாட்டிறுக்கம்.

ஆ) ஆக்க இலக்கியத்தின் அழகியலடிப்படைகள் பற்றிய தெளிவும், அத் தெளிவினைப் பெறுவதற்கான அறிவுமில்லாததால் இவர்களின் ஆக்கங்கள் பிரசாரங்களாகவே அமையும் தன்மை.

இ) பிழையான விமரிசன அளவுகோல்கள் கொண்டு மதிக்கப் பெற்றுத் தவறான முறையில் உயர்த்தப்பட்டமை.

சுருக்கமாக நோக்கின், இவர்களது வாதம், இலக்கியம் என்பது சில தனித்துவமான பண்புகளைக் கொண்டது. முதலில் இலக்கியமாக இருத்தல் வேண்டும். அதன் பின்னரே மார்க்ஸிய இலக்கியமாக இருத்தல் வேண்டும் என்பதேயாகும்.

அடுத்து இக் குற்றச்சாட்டினை முன்வைக்கும் விமரிசகர் களின் பொதுப்படையான தன்மைகளை நோக்குவோம்.

இவர்கள் முக்கியமாகப் புத்திஜீவிகள். நவீன இலக்கியத்தில் ஈடுபாடும் தொழிற்பாடும் கொண்டவர்கள். இலக்கிய ஆக்கம், விமரிசனம் பற்றிய சமகாலச் சிந்தனைகளை அறிந்தவர்கள்.

பிரதானமாக மார்க்ஸிய அழகியல் பற்றிய ஈடுபாடு கொண்ட வர்கள். மார்க்ஸியத் தத்துவக் குடையின் கீழ் வரும் 'அதிகம் வளர்க்கப்படாத துறை' அழகியலே' இனங்கண்டு அதன் வளர்ச்சிக்குத் தங்கள் பங்களிப்பைச் செய்ய முனைபவர்கள். இந்த அழகியல் சார்ந்த கலை, இலக்கிய விமரிசனத் துறையைத் தவிர பிற துறைகளில் (சமூக இலக்கிய நடவடிக்கைகள் போன்றவற்றில்) அதிக ஈடுபாடு காட்டாதவர்கள். தமக்கென எழுத்து மேடைகளை நிறுவிக் கொண்டவர்கள். இவர்களிற் சிலர் ஆக்க இலக்கியகாரர்.

இவர்கள் தாம் அடிப்படையில் மார்க்ஸிய வாதத்தை ஏற்றுக்கொள்பவர்களே என்பதைக் கூறியும் குறிப்பாலுணர்த்தியுமுள்ளனர். இவர்களுடைய பங்களிப்பு முக்கியமானதாகும். இவர்கள் விமரிசிக்கும் எழுத்தாளர்களும் விமரிசகர்களும் சார்ந்திருந்த இலக்கிய இயக்கத்தின் தோற்றம் வளர்ச்சியை ஆய்வுப் பொருளாகக் கொள்ளத்தக்க வரலாற்று இடை வெளியில் தோன்றியுள்ள இவர்கள், அவ்வியக்கத்தின் குறைபாடுகளை இனங்கண்டறிந்து விவாதிக்கத் தக்கவர்கள்.

மார்க்ஸிய எதிர்ப்புவாதிகள், மார்க்ஸியம் சார்ந்த, மார்க்ஸிய சிந்தனைகளால் வழிநடத்தப் பெற்ற ஓர் இலக்கிய இயக்கத்தை மதிப்பிடும் பொழுது அவ்வியக்கத்தின் வரலாற்றுத் தேவையையும் பயன்பாட்டையுமே குறைத்துவிடப் பார்ப்பர். ஆனால் இவர்கள் மார்க்ஸிய விரோத உணர்வுடன் விமரிசனத்தில் இறங்கவில்லை என்பதை வற்புறுத்திக் கூறுபவர்களாதலின், அத்தகைய கொள்கை விரோத முயற்சிகளில் ஈடுபடமாட்டார்கள். இவர்களது விமரிசனங்களை வாசிக்கும்பொழுது மன இடர்ப்பாடுகளைச் சிலருக்கு ஏற்படுத்தினாலும், மார்க்ஸியக் கண்ணோட்டத்தில் நோக்கும் பொழுது இறுதியில் இவர்களது விமரிசனம் ஆக்கபூர்வமான ஒன்றாகவே கொள்ளப்பட வேண்டும். ஏனெனில் இவர்களின் நிலையான நோக்கம் வன்மையும் வளமுமுள்ள மார்க்ஸிய இலக்கியத்தின் வளர்ச்சியே யாகும், ஆகவே திருந்தல் வேண்டும்.

1950, 60களின் பின்னர் தோன்றிய சமூக, இலக்கிய அசைவியக்கங்களின் வரலாற்றுப் பரிணமிப்பாகவே இவர்களின் விமரிசனம் தோன்றியுள்ளது என்ற நிலைப்பாட்டின்

அடிப்படையில் நோக்கும் பொழுது தான் இவர்களின் கருத்தியல் நிலைப்பாடுகள் முக்கியமானவையாகின்றது.

ஆனால், இவர்களுடைய கருத்தியல் நிலைப்பாட்டின் எல்லை வரையறையை நோக்கும் பொழுது, இவர்களது எழுத்துக்கள் இவர்களது விமரிசனங்கள் சுட்டும் முக்கியமான விடயங்கள் பற்றிய தேடல்களில், ஆய்வுகளில் ஈடுபடாது, மேற்குறிப்பிட்ட குறைபாட்டு ஆய்வுகளுடனும் அக்குறை பாடுகள் பற்றிய வாத விவாதங்களுடனும் நின்று விடுவது தெரிகின்றது.

மார்க்ஸிய எடுகோள்களைக் கொண்டே இலக்கிய வளர்ச்சியை நோக்குபவர்கள் என்பது உண்மையெனின், இவர்கள் இந்த எதிர் நிலைப்பாட்டில் மாத்திரம் நின்றுவிடாது இந்த எதிர்நிலைப்பாடு தோன்றுவதற்கான சமூகப் பின்னணி, அதனை எதிர்த்துப் போராட வேண்டிய கருத்தியல் வழிகள் போன்றவை பற்றிய ஆய்வுகளிலும் ஈடுபடல் அத்தியாவசிய மாகும்.

ஒருவன் ஏற்கனவே மார்க்ஸியவாதியாகவிருந்து இலக்கியத் துறைக்கு வரலாம். இலக்கியத் துறைக்கு வந்து அதன் மூலம் மார்க்ஸியவாதியாகலாம். மார்க்ஸியவாதியானதன் பின்னர், தான் ஈடுபட்ட ஒரு துறையைத் தவிர மற்றவற்றிலிருந்து தன்னைத் தனிமைப்படுத்திக் கொண்டு வேலியிட்டுக் கொண்டு இருந்துவிட முடியாது. ஏனெனில் மார்க்ஸியம் முழுமையான ஒரு தரிசனம். அது மனித நடவடிக்கைகள் எல்லாவற்றையும் விளக்கும், விளக்க வைக்கும் ஒரு தத்துவம்.

ஆனால் அது வெறும் தத்துவம் மாத்திரமல்ல என காரல் மார்க்ஸ் கூறினார். "தத்துவ ஞானிகள் உலகைப் பல்வேறு வழிகளில் வியாக்கியானமே பண்ணியுள்ளார்கள். முக்கிய மானது உலகை மாற்றுவதுதான்." மார்க்ஸியம் என்பது ஓர் ஆய்வு முறைமை, அறிவாராய்ச்சிக் கலை, அரசியல் நடவடிக்கைக்கான ஆற்றுப்படை.

திருவள்ளுவர் ஊழ் பற்றிக் கூறும் தொடர் ஒன்றினைப் பயன்படுத்திக் கூறுவதானால், மார்க்ஸியம் அடிப்படையில் அரசியல் நடவடிக்கைக்கு உந்துவதாக அமையும். மற்றொன்று சூழினும் அந்த அரசியல் நடவடிக்கை (நேரிடையாகவோ

மறைமுகமாகவோ) முன் வந்துறும். இதனாலேதான் மார்க்ஸியம் என்னும் சொல்லைத் தனியே பயன்படுத்தாமல் மார்க்ஸியம்- லெனினிஸம் என்ற தொடரைப் பிரயோகிக்கின்றார்கள். மார்க்ஸியத்தின் அரசியல் நடவடிக்கை நிலை லெனினிஸமாகும். மார்க்ஸியத்தின் நடைமுறை பற்றிப் பல்வேறு வேறுபாடுகள் இருக்கும். இன்றைய நிலையிலும் மார்க்ஸிய-லெனினிஸத்தை ஏற்காத மார்க்ஸிஸ்டுகள் இலர். மார்க்ஸியம்-லெனினிஸம் பற்றிய அவர்கள் விளக்கங்கள் வேறுபடலாம். ஆனால் மார்க்ஸியம் என்பது விமரிசன ஆய்வுக்காக மாத்திரமே பயன்படுத்தக்கூடிய ஓர் அணுகுமுறையே; அதற்கு மேல் அதற்குப் பயன்பாடு இல்லை என்பது மார்க்ஸியமாகாது. மார்க்ஸிஸ்டுகள் அப்படி நினைக்க மாட்டார்கள். மார்க்ஸிஸ்டுகளில் அத்தகைய ஒரு நிலையைக் காணவும் முடியாது.

கொள்கைக்கும் நடைமுறைக்கும் காணப்படும் பிரத்தியட்ச வேறுபாட்டினை மார்க்ஸியம் ஏற்றுக்கொள்வதில்லை. மிகச் சிறந்த நடைமுறைக் கொள்கையில்லாது வராது. தெளிவான கொள்கை நடைமுறையில்லாது கூர்மையடையாது. மார்க்ஸியத்தைத் தனது சித்தாந்தமாக வரித்துக் கொள்ளும் ஒருவன் பரந்துபட்ட ஒரு சமூகப் பகைப் புலத்தினடியிலேயே அந்தச் சுயம்வரத்தை மேற்கொள்கிறான்.

இவ்வாறு கூறும் பொழுது மார்க்ஸியப் போலிகளும் போலி மார்க்ஸிஸ்டுகளும் இல்லையென்பதல்ல வாதம். போலி விமரிசகர்கள் உள்ளது போன்று போலி மார்க்ஸிஸ்டுகளும் உள்ளனர். ஆனால் திரிகரண சுத்தியுடன் மார்க்ஸியத்தை ஏற்றுக் கொள்பவர்களையே நாம் இங்கு எமது பொருளாகக் கொண்டுள்ளோம். எனவே போலி வேட்டை தொடங்கும் பொழுது அவ்வேட்டையைத் தொடங்குபவன், 'நிச்சயமான நிஜமா'கவிருத்தல் வேண்டும். அல்லாவிடில் போலி வேட்டையின் நோக்கமே தோற்றுவிடும். எனவே அந்த வாதத்தை விடுத்து ஒரு மார்க்ஸிஸ்டிடமிருந்து எதிர்பார்க்கப்படும் இலக்கியப் படைப்பு இலக்கிய விமரிசனம் என்பன பற்றியே இங்கு ஆராய்தல் வேண்டும்.

ஏற்கனவே குறிப்பிட்ட எழுத்தாளர்களும் விமர்சகர்களும் விமரிசனத்துக்கு அப்பாற்பட்டவர்களல்லர். ஆனால் அவர்களை யார் விமரிசிக்கிறார்கள் என்பதை அவர்கள் முக்கியமாகக்

கவனிக்கிறார்கள். விமரிசிப்பவர் மார்க்ஸிய விரோதியா, மார்க்ஸிய ஆதரவாளரா என்பது மிக முக்கியம். ஏனெனில் பதிலும் பதில் நடவடிக்கைகளும், குற்றஞ்சாட்டுபவர் யார் என்பதைப் பொறுத்தே தீர்மானிக்கப்படுகின்றது.

பல்வேறு மார்க்ஸிய நிலைப்பாடுகள் கொண்டவர்கள் யாவரையும் ஒருங்கே எடுத்துப் பொதுவாக மார்க்ஸிஸ்டுகள் என்று கொள்ள முடியுமா என்பது அடுத்த பிரச்சினை. அரசியல் ரீதியில் வேறுபாடுடைய மார்க்ஸியக் கட்சிகள் பல அரசியல் துறையிலும் பண்பாட்டுத் துறையிலும் ஒருமித்துப் பொதுவான போராட்டங்கள் நடத்துவதை இன்னும் நாம் காணலாம். தமிழ்க் கலை, இலக்கியக் களத்தைப் பொறுத்தவரையில் அத்தகைய பொதுவான ஓர் அணி தொழிற்படுவதை இலங்கையிலும் தமிழகத்திலும் காணலாம்.

எனவே, மார்க்ஸிய நிலைப்பாட்டிலிருந்து கூறப்படு கின்றவை யெனச் சுட்டப் பெறும் விமரிசனங்களைச் சகோதர விமரிசனங்களாக ஏற்றுக்கொள்ள வேண்டிய கடமை விமரிசிக்கப்பட்ட மார்க்ஸிய எழுத்தாளர்களுக்குண்டு.

இந்தக் கடமையைப் போற்றும் அதே வேளையில் அவர்களுக்கு ஓர் உரிமையும் உண்டு. மார்க்ஸியம் நடவடிக்கைக் கான வழிகாட்டியென்பதால், இத்துணைப் பிழைகளையுடைய தமது எழுத்துக்களைத்தாம் எப்படித் திருத்தியமைக்க வேண்டும் என்பதை எடுத்துக் கூறும் ஓர் 'ஆற்றுப்படை'யையும் அவர்கள் இவர்களிடம் எதிர்பார்க்க உரிமையுண்டு.

அந்த ஆற்றுப்படை கட்சிப் பணிப்புரைகள் போன்றவை யன்று, இலக்கியம் கட்சியால் நிர்ணயிக்கப்பட முடியாதது என்பதுதானே இவ்விமரிசகர்களின் வாதம். ஆனால் அதே வேளையில் இவர்கள் கூறும் அழகியல் மார்க்ஸிய அழகிய லாகத் தொழிற்பட வேண்டுமெனில், இரண்டு முக்கியமான விடயங்கள் பற்றித் தெளிவாக அவர்கள் விளக்க வேண்டும்.

1. இன்றைய கட்டத்தில், மார்க்ஸிய எழுத்தாளர்கள் தமது உந்து சக்தியாக அமையும் 'மக்கள் பால் நேயம்' என்னும் கோட்பாட்டை எவ்வாறு கையாள்வது.

2. இன்றைய நிலையில், இன்றுள்ள தமிழ்க் கலை, இலக்கியத்தின் வர்க்க இயல்பு யாது? இந்த வர்க்க அடிப்படைகளை அறிந்துகொள்ளும் முறைமை யாது?

'மக்கள் பால் நேயம்', 'வர்க்க ஆய்வு' என்பன பற்றிப் பேசப்படாத அழகியலை மார்க்ஸிய அழகியல் என்று கூறவே முடியாது. மார்க்ஸிய கண்ணோட்டத்தில் கலை இலக்கியத்தின் பணி சமூக உறவுகளைத் தெளிவுபடுத்துவதே. அது நேரிடையாகவும், சூசகமாகவும், அவ்வக் கலை, இலக்கிய வடிவத்துக் கேற்ப அமையும். உண்மையில், இன்னொரு மார்க்ஸிய எழுத்தாளனின் ஆக்கம் பிரசாரமாகவும், நெகிழ்வற்ற கோட்பாட்டிறுக்க முடையதாகவுமிருக்கின்றதென்பது, மேற்சொன்ன இரண்டு விடயங்கள் பற்றிய சிந்தனைகள் தொழிற்பட்டிருக்க வேண்டுமென்றே மார்க்ஸிஸ்ற் எதிர்பார்ப்பான்.

சர்வதேசத் தனியுரிமை முதலாளித்துவம் தனது பல்வேறு நிறுவனங்கள் மூலம் வெகுஜனப் பண்பாட்டினை மிகச் சிறப்பாக விளக்கும் இந்நாட்களில் மார்க்ஸியக் கோட்பாடான மக்கள்பால் நேயம் எவ்வாறு கையாளப்பட வேண்டுமென்பது தெளிவு படுத்தப்பட வேண்டும். இப்பணியைக் குறிப்பிட்ட இந்த விமரிசகர்கள் மேற்கொள்ள வேண்டும். ஆனால் இவர்களால் இதுவரை எழுதப்பட்டவற்றை நோக்கும் பொழுது மேற்குறிப்பிட்ட விமரிசகர்கள் இம் முயற்சிகளில் ஈடுபடவில்லை என்பது புலனாகின்றது.

மார்க்ஸிய அழகியல் பற்றி மேனாடுகளில் நடைபெறும் வாத விவாதங்களை அறிமுகப்படுத்தும் அத்தியாவசியமான, பாராட்டத்தக்க பணியைச் செய்யும் அதே வேளையில் அவ்வழகியற் கோட்பாடுகள் தமிழில் எவ்வாறு கால்கொள்ள வேண்டுமென்பது பற்றிய தெளிவில்லாவிட்டால் அப்பணி பயன்தராத முயற்சியாகப் போய் விடலாம். இத் தெளிவில்லாவிட்டால் மேனாட்டு விவாதங்கள் பற்றிப் பேசுவது குழந்தைகள் படங்காட்டி விளையாடுவது போன்ற ஒரு நிலைமையைத் தான் சுட்டும். அதுமாத்திரமன்று, வழிகளைக் காட்டாது வகைகள் இல்லையே என்று கூறுமிந்த வாதம் மார்க்ஸிய இலக்கியத்தை எங்கே இட்டுச் செல்லும் என்பதையும் நோக்குதல் வேண்டும். இலக்கியத்தின் கருத்தியல் நிலைப்பாடுகள் பற்றிய

இவ்விவாதத்தில், சில மேனிலைவாத கோட்பாடுகள் வந்து சேர்ந்துவிடுவதுண்டு. மக்களின் சமூக அழகியல் தேவைகளைப் பற்றிய தெளிவெதுவுமில்லாமல், பிற இலக்கியங்களிற் காணப்படுகின்றன என்பதற்காக சில உத்திகளையும் நோக்குகளையும் தமிழிலும் பரிசோதிக்கும் முயற்சிகளும் வந்துவிடுவதுண்டு. இப்போக்கினை மார்க்ஸிய அழகியலாளர் இழிவுற்ற ஒரு செல்நெறியாகவே கருதுவர்.

மார்க்ஸிய அழகியல் என்னும் பொழுது அழகியல் என்னும் துறையுடன் மார்க்ஸிய அடிப்படைக் கோட்பாடுகளை இணைத்துக் கொள்வதாகும். மார்க்ஸியமும் இருத்தல் வேண்டும். அழகியலும் இருத்தல் வேண்டும். இவர்கள் உண்மையான மார்க்ஸிஸ்டுகள் என்றால் மார்க்ஸியத்தைப் பார்த்தல் கூடாது; மார்க்ஸிஸ்டுகளாக நின்றுகொண்டு அழகியலைப் பார்க்க வேண்டும்.

குறிப்பிட்ட இவ்விமரிசகர்களிடையே இத்தகைய ஆய்வுப் போக்குகள் விமரிசன அணுகுமுறைகள் காணப்படாது, மார்க்ஸிய எழுத்தாளர்கள் மீதான தாக்குதலே மேலோங்கி நிற்பதால் அவர்களின் மார்க்ஸிய நிலைப்பாடு சந்தேகத்துக்குரிய தாகின்றது.

மார்க்ஸியம் என்னும் உலக நோக்கு, சமூக ஆற்றுப் படை, அரசியல் நடைமுறை இன்று உலகளாவிய இயக்கமாக வளர்ந்துள்ளதாலும் உலகின் பெரும்பகுதியினர் மார்க்ஸிய நிலைநின்ற அரசுகளைத் தோற்றுவித்துள்ளதாலும் மார்க்ஸியத்தை எதிர்க்க விரும்புவோர் வெறுமனே அரசியல் எதிர்ப்புடன் நின்று விடுவதில்லை. மார்க்ஸியத்தின் சகல தொழிற்பாடுகளையும், நேரடியாகவும் மறைமுகமாகவும் எதிர்க்கின்றனர். சிலரை அந்த எதிர்ப்பில் ஈடுபடுமாறு தூண்டியும் விடுகின்றனர்.

இந்த விமர்சகர்கள் அத்தகைய மறைமுகப் போக்கின் துரதிர்ஷ்டவசமான பலி கடாக்களோ என்பது தெரியவில்லை. இவர்கள் நிலைமை பற்றி இன்னும் சிறிது தெளிவு ஏற்படு மானால் நல்லது.

(1981)

❏

பின்னிணைப்புகள்-I

சமூக-பண்பாட்டுப் பின்புலம்

இலங்கையில் தோன்றும்-தோன்றியுள்ள கலை, இலக்கியத்தின் தோற்ற, பயன்பாட்டுப் பின்புலத்தைப் புரிந்துகொள் வதற்கான ஒரு சிறுகுறிப்பு

இந்திய உபகண்டத்தை அண்டினாற்போல், அதன் தென் கிழக்கு முனைக்குச் சற்றுக் கீழே உள்ள மாங்காய் வடிவினதான, 65,610 சதுர கிலோ மீட்டர் நிலப்பரப்புக் கொண்ட தீவு இலங்கை. தமிழ்ப் பாரம்பரியத்தில் இதனை 'ஈழம்' என்று குறிப்பிடும் மரபு உண்டு. 'ஈழம்' என்ற சொல், இலங்கையில் ஆதிகாலத்தில் பயன்படுத்தப்பட்ட ஹெல (Hela) என்னும் (மொழி) சொல்லின் திரிந்த வடிவமே என்பர் வரலாற்றாசிரியர்.

இலங்கையில் உள்ள இனக்குழுமங்கள் சிங்களவர், தமிழர், முஸ்லிம்கள், பறங்கியர் (யூரேசியர்களை ஒத்தவர்கள்) ஆகும்.

தமிழர்களை இலங்கைத் தமிழர் என்றும், இந்தியத் தமிழர் என்றும் பிரித்து நோக்கும் ஒரு முறைமை உண்டு. இலங்கைத் தமிழர் என்பது இலங்கையில் பாரம்பரியமாக வாழ்ந்து வந்த தமிழரைக் குறிக்கும். இந்தியத் தமிழர் என்பது பிரித்தானிய ஆட்சிக் காலத்தில் (1796-1948), பத்தொன்பதாம் நூற்றாண்டின் நடுக்கூற்றிலிருந்து (ஏறத்தாழ 1830 முதல்) தமிழ்நாட்டிலிருந்து கொண்டு வரப்பட்ட பெருந்தோட்டத் தொழிலாளரையும் அவர்களைச் சார்ந்து, பின்னர் வணிக முயற்சிகள் காரணமாக வந்தவர்களையும் குறிக்கும். (இந்த இரண்டாவது பிரிவினர் பெரும்பாலும் பெருந்தோட்டப் பிரதேசங்களிலிருக்கும் நகரங்களில் வியாபாரம் செய்து வந்தனர்.)

இலங்கையில் தமிழ் நிலைப்பட்ட இன்னொரு சிறப்பு அம்சம், அங்குள்ள முஸ்லிம்கள். (இலங்கை முஸ்லிம்கள்

தங்களை இலங்கைச் சோனகர் (SriLankan Moors) என்பர். தமது தாய்மொழி தமிழாகவிருந்தும் தம்மைத் தனியொரு இனக் குழுமமாகவே (Ethnic Group) கருதுகின்றனர். இது இந்திய நிலையிலிருந்து மாறுபட்ட ஒன்றாகும்.

முஸ்லிம் நிலைப்பாடு காரணமாக, ஒட்டுமொத்தமான தமிழ் பேசும் மக்களின் நிலம்சார், மொழிசார் உரிமைகளை வற்புறுத்துவதற்கெனத் 'தமிழ் பேசும் மக்கள்' (Tamil Speaking People) என்னும் ஒரு தொடர் இலங்கையின் தமிழரசுக் கட்சியால் ஜனரஞ்சகப்படுத்தப்பட்டது.

இலங்கையின் கடைசி சனக் கணக்கெடுப்பின்படி (1981) இலங்கையின் இனக்குழும நிலைச் சனத்தொகை பின்வருமாறு:

சிங்களவர்	73,95,000	74%
இலங்கைத் தமிழர்	12,70,000	12.6%
இந்தியத் தமிழர்	5,52,000	5.2%
இலங்கைச் சோனகர்	7,05,000	8.00%
பறங்கியர்	26,000	
மலாய்	34,000	

(இவர்கள் மலாய் மொழிபேசும் முஸ்லிம்கள்)

(இலங்கையின் சனத்தொகைக் கணக்கெடுப்புப் புள்ளி விவரப் பிரிவு தமிழர்களை இந்தியர், இலங்கையர் என்று பிரித்தே கணக்கெடுத்துள்ளது.)

சிங்கள மக்கள், சிங்களம் என்னும் இந்தோ ஆரிய மொழியினைப் பேசுகின்றனர். இது மத்திய இந்திய பிராகிருத மொழிகள் ஒன்றிலிருந்து வளர்ந்திருக்க வேண்டும் என்பர்.

சிங்கள மக்களுட் பெரும்பாலானோர் பௌத்தர்களாவர் (மொத்த சனத்தொகையில் பௌத்தர் 78.24 விழுக்காட்டினர், இந்துக்கள் 7.51%, இஸ்லாமியர் 6.71%). பௌத்த மதம் குருத்துவ (Monk) மரபையுடையது. இலங்கையின் பௌத்த குருமார் மூன்று பெரும்பிரிவுகளைக் கொண்டவர்கள் (சீயம், அமரபுர, றாமண்ணிய நிக்காயக்கள்). சீயம்- நிக்காய முதன்மையானது. பௌத்தம் இலங்கையின் அரச மதமாகும்.

இலங்கையில் பௌத்த- சிங்கள உணர்வு மிகுந்த சிரத்தை யுடன் கட்டிக் காக்கப்படும் ஒன்றாகும். பௌத்த நிலைப்பட்ட இலங்கை வரலாற்றை மகாவமிசம் (கி.பி.6ஆம் நூற்றாண்டு) என்னும் பௌத்த வரலாற்றோடு எடுத்துக் கூறும். அதன் தொடர்ச்சி 'ஆளவமிசம்' எனப்படும். இந்தக் கண்ணோட் டத்தின்படி இலங்கை பௌத்தத்துக்கெனத் தெரிவு செய்யப் பட்ட நாடாகும்.

இலங்கைவாழ் தமிழர்களிடையே காணப்படும் குழும நிலை வேறுபாடு பற்றி ஏற்கனவே பார்த்தோம். பெருந்தோட்டத் தொழிலாளர்கள் இலங்கையின் மத்திய பகுதியாகிய மலைகள் சூழ்ந்த பகுதிகளில் வாழ்ந்து வருவதால், அவர்களை 'மலையகத் தமிழர்' என்றும் கூறும் முறைமை இன்று வழக்கில் உள்ளது. இவர்களின் வரலாற்றுப் பின்புலம், பொருளாதார முயற்சி, சமூக ஒழுங்கமைப்பு, பண்பாட்டுத் தனித்துவங்கள் காரணமாக இவர்கள் தனியொரு குழுமமாக இயங்கி வருவது உண்மை யெனினும், இலங்கைத் தமிழர்களுடனான ஊடாட்டம் இப்பொழுது அதிகரித்தே வந்துள்ளது. மலையகத்தைச் சேர்ந்த பலர் இப்பொழுது இலங்கையின் வடக்கு,கிழக்குப் பிரதேசங் களிலே விவசாயிகளாக வாழ்ந்து வருகின்றனர்.

இலங்கைத் தமிழர்கள் எனக் குறிப்பிடப்படுவோர், பிரதானமாக வடக்கு, கிழக்குப் பிரதேசங்களில் வாழ்ந்து வருகின்றனர். இலங்கையின் வரலாறு காரணமாகவும், புவியியற் கூறுகள் காரணமாகவும் பிரித்தானிய ஆட்சியின் பிற்பகுதிக்கு முன்னர் இப்பிரதேசங்களிடையே நெருங்கிய உறவுகள் நிலவியதாகச் சொல்ல முடியாது. மொழியொற்றுமை, சமூக ஒழுங்கமைப்பில் அடிப்படை ஒருமைப்பாடு ஆகியன காணப் படுவது உண்மையெனினும், நீண்டகாலமாகப் பெருந்தொடர்பு கள் இல்லாததன் காரணமாகத் தனித்துவ உணர்வுகள் தமிழகக் குழுமங்களிடையே நிலவியது.

தமிழர்கள் இலங்கையில் வாழ்ந்துவந்துள்ளமைக்கான தொல்லியற் சான்றுகள் கி.மு.4, 5 ஆம் நூற்றாண்டுகளுக்கு நம்மை இட்டுச் செல்கின்றன. இலங்கையின் அரசு உருவாக்கம் பதிவு செய்யப்பட்டுள்ள காலம் முதல், தமிழகத்து வணிகர் களோடும், பாண்டிய, பல்லவ, சோழ அரசுகளோடும் தொடர்பிருந்து வந்துள்ளது. கி.பி. 1017 முதல் 1070 வரை

இலங்கை சோழப் பேரரசின் ஆணிலப்பகுதிக்குள் வந்திருந்தது. கி.பி.13ஆம் நூற்றாண்டு முதல் யாழ்ப்பாணத்தில் ஓர் அரச உருவாக்கம் ஏற்பட்டது. இலங்கைக்கு மேனாட்டார் வரும் வரை இந்த அரசு நிலவியுள்ளது. இதற்கு இராமநாதபுரச் சேது பதி அரசர்களின் உறவுகள் இருந்தது என்பர். போர்த்துக்கேயர் யாழ்ப்பாண அரசை 1519/20இல் கைப்பற்றியது முதல் மேனாட்டாட்சிக்குள் வந்த இப்பிரதேசம், 1833 முதல் இலங்கையின் ஒட்டு மொத்தமான நிர்வாகப் பிரிவுகளுக்குள் ஒன்றாகக் கொண்டு வரப்பட்டு, ஒருமைப்பட்ட ஆட்சி முறைக்குள் வந்தது.

மட்டக்களப்புச் சனவேற்றம் வித்தியாசமானது. இப்பிர தேசம் கிழக்குக் கரையோரத்தே திருகோணமலைக்குக் கீழே வருவது. சோழராட்சியின் (1017-1070) எச்சசொச்சங்களாகவுள்ள சிவன் கோயில்கள் திருகோணமலை மட்டக்களப்புப் பிரதேசத்தில் உள்ளன. கி.பி.1300க்குப் பின் இப்பிரதேச வரலாறு தெளிவாக இல்லை. பிரதானிகள் ஆட்சி நிலவியிருத்தல் வேண்டும். 17-18 ஆம் நூற்றாண்டுகளில் முக்கியத்துவம் பெறும் கண்டி மன்னர் ஆட்சியின் மேலாண்மையின் கீழ் இப்பிரதேசம் வந்திருந்தது. போர்த்துக்கேய, ஒல்லாந்த ஆட்சிகள் இருந்தன வெனினும் இப்பிரதேசத்தின் புவியியல், நாட்டு மட்டத்திலான ஒருங்கிணைப்புக்குப் பெரிதும் இடமளிக்கவில்லை.

இங்குத் தமிழர்களும் முஸ்லிம்களும் செறிந்து வாழ் கின்றனர்.. இப்பகுதி முஸ்லிம்கள் விவசாயத்தை அடிப்படை யாகக் கொண்ட பொருளியல் முயற்சிகளில் ஈடுபட்டவர்கள்.

இங்குள்ள சமூக ஒழுங்கமைப்பு முறை யாழ்ப்பாணத்தில் உள்ளதிலிருந்து வேறானது. இங்கு வேளாள, முக்குவ, சீர்பாத சாதியினரே முன்னிலைப்படுத்தப்படுவர். இங்குக் குடிமுறை மையே முக்கியம். குடி, தாய்வழி உரிமையைப் போற்றுவது, குடிகள் புறக்குழுக்கள் ஆகும். ஒரு குடிக்குள் திருமணம் நடத்தல் கூடாது. மட்டக்களப்பு முஸ்லிம்களும், குடி முறைமையை ஏற்றுள்ளனர்.

இங்குக் கண்ணகை அம்மன், திரௌபதி, அம்மன், மாரியம்மன் வழிபாடே பிரதானப்பட்டு நிற்கும். சமஸ்கிருத நெறிப்பட்ட ஆகம முறை இங்குக் குறைவு. வீரசைவ மரபு ஓரிரு இடங்களில் உண்டு.

மட்டக்களப்பில் நகரமயவாக்கமோ, நவீனமயவாக்கமோ யாழ்ப்பாணத்தில் நடந்தேறியதுபோன்று இல்லை. இதனால் நவீன காலத்துக்கு-முந்திய வழக்காறுகள் இங்குப் பரவலாக உள்ளன.

யாழ்ப்பாண சமூகம் மட்டக்களப்புச் சமூகத்திலிருந்து வேறுபட்ட அசைவியக்கத்தைக் கொண்டது. அது வெள்ளாளச் சமூக மேலாண்மையைக் கொண்ட ஒரு சமூகம். இதன் சமூக ஒழுங்கமைப்பு போர்த்துக்கீசிய, ஒல்லாந்த காலங்களிலேயே ஸ்திரப்பாட்டைப் பெற்றிருந்தது. வெள்ளாளமையங் கொண்ட அச்சமூகத்தில் அடிமை, குடிமைகள் என்ற முறை முன்னர் நிலவியது. அடிமை முறை பத்தொன்பதாம் நூற்றாண்டில் பெயரளவில் ஒழிக்கப்பட்டாலும், குடிமை முறை தொடர்ந்து நிலவிவந்துள்ளது. கோவியர் என்போர் மனைநிலைச் சேவகம் செய்தவர். இவர்கள் தீண்டத்தகாதவர்களாகக் கருதப்பட வில்லை. வண்ணார், அம்பட்டர், நளவர், பள்ளர், பறையர் தீண்டப்படாதவர்களாகக் கருதப்பட்டனர். ஆனால் வண்ணாரினால் தீட்டு ஏற்படுவதில்லை என்று சொல்லப் பட்டது. கரையார் என்று சொல்லப்படும் மீனவ, கடலோடிச் சாதியினர் இந்தச் சாதி அடுக்கு முறைக்குள் வராதவர்கள். ஆனால் வெள்ளாளருக்குக் கீழானவர்களாகக் கணிக்கப் பட்டனர்.

இவர்களைவிடக் கம்மாளச் சாதியினரும் இருந்தனர். தச்சர், கொல்லர், தட்டார் என்போர் எல்லாக் கிராமங்களிலு மிருந்தனர். இவர்களும் வெள்ளாள மேலாண்மைக்கு உட்பட்ட வர்களே.

கத்தோலிக்கக் கிறித்தவம், பெரும்பாலும் தாழ்த்தப் பட்டோர் நிலையிலும் கரையார் நிலையிலுமே பரவியது. புரட்டஸ்தாந்த மிஷன்கள் வெள்ளாளரிடையே மதமாற்றம் செய்யத் தொடங்கின. புரட்டஸ்தாந்தக் கிறித்தவத்தின் மேலாண்மையையும், பரம்பரயையும் எதிர்க்க வேண்டிய நிலை ஏற்பட்டது. இவர்கள் சைவத்தின் உதவியுடன் கட்டிக் காக்கப்பட்டு வந்த பாரம்பரிய சமூக வரையறைகளை ஆட்டம் காணச் செய்தனர். சைவ வழிபாட்டு முறைகளும் சைவம் பேணி வந்த சமூக அமைப்பும் அச்சுறுத்தலுக்கு உள்ளாக, அதனை

எதிர்க்க ஆறுமுக நாவலர் (1827-1879) தொழிற்பட்டார். சைவமும்- தமிழும் என்பது அவரது கோஷமாக அமைந்தது.

பழைமை பேண்வாதம் போற்றிக் கையளிக்கப்படத் தொடங்கிய சிறிது காலத்தின் பின்னர், யாழ்ப்பாணத்தில் அரசியல், சமூக நவீனமயவாக்கம் தவிர்க்கப்பட முடியாததா யிற்று. யாழ்ப்பாண மாணவர் காங்கிரஸ் (1920-30 இன் முற்பகுதி), இந்திய சுதந்திரப் போராட்டத்தையும், காந்தீயத்தையும், தேசிய வாதத்தையும் முன்னிலைப்படுத்திச் சமூக சீர்திருத்த நடவடிக்கை களில் ஈடுபட்டது.

இவை காரணமாக 1930களிலிருந்தே தீண்டாமை எதிர்ப்புப் போராட்டம் யாழ்ப்பாணத்தில் முக்கிய இடம் பெறத் தொடங்கிற்று. 1940களில் மார்க்சிஸ வருகையுடன் சாதி எதிர்ப்பு நிலையான அரசியல் சமூக நடவடிக்கையாயிற்று. இலங்கைத் தமிழர்களிடையே அரசியல் மாற்றங்கள் காரணமாக, சாதி முறைமை அரசியல் வலுவிழந்துவிட்டது. சமூக உறவு நிலையில் சாதி உணர்வு அழிவது அத்துணைச் சுலபமன்று.

(குறிப்பு: இக்கட்டுரையின் மிகுதிப் பகுதி இரண்டாம் அத்தியாயத்தின் இறுதியில் குறிப்புப் பகுதியில் காணலாம்.)

❑

பின்னிணைப்பு -II

ஈழத்துத் தமிழ்க் கவிதை மரபு
ஒரு சுருக்கம்

தமிழ்க் கவிதை என்ற பொதுப்படையான தலைப்பின்கீழ் ஈழத்துத் தமிழ்க் கவிதை மரபின் பிரதான செல்நெறிகளை நோக்குவதே இக்குறிப்பின் நோக்கமாகும். தனித்தனிக் கவிஞர்களை நோக்குவதிலும் பார்க்கப் பிரதான கவிதைப் போக்குகளை நோக்குவதே குறிக்கோளாக இங்கு அமையும்.

ஈழத்துத் தமிழ்க் கவிதை மரபு பொதுவான தமிழ்க் கவிதை மரபினைப் போற்றி வந்ததென்பதற்குப் போதிய சான்றுகள் உள்ளன. தமிழின் முக்கிய இலக்கியங்கள் அச்சிற் பதிப்பிக்கப் பட்ட காலங்களில் பெறப்பட்ட ஏடுகளுள் யாழ்ப்பாணத்தி லிருந்து கிடைத்தனவும் இடம் பெற்றுள்ளமையையும் நாம் அவதானிக்கக் கூடியதாக உள்ளது. இந்த உண்மை யாழ்ப் பாணத்திலே பொதுத் தமிழ்க் கவிதைப் பாரம்பரியம் ஆதரவையும் பயிற்சியையும் பெற்றிருந்ததென்பதை எடுத்துக் காட்டுகின்றது.

ஈழத்துச் செய்யுள் இலக்கியங்கள் என நாம் கொள்பவை இந்த இலக்கியங்களுக்கு மேலதிகமாக ஈழத்தின் கவிதைத் தேவைகளைப் பூர்த்தி செய்யும் வகையில் அமைந்தனவாகும்.

இங்குள்ள மதப் பண்பாட்டுச் சூழலுக்கேற்ப தமிழகத்தின் சில மரபுகள் இங்குப் பிரதானப்பட்டு நின்றன என்றும் கொள்ளல் வேண்டும். உதாரணமாகச் சைவத்தமிழ் இலக்கியங் களும் இஸ்லாமியத் தமிழ் இலக்கியங்களும் கிறிஸ்துவத் தமிழ் இலக்கியங்களும் இலங்கையில் முக்கியமாகப் போற்றப்படு கின்ற தன்மையை நாம் இங்குக் காணலாம்.

ஈழத்துத் தமிழ்க் கவிதை மரபில் இன்னொரு முக்கிய அம்சம் மேற்கூறியதன் வழியாக மேற்கிளம்புகிறது. அதாவது ஈழத்தின் தமிழிலக்கிய நிலையில் காணப்படும் மத நிலைப்பட்ட இறுக்கமான மரபுப் பேணுகை ஆகும். இலங்கையில் தமிழ் பேசியோர் 'தமிழ்' என்ற மொழிநிலை உணர்வு ஒற்றுமையைப் பெறுவதன் முன்னர் தத்தம் மத நிலை நின்று தமது தனித்துவங்களைப் போற்றி வந்துள்ளனர். சைவம், இஸ்லாம், கிறிஸ்தவம் ஆகிய மூன்று மத நிலைகளிலும் இந்தப் பண்பினை அவதானிக்கலாம்.

இந்த மதநிலை இலக்கியப் பண்பாடு காரணமாக இன்றுவரை ஈழத்தில் பாரம்பரிய இலக்கியங்கள் அல்லது மரபு வழி இலக்கியங்கள் முக்கியமான இடத்தைப் பெற்று வந்துள்ளன. நவீன இலக்கியங்கள் தோன்றிய பின்னரும்கூட இந்தப் பாரம்பரிய இலக்கியப் போற்றுகை முக்கிய இடம் பெற்று வந்துள்ளது. இன்றும்கூட நவீன இலக்கியங்கள் தோன்றும் அளவிற்கு, சில நேரங்களில் அவற்றிலும் பார்க்கக் கூடிய அளவில் அவ்வவ்மதஞ்சார்ந்த மரபுவழி இலக்கியங்கள் தோன்றிக் கொண்டே இருக்கின்றன என்பது மிக முக்கியமான ஓர் உண்மையாகும்.

ஈழத்தின் தமிழ் இலக்கிய வரலாற்றைச் சங்க இலக்கியத்தில் இடம்பெறும் ஈழத்துப் பூதன்தேவனாருடன் தொடங்குவது மரபு. பூதன்தேவனாரின் பாடல்கள் சங்க இலக்கியப் பொதுப் பண்புகளிலிருந்து சிறிதும் வேறுபடுகின்றவை அல்ல.

யாழ்ப்பாண அரசு தோன்றுவதற்கு முன்னர் நிலவிய தமிழ்க் கவிதை பற்றிய தகவல்கள் சாசனச் செய்யுள்கள் மூலமே கிடைக்கின்றன. அநுராதபுரத்தில் கண்டெடுக்கப்பட்ட கல் வெட்டில் காணப்படும் பாடல் ஒன்றும் 14ஆம் நூற்றாண்டைச் சேர்ந்த கோட்ட கம கல்வெட்டுப் பாடல் ஒன்றும் இதற்கு உதாரணங்களாகும். அநுராதபுரத்தில் காணப்பட்ட கல் வெட்டும், கோட்டகம கல்வெட்டும் வெண்பா யாப்பில் அமைந்தவையே, யாழ்ப்பாண அரசு காலத்துக்கு முன்னர் சிங்கள அரசவைகளிலுங்கூட தமிழில் நூல்கள் எழுதும் பாரம்பரியம் நிலவியிருந்தமை நமக்குத் தெரிந்ததே.

யாழ்ப்பாண அரசுக் காலத்தில் தோன்றிய செய்யுள் மரபை நோக்கும்போது அவற்றை நான்கு வகையாகப் பிரிக்கலாம்.

1. வரலாறு சார்ந்த நூல்கள்: வையா பாடல், கைலாய மாலை.
2. பாரம்பரிய அறிவியல் நூல்கள்: சோதிட, வைத்திய நூல்கள்.
3. மத வழித் தொன்மை நூல்கள்: கோணேசர் கல்வெட்டு, தட்சண கைலாச புராணம்.
4. மொழிபெயர்ப்பு ஆக்கம்: அரச கேசரி மொழிபெயர்ப்பு செய்த காளிதாசனின் இரகுவம்சம்.

யாழ்ப்பாண அரசுக் காலச் செய்யுள் மரபில் காணப்படும் பிரதான பண்பு யாதெனில், செந்நெறிப் பாடல் மரபும், நாட்டார் வழக்குப் பாடல் மரபும் சமாந்தரமாகக் காணப்பட்டமை யேயாகும். கண்ணகி வழக்குரை, வாய்மொழிப் பாரம்பரியத்தை ஒட்டியது.

வாய்மொழிப் பாரம்பரியத்தைச் சார்ந்த பாடல்கள் மட்டக் களப்பிலும் நிலவி வந்துள்ளன என்பது அண்மையில் வெளிவந்துள்ள இராமர் அம்மானையின் மூலம் தெரிய வருகின்றது.

போர்த்துக்கேயர், ஒல்லாந்தர் காலங்களில் கிறிஸ்தவம் தமிழ் மக்களிடையே பரவிற்று. முதலில் கத்தோலிக்கமும், பின்னர் புரட்டஸ்தாந்து மதமும் முக்கியத்துவம் பெறுகின்றன. போர்த்துக்கேயர் காலத்தில் தோன்றிய கத்தோலிக்கச் செய்யுள்கள் செந்நெறி மரபைச் சார்ந்தனவாகவும் வாய்மொழி மரபைச் சார்ந்தனவாகவும் இருப்பதை அவதானிக்கலாம். ஞானப்பள்ளு செந்நெறி மரபைச் சார்ந்தது. சந்தியாகுமையோர் அம்மானை 1647இல் இயற்றப்பட்டதாகும். இந்நூலில் வரும் ஒரு வரி இதன் பண்பை விளக்குகிறது. 'நாட்டுத் தமிழ்ப்படுத்தி நற்குருக்கள் தந்த உரை' என்று அந்த நூல் கூறுகிறது.

இக்காலத்தில் சைவத் தமிழ்ப் பாரம்பரியங்கள் பேணும் இலக்கியங்கள் படிப்படியாக வளர்வதை அவதானிக்கலாம். இந்த இலக்கியங்கள் புரதான மரபில் எழுதப்பட்டவை ஆகும். இக்காலத்தின் இன்னொரு முக்கியமான பண்பு உள்ளூர்ப் பிரபுக்கள் மேல் செய்யுள் இயற்றப்படுவதாகும். சின்னத்தம்பிப்

புலவர் இயற்றிய 'கரவை வேலன் கோவை', சின்னக்குட்டிப் புலவர் இயற்றிய 'தண்டிகை கனகராயன் பள்ளு' ஆகியவற்றை உதாரணமாகக் குறிப்பிடலாம்.

புரட்டஸ்தாந்திகள் விவிலியத் தமிழ் மொழிபெயர்ப்பைத் தொடங்குகின்றனர். 'பிலிப்த மெல்லோவின் தாவீதின் சங்கீதங்கள்' 1950-இல் வெளிவந்தது.

19ஆம் நூற்றாண்டில் ஈழத்துத் தமிழ்க் கவிதை மரபுபற்றிப் பேசத் தொடங்கும் வேளையில், ஈழத்தில் தமிழ்ச் செய்யுள் நூல்கள் பேணப்பட்ட மரபில் உள்ள ஒரு முக்கிய அம்சத்தைக் குறிப்பிட வேண்டும். கிறிஸ்தவ மிஷனரித் தாக்கமும் அதற்கு முகம் கொடுத்த சைவ எழுச்சியும் 19ஆம் நூற்றாண்டு மத இலக்கியங்களுக்கே முக்கியத்துவம் கொடுக்கின்றன.

ஈழத்துத் தமிழ்க் கவிதை மரபினை நோக்கும்போது, சமய இலக்கியங்கள் பேணப்பட்டமைக்கான தரவுகளே எமக்குக் கிடைக்கின்றன. சமயம் சாரா இலக்கியங்கள் பேணப்பட்ட மைக்கான ஆதாரங்கள் கிடைத்துள்ளமை மிகக் குறைவே. ஆனால் சமயச் சார்பற்ற சமூக விமர்சனம் சார்ந்த இலக்கியங்கள் நிலவின என்பதற்குக் கனகி புராணம், தால புராணம், கோட்டுப் புராணம் முதலிய நூற்பெயர்களே சான்றாகும். இவற்றில் கனகிபுராணத்தின் சில பாடல்கள் கிடைக்கப்பெற்றுள்ளன. அவை ஒரு செழுமையான அங்கத மரபை எடுத்துக் காட்டு கின்றன.

19ஆம் நூற்றாண்டில் முக்கியமான இலக்கியப் பண்பு உரை நடை முக்கியத்துவம் பெறுதலாகும். இது கிறிஸ்தவத்தின் தாக்கத்தினால் ஏற்பட்டதாகும். ஆறுமுக நாவலர் சைவ நிலையில் உரைநடை வளர்ச்சியை ஆழ அகலப்படுத்தினார். இந்த உரைநடை வளர்ச்சி காரணமாகச் செய்யுள் மரபு என்பது படிப்படியாக வரையறுக்கப்பட்ட விடயங்களுக்கே- உணர்வு நிலை வெளிப்பாடுகளுக்கே முக்கியத்துவம் கொடுக்கின்ற நிலைமையினை நாம் காணலாம்.

போர்த்துக்கேய- ஒல்லாந்தர் கால இலக்கியங்கள் பற்றியும் ஆங்கிலேயர் ஆட்சியின் முதல் ஐம்பது வருட கால இலக்கிய வளர்ச்சி பற்றியும் நோக்கும் போது நாம் தவறாது நோக்கும் விடயம் ஒன்று உண்டு. அதாவது யாழ்ப்பாணத்தில்

மாத்திரமல்லாது மன்னார், மட்டக்களப்புப் பகுதிகளில் காணப்படும் இலக்கிய வளர்ச்சியாகும்.

17ஆம், 18ஆம் நூற்றாண்டுகளில் மன்னாரில் செழுமையான ஒரு கிறிஸ்தவ இலக்கியப் பாரம்பரியம் நிலவி வருவதை நோக்கலாம். நாவலர் காலத்துக்கு முன்பிருந்தே இஸ்லாமிய இலக்கியங்கள் முதன்மை பெற்று வந்ததையும் இங்கு நோக்கலாம். 1816இல் யாழ்ப்பாணத்தில் வாழ்ந்த பதிருதீன் புலவர் என்பவர் முஹைதீன் புராணம் என்ற நூலை அரங்கேற்றினார் என அறிகிறோம். 19ஆம் நூற்றாண்டின் முற்பகுதியில் மட்டக்களப்பு காத்தான்குடியைச் சார்ந்த அஹமதுகுட்டிப் புலவர் இசுவா அம்மானை என்ற ஒரு செய்யுள் நூலினை எழுதியுள்ளார். இசுவா அம்மானை, இசுக்கந்தரியா என்னும் ஊரில் வாழ்ந்த இசுவா என்னும் பெண்மணி பற்றியதாகும்.

1850 இன் பின்னர் காணப்படும் செய்யுள் இலக்கியப் போக்கினைப் பார்க்கும் போது பின்வரும் ஐந்து முக்கிய அம்சங்களை அவதானிக்கலாம்.

1. நாவலர் தொடக்கிவைத்த சைவத் தமிழ் இலக்கிய மரபின் வளர்ச்சி உடுப்பிட்டி சிவசம்புப்புலவர், வல்வை ச.வைத்திய லிங்கம் பிள்ளை இப்பாரம்பரியத்தை வளர்த்தெடுக் கின்றார்.

2. கத்தோலிக்க இலக்கிய மரபில் காணப்படும் எழுச்சி.

3. இஸ்லாமியத் தமிழிலக்கிய வளர்ச்சி.

4. மலையகத்தின் இலக்கியத் தோற்றம்: 1830களில் தமிழகத்தி லிருந்து தோட்டத் தொழிலாளர்களைக் கொண்டுவரும் முறைமை தொடங்குகின்றது. இந்தியத் தமிழர்கள் பொருளாதார ரீதியில் மிகவும் வரையறுக்கப்பட்ட சூழலில் தமது வாய் மொழி இலக்கியப் பாரம்பரியத்தினைப் பேணி வளர்த்தெடுக்கும் முயற்சியில் ஈடுபடுவதனைக் காண் கிறோம்.

5. நவீனத்துவத்தின் ஊற்றுக் கால்கள்: அச்சுவேலி தம்பி முத்துப் புலவர், திருகோணமலை தி.த.சரவணமுத்துப் பிள்ளை, தெல்லிப்பழை பாவலர் துரையப்பாப்பிள்ளை

ஆகியோர் ஈழத்தின் தமிழ்க் கவிதை மரபைப் பாரம்பரியப் போக்கில் இருந்து விடுவித்து நவீனத்துவத்தின்பால் வழி நடத்துகின்ற போக்கினை நாம் அவதானிக்கலாம். தம்பி முத்துப்பிள்ளை சன்மார்க்கம் பற்றியும் சரவணமுத்துப் பிள்ளை பெண்களின் நிலை பற்றியும் பாவலர் துரையப் பாப்பிள்ளை சுவதேச எழுச்சியின் தேவைபற்றியும் பாடல்கள் இயற்றுகின்றனர். இவர்களைத் தொடர்ந்து முக்கியம் பெறுவோர் நவாலியூர் சோமசுந்தரப் புலவரும், மு.நல்லதம்பியும் ஆவர். சோமசுந்தரப் புலவர் மிகப் பிரசித்தி பெற்ற குழந்தைப் பாடல்களை இயற்றியுள்ளார். மு.நல்லதம்பியும் குழந்தைப் பாடல்களைப் பாடியுள்ளார்.

இவர்களைவிடப் புலமையாளர் மூவரின் கவித்துவ ஆக்கங்கள் பற்றியும் குறிப்பிடுதல் வேண்டும். இவர்கள் சுவாமி விபுலாநந்தர், பேராசிரியர் க.கணபதிப்பிள்ளை, புலவர்மணி பெரியதம்பிப் பிள்ளை ஆகியோர் ஆவர். இவர்களுள் சுவாமி விபுலாநந்தர் நாற்பதுகள் வரையும், மற்றைய இருவரும் ஏறத்தாழ அறுபதுகள் வரையும் கவிதை ஆக்கத்தில் ஈடுபட்டிருந்தனர். இவர்கள் மரபுக் கவிதையின் பேணுகையில் முக்கிய இடம் பெறுபவர்களாவர்.

ஈழத்தின் நவீன தமிழ்க் கவிதை 1942இல் தொடங்கப் பெற்ற 'மறுமலர்ச்சி' சஞ்சிகையுடன் ஆரம்பமாகிறது. ஆனால் 1930இல் தொடங்கிய 'ஈழகேசரி' காலம் முதலே கவிதையில் நவீனத்துவம் படிப்படியாக வளரத் தொடங்குகிறது. அல்வாய் மு.செல்லையா இவ்வகையில் முக்கியமாகின்றார். மறுமலர்ச்சியுடன் தொடங்கும் கவிதைப் போக்கு பாரதியை மையமாகக் கொண்டது. பாரதி தமிழ் இலக்கியத்தில் ஏற்படுத்திய மாற்றங்களினால் கவரப்பட்ட ஓர் இளங்கவிஞர் குழாம் ஈழத்தில் சமூக உணர்வுள்ள கவிதைப் பாரம்பரியத்திற்கு அத்திவாரம் இடுகின்றனர்.

மறுமலர்ச்சிக் கவிஞர்கள் என்று குறிப்பிடப்படுபவர்கள் நாவற்குழியூர் நடராசன், சோ.தியாகராஜா, அ.ந.கந்தசாமி, மஹாகவி, சாரதா கே.இ.சரவணமுத்து முதலியார் ஆவர். இவர்களுள் நாவற்குழியூர் நடராசன், அ.ந.கந்தசாமி, மஹாகவி ஆகிய மூவரும் முக்கியமான கவிஞர்களாகின்றனர். அ.ந.கந்த சாமி 'கவீந்திரன்' என்ற புனைபெயரில் கவிதைகள் எழுதினார்.

'மஹாகவி' என்ற உருத்திரமூர்த்தி இந்த மறுமலர்ச்சிக் குழுவுடன் தொடர்பு கொண்ட இளைஞராகவே கவிதைத் துறைக்கு வருகின்றார். 50, 60, 70களில் இவர் ஒரு முக்கிய கவிஞராக பார்க்கப்படுகின்றார். 50களில் முன்னிலை எய்திய கவிஞர்களுள் முக்கியமான இன்னொரு கவிஞர் முருகையன் ஆவார். இவர் புலமைப்பண்பு சார்ந்துள்ள முக்கியமான கவிதை களை எழுதியுள்ளார். முருகையன் கவிதைகளில் சொல்வீச்சும், நேரடித் தன்மையும், கருத்துத் தெளிவும் காணப்படும்.

40, 50களில் ஏற்பட்ட தமிழ் வளர்ச்சி- சமூக வளர்ச்சி காரணமாக மேற்கூறிய முருகையன், மஹாகவி உள்ளிட்ட ஒரு முக்கியமான கவிஞர் குழாம் ஈழத்தில் தொழிற்பட்டது. அதில் நீலவாணன், அண்ணல், புரட்சிக்கமால் ஆகியோரைக் குறிப்பிடல் வேண்டும். இவர்களுள் நீலவாணன் முக்கிய இடம் பெறுபவராவார். காசி ஆனந்தன் அரசியற் கவிதைகளில் ஒரு முக்கியமான கவிஞராவார்.

இந்த வளர்ச்சிப் போக்கின் காரணமாக 60, 70களில் நவீன கவிதை வளர்ச்சிக்கு வளம் சேர்க்கும் கவிஞர் சிலர் முன்னிலை எய்துகின்றனர். இவர்களுள் நுஃமான், சண்முகம் சிவலிங்கம், மு.பொன்னம்பலம் ஆகியோர் முக்கியமானவர்கள்.

இக்கட்டத்தில் புதுக்கவிதை வளர்ச்சி பற்றி நோக்குவதும் அவசியம்.

தமிழகத்தின் மறுமலர்ச்சி எழுத்தாளரான கு.ப.ரா., பிச்ச மூர்த்தி ஆகியோரின் செல்வாக்குக்குட்பட்டே வசன கவிதை ஈழத்திலும் தொடங்குகின்றது. உதாரணம்: வரதர். ஆனால் புதுக்கவிதையை அதன் இலட்சணப் பொலிவுடன் கையாளத் தொடங்கியவர்களுள் ஈழத்தைப் பொறுத்தவரை முக்கிய மானவர் தா.இராமலிங்கம் ஆவார். புதுக்கவிதைப் பயில்வு கவிதை ஆக்கத்திலும் கவிதை பற்றிய நோக்கிலும், முற்றிலும் ஒரு புதிய சிந்தனைப்போக்கைக் கொண்டதாகும். வரன்முறையான யாப்போசைக்கு அப்பாலான கவித்துவ நிலையினையும் உணர்வுச் செறிவினையும் தளமாகக் கொண்டதுவே புதுக் கவிதை. இந்தப் புதுக் கவிதையின் வளர்ச்சி இலங்கையில் ஏற்படும் சமூக அரசியல், அனுபவ மாற்றங்களுடன் தொடர்பு டையதாகும்.

இதுபற்றி விரிவாகப் பார்ப்பதற்கு முன்னர் 60, 70களில் காணப்பட்ட முக்கியமான சில கவிதைப் போக்குகளைப் பதிவு

செய்தல் முக்கியம். முதலாவது போக்கு இலக்கிய நடவடிக்கைகளில் கவியரங்கு பெறும் முதன்மையாகும். கவிதைகள் மூலமே ஒரு சொல்லாடலை மக்கள் நிலையில் நடாத்துகின்ற புதுமை ஒருபுறமாகவும்; இத்தகைய கவிதைகளில் தவிர்க்க முடியாதபடி மேற்கிளம்பிய பேச்சோசை இன்னொரு புறமாகவும் கவிதைப் போக்கினைச் செழுமைப்படுத்தின. இந்தக் கவியரங்க மரபினிலே முக்கியமாகக் குறிப்பிடப்படுபவர்கள் முருகையன், மஹாகவி, நீலவாணன், காரை சுந்தரம்பிள்ளை, சண்முகம் சிவலிங்கம், புதுவை இரத்தினதுரை, சில்லையூர் செல்வராசன் ஆகியோராவர். இந்த வளர்ச்சியினூடே காணப்பெற்ற நவீன அங்கதக் கவி மரபு குறிப்பிடக் கூடிய ஓர் அம்சமாகும். இதில் சில்லையூர் செல்வராசன் முக்கிய இடத்தைப் பெறுகின்றார்.

60, 70களில் காணப்பட்ட இன்னொரு முக்கிய பண்பு தீவிர இடதுசாரிக் கவிதைப்போக்கு ஆகும். வர்க்க அடிப்படையில் சமூகத்தைப் பார்க்கும் ஒரு போக்கினை இது தோற்றுவித்தது. பசுபதி, சுபத்திரன், புதுவை இரத்தினதுரை ஆகியோர் இப்போக்கினை வளர்த்தனர்.

70களுக்குப் பின்னர் ஈழத்துக் கவிதை பெரும்பாலும் புதுக்கவிதையாகவே மாறிவிட்டது. இதிலிருந்து சொந்த அனுபவ வெளிப்பாட்டுக்கு முக்கியத்துவம் கொடுக்கும் அ.யேசுராசா, சமூக அரசியல் அனுபவங்களுக்கு முதன்மை கொடுக்கும் வ.ஐ.ச. ஜெயபாலன், சிவசேகரம் ஆகியோர் குறிப்பிடும் வகையில் கவிதைகள் படைத்து முக்கியமானவர்களாக மேற்கிளம்புகின்றனர்.

80களில் இலங்கையின் சமூக அநுபவம் மாறுகின்றது. இனத்துவப் போர் காரணமாக ஏற்பட்ட அரசு ஒடுக்குமுறை நடவடிக்கைகள் சிறப்பாக இளைஞர்களை, பொதுவாக மக்கள் எல்லோரையும் பாதித்தன. அக்காலத்தில் நடந்த யாழ்ப்பாண நூலக எரிப்புபோன்ற சம்பவங்கள் பெருத்த உணர்வுக் கிளர்ச்சிகளை ஏற்படுத்தின. இத்தகைய ஓர் அநுபவம் இதற்கு முன்னர் ஏற்படவில்லையென்றே கூற முடியும்.

இளைஞர் இயக்கங்களின் வருகை, அரச நடவடிக்கைகளின் போக்கு ஆகியன மக்கள் வாழ்க்கையிலே பெருத்த மாற்றங்களை ஏற்படுத்தின. இந்த மாற்றங்கள் இலக்கியத்தில்

இரு முனைகளிலிருந்து வெளிப்படுவதைக் காணலாம். இக்காலத்தில் எழுதிக்கொண்டிருந்த முதிய, இளம் கவிஞர்கள் இந்த அநுபவங்களைப் பாடினர். முருகையன், வ.ஐ.ச.ஜெய பாலன், நுஃமான், சிவசேகரம் ஆகியோர்களை இவ்வாறு எழுதியோரெனக் கூறலாம்.

அடுத்து இவர்களிலும் பார்க்க முக்கியமாக அமைந்தவர்கள் இந்த அநுபவங்களினூடே தோன்றிய ஒரு புதிய தலைமுறையினர் ஆவர். இவர்கள் தங்களின் அநுபவங்களின் ஊடாக இந்த நிகழ்ச்சிகளைப் பார்க்கத் தொடங்கினர். இந்தச் செல்நெறி முற்றிலும் ஒரு புதிய கவிதை வளர்ச்சிக்கு இடமளித்தது. இவர்களில் முதல் உதாரணமாக எடுத்துக் கூறப்படுபவர் சேரனாவார். இவரின் 'இரண்டாவது சூரிய உதயம்', 'யமன்' போன்ற கவிதைத் தொகுதிகள் ஈழத்தின் புதிய புலப்பதிவுகளை, புதிய படிமங்கள் நிறைந்த ஒரு கவிதைப் போக்கினைக் காட்டுகின்றன. இந்த வளர்ச்சியில் 'புதுசு' என்ற சஞ்சிகையும் முக்கிய இடம்பெற்றது. அந்தச் சஞ்சிகையினூடாக மேற்கிளம்பிய முக்கிய இளம் கவிஞர்களுள் ஒருவர் இளவாலை விஜயேந்திரன் ஆவார்.

இனத்துவப் போராட்டம் கவிதைத் துறையில் இரண்டு முக்கியமான வளர்ச்சிகளுக்கு இடம் அளிக்கிறது.

ஒன்று புலம்பெயர் இலக்கியம் ஆகும். இளைஞர் இயக்கங்களில் ஈடுபட்டதன் காரணமாகவும் இலங்கையில் தொடர்ந்து வசிக்க முடியாத காரணத்தாலும் இளந்தலை முறையினர் பலர் வெளிநாடுகளுக்குச் சென்றனர். அவர்கள் தாம் வாழும் பிரதேசங்களில் இருந்துகொண்டே தமது அநுபவம் பற்றி எழுதத் தொடங்கினர். இப்படி எழுதியவர்களுள் கவிதை வல்லமையுடையவர்களாக கி.பி.அரவிந்தன், முல்லை யூரான், ரவி, பாலமோகன் போன்றோரைக் குறிப்பிடலாம்.

இதேவேளையில் போராட்டத்துக்கு வலுச்சேர்க்கும் வகையில் அமைந்த கவிதைப் போக்கும் முக்கியமானதாகும். இதில் புதுவை இரத்தினதுரை குறிப்பிடத்தக்கவர்.

எண்பதுகளின் தொடக்கத்தில் இந்தப் புதிய மாற்றங் களினதும் புதிய வளர்ச்சிகளினதும் தொடக்கத்தை முற்று

முழுதாகப் பிரகடனப்படுத்தி நிற்பது 'மரணத்துள் வாழ்வோம்' என்ற கவிதைத் தொகுதி. இதனை அ.யேசுராசா, சேரன், மயிலங்கூடலூர் நடராசன் ஆகியோர் பதிப்பித்திருந்தனர்.

இக்காலகட்டத்தில் கவிதையை அச்சுக்குரிய ஒன்றாக மட்டும் கொள்ளாமல் இசைப் பாடல்களாக அமைத்து வெளியிடும் பண்பும் காணப்பட்டது.

இந்த வளர்ச்சிகளினூடே இன்னுமொரு முக்கியமான அம்சம் வெளிப்படலாயிற்று. பெண்கள் தம் நிலைமை குறித்துக் கவிதை இயற்றத் தொடங்கியமை ஆகும். இந்த வகையில் 'சொல்லாத சேதிகள்' என்ற கவிதைத் தொகுதி முக்கிய இடம் பெறுகிறது. மைத்ரேயி, ஔவை, சிவாமணி, சங்கரி முதலியவர் களைக் குறிப்பிடலாம்.

இனத்துவப் போராட்டங்களில் ஏற்பட்ட திருப்பங்களும் மாற்றங்களும் இலக்கிய உணர்விலும் பதிவிலும் மாற்றங்களை ஏற்படுத்தின. இத்தகைய மாற்றத்தினை, மிகுந்த கவிதை வனப்புடன் எடுத்துக் கூறுபவராக 'சோலைக்கிளி' என்னும் கவிஞர் வருகின்றார். இவருடைய அசாதாரணமான படிமங்கள், இவருடைய மொழி நடை ஆகியன கவனத்தைப் பெற்றதோடு இவரைத் தனித்துவமுடையவராக வெளிப்படுத்தின.

தொண்ணூறுகளில் வரும் கவிதையில் இருமுனைப்பட்ட வெளிப்பாட்டினை அவதானிக்கிறோம். ஒன்று, இந்தப் போரின் தாக்கத்தினால் ஏற்பட்ட பாதிப்புக்களைத் தத்தமக்குரிய சூழ்நிலைகளில் நின்று வெளிப்படுத்துகின்றனர். இனப் போராட்டம் ஏற்படுத்திய சமூகச் சிதறல்களில் கொடூரத்தை மிகவும் நுண்ணியதான முறையில் இவர்கள் கவிதைகள் பதிவு செய்தன நட்சத்திரன் செவ்விந்தியனை இப்போக்குக்கான ஏற்புடைய உதாரணமாகக் கொள்ளலாம்.

இன்னொன்று, போர்க்களத்தில் ஈடுபட்டவர்களே தமது மனநிலைகளைப் பதிவு செய்தல் ஆகும். இதற்கு உதாரணமாக கஸ்தூரி, வானதி போன்றோரைக் குறிப்பிடலாம். இத்தகைய கவிதைப் பதிவுகளும் தமிழுக்கு அசாதாரணமானவையே.

இவற்றைவிட இனத்துவப் போராட்டங்களில் நேரடியாகப் பாதிப்படையாமல், ஆனால் இந்த சமூக- அரசியல் மாற்றங்கள்

ஏற்படுத்திய தாக்கங்களால் பாதிக்கப்பட்டவர்கள் தமிழ்க் கவிதைகளை எழுதியுள்ளனர். இதற்கு உதாரணமாக வட கிழக்கைச் சாராத சில கவிஞர்களைக் கூறலாம். இவர்களில் சிலர் தங்கள் சொந்தப் படைப்புக்களாலும் வேறு சிலர் மொழிபெயர்ப்புகளாலும் கவிதை வளத்தை விரிவுபடுத்தி யுள்ளனர். பின்னதுக்கு உதாரணமாகப் பண்ணாமத்துக் கவிராயரைக் கூறலாம்.

80களில் பின் வருகின்ற வளர்ச்சியுடன் ஈழத்துத் தமிழ்க் கவிதை உலகில் புதுக்கவிதை நிலையான இடத்தைப் பெற்றுள்ளது. இன்றைய கவிதை வெளிப்பாடுகளில் பெரும் பாலானவை புதுக்கவிதைகளாகவே உள்ளன. ஆயினும் யாப்பு மரபில் நின்றுகொண்டு கவர்ச்சிமிக்க கவிதைகள் தொடர்ந்து எழுதுபவர்கள் இருந்தே வருகிறார்கள். குறிப்பாக சோ.பத்ம நாதனைக் குறிப்பிடலாம்.

பொதுவான தமிழ்க் கவிதை வளர்ச்சியின் பின்புலத்தை நோக்கும்போது ஈழத்தில் எழுபதுகளிலிருந்து ஏற்பட்ட கவிதை வளர்ச்சியானது, தமிழ்க் கவிதைப் பரப்பு முழுவதிலுமே தனித்துவமுடையதும் முக்கியத்துவமானதுமாக அமைகின்றது.

ஈழத்தின் தமிழ்க் கவிதை மேற்கூறிய வகையில் புதிதாகத் தோன்றிய சமூக அநுபவங்களின் பதிகையாக அமையும் அதேவேளையில் இன்னொரு புறத்தில், அதாவது மதநிலைப் பட்ட விடயங்களில் மரபுவழிச் செய்யுள்களாகத் தொடர்ந்தும் வருவதைக் காணலாம். இவை பெரும்பாலும் செய்யுள் முறைமையிலேயே அமைந்துள்ளன. நவீன வளர்ச்சிகளைப் பற்றிப் பேசும் பொழுது, இந்த உண்மையை மறந்துவிடக் கூடாது.

(‘புறநானூறு முதல் புதுக்கவிதை’ என்னும் நூலிலிருந்து)

❑

பின்னிணைப்பு- III

இலக்கியம், விமர்சனம், இலக்கிய வரலாறு இவற்றின் அடிப்படையில் உயிர்ப்பான அரசியல்

ஈழத்துத் தமிழிலக்கியத்தில் 1960/70 காலப்பகுதியிலிருந்து 1980களில் தோன்றிய புதிய போக்குக்கான 'தடயங்கள்' யாவை என்பதை இக்கட்டுரைகள் ஒரு குறிப்பிட்ட கண்ணோட் டத்தில் ஆராய்கின்றன. 1950களின் நடுக்கூற்றிலிருந்து அடுத்த 10, 15 வருடங்கள் காணப்பட்ட 'முற்போக்கு இலக்கிய'ச் செல்நெறி யிலிருந்து, 1980 களில் ஐயந்திரிபறத் தெரிந்த 'தமிழ்ப் பிரக்ஞை' நிலைக்குக் கருத்துநிலைகளும் அரசியலும், அதனால் எழுத்துக் களும் எவ்வாறு மாறின என்பதற்கான போக்குகளையும், நியாயப்பாடுகளையும் இக்கட்டுரைகள் சுட்டுகின்றன.

இன்னும் சற்று உன்னிப்பாக நோக்கினால், இந்தத் தொகுதியில் இரண்டு நிலைப்பட்ட கட்டுரைகளைக் காணலாம்.

1. *அந்த மாறு 'தடத்'தின் இலக்கிய வரலாற்றை எடுத்துக் கூற முனையும் கட்டுரைகள்.*
2. *சில படைப்பாளிகளின் ஆக்கங்கள் பற்றிய விமர்சனங்கள் இந்த இலக்கிய வரலாற்றினையும், விமர்சனங்களையும் எடுத்துக் கூறும்பொழுது, இவற்றினூடே ஏற்பட்ட, ஏற்பட்டுக் கொண்டிருந்த அரசியற் கருத்து நிலைகள் முக்கியமடையத் தொடங்குகின்றன. சேரன், யாழ் நூல் நிலையம் எரித்தமை பற்றி எழுதிய கவிதையில் வரும் 'அந்நியப்பதிவு' என்ற தொடர், எத்தகைய மனநிலையி லிருந்து எழுதப்பட்டிருக்க வேண்டும் என்ற விடயம், 70, 80 களில் தமிழ் இளைஞர்களிடையே நிலவிய மார்க்ஸிய உணர்வோடு, அவர்கள் இலங்கை என்னும் நிலப்பகுதியை*

பார்க்கும் நோக்குமுறையோடு, எத்துணை ஆழமாகத் தொடர்பு கொண்டிருக்கின்றது என்பதைக் காட்டுகிறது.

உண்மையில், இந்த இலக்கிய வரலாற்று, விமர்சன எழுத்துக்களினூடே ஆழமாக அரசியல் (Politics) 'வன்மை' யாகவே ஓடுவதை அவதானிக்கலாம். அதாவது இந்த இலக்கிய உணர்திறன் மாற்றத்தினுள்ளே என் பார்வையில், மூன்று முக்கிய, அடிப்படையான 'அரசியல்' தடங்கள் காணப்படுகின்றன. அவை பின்வருமாறு:

1. இந்த மாற்றங்கள் (பொருள் மாற்றங்கள், கையாண்ட சொற்கள் பற்றிய கட்டவிழ்ப்பு) 1970, 80களில் தமிழ் இளைஞர்கள் எத்தகைய முறையில் அரசியல் மயவாக்கம் பெற்றனர் என்பது பற்றியது.

2. இந்த மாற்றங்களினூடே 'தேசியம்' என்னும் கருதுகோளில் ஏற்பட்ட பொருள் மாற்றம்- தேசியம் என்பது முழு இலங்கையினதும் ஒருங்கு நிலைப்பாட்டைப் பேசுவதாக அமைந்து, பின்னர், 1980க்குப் பின்னர் திட்டவட்டமான 'தமிழ்ப் பிரக்ஞை'யாக மாறுகிறது. இந்தத் தமிழ்ப் பிரக்ஞை, ஐயந்திரிபற்ற தமிழ்த் தேசியத்துக்கு இடம் கொடுப்பதாக அமைந்துவிட்டது.

3. மார்க்சியத்தில் அதன் நோக்குமுறையில், அது புரிந்து கொள்ளப்பட்ட முறைமையில் ஏற்பட்ட மாற்றங்கள். இளைஞர் தீவிரவாதத்தின் முன்னர் மார்க்சியம் இலங்கையை நோக்கிய முறைமைக்கும் அது (சிங்களம், தமிழ் நிலைகளில்) தோன்றிய பின்னர் இலங்கையை அது நோக்கிய முறைமைக்குமுள்ள வேறுபாடு முக்கியமானதாகும். 'மரபு வழி இடதுசாரிகள் புதிய இடதுசாரிகள்' என்னும் பார்வையும், தமிழ்த் தீவிரவாத இளைஞர் மார்க்சியத்தைப் பார்த்த முறையும் முக்கியமானவை. 1960களிலிருந்து 1980 களுக்கான இலக்கிய மதிப்பீடு, இலக்கிய வரலாற்று மதிப்பீடு செய்யப்படும் பொழுது, இந்த மாற்றம்/ மாற்றங்கள் மிக முக்கிய இடம் பெறும். 1983 பெப்ரவரி, மார்ச் மாதங்களில் வெளியான 'புதிய சவால்கள், புதிய பிரச்சினைகள், புதிய எழுத்துக்கள்' என்ற கட்டுரை இந்த மாற்ற உணர்வை / மாறும் உணர்வைப் பேசுவது

பின்னோக்கிப் பார்க்கும் பொழுது முக்கியமானதாகவே உள்ளது. 1983 யூலை கலவரங்கள் ஏற்படுவதற்கு ஆறுமாதங்களுக்கு முன்னரே, தமிழ்ப் பிரச்சினையில், தமிழ் எழுத்தில், இந்த 'இரசாயன' மாற்றங்கள் ஏற்பட்டு வருவதைக் காணலாம். உண்மையில் 1983 யூலை, 1970 களிலிருந்து வளர்ந்து வந்த சந்தேகங்களை வரலாற்று உண்மையாக நிலைநிறுத்திய மாதமே என்பது நன்கு புலனாகின்றது. (ஈழத்தவர்கள் அல்லாத தமிழர்களின் கவனத்துக்கு 1983 யூலையில் தான் இலங்கையில் சிங்களப் பிரதேசங்களில் வாழ்ந்து வந்த தமிழ் மக்கள் பெருத்த வன்முறைக்கு ஆளாக்கப்பட்டனர்.)

அதன் பிறகு இலங்கையில், எதுவுமே, அதற்கு முன்னர் இருந்தது மாதிரி இருக்கவில்லை. 1994 இல் ஏற்பட்ட மாற்றம், 1983 தடங்களை அழித்துவிடலாம் என்ற மரபுவழி இடதுசாரிகளின் போலி நப்பாசை, 1996களிலேயே பொய்த்துப் போய் விட்டது.

இந்த மாற்றத்தின் செல்நெறி, அச்செல்நெறியின் வெளிப்பாடுகள், மாற்றத்தின் விளைவுகள் யாவை என்பதை இக்கட்டுரைகள் காட்டுகின்றன.

1960களின் இலங்கைத் 'தேசியம்' 1990களின் தமிழ்த் தேசியத்தின் எழுகையின் முன் மௌனித்துப்போய் நிற்கின்றது. இந்தப் புதிய தமிழ்த் தேசிய, முஸ்லிம் தேசியத்தைக் கணக்கில் எடுக்காத அவலம், 'தமிழ் பேசும் மக்கள்' என்ற எண்ணக் கருவையே இல்லாமல் ஆக்க முனைகின்றது. வடக்கு, கிழக்கின் அகமுரண்பாடு ஒன்று மூடி மறைக்கப்பட முடியாததாகிறது.

இவை முற்றுமுழுதான 'அரசியல் நிகழ்ச்சிகள்' இந்த அரசியல் நிகழ்ச்சிகளினூடாகவே 1980-2000 இன் ஈழத்துத் தமிழிலக்கியம் தோன்றுகின்றது.

இத்தொகுதியிலுள்ள கட்டுரைகள் பலவற்றில், தனிநிலையிலும், தொகுநிலையிலும், 1960, 70களின் முற்போக்கு இலக்கியச் செல்நெறி மீளநோக்கப் பெறுகிறது. மீள நோக்கப்பட்டு, பிரதானமான ஒரு கருத்து முன்வைக்கப் படுகிறது. அதாவது, மார்க்சியச் சார்புடையதாகக் கிளம்பிய அந்த இலக்கியம், தொடர்ந்து அகண்ட ஒரு முன்னணியாக 'முற்போக்கு'ப்

பேசிற்றே தவிர, அந்த முற்போக்கின் தர்க்க ரீதியான வளர்ச்சியான மார்க்சியத்துக்கு வரவில்லை என்பது அழுத்தம் திருத்தமாய்ப் பதிவு செய்யப்படுகிறது. கேரளத்தில் ஏற்பட்டது ஈழத்தில் ஏற்படவில்லை என்னும் உண்மை பதிவு செய்யப்படுகிறது.

இந்தப் பதிகை, மார்க்சிய நோக்கில் வைக்கப்படுகின்றது என்பதுதான் இங்கு முக்கியம். இந்த அணி எவ்வாறு வரலாற்றின் கைதியாக மாறிற்று என்பதையும் சில கட்டுரைகள் காட்டுகின்றன. இது ஒரு முக்கிய விடயம். புதிய சமூக அனுபவங்களை முற்போக்கு எழுத்தாளர்கள் பதிவு செய்வதில் பிந்தவில்லை, பிழைவிடவில்லை. ஆனால் கருத்து நிலை வழி நடத்தல் இல்லாத நிலையில், முற்போக்கு இயக்கத்தின் பின்னடைவு, மார்க்சியத்தின் இயலாமையாகக் காட்டப்படத் தொடங்கிற்று. கால மாற்றம் பற்றிய தெளிவில்லாததால், 1982களுக்கு முன்னர் நிலவிய விமர்சன எடுத்துரைப்புக்களைப் புனித சின்னங்களாகப் போற்றுகின்ற ஒரு மனோபாவம் வளர்ந்தது.

1980களில் வரும் மாற்றம் ஈழத்திலக்கியம் பற்றி மேலும் ஆழமாகப் பார்க்கும் தேவையை ஏற்படுத்திற்று. இலங்கைத் தமிழ்/முஸ்லிம் பிரதேசங்களின் சமவீனமான வளர்ச்சியைப் புரிந்து கொள்ள பிரதேச அலகுகள் பற்றி ஆழமாக நோக்க வேண்டிய தேவை ஏற்பட்டது. தமிழ் பேசும் பிரதேசத்தைப் "பகுதிகளின் முழுமை"யாகப் பார்க்க வேண்டும் என்ற அவசியம் உணரப்பட்டது. அது இப்பொழுதும் உண்டு.

அந்த வகையில், இந்தத் தொகுதியில், மலையகத்தின்சமூக அமைப்பு, மலையகம் என்ற அரசியல் எண்ணக்கருவின் செயற்பாடு ஆகியவற்றை விளக்கும் ஒரு கட்டுரை இடம் பெறுவது எனக்குத் திருப்தியைத் தருகின்றது. ஆனால், கிழக்கு இலங்கையின், சமூக-பொருளாதாரச் சிறப்பம்சங்கள் பற்றி ஒரு கட்டுரையும் இடம் பெறவில்லை என்பது மனவருத்தத்தைத் தருகின்றது. இந்நோக்கினை நிறைவு செய்யும் வகையில், கிழக்குப் பல்கலைக்கழக மொழித்துறைக்கு இவ்வருடம் (2000) எழுதிய ஆய்வுக் கட்டுரை இதில் இடம் பெற முடியவில்லை.

இவ்வாறு ஈழத்துத் தமிழ்த் தேசியத்தின் 'அக-அமைவு' களைப் பார்ப்பது சிலருக்குப் பிடிப்பதில்லை. வேறுபாடுகளை

ஏன் அழுத்திக் கூறுவான், ஒற்றுமைகளை மாத்திரம் பேசுவோம் என்பது அவர்கள் வாதம். இது ஒரு தவறான கண்ணோட்டம், ஈழத்தின் தமிழ்த் தேசியம் அதன் உப பண்பாடுகளைக் கணக்கெடுப்பதாக அமைதல் வேண்டும். அது மேலிருந்து கீழே திணிக்கப்படுவதாக இல்லாமல் கீழிருந்து மேலே இயல்பாக, சிறுவேற்றுமைகளிடையே பெரு ஒற்றுமை காண்பதாக அமைதல் வேண்டும்.

இவ்விடயத்தில் 'தமிழ் பேசும் மக்கள்' என்ற (சமஷ்டிக்கட்சி வழி வகுத்த) அரசியல் எண்ணக்கருவின் ஆழ அகலங்கள் உணரப்படாததால், வடக்கு- கிழக்கில் தமிழ், முஸ்லிம் உறவு பேணப்பட வேண்டிய நேரத்தில் உடைந்துபோன வரலாறு, அதனால் இரு பகுதியினருக்கும் ஏற்பட்ட, ஏற்பட்டுள்ள நஷ்டங்கள் பாடமாக அமைதல் வேண்டும்.

ஈழத்தில் முற்போக்கு இலக்கிய இயக்கத்தின் வரலாறும், அதன் சாதனைகளும் கூட, அந்த முற்போக்கு இலக்கிய இயக்கத்தினரால், பின்னர் வந்த கோஷ வாய்ப்பாடுகளால், மறுதலிக்கப்படும் ஒரு நிலைமையையும் 1980-2000 வரை காலப்பிரிவிலே காணக்கூடியதாக உள்ளது. தமிழகத்தின் தலித்திய இயக்கத்தை, அதன் அனைத்திந்தியப் பின்னணியை, காந்தி, அம்பேத்கர் காலம் முதல் அதன் வளர்ச்சிகளை, 1990களில் அது தமிழகத்தில் முதன்மைப்பட்டதற்கான சமூக அரசியற் பின்புலத்தை நோக்காமல், வாய்ப்பாட்டை ஒப்புவிப்பது போல் ஈழத்திலும் தலித்தியம் வேண்டுமென்பது வரலாற்று முரணாகும். ஈழத்து முற்போக்கு இலக்கிய இயக்கத்தின் சாதனையே அது. ஈழத்தின் ஒடுக்கப்பட்ட மக்களின் குரலை, 'பஞ்சமர்' குரலை முன் வைத்தமைதான். தங்கள் சாதனை களைத் தாங்களே நிராகரிக்கும் ஒரு அவலம் இன்று ஈழத்தில் ஏற்பட்டுள்ளது. (மலையகம் இதற்குப் புறநடை)

சமூகவியல் அறிவின்மையை மன்னிக்கலாம். தாம் எழுதியதைத் தாங்களே நிராகரிக்கும் அறியாமையை எவ்வாறு மன்னிப்பது? இது தனிப்பட்டவர்களின் அவலம் அல்ல. ஈழத்து முற்போக்கு இலக்கிய இயக்கம் அதற்குரிய தர்க்கரீதியான வளர்ச்சியைப் பெறவில்லை என்பதுதான் உண்மை. ஒவ்வொரு கால கட்டத்திலும் புதிது புதிதாக எழுத வருபவர்களை முற்போக்குக் குடைக்குக் கீழ்க்கொண்டு வருவதிலே காட்டப்

பட்ட சிரத்தை, முற்போக்குக் கொள்கைகளின் ஆழப்படுத்து கையிலே காட்டப்பட்டிருக்குமேல் முற்போக்கு இயக்கம் வளர்ந்திருக்கும். இந்த விடயத்தில் சீனச் சார்பாகப் போன வர்கள், மொஸ்கோ சார்புப் பொதுவுடைமைக் கட்சி மேல் வைத்த குற்றச்சாட்டுக்கள் நியாயமானவையே. அந்தக் கட்சிக்குத் தமிழ் விடயங்களிலிருந்த பிடியின் தளர்ச்சி, அதன் நிறுவனமான எழுத்தாளர் சங்கத்திலும் தெரிய வந்துள்ளமை ஆச்சரியமன்று.

ஆனால் வரலாறு எவருக்கும் காத்திருப்பதில்லை. அது ஓடிக்கொண்டேயிருக்கும். அதன் 'முன் வண்டிகளில்' (Van guard) இருப்பது மார்க்சியம்.

1980களின் தேவைகள், நடப்புக்கள் ஈழத்துத் தமிழிலக்கி யத்தின் போக்கில் பல மாற்றங்களை ஏற்படுத்தியுள்ளன. அவற்றுள், முனைப்புற நிற்பது, 'புலம் பெயர் இலக்கியம்'. அங்கும் அதன் யதார்த்தம் புரியப்படாமல், (புலம் பெயர் நிலையில் ஈழத் தமிழ் மக்கள் படும் அவலங்கள், சவால்கள் புரியப்படாமல்) அதன் மேல்தள வெளிப்பாடுகளே முதன்மைப் படுத்தப்படுகின்றன. புலம் பெயர் இலக்கியங்கள், ஈழத்தின் நினைவுகள் உள்ள தலைமுறையின் ஒடுக்கத்தின் பின்னர், எத்தகைய நிலை எடுக்கும் என்பது பற்றி அந்த இலக்கியத்தின் இன்றைய உள்ளூர், தமிழக முகவர்கள் சிந்திப்பதில்லை. தற்காலிகச் சந்தை கிடைத்த சந்தோஷத்தில் 'உயர்வு நவிற்சிகள்' தேவைக்கு அதிகமாகவே சொல்லப்படுகின்றன.

புலம்பெயர் இலக்கியம் என்பது உண்மையில் ஈழத் தமிழர்கள் 1980-90களில் அனுபவித்த அவலங்களின் விஸ்தரிப்பு. அதைத்தான் பார்த்திபன், கலாமோகன், கருணாகரமூர்த்தி, அரவிந்தன் காட்டுகின்றனர்.

இந்நிலையில் இங்கு உள்ளவர்களிற் சிலர், 1960-70களின் தேசிய கோஷத்தை, 'ஒருங்கிணைப்பு' என்று மாற்றிக் கூறுவதில் நியாயம் இல்லாமல் இல்லை கனவுகள் சிதைவதில்லை.

வருகின்ற ஒருங்கிணைப்பில் 'இலங்கை' எல்லோருக்கும் சிங்களவர்களுக்கும், தமிழர்களுக்கும் முஸ்லிம்களுக்கும் சொந்தமானதாக இருக்கவேண்டும். தமிழ்த் தன்மை பறி போகாத, அது பேணப்படுகின்ற, இலங்கையாக இருப்பது

சாத்தியமாதல் வேண்டும். அது முஸ்லிம்களுக்கும் கிட்ட வேண்டும்.

ஈழத்திலக்கியத்தின் வந்த பாதையும், இப்பொழுதுள்ள ஒரு பாதையும் ஓரளவு புலனாகின்றன. இந்த முறையில் பார்ப்பது, எனக்கு ஒரு சமூகத் தேவையாக, கருத்துநிலை அத்தியாவசியமாக அமைகிறது. நான் படித்த மார்க்சியம், நான் புரிந்து கொண்ட மார்க்சிய அணுகுமுறை இதனை (இப்பார்வையை) கட்டாயப் படுத்துகிறது.

கம்யூனிஸ்டாக இருப்பது என்பது கட்சியின் அவ்வக்கால விதிப்புகளுக்குக் கீழ்ப்படிதல் மாத்திரமல்ல, அது மார்க்சியச் சிந்தனையையும் தூண்ட வேண்டும். ஏனெனில் மார்க்சியம் என்பது ஒரு 'ஒரு மதக்கொள்கை' அல்ல அது இயங்கியல் பற்றியது, வளர்ச்சி பற்றியது. மாற்றம் பற்றியது. அந்த மாற்றங்களைப் புரிந்துகொள்வது, புரிந்துகொள்ள முயலுவது முக்கியம்.

இது சர்வதேச நிலையில் இன்று மார்க்சியச் சிந்தனை நபர்களால் மேற்கொள்ளப்படுகிறது. சோவியத், சீன வரலாறுகளைப் பசளையாக்கி, மார்க்சியத்தின் செம்மையான வளர்ச்சியை நோக்க வேண்டியுள்ளது.

இந்த ஒரு நிலைப்பாடு காரணமாக நாட்டில், உலகில், பிராந்தியத்தில், புலமை நாவலில் ஏற்பட்ட மாற்றங்களின் பின்புலத்தில் 1960-70களிலிருந்து 1980/2000க்கு வந்துள்ளேன்.

இந்த வருகையில் சில 'கருத்து மாற்றங்கள்' ஏற்பட்டுள்ளன, ஏற்றுக்கொள்கிறேன். இந்த மாற்றங்கள் மாறும் சமூக, பொருளாதார, அரசியல் யதார்த்தங்களினால் ஏற்பட்டவை.

இக்கருத்து மாற்றங்கள், மார்க்சியத்துக்கு 'வெளியே' ஏற்பட்டவையல்ல. மார்க்சியத்துக்குள்ளேயே ஏற்பட்டவை. மார்க்சிய தர்க்கத்தில் 'எதிர்நிலைகளின் ஒருமை' (Unity of the opposites) என்பது ஒரு முக்கிய எடுகோள். அதனை நாம் மனதில் கொள்ள வேண்டும்.

இந்த என் சிந்தனைகள் மார்க்சிய நிலை நிற்பவையா, இல்லையா என்பது பற்றிய ஒரு திறந்த விவாதத்துக்கு நான் தயார்.

ஆனால் ஈழத்திலக்கிய விமர்சன நிலையில் அண்மையில் எனக்குக் கிட்டியவை தூற்றலும், தூஷணையும் தான்.

எந்தக் 'கலகத்தின்' பொழுதும், 'நியாயம்' வற்றியவன், தூஷணையில் இறக்குவதென்பது, கிராமத்துச் சண்டை முதல், சில இலக்கியக் கட்டுரைகள், நேர்காணல்கள் வரை காணப்படுகிற ஒரு பண்பு. நான் இதைப் பற்றி அதிகம் சிரத்தை கொள்ள விரும்பவில்லை. எனது தொழில் நிலை, வாழ்க்கைக் காலத்தில் நான் இவற்றை நிறைய எதிர்கொண்டவன்.

ஈழத்தில் நாம் சோஷலிச யதார்த்தவாதம் பேசியதில் பார்க்க, விமர்சன யதார்த்தம் பேசி இருக்க வேண்டும் என்றும், தலித் முறைமை ஈழத்துவட, கிழக்குத் தமிழர் சூழலில் பொருந்தாத ஒன்று என்றும், இலங்கையில் சில மார்க்சியக் கட்சிகள் தங்கள் கடமைகளிலிருந்து தவறிவிட்டன என்றும் நான் கூறிய வற்றுக்காக நிறையத் தாக்கப்பட்டுள்ளேன்.

அதில் ஒரு மகிழ்ச்சி என்னவென்றால், மார்க்சிஸ்டுக்கள் நான் மார்க்சிஸ்டு அல்ல என்றும், மார்க்சிய எதிர்ப்பாளர்கள் நான் ஒரு மார்க்சிஸ்டு என்றும் என்னைத் தாக்குகிறார்கள். அவற்றுள் பல 'ஆள் நிலைத்' தாக்குதல்களாக உள்ளன. மிகுந்த சந்தோஷம். நியாயம் வறண்ட நிலையில், இயலாமை குரோதமாகிறது.

சிலருக்கு நான் எதைச் சொன்னாலும் பிடிப்பதில்லை, சிலருக்கு, அவர்களுக்கு விருப்பமானவற்றை நான் சொல்ல வில்லை என்பதால் பிடிப்பதில்லை.

என்னைப் பொறுத்தவரையில், நான் இந்தச் சமூகத்தினுள் வாழ்கிறேன் என்பது மட்டுமல்ல, இந்தச் சமூகத்தின் பிரச்சினைகள் சிலவற்றுக்கு முகம் கொடுத்திருக்கிறேன். வாழ்க்கை எனக்குச் சாய்மனைக் கட்டிலில் இருப்பதல்ல. அது என்னை இராணுவ முகாம்களுக்குக் கொண்டு சென்றுள்ளது. (இளைஞர்களை விடுவிக்க). அது என்னை இந்த நாட்டின் பல முக்கிய அரசியல்வாதிகளுடன் பேசவைத்துள்ளது. (அவர்களது அன்றாடத் தேவைகளைக் கவனிக்க). இந்த அனுபவங்கள் எனக்கு முக்கியம். வல்வெட்டித்துறை ஊறணிக் கொலைகள் முதல் அண்டைய பிந்தனுவைக் கொலைகள் வரை பலவற்றைப்

பார்த்திருக்கிறேன். இளைஞர் இயக்கங்களைப் பார்த்திருக்கிறேன். அவர்களிற் பலருடன் பேசியிருக்கிறேன்.

இந்த அனுபவங்கள் என்னை என் அடையாளம் பற்றி, அதன் ஸ்திரப்பாடு பற்றி, என்னைப் போல உள்ள மற்றவர்களின் அடையாளங்களுக்கு மதிப்புக் கொடுப்பது பற்றிப் பல பாடங்களைப் புகட்டியுள்ளன.

அந்தப் பாடங்களை நான் எனது புலமைப்பின்புலத்தில் புரிந்து கொள்ள முயன்றதன் பெறுபேறுதான் இக்கட்டுரைகள். இவை முற்றுநிலைப்பட்டவை என்றோ, மிகமிகச் சரியானவை என்றோ நான் வாதிடவில்லை. என் கருத்தில் பிழை இருக்கலாம். நான் நானாகத்தான் இருக்க முடியும். ஆனால் ஒன்று இந்தப் புலமை முடிவுகள் நேர்மையானவை, என்னைப் பொறுத்த வரையில் உண்மையானவை.

ஈழத்து இலக்கியப் பின்புலத்தில் விமர்சனம் என்பது 'அபிப்பிராயம் சொல்லுதல்' என்று தான் இன்றுவரை விளக்கப்பட்டுள்ளது. விமர்சனம் என்பது ஒரு விவாதம் என்று கருத்து இல்லை. விவாதத்துக்கு நான் தயார், 'வேலிச் சண்டை'க்கு அல்ல.

இவற்றைக் கூறுகின்ற பொழுது, இன்னொரு உண்மையும் பதிவு செய்தல் வேண்டும். இலக்கிய, அரசியல் விஷயங்களில் விவாதம் தான் முக்கியம். விதிப்புக்கள் அல்ல. ஒருவர் சொல்லி விட்டார் என்பதற்காக அல்லாமல் அவர் சொன்னதில் உள்ள நியாயத்துக்காகவே கருத்துக்கள் ஏற்கப்பட வேண்டும். விவாதங்கள் தொடரட்டும்.

('ஈழத்துத் தமிழிலக்கியத் தடம் 1980-2000'
நூலுக்கு வழங்கிய முன்னுரையின் ஒரு பகுதி)

❏